AF517641

'पिझ्झा टायगर'मध्ये हे सर्व काही आहे. एक विलक्षण कहाणी, साधीसुधी जीवनमूल्ये व गुंतागुंतीच्या व्यावसायिक जगतासाठी काही व्यवहार्य धडे. जर फॉर्च्युन ५०० चालवण्यासाठी ५०० टॉम मोनाघन असते, तर अमेरिकेची स्पर्धात्मक दुखणी दूर पळाली असती.

— टॉम पीटर्स 'इन सर्च ऑफ एक्सलन्स' आणि 'पॅशन फॉर एक्सलन्स'चा सहलेखक

आपल्या स्नेहीजनांना पुस्तके भेट द्या

पिझ्झा टायगर

'३० मिनिटांत घरपोच पिझ्झा'चा किमयागार

टॉम मोनाघन

रॉबर्ट ॲन्डरसनच्या सहकार्याने

अनुवाद

डॉ. सुधीर राशिंगकर

मेहता पब्लिशिंग हाऊस

PIZZA TIGER by TOM MONAGHAN WITH ROBERT ANDERSON
Copyright © 1986 byThe Napoleon Hill Foundation
Translated into Marathi Language by Dr. Sudhir Rashingkar

पिझ्झा टायगर / अनुवादित आत्मचरित्र

अनुवाद : डॉ. सुधीर राशिंगकर
author@mehtapublishinghouse.com

मराठी अनुवादाचे व प्रकाशनाचे हक्क : मेहता पब्लिशिंग हाऊस, पुणे.

प्रकाशक : सुनील अनिल मेहता, मेहता पब्लिशिंग हाउस,
१९४१, सदाशिव पेठ, माडीवाले कॉलनी, पुणे ४११०३०.

मुद्रक : ट्रिनिटी ॲकॅडमी फॉर कॉर्पोरेट ट्रेनिंग लिमिटेड

मुखपृष्ठ : मेहता पब्लिशिंग हाऊस

प्रथमावृत्ती : ऑगस्ट, २०१९

किंमत : ₹ ४२०

P Book ISBN 9789353172435
E Book ISBN 9789353172442
E Books available on : amazonkindle Apple Books Google Play Books

मार्गी हिला,
तिची मदत व तिचा पाठिंबा यामुळे
डॉमिनोज पिझ्झाची बांधणी करण्याच्या
धडपडीत मी टिकून राहिलो
आणि
ही सर्व धडपड करण्याच्या
पात्रतेचे तिचे प्रेम आहे, असे मला वाटते.

– टॉम

अनुवादकाचे मनोगत

'पिझ्झा टायगर' हे डॉमिनोज पिझ्झा या आज जगभर विस्तारलेल्या पिझ्झाच्या फास्टफूड साखळीचा संस्थापक टॉम मोनाघन याचे आत्मचरित्र आहे. अमेरिकेमधील एका आडगावी त्याचा जन्म झाला. काही कळायचे वय यायच्या आतच त्याच्या वडिलांचे २९व्या वर्षी निधन झाले. आई किरकोळ कामे करत होती. त्यामध्ये भागेना म्हणून तिने दोन्ही मुलांना काही कुटुंबांत अनाथ मुले म्हणून राहायला पाठवले. तिथे गुरे हाकण्यापासून शेतावरील कामे, घरकामे वगैरे करावी लागली. पुढे त्यांची सोय तिथे अनाथ बालकाश्रमात केली. वयात आल्यावर टॉमने वृत्तपत्र विकणे, त्यांचे स्टॉल चालवणे अशीही कामे केली. पुढे त्याला 'मरिन कोअर'मध्ये प्रवेश मिळाला आणि त्या निमित्ताने त्याला सैनिकी शिक्षण व जगाच्या विविध भागांत फिरण्याचा अनुभव मिळाला. तिथून थोडीफार पुंजी साठवून, निवृत्ती घेऊन तो परतला; पण तेलविहिरीच्या व्यवसायात बरकत आहे, असे सांगून एकाने गंडवून त्याच्याकडचे पैसे लंपास केले आणि तो कफल्लक बनला. पुन्हा अशीच किरकोळ कामे करून तो चार पैसे मिळवू लागला. मग त्याच्या भावाने पिझ्झा स्टोअर चालवण्याचा एक प्रस्ताव आणला आणि त्याने त्याच्या जीवनाची दिशा पालटून टाकली. त्याने त्या दुकानात काम चालू केले आणि 'पिझ्झा विक्री' हा आपला जीवनोद्देश ठरवला. अर्थात, त्यातही भरपूर अडचणी, पैशाची चणचण, त्यातच त्यांचे संपूर्ण कार्यालय जळून जाणे, काहीजणांनी केलेली फसवणूक तर अनेक मदतीच्या हातांचा आधार, बँकांनी केलेली अडवणूक, देणेकऱ्यांचा ससेमिरा, 'डॉमिनोज' नावावरून चाललेला न्यायालयीन लढा वगैरेंना त्याने तोंड दिले. मात्र, '३० मिनिटांत घरपोच पिझ्झा' हे त्याने कंपनीचे ध्येय ठरवले, त्याच्या नावाची आद्याक्षरे TSM आहेत. ती त्याने जणू TSM - Thirty Minutes Service अशी व्यवहारात बदलली. उत्तम दर्जाचा कच्चा माल वापरणे व पिझ्झाच्या दर्जात सातत्य ठेवणे यावर लक्ष दिले आणि त्यातून एका मोठ्या पिझ्झा-साखळीची निर्मिती झाली. जगभर तिचा विस्तार झाला. ज्या बँकेने एके काळी त्याला २५० डॉलर्स कर्ज देण्यास नकार दिला, त्याच बँकेने त्याला संचालक बनण्यासाठी निमंत्रण दिले. पुढे त्याने एक बेसबॉल टीम विकत घेतली. मात्र, रोमच्या एका भेटीत व्हॅटिकनला गेल्यावर त्याचे मनपरिवर्तन झाले आणि त्याने संपत्तीचा मोठा हिस्सा धर्मादाय कामासाठी दिला. या संपूर्ण खटाटोपात पत्नी मार्गी हिने त्याला पूर्ण सहकार्य दिले. त्याला अनेक सन्मान प्राप्त झाले. डॉमिनोज पिझ्झाबद्दलची अर्धशतकाच्या वाटचालीची काही माहिती वाचकांना उद्बोधक वाटेल. ती अशी –

१९६० – टॉम मोनाघनने भावाच्या मदतीने 'डॉमि-निक्स' पिझ्झा स्टोअर विकत घेतले. पिझ्झाची घरपोच सेवा तिथून देणे चालू केले.

मिशिगन राज्यातील यपसिलांटी येथे ते होते. पुढे तो भाऊ कंपनीतून बाहेर पडला.

१९६५ – टॉम मोनाघनने कंपनीचे नाव 'डॉमिनोज पिझ्झा' ठेवले.

१९९६ – डॉमिनोजची वेबसाइट चालू झाली.

१९९७ – डॉमिनोजने देशाबाहेर १५००वे स्टोअर उघडले. एकाच दिवशी पाचही खंडांमध्ये तसे स्टोअर उघडण्याचा विक्रम केला. कंपनीची नवी ब्रँड प्रतिमा निर्माण झाली.

१९९८ – कंपनीचे ६०००वे स्टोअर कॅलिफोर्नियात सॅनफ्रान्सिस्को येथे निघाले. टॉम मोनाघनने जाहीर केले की, तो कंपनीतून सेवानिवृत्त होईल आणि त्याचे ९३ टक्के समभाग तो बैन कॅपिटलला विकेल.

२००० – डॉमिनोज पिझ्झा अमेरिकेतील फास्टफूड उद्योगातील पाचवी मोठी कंपनी झाली, तर पिझ्झा घरपोच देणारी जगातील सर्वांत मोठी कंपनी ठरली.

२००२ – डॉमिनोजने एकदम ८२ फ्रँचाइझींचे स्टोअर्स विकत घेतले. ती कंपनीच्या इतिहासातील सर्वांत मोठी खरेदी झाली.

२००३ – 'यूएसए टुडे' मासिकाने 'चेन ऑफ दि इयर' म्हणून गौरव केला.

२००६ – अनेक देशांतील कंपनीचे व्यवहार एका छताखाली आले, ते म्हणजे डॉमिनोज पिझ्झा इंटरनॅशनल.

(स्टोअर म्हणजे जिथे ग्राहक आपली मागणी नोंदवू शकतात आणि तिथून पिझ्झा घरपोच केला जातो. काही ठिकाणी तिथेच पिझ्झा खाण्याची व्यवस्थाही असते. अशा वेळी बहुधा त्याला रेस्टॉरंट म्हणतात. कॉमिस्सरी वा कोठीघरातून स्टोअर्सना पिझ्झासाठी लागणारा माल पुरवला जातो.)

काही आकडेवारी : १ जानेवारी, २०१२ रोजी कंपनी ९७४२ स्टोअर्सद्वारे (कंपनीचे स्वतःचे व फ्रँचाइझींचे धरून) यूएसएच्या सर्व राज्यांत व ५० अन्य देशांत होती. त्याशिवाय कणीक तयार करण्याच्या व अन्य पदार्थांचा पुरवठा करण्याच्या १६ क्षेत्रीय कोठीघरांद्वारा कंपनी कार्यरत होती. यांपैकी प्रत्येक केंद्र सुमारे ३०० स्टोअर्सना सेवा पुरवते. ती साधारण एका दिवसात माल पाठवता येईल, एवढ्या वर्तुळातील परिसरात असतात. प्रति स्टोअर, प्रति हप्ता सर्वसाधारण दोनदा वितरण करावे लागते. देशपातळीवरील स्टोअर्स, आंतरराष्ट्रीय पातळीवरील स्टोअर्स आणि पदार्थ पुरवठा करणारी यंत्रणा अशा तीन प्रकारे कंपनीचे व्यवहार चालतात. त्यात देशांतर्गत स्टोअर्स, देशांतर्गत पुरवठासाखळी व आंतरराष्ट्रीय व्यवहार हे प्रकार येतात. कणकेचे गोळे, प्रक्रिया केलेला भाजीपाला व इतर पदार्थ, यंत्रसामग्री व उपकरणे ही कंपनीच्या मालकीच्या सर्व आणि ९९ टक्के फ्रँचाइझी स्टोअर्सना देशांतर्गत पुरवठासाखळी कोठीघरातून पुरवली जातात. आंतरराष्ट्रीय

पातळीवर काही निवडक ठिकाणी कणीक, भाजीपाला व सॉस वगैरे तयार करून स्टोअर्सला पुरवले जाते.

ग्राहकांना पिझ्झाची तीन प्रकारे निवड करता येते– पिझ्झाचा प्रकार, आकार व त्यावरचे टॉपिंग्ज. त्याला जोडून काही पूर्वनियोजित व संमत अन्य खाद्यपदार्थ– जसे सँडविचेस, ब्रेडबॉल, हाडविरहित चिकन, ब्रेडस्टिक्स, चॉकलेट्स, केक्स, ब्रेड व कोका-कोला हे पदार्थही मिळतात. काही ठिकाणी अन्य पदार्थ– जसे सॅलड्स प्रयोगादाखल मिळू शकतात.

देशांतर्गत स्टोअर्समधून २०११ या आर्थिक वर्षात ३२ टक्के उत्पन्न मिळाले. आंतरदेशीय फ्रँचाइझीपैकी ९ जण प्रत्येकी ४० हून अधिक स्टोअर्स चालवतात. फ्रँचाइझींकडून मिळणारी रॉयल्टी, स्वत:च्या मालकीच्या स्टोअर्समधील विक्री व कोठीघरातून विकल्या जाणाऱ्या मालाची एकूण मिळकत यावर कंपनीचे उत्पन्न अवलंबून असते. शिवाय कंपनीच्या मालकीच्या स्टोअर्सचा उपयोग नवनवीन प्रयोग करण्यासाठीही केला जातो. तिथे प्रयोग यशस्वी झाले की, मग ते सर्वत्र राबवणे योग्य व सोपे होते.

भारतात डॉमिनोजची प्रगती : ज्युबिलंट भरतिया ग्रुपची ज्युबिलंट फूड वर्क्स लि. ही कंपनी १९९५मध्ये स्थापन करण्यात आली आणि तिचे काम १९९६मध्ये सुरू झाले. ती २०१० मध्ये स्टॉक एक्सचेंजच्या यादीत आली. श्री. श्याम एस. भरतिया, श्री. हरी एस. भरतिया आणि ज्युबिलंट एन्प्रो प्रा. लि. हे या कंपनीचे प्रवर्तक आहेत. कंपनी व तिच्या उपकंपन्या यांची भारत, नेपाळ, बांगलादेश, श्रीलंका या देशांमध्ये डॉमिनोज पिझ्झा स्टोअर्स आहेत. पिझ्झा विक्रीच्या एकूण उद्योगांपैकी या भागातील कंपनीचा हिस्सा २०१०च्या एका अहवालाप्रमाणे ५४ टक्के होता. भारतातील घरपोच सेवा देणाऱ्या क्षेत्रात तर तो ७० टक्के होता. 'यह है रिश्तों का टाइम' हे कंपनीचे बोधवाक्य आहे. कंपनीला आजतागायत भारतात मानवसंसाधन विकास, विपणन, ग्राहकसेवा वगैरेंबाबत डॉमिनोज पिझ्झा कंपनीचे आंतरराष्ट्रीय पुरस्कार व मुख्याधिकाऱ्यांच्या सफलतेचे अनेक पुरस्कार मिळाले आहेत. अलीकडेच डॉमिनोज पिझ्झाच्या भारतातील कारभारासंबंधी वृत्तपत्रात काही माहिती व अधिकाऱ्यांच्या मुलाखती आल्या होत्या. त्यांचा सारांश असा :

आपल्या '३० मिनिटांत घरपोच डिलिव्हरी' या डॉमिनोज पिझ्झाच्या ध्येयवाक्याचे कसोशीने पालन कसे होईल, हे प्रत्येक स्टोअर उघडताना पाहिले जाते. तशी हमीच 'डॉमिनोज पिझ्झा' ग्राहकांना देत असते. त्यापेक्षा उशीर झाल्याचे सिद्ध झाल्यास त्या ग्राहकाकडून पैसे घेताना सूट दिली जाते. या पिझ्झा पोहोचवणाऱ्या कर्मचाऱ्यांना एसडीपी – सेफ डिलिव्हरी पर्सन्स – असे नाव त्यांनी दिले आहे. गरम पिझ्झाच्या पेट्यांना 'वॉर्म बग्ज' म्हटले जाते आणि सुरक्षिततेसाठी ते कर्मचारी चालवत असलेल्या वाहनांना ४० किमी/प्रति तासाचे वेगनियंत्रक बसवलेले असतात.

चारपेक्षा जास्त पिझ्झांची ऑर्डर असेल, तर त्याला मोठी ऑर्डर मानले जाते आणि त्याबाबत हे वेळेचे बंधन लागू नसते.

ग्राहकाने फोन करून ऑर्डर दिली की, त्याची ऑर्डर स्टोअरमधील पडद्यावर झळकते व यंत्रणा लगेच कामाला लागते. यंत्रवत् काम करणारे कर्मचारी ही ३० मिनिटांची लक्ष्मणरेषा ओलांडली जाणार नाही, हे पाहतात. त्यांचे वेळेचे गणित असे असते – ऑर्डर मिळाल्यापासून पिझ्झा भट्टीत जाण्यास ४ मिनिटे, भट्टीमध्ये ६ मिनिटे; पिझ्झाचे तुकडे पाडणे, ते पेटीत नीट भरणे आणि पेटी ग्राहकाकडे नेण्यासाठी तयार करणे यांना ५ मिनिटे; मग पिझ्झा घरपोच करण्यासाठी ७ ते ८ मिनिटे – याची बेरीज २३ मिनिटे होते. म्हणजे तरीही ७ मिनिटे हातची राहतात, ती रस्त्यातील अडथळ्यांमुळे उशीर झाला तर त्याची काळजी घेण्यासाठी. कोणत्याही डॉमिनोज स्टोअरमध्ये ७-८ कर्मचारी हे पिझ्झा पोहोचवण्याचे काम करत असतात.

काही स्टोअर्समध्ये तिथेच बसून पिझ्झा खायची सोय ग्राहकांना उपलब्ध असते. या मार्गाने सरासरी ४० ते ५० टक्के धंदा होतो आणि उरलेला घरपोच डिलिव्हरीद्वारे. आता ऑनलाइन ऑर्डरची सोय आहे व मोबाइलवरूनही ऑर्डर देता येते. शिवाय ग्राहकांना प्रत्यक्ष फोन करून त्यांची पिझ्झासंबंधीची मते अजमावली जातात. त्याआधारे मग व्यवस्थापन यंत्रणेत योग्य त्या सुधारणा केल्या जातात. त्यातून नवनव्या प्रकारचे पिझ्झा बाजारात आणले जातात. 'चिझी बोलोरॅनी पिझ्झा', 'चीझ बर्स्ट पिझ्झा' वगैरे त्याची उदाहरणे सांगता येतील. काही वेळा कमी खपाचे प्रकार यादीतून कमी केले जातात. आज भारतातील पिझ्झा बाजारपेठेतील ६० टक्क्यांहून अधिक हिस्सा डॉमिनोजने काबीज केला आहे. यावरून या ब्रँडच्या लोकप्रियतेची कल्पना येईल.

टॉम मोनाघनचा या पुस्तकानंतरचा भावी जीवनप्रवासही अभ्यासण्यासारखा आहे. कारण त्याने नंतर स्वयंसेवी सेवाभावी कार्याला वाहून घेतले तसेच त्यासाठी आपली मोठी संपत्ती दिली.

१९८३ मध्ये त्याने मेटर ख्रिस्ती फाउंडेशन स्थापन केले, नंतर त्याचे नाव एव्ह मारिया फाउंडेशन असे बदलण्यात आले. कॅथॉलिक शिक्षण, कॅथॉलिक प्रसार/प्रचारमाध्यमे, सेवाभावी प्रकल्प व अन्य कॅथॉलिक धर्मादाय कामे करणे हे त्याचे उद्दिष्ट होते. १९८७मध्ये त्याने 'लेगॅटस' ही कॅथॉलिक चर्चची कल्पना समाजात रुजवण्यासाठी, उद्योगक्षेत्रातील आघाडीच्या नेत्यांना एकत्र आणण्यासाठी संघटना स्थापन केली. उच्च श्रेणीतील कॅथॉलिक धर्माच्या उद्योगपतींना आध्यात्मिक क्षेत्र व सामाजिक क्षेत्रात काम करण्यासाठी ही संघटना काम करणार होती.

१९८७मध्ये त्याने व्हॅटिकनला भेट दिली आणि त्यामुळे तो पार बदलून गेला. त्याने परतल्यावर कॅथॉलिक पंथासाठी स्वत:ला झोकून देण्याचे ठरवले. लवकरच त्याने एव्ह मारिया रेडिओ, एव्ह मारिया लिस्ट प्रोलाइफ पोलिटिकल ॲक्शन कमिटी,

थॉमस मारे लॉ सेंटर – ज्याचा उद्देश सामाजिक सहभाग, काही बाबींचा प्रसार करणे – जसे गर्भपाताला विरोध, समलिंगी विवाह, निधर्मवाद वगैरे स्थापन केले.

१९९८ मध्ये मोनाघनने डॉमिनोज पिझ्झामधले त्याचे नियंत्रक समभाग बैन कॅपिटल या बोस्टनमधल्या इन्व्हेस्टमेंट फर्मला सुमारे १०० कोटी डॉलर्सना विकले. डॉमिनोजमधल्या उत्पन्नातून मोनाघनने प्रचंड संपत्ती जमा केली; परंतु सी. एस. लेविसचा गर्भपाताविषयीचा एक निबंध वाचल्यावर त्याने त्याची अनेक वर्षे संकलित केलेली स्थावर-जंगम मालमत्ता, वस्तूंची मालकी धर्मादाय केली. डॉमिनोजच्या मुख्य कार्यालयातील त्याच्या राजेशाही कक्षाचे त्याने कंपनीच्या स्वागतकक्षात रूपांतर केले. राइट पद्धतीच्या आखणीचे, त्याच्या राजवाड्यासारख्या घराचे काम त्याने थांबवले. (तेव्हापासून ते घर अपूर्णच राहिले.)

एव्ह मारिया फाउंडेशन मध्य व दक्षिण अमेरिकेत दारिद्र्यनिवारणासाठी काम करते. शिवाय या फाउंडेशनने स्पिरिच्युअल सॅन्क्टस अ‍ॅकॅडमीची स्थापना केली आहे. याची व्यवस्था डोमिनिज सिस्टर्स ऑफ मेरीतर्फे पाहिली जाते. उच्च शिक्षणावरही या फाउंडेशनने भर दिला आहे. त्यासाठी एक विद्यापीठ आणि कायदेविषयक शिक्षणाचे महाविद्यालय स्थापन केले आहे. अन्य अनेक रूढवादी कॅथॉलिक संघटनांशी मोनाघन संबंधित आहे. त्याने एव्ह मारिया म्युच्युअल फंड स्थापन करण्यातही पुढाकार घेतला आहे. तो राजकारणात रिपब्लिकन पार्टीचा कट्टर समर्थक आहे.

एखादे ध्येय डोळ्यांसमोर ठेवून वाटचाल केली, संकटांना तोंड दिले, अडचणींच्या प्रसंगी धीर सोडला नाही; तर त्यातून मोठा उद्योग उभा राहू शकतो याचे उत्तम उदाहरण म्हणजे टॉम मोनाघनने उभारलेला 'डॉमिनोज पिझ्झा'. त्याची माहिती मी एका बातमीत वाचली. मग वेबसाइटवरून त्याच्या आत्मचरित्राचा पत्ता लागला, ते मिळवले आणि त्याचे मराठी भाषांतर मेहता पब्लिशिंग हाऊसने ते स्वीकारले. भाषांतरासाठी मूळ प्रकाशकांची परवानगी मिळवली आणि त्यातून हे पुस्तक निर्माण झाले. उद्योगाची व त्यामागच्या उद्योगपतींची भरभराट झालेली आपण पाहतो; पण त्यामागे असणाऱ्या प्रचंड खटाटोपाची, अडचणींची, मानापमानाची माहिती आपल्या लक्षात येत नाही. 'चणे खावे लोखंडाचे, तेव्हा ब्रह्मपदी जावे' हे वचन अशा वेळी प्रत्यक्षात आलेले दिसते. टॉमच्या बाबतीत तर 'थोर जनांचे यशोबीज ना कुंडलीमध्ये लपले, अन्य झोपले सुखी तोवरी हे रात्रीचे खपले' ही काव्यपंक्ती प्रत्यक्षात उतरलेली दिसते. कारण टॉम पहाटे चारच्या आत कधीही झोपला नाही आणि सकाळी १० नंतर त्याची पाठ कधी गादीला लागली नाही.

ही अजब आत्मकहाणी वाचकांना आवडेल, अशी आशा आहे. मेहता पब्लिशिंग हाऊसनी हे पुस्तक प्रसिद्ध केले. त्यांचा आणि या पुस्तकाच्या निर्मितीत सहकार्य केलेल्या अन्य सर्वांचा मी आभारी आहे.

– डॉ. सुधीर राशिंगकर

१

माझ्या आयुष्यातील सर्वांत दृश्य सफलता म्हणजे, एका दुकानातून मी 'डॉमिनोज पिझ्झा' ही सर्वांत मोठी जागतिक पिझ्झा कंपनी म्हणून विकसित करू शकलो, ही म्हटली पाहिजे; पण माझी ही कहाणी म्हणजे यशासाठीच्या धडपडीचा हिशेब मांडण्याचा प्रयत्न आहे. शिवाय, हा माझ्या स्वप्नांचा पाठपुरावा करण्याचा इतिहासही आहे.

तशी माझी म्हणून भरपूर स्वप्ने होती व आहेत आणि मला नाही वाटत की, ती सर्व मी पूर्ण करू शकेन. मला असा एकही दिवस आठवत नाही की, ज्या दिवशी मी एखादे नवे स्वप्न पाहिले नाही.

मी एक उद्योजक आहे; पण मी एक आदर्शवादीही आहे; त्यामुळे पैशाने शक्य असलेल्या गोष्टी साध्य करण्याचा आनंद मी मनापासून लुटतो– जसे खासगी जेट विमान, हेलिकॉप्टर, बोट, बेसबॉलचा सर्वोत्तम संघ, इंडि रेस कार, जगातल्या काही महागड्या पण नामवंत मोटारगाड्या, नॉर्थवूडमधले एखादे विश्रांतिधाम, ही सर्व सहजसाध्य होतात; पण माझ्या दृष्टीने जीवनाचा व कामाचा खरा गाभा आहे तो प्रत्येक क्षेत्रात सर्वोत्कृष्ट, गुणोत्कृष्ट होणे. जिंकण्यासाठी मी कटिबद्ध आहे; तसाच मी माझ्या कंपनीची कामगिरी सर्वोत्तम व्हावी व स्पर्धकांवर विजय मिळवावा, यासाठीही; पण माझ्या मते, जोपर्यंत तुम्ही नियमांना धरून काही करत नाही तोपर्यंत व्यवसायातील जिंकणे अर्थहीन होते.

अशी आदर्शवादी मनोभूमिका इतरांच्या दृष्टीने कित्येकदा सौजन्याची, निष्फळ किंवा अविचाराची वाटते. विशेषकरून 'डॉमिनोज'च्या सुरुवातीच्या काळात जेव्हा कंपनीच्या अस्तित्वाचा विचार करता परिस्थिती फारशी चांगली नव्हती, त्यावेळी आम्हाला हे जाणवले; पण खरंतर असे काही ध्येय, आदर्शवाद आमच्याकडे होता म्हणून कंपनी वाचली, प्रतिकूल परिस्थितीत तिने तग धरला. त्याने आमच्या आशा जिवंत ठेवल्या. शेवटी आमच्या कंपनीची जी वाढ, जो विस्तार झाला त्यासाठी लागणारे इंधन त्याने पुरवले.

दि. ९ डिसेंबर १९६० रोजी– ज्यातून पुढे 'डॉमिनोज'ची सुरुवात झाली, ते पहिले रेस्टॉरंट मी उघडले, तेव्हा मी २३ वर्षांचा होतो. माझ्याकडे कॉलेजची कोणतीही पदवी नव्हती आणि व्यवसाय करण्याचा अनुभव तर काहीच नव्हता. ते एक छोटेखानी रेस्टॉरंट होते. यपसिलांटीमधील ईस्टर्न मिशिगन युनिव्हर्सिटीच्या सरहद्दीवरील एका छोट्याशा जागेत ते थाटले होते. माझा भाऊ जिम आणि मी– आम्ही दोघांनी ती जागा खरेदी करण्याचे धाडस केले आणि आमच्या पहिल्या आठवड्याचा गल्ला जेमतेम ९९ डॉलर्सचा जमला. आम्हा दोघांची भागीदारी वादळी ठरली आणि जिमने सुमारे आठ महिन्यांनंतर तिला रामराम ठोकला. नंतर काही काळ मला वाटत राहिले की, त्याने घेतलेला निर्णय शहाणपणाचा होता; पण १९८५ मध्ये 'डॉमिनोज'ने आपला रौप्यमहोत्सव साजरा केला, त्या वेळी आमची २६०० स्टोअर्स सर्वत्र पसरली होती. आम्ही अमेरिकेच्या सर्व ५० राज्यांत आणि अन्य ६ देशांत आमचे बस्तान बसवले होते. आमची वाढ झपाट्याने होत चालली होती. सन १९८६ च्या पहिल्या ९ महिन्यांतील आमच्या कामगिरीमुळे आम्हाला असे वाटले की, त्या वर्षी आमची ३६०० स्टोअर्स होतील आणि विक्री २०० कोटी डॉलर्सची.

हे २०० कोटी डॉलर्स म्हणजे आश्चर्यजनक व तेही पिझ्झाच्या विक्रीतून! अधिक स्पष्टपणे सांगायचे तर, त्या वर्षी आम्ही १८.९० कोटी पिझ्झा विकणार होतो आणि हे सांगताना मला आनंद व अभिमान वाटतो की, त्या वर्षीची आमच्या व्यवसायाची वाढ ही आधीच्या वर्षीच्या ४० टक्के अधिक होणार होती.

गती हा आश्चर्यजनक प्रभाव आहे आणि १९८६ मध्ये आम्ही जेव्हा देशभर आमचा विस्तार चालू ठेवला होता, तेव्हा 'डॉमिनोज पिझ्झा'कडे ती होती.

सन १९८६ मध्ये आमचा अगदी नजीकचा स्पर्धक होता पिझ्झा हट; पण त्यांचा १/३ धंदा हा पिझ्झाव्यतिरिक्त अन्य कोणताही पदार्थ नव्हता आणि मी हे अगदी खात्रीपूर्वक सांगू शकतो की, 'पिझ्झा हट'पेक्षा अधिक 'पिझ्झा' आम्ही विकत होतो. आमच्या विक्रीच्या आकड्यावरून असे दिसून आले की, अमेरिकेतील (यूएसए) एकूण पिझ्झा विक्रीपैकी १९ टक्के विक्री 'डॉमिनोज पिझ्झा'ची होती व

भविष्याचा विचार केला तर ही आकडेवारी चांगलीच उत्साहवर्धक होती, कारण त्या वेळी 'पिझ्झा'च्या लोकप्रियतेत आश्चर्यजनक वाढ झाली होती. अमेरिकन तरुणाईच्या एका पाहणीतून १९८४ साली असे लक्षात आले की, 'पिझ्झा' हा त्यांचा अत्यंत आवडता व सर्वाधिक लोकप्रिय खाद्यपदार्थ आहे. कर्नल सँडर्स, मला माफ कर आणि बिग मॅक, पाहत राहा. पिझ्झाक्रांती दार ठोठावत आहे.

देशाच्या खाद्यपदार्थांच्या आवडी-निवडीतील या झपाट्याने होत असलेल्या बदलाचे प्रतिबिंब 'डॉमिनोज'च्या वाढीच्या आलेखावरून स्पष्ट होत होते. सुरुवातीची काही वर्षे आमची विक्रीची रेषा त्या आलेखात अगदी खाली होती. त्यात अनेक चढ-उतार होते, तर काही वेळा तो आलेख निम्नस्तर रेषेच्याही खाली गेला होता. नंतर १९८० पर्यंतचा एक लांब व उत्तरोत्तर सरळ रेषेत वाढत गेलेला आलेख होता. तो रचताना आम्ही स्थैर्य आणण्याचा प्रयत्न केला होता. पुढच्या फक्त ६ वर्षांत या पायावर आम्ही कंपनीची भरभक्कम व प्रचंड इमारत उभी केली होती.

'ॲन आर्बर प्रेसिडेंट्स क्लब'मधील १९८०ची ती बैठक मी कधीही विसरणार नाही. त्या बैठकीत त्या क्लबच्या सदस्यांना त्यांच्या/त्यांच्या उद्योगव्यवसायाचे पुढच्या पाच वर्षांचे उद्दिष्ट सांगण्यासाठी बोलावण्यात आले होते. मी उभा राहिलो व म्हणालो की, 'डॉमिनोज पिझ्झा' हे नाव अमेरिकेतील प्रत्येक घरात पोहोचेल हे पाहणे हे माझे उद्दिष्ट आहे. हे ऐकून त्या हॉलमधील अनेकांच्या भुवया उंचावल्या होत्या. मला निषेधाचे अनेक व काही कुचकटही शेरे ऐकायला मिळाले. याबाबत मी त्या सदस्यांना दोष देत नाही. कारण त्यापैकी बहुतेकांना हे माहीत होते की, केवळ २९० स्टोअर्स असलेली 'डॉमिनोज पिझ्झा' ही तशी छोटेखानी कंपनी आहे आणि तीही फ्रँचायझिंगच्या क्षेत्रातील. शिवाय त्यापैकी अनेकांना माझ्या उद्योगातील पूर्वीच्या समस्या काय होत्या त्याची पुरेशी जाण व माहिती होती. त्यापैकी काहींना हेही माहीत होते की, अलीकडेच आम्ही 'ॲमस्टार कॉर्पोरेशन'ने आमच्या विरुद्ध लावलेला 'डॉमिनोज शुगर'संबंधीचा दावा हरलो होतो. जरी आम्ही त्याच्याविरुद्ध अपिलात जाणार होतो, तरी हे स्पष्ट दिसत होते की– आम्हाला कंपनीचे नाव बदलण्याच्या प्रक्रियेत भरपूर पैसा ओतावा लागणार होता. शिवाय आजपर्यंत एक प्रस्थापित कंपनी म्हणून समाजात आमची ओळख होती, त्याबाबत संभ्रम निर्माण होणार होता आणि त्यामुळे आमच्या उत्पन्नावरही परिणाम होणार होता. कदाचित ते कमी होणार होते. त्या बैठकीनंतर एक सदस्य माझ्याजवळ येऊन म्हणाला, ''घरोघरी पोहोचणारे नाव? अरे वा! मिस्टर मोनाघन, तुम्ही आमची चेष्टा करताहात!''

''नाही, मुळीच नाही–'' मी उत्तर दिले, ''मी चेष्टा करत नाही. आम्ही दरवर्षी ४० ते ५० टक्के वाढीने विस्तारत जाणार आहोत, जसे आत्ता चालू आहे. त्याचाच अर्थ १९८५ पर्यंत आमची २००० स्टोअर्स असतील आणि संपूर्ण

देशभर सर्वत्र ओळखली जाणारी खरी राष्ट्रीय वा देशव्यापी कंपनी आमची असेल.''

पुढची पाच वर्षे आम्ही विस्ताराचा तो वेग कायम राखला होता. त्याहीपुढे, आम्ही नवे स्टोअर्स उघडण्याचे आमचे लक्ष्य कधीच पार केले होते आणि प्रतिस्टोअर विक्रीचा आकडाही वाढत चालला होता. आमचा नफा आमच्या विक्रीपेक्षाही अधिक वेगाने वाढत होता आणि स्वतंत्ररीत्या केलेल्या एका सर्वेक्षणातून असे दिसून आले की, १९८५ मध्ये अमेरिकेतील ९० टक्के घरांत 'डॉमिनोज पिझ्झा'चे नाव पोहोचले होते.

अर्थात, ही सामाजिक जाण तशी होण्याचे एक कारण हेही होते की, आमचे नाव 'डेट्रॉइट टायगर्स' या बेसबॉल संघाशीही निगडित झाले होते. १९८३ मध्ये आम्ही तो संघ विकत घेतला आणि माझे एक दीर्घ काळचे स्वप्न प्रत्यक्षात उतरले. तो एक चांगला संघ म्हणून ओळखला जातो, हे मला माहीत होते; पण १९८४ च्या हंगामाच्या सुरुवातीला ते जसा उत्तम खेळ खेळले तसा ते कधी खेळतील, असे तोपर्यंत मला वाटले नव्हते. त्या वर्षी त्यांनी सरळ नऊ सामने जिंकून अमेरिकेत लीगमध्ये पहिले स्थान प्रचंड गर्जनेत मिळवले आणि ३४ पैकी ३३ सामनेही त्यांनी जिंकले. बेसबॉलच्या इतिहासातील त्या हंगामाची आणि एखाद्या संघाची तोपर्यंतची सर्वोत्तम कामगिरी होती. शिवाय ते संपूर्ण हंगामात पहिल्या क्रमांकावरच राहिले. तोपर्यंतच्या इतिहासात केवळ सहा संघांनीच असा पराक्रम केला होता. सन १९२७ मध्ये प्रख्यात न्यू यॉर्क यांकीजच्या संघाने अशी शेवटची कामगिरी केली होती. त्या वर्षी बेब रूथ व लुई गेहरिंग हे अगदी शिखरावर होते आणि बेबने तर थेट ६० धावा काढल्या होत्या. सांघिक विचार करता १९८४ मध्ये टायगर्सनी त्यांचे हे सर्व विक्रम मोडीत काढले होते आणि त्या वर्षीच्या उन्हाळी मोसमात तर त्यांनी जागतिक स्पर्धा जिंकून या सर्वांवर कळस चढवला होता.

त्या विक्रमी हंगामाची आठवण म्हणून, मला जागतिक स्पर्धेची अंगठी भेट देण्यात आली होती. ती थोडी मोठी व भडक रंगाची होती; पण बरीच वर्षे मी ती घातल्याशिवाय घराबाहेर पडलो नव्हतो. लग्नाची अंगठी ज्या बोटात होती, त्याच बोटात मी ती घालत असे आणि त्या दोघींतील फरक पाहून मला आनंद मिळायचा. ती लग्नाची साधी अंगठी १२ डॉलर्सची होती आणि जागतिक स्पर्धेच्या त्या अंगठीची किंमत होती ५.३ कोटी डॉलर्स– जे पैसे मी तो टायगर्स संघ विकत घेण्यासाठी मोजले होते.

अनेक मार्गांनी विचार केला, तर ही विषमता हे मी आणि माझे जीवन यांचे प्रतिबिंबच होते. ती लग्नाची अंगठी म्हणजे साध्या जीवनाची व चिरंतन जीवनमूल्ये जी मी आयुष्यभर जतन केली होती, त्याचे प्रतिबिंब होती. ती जागतिक स्पर्धेची अंगठी म्हणजे माझ्या जीवनाची रंगेल बाजू म्हणता येईल; ज्यातून एखादी चांगली

मोटारगाडी विकत घेण्यासाठी माझ्यात येणारे स्फुरण म्हणता येईल. माझा रंगेलपणा म्हणजे माझ्यातला 'मीपणा' म्हणता येणार नाही; तो एक प्रकारे माझा दिखाऊपणा होय. एक प्रकारे तो माझ्या जनसंपर्कवृद्धीचा एक भाग म्हणता येईल, जसा तो बिल व्हीकला एखाद्या अवघड कसरतीचे प्रयोग केल्याने मिळतो.

जेव्हा व्हीककडे 'शिकागो व्हाइट सॉक्स'ची मालकी होती, तेव्हा एकदा त्याला 'कॉमिस्की पार्क'चे प्रवेशद्वार काही मोठी देखभालीची यंत्रे आत आणण्यासाठी उंचावयाचे होते; पण त्याला माहीत होते की– केवळ तेवढ्या कारणासाठी तसे ते उंचावले, तर त्या पार्कच्या चाहत्यांना ते आवडणार नाही. मग त्याने अमर फॉक्सला एक मोठी सेलबोट भेट देण्याच्या निमित्ताने 'नील फॉक्स डे'चे आयोजन केले. त्या बोटीचे ते उंच शीड आत आणण्यासाठी मग व्हीकला ते प्रवेशद्वार उंच करावे लागले. मग चाहतेही ते पाहून खूश झाले. त्याने एका दगडात दोन पक्षी मारले. मला अशा प्रकारचे काम आवडते. माझ्या साध्यासरळ व्यक्तिमत्त्वाला कोच जॉन आणि अब्राहम लिंकनसारख्यांच्या व्यक्तिमत्त्वाची भुरळ पडते.

मात्र, माझ्या या दोन बाजूंबाबत माझ्या मनात कधीही संभ्रम नसतो; त्यामुळे एका बाजूला माझ्या पत्नीने स्वहस्ते बनवलेल्या साध्या जेवणाचा आस्वाद घेण्याचा आनंद मी लुटू शकतो; तर आमच्या कार्यालयातील पंचतारांकित दर्जाच्या अभ्यागतगृहात पंचतारांकित जेवण– तेही शाही पद्धतीने दिले जाईल, हे पाहण्याचा माझा कटाक्ष असतो. मग त्यासाठी टेबलावर पांढरेशुभ्र अभ्रे असतात, फ्रँक लॉइड राइटने थेट निवडलेली चायना कटलरी, चांदीची भांडी व क्रिस्टल ग्लासेस असतात.

मी कुठेतरी वाचले होते की, फ्रॉईडच्या मते, मानवाच्या अस्तित्वासाठी आवश्यक अशा दोन गोष्टी म्हणजे– प्रेम आणि काम. मी त्याच्याशी सहमत आहे. आणि मला असेही वाटते की, जे लोक या दोन गोष्टी एकत्र करतात आणि आपल्या कामावर प्रेम करतात, ते सर्वोत्तम असतात. ज्या गोष्टीवर आपले प्रेम नाही, त्या करण्यात वेळ दवडण्याइतके जीवन स्वस्त नाही. ते अमूल्य आहे. 'प्रेम आंधळे असते' ही उक्ती आपण कामापर्यंत आणू शकतो आणि त्यामुळे कित्येक वेळा 'डॉमिनोज'च्या कार्यक्षेत्रात चुका शोधणे हे कठीण काम होऊन बसते. तरीही मी जर या कामावर प्रेम केले नसते, तर ते मी कधीच सोडून दिले असते. या कंपनीच्या बांधणीत मी वापरलेली व्यवस्थापकीय तंत्रे ही प्रयोग आणि चुका करतकरतच विकसित झाली होती; पण ती सर्व मी स्वत: विकसित केलेल्या घरगुती बनावटीच्या तत्त्वज्ञानावर आधारित होती– ज्यांना मी माझ्या पाच प्राधान्यता मानतो. मरिन कोअरमध्ये कामावर असताना, जपानहून फिलिपाइन्सच्या प्रवासात असताना मी ती प्रथम लिहून काढली. त्या प्रवासात मला माझ्या आयुष्यावर व उद्दिष्टांवर विचार करण्यासाठी भरपूर वेळ उपलब्ध होता आणि त्यानंतर आजतागायत त्या यादीतील

पाच गोष्टी मी कधीही बदलल्या नाहीत. माझ्या या पाच प्राधान्यता अशा आहेत– आध्यात्मिक, सामाजिक, मानसिक, शारीरिक व आर्थिक आणि त्या-त्या क्रमाने मी स्वत:ला तत्त्वज्ञ समजायचा आव आणत नाही. मला मोठमोठे व जड शब्द वापरता येत नाहीत, माहीतही नाहीत. खरेतर मला ते जाणून घ्यावेसेही वाटत नाहीत. मला ते आवडतही नाहीत. मी पचवू शकतो ते शब्द असतात फक्त शिल्पकारांनी वापरलेले. मी कृतीवर विश्वास ठेवणारा माणूस आहे. माझा विश्वास कृतीवर आहे, केवळ शब्दांवर नाही; पण मी या प्राधान्यतांचा माझ्या दृष्टीने काय अर्थ आहे, ते सांगायचा प्रयत्न करीन.

आध्यात्मिक

माझ्या पार्श्वभूमीमुळे आध्यात्मिक बाबींबाबत मला श्वासोच्छ्वासाइतके महत्त्व वाटते. मी एका कॅथॉलिक अनाथाश्रमात वाढलो; मी काही काळ एका पाठशाळेतही गेलो आणि त्यामागे आपण धर्मोपदेशक व्हावे, हाही एक उद्देश होता. माझ्या धार्मिक श्रद्धा फार सबळ आहेत. मी हे जाणतो की, जोपर्यंत माझे देवाशी चांगले संबंध नाहीत; तोपर्यंत तरी माझ्या कोणत्याही गोष्टींना यश मिळणार नाही. मी हेही जाणतो की, माझ्यात सबळ धार्मिक श्रद्धेचे पाठबळ नसते, तर मी 'डॉमिनोज'ची बांधणी करू शकलो नसतो. सुरुवातीच्या काळात मला अनेक अडचणींना एकामागोमाग सामोरे जावे लागले. त्यापैकी प्रत्येक जणू मला नेस्तनाबूत करणारीच होती, असे मला वाटत होते; पण मी त्या प्रत्येकातून सहीसलामत बाहेर पडलो आणि तेही पूर्वीपेक्षाही अधिक सशक्त बनून! श्रद्धेची ताकद ही अशी असते. मी ती रोजच वापरतो. मी कितीही चिंताग्रस्त असो अथवा थकलेला; मी प्रार्थनेसाठी वेळ काढतोच काढतो किंवा एखादे प्रार्थनागीत म्हणण्यासाठी. तसे केले की, मी परत ताजातवाना होतो. ही माझी जमेची चांगली बाजू म्हटली पाहिजे.

वस्तुस्थिती अशीही आहे की, माझी त्या पाठशाळेतूनही हकालपट्टी झाली; त्यामुळे धार्मिक व निधर्मी स्वारस्यातील सूक्ष्म फरकाची मला चांगली जाण आहे. जेव्हा व्यवसायाशी निगडित स्पष्ट निधर्मी बाबींची वेळ येते, तेव्हा माझी आध्यात्मिक प्राधान्यता या सुवर्णनियमावर आधारित असते, ''तुम्ही इतरांशी असे वागा, जसे त्यांनी तुमच्याशी वागावे असे तुम्हास वाटते.''

मी 'डॉमिनोज'च्या कर्मचाऱ्यांना व फ्रँचाइझींना हेच सांगतो की, यशस्वी होण्यासाठी त्यांनी एकच करायला हवे. ते म्हणजे– आपले उत्पादन उत्कृष्ट हवे, सेवा उत्तम द्यायला हवी आणि वरचा सुवर्णनियम वापरायला हवा. या तत्त्वांमुळेच कुठलीही कंपनी आपल्या स्पर्धकांवर मात करू शकेल आणि कोणत्याही मोठ्या

ताकदीच्या जनसंपर्क मोहिमेपेक्षाही अधिक उत्तम जनसंपर्क प्रस्थापित करू शकेल. नाटकी, वृत्तपत्रीय गोष्टी वा टीव्हीवरील मुलाखती चांगल्या असतात. 'डॉमिनोज'मध्ये अलीकडच्या काही वर्षांत आम्ही त्यांचा वापर केला; पण सर्वोत्कृष्ट जनसंपर्क तो, जो ग्राहकांकडून इतरांकडे तोंडातोंडी पसरवला जातो. कारण तेव्हा तुम्ही अहोरात्र चांगले काम करत असता.

सर्वांत मोठी अशी छोटी गोष्ट तुम्ही सहज करू शकता; ती म्हणजे, लोकांशी चांगले वागणे. मी माझ्या भाषणांतून नेहमी हेच सांगत आलो आहे की, माझे उद्दिष्ट आहे की प्रत्येकाने म्हणावे– 'डॉमिनोज पिझ्झा'चे लोक चांगले आहेत. भले ते फार हुशार नसतील, मोहक नसतील वा कार्यक्षमतेचे चालतेबोलते उदाहरण नसतील; बस्स फक्त चांगले असतील. हे कसे साध्य करता येईल? अगदी सोपे म्हणजे की, कर्मचाऱ्यांनी मित्रत्वाचे संबंध जोडण्याची कोणतीही संधी हातातून निसटू देऊ नये, त्यांनी ग्राहकांशी हसतमुखाने व्यवहार करावेत आणि म्हणावे, 'प्लीज'– 'थँक्यू', आणि 'सर', 'मॅडम'. टेलिफोनवरून पिझ्झाच्या ऑर्डर्स कशा घ्यायच्या याच्या तंत्राबाबत मी फारच गांभीर्याने लक्ष घालतो, योग्य ते शब्द कसे वापरावेत हे पाहतो आणि हे करताना तुमच्या आवाजातून मित्रत्वाचे नाते कसे निर्माण होईल, हे पाहण्याचा प्रयत्न करतो. हे सर्व फारच बाळबोध वाटेल आणि ते तसे आहेही; पण या मूलभूत तत्त्वावर पुन:पुन्हा भर द्यायला हवा, जसा एखादा फुटबॉलचा प्रशिक्षक खेळाच्या बाबतीत देतो. जरी या साध्यासुध्या, छोट्या-छोट्या बाबी वाटल्या तरी त्यातून मोठा अनपेक्षित प्रकारचा परतावा मिळू शकतो. तुम्ही जर इतर लोकांशी चांगले असाल, तर तेही तुमच्याशी चांगले असतील; त्यामुळे केवळ तुमचा उद्योगव्यवसाय भरभराटीस येईल असे नाही; तर तुमच्या ग्राहकांच्या परताव्याच्या सौजन्यशील वागणुकीमुळे तुमची प्रतिमा उजळून निघेल, तुम्ही अधिक आनंदी बनाल.

हा सुवर्णनियम कृतीत उतरवण्याचा उत्तम मार्ग म्हणजे– इतरांच्या बाबतीत चांगले वागणे, चांगुलपणा दाखवणे आणि इतरांच्या गरजा व स्वारस्य विचारात घेणे.

दुर्दैवाने बऱ्याचजणांच्या बाबतीत हे इतरांच्या बाबतीत चांगले असण्याचे महत्त्व त्यांच्या पालकांनी त्यांच्यावर बिंबवलेले नसते. त्याचा थोडाफार अनुभव माझ्या बाबतीतलाच आहे आणि तो आहे अनाथालयातील सिस्टर बेरार्डाचा. मी तो कधीही विसरणार नाही आणि मला वाटते, नवे काही शिकण्यासाठी सुरुवात करता येते; त्याबाबत उशीर झालेला नसतो.

प्रामाणिकपणा व नीतिमूल्याधिष्ठित वागणे शिकवता येते. व्यवस्थापक ते सोदाहरणातून दाखवून देऊ शकतात आणि तसे घडले तर तो व्यवस्थापक व कर्मचाऱ्यांच्या दृष्टीने अनोखा, अविस्मरणीय अनुभव ठरू शकतो; पण जर व्यक्तीमध्ये सचोटी, प्रामाणिकपणा नसेल तर हे चारित्र्यात बदल घडवून आणण्याचे काम

अवघड होऊन बसते.

काही प्रसंगांतून मला हे कळल्यावर आश्चर्याचा धक्का बसला की– अगदी विश्वासू अधिकारीही काही अनैतिक व्यवहारांबद्दल दोषी धरले गेले. किरकोळ प्रकारे असे घडले, तर एखाद्याला नोकरीतून काढून टाकणे अवघड होऊन बसते– विशेषत: जेव्हा तुम्ही अशा व्यक्तीला प्रशिक्षित करण्यावर भरपूर वेळ व पैसा खर्च केलेला असतो, गुंतवलेला असतो आणि एरवी त्याची कामगिरी चांगल्यापैकी असते. अशा वेळी मोह पडतो तो सुधारणा घडवून आणण्याच्या आश्वासनांचा; पण याबाबतचा माझा अनुभव तितकासा आनंददायी नाही. यात काही प्रमाणात माझीही चूक आहे, कारण मला इतरांमधील अप्रामाणिकपणा शोधण्यासाठी बराच वेळ द्यावा लागतो. कारण मला इतरांवर विश्वास ठेवायला व टाकायला प्राधान्य द्यावेसे वाटते. मी इतरांमधील चांगले तेच पाहतो, वाईट नाही; पण मी याबाबत माझे धडे शिकलो आहे. जेव्हा जेव्हा मला असे एखादे वाईट व्यक्तिमत्त्व आढळते, तेव्हा तेव्हा मी त्याला ताबडतोब दूर करतो. कारण एखादे खराब, नासके सफरचंद पूर्ण पेटीतल्या सफरचंदांना खराब करू शकते. होय ना?

सामाजिक

प्रेमळ पत्नी व कुटुंब हे आनंदी आणि उत्पादक जीवनासाठी आवश्यक आहे, असे मी ठामपणे समजतो. डॉमिनोजच्या जडण-घडणीतील सुरुवातीच्या कठीण काळात माझ्या पत्नीने– मार्गीने– मला बहुमोल साथ दिली. ती ठामपणे माझ्याबरोबरीने उभी राहिली. तिच्या सहकार्याशिवाय मी यशस्वी झालो असे विधान करणे, हे वस्तुस्थितीला फारच कमी लेखण्यासारखे होईल.

पिझ्झाच्या व्यवसायात मी पदार्पण केल्यानंतर १४ महिन्यांनी फेब्रुवारी १९६१ मध्ये आम्ही प्रथम भेटलो. मिशिगनमधील माउंट प्लेझंट येथील आमच्या नव्याने उघडलेल्या स्टोअरमधून मी माझी पिझ्झाची पहिली ऑर्डर पोहोचती करण्यासाठी गेलो होतो. पत्ता होता– स्वीनी हॉल, या विद्यापीठातील एक वसतिगृह आणि मार्गी त्या वेळी तिथे स्वागतिका म्हणून टेलिफोन स्विचबोर्डावर काम करत होती. ती सुंदर व हुशार वाटत होती आणि ऑर्डर दिलेले गिऱ्हाईक पिझ्झा घेण्यासाठी येत होते. तोपर्यंत मी तिच्याशी बोलणे चालू केले. तशी ती तुसडी वाटली नाही; पण आपणहून फार बोलत नव्हती, बोलकी वाटली नाही. मी लाजाळू नाही, हे दाखवण्यासाठी मी तिच्याशी थोडे बोलणे चालू केले, ते तिथे आणखी कोणकोणत्या कंपन्या पिझ्झा पुरवतात याबाबत. मला फक्त ती एवढेच बोलल्याचे आठवते की, तिथे भरपूर पिझ्झा विकले जातात.

तिचे ते सरळ बोलणे मला आवडले. स्टोअरकडे परत येताना मी खुशीने गाणे गुणगुणतच परत आलो. माझा प्रशिक्षक फ्रँक सुकोविच याला मी त्या सुंदर मुलीविषयी सांगितले. मग मी त्याला विचारले की, तो एक दिवस ते पिझ्झा स्टोअर चालवेल का, म्हणजे मला एका संध्याकाळी सुट्टी घेता येईल. तो म्हणाला, ''नक्कीच.'' मग मी पैसे टाकून फोन करण्याच्या फोन बूथवर गेलो. कारण माझे बोलणे सुकोविचने ऐकावे, असे मला वाटत नव्हते. मग मी तिथून त्या स्वीनी हॉलच्या स्वागतकक्षात फोन केला. तिथल्या मुलीला मी सांगितले की, काही वेळापूर्वी पिझ्झा देण्यासाठी आलेला तरुण मीच आहे आणि ती माझ्याबरोबर सिनेमाला येईल का, अशी मी तिला विचारणा केली.

''ओ, मी आत्ताच कामाला आले आहे.'' ती म्हणाली, ''तुम्ही कदाचित बॉनीविषयी बोलत असाल.''

तिने मला बॉनीचा फोन नंबर दिला आणि मग मीही तेच सर्व पुन्हा बोललो; पण मला भेटली ती मुलगी ही नव्हतीच. तिने मार्जोरी झिबाख नावाच्या मुलीला थोडा वेळ काम करण्यास सांगितले होते. मग परत तिसऱ्यांदा मला तेच सर्व बोलणे परत करावे लागले. या वेळी मात्र ज्या मुलीने फोन घेतला, ती मला हवी तीच योग्य मुलगी होती– मार्गी. तिचा आवाज मी सहज ओळखू शकलो. ती माझ्याबरोबर नक्की येईल याची मला खात्री होती आणि तशी ती आलीही!

आमच्या दुसऱ्या भेटीनंतर 'व्हॅलेंटाइन डे'ला मी तिला हृदयाच्या आकाराचा पिझ्झा भेट दिला आणि तिच्या त्या वसतिगृहातील तिच्या मित्र-मैत्रिणींत त्याची भरपूर चर्चा झाली. तिसऱ्या भेटीनंतर मी तिला सांगितले की, तिचे निळे डोळे मला फारच आवडले अन् मी तिच्या प्रेमात पडलोय.

मग २५ ऑगस्ट १९६२ रोजी आमचे लग्न झाले. आम्ही एका हाउस ट्रेलर (मोटारगाडीतले घर) मध्ये राहणे चालू केले. त्या वेळी मी माझ्या पिझ्झा व्यवसायातून आठवड्याला फक्त १०२ डॉलर्स पगार घेत होतो. आम्ही अगदी साध्या राहणीतून सुरुवात केली. मार्गीने काही काळ एका हॉटेलात वेट्रेस म्हणून, नंतर एका शाळेत ग्रंथपाल म्हणून काम चालू केले. आमच्या पहिल्या दोन मुलींच्या जन्मानंतर– मे १९६३ मध्ये मेरी आणि मे १९६५ मध्ये सुसी– मार्गीने यपसिलांटीमधील आमच्या पिझ्झा स्टोअरमध्ये माझी मदतनीस म्हणून काम चालू केले. तिथे मार्गी टेलिफोनवरून ऑर्डर घ्यायची, हिशेब ठेवायची आणि या कामाच्या काळात आमच्या मुली एका कोपऱ्यात एका पुठ्ठ्याच्या खोक्यात झोपलेल्या असायच्या. आजही ती आमच्या मुख्यालयात हिशेब विभागात काम करते आणि तिथल्या सर्व कर्मचाऱ्यांना पगाराचे चेक स्वहस्ते देते. आमच्या चारी मुलीही डॉमिनोज कुटुंबीयांच्या घटक असल्यासारख्याच तिथे वाढल्या. त्यांनी फ्रँचायझींची मुले सांभाळण्याचे

काम केले आहे, पिझ्झा स्टोअरमध्ये पडेल ते काम केले आहे आणि कंपनीच्या कठीण परिस्थितीत तसेच चांगल्या दिवसांतही आमची सुख-दु:खे वाटून घेतली आहेत.

या आमच्या कुटुंबीयांनंतर माझ्या सामाजिक स्नेहसंबंधात येतात ते माझे मित्र. खरेतर मित्रांच्या सहकार्याशिवाय धंद्यात कोणीही यशस्वी होऊ शकणार नाही आणि फ्रँचायझींबाबतही तेच लागू आहे. तिथे परस्परविश्वास हा वंगणाचे काम करतो; त्यामुळे हक्काच्या भागांची झीज कमी होते, ते सुरळीत काम करतात. फ्रँचायझींबरोबरची मैत्री ही व्यक्तीनुसार बदलत असते. काही एखाद्या दगडी भिंतीसारखे असतात. त्यांना कार्यरत ठेवण्यासाठी त्यांच्या बरोबरीने काम करावे लागते; नाही तर ते किरकोळ कारणासाठीही दूर जाऊ शकतात किंवा काही वेळा काही कारण नसले तरीही. काहींची मैत्री कितीही समस्या आल्या तरी दीर्घ काळ टिकून राहते. अशीच काहीशी माझी मैत्री स्टीव्ह क्लीटव्हाइलरशी आहे. त्याने मिशिगन राज्याबाहेर आमचे पहिले डॉमिनोज पिझ्झाचे स्टोअर उघडले. मी माझ्या खिशातले पैसे घालून स्टीव्हला व्हरमॉन्टमध्ये ते स्टोअर उघडण्यासाठी मदत केली. नंतर त्याने मला भरपूर मदत केली ती मी शासकीय महसुली विभागाच्या कचाट्यात गळ्यापर्यंत रुतून बसलो होतो; तेव्हा काहीही प्रश्न न विचारता १० हजार डॉलर्स काढून देऊन, त्या वेळी त्याने माझी सुटका केली. त्यासाठी त्याने काही चिठ्ठीचपाटीही मागितली नाही.

माझा फ्रँचायझी – ओहिओ राज्यातील झेनव्हिल येथील हॅरोल्ड मिशेल याच्याबरोबरच्या मैत्रीचे वर्णन कसे करावे, हे मला कळत नाही. तसा तो माझा एक स्पष्टवक्ता टीकाकार आहे. फ्रँचायझी म्हणूनच बैठकीत आमची तावातावाने गरमागरम चर्चा होते, वादावादी होते. मला आठवते तसे १९७८ च्या एका बैठकीत मी अशा चर्चेने एवढा वैतागलो की, मी माझ्या सहायिकेला – हेलन मॅक्नुलीला म्हणालो, ''हे काम फारच डोकेखाऊ आहे. मला जो पगार मिळतो, तो त्यामानाने काहीच नाही. मी आता ताबडतोब मलाच पगारवाढ लागू करणार आहे.''

पुढच्या वेळेला मी मिशेलला भेटलो, त्या वेळी त्याला हसत-हसत म्हटले, ''मला तुझे आभार मानायचेत. तुझ्यामुळे माझ्या पगारात वार्षिक पाच हजारांची वाढ झाली.''

आमच्यात कितीही टोकाचे मतभेद असले, तरी आम्हा दोघांच्या मैत्रीत काहीही फरक पडलेला नाही. आम्ही चांगले मित्र राहिलो आहोत. आमच्या ओहिओ / कोठीघरात (कॉमिस्सरी) त्याची ४१ टक्के भागीदारी आहे आणि १९८२ मध्ये त्याने मला तिथून ५ लाख डॉलर्सचे कर्ज मिळवून देण्यात मदत केली; त्यामुळे आम्ही डॉमिनोज पिझ्झासाठी नवी कार्यालयीन इमारत विकत घेऊ शकलो.

माझ्या सामाजिक प्राधान्यतांमध्ये सामाजिक सहभागाचा भाग मोठा आहे. माझा असा विश्वास आहे की– जो समाज आपल्याला आपला उद्योग उभा करायला मदत

करतो, त्याची या ना त्या मार्गाने परतफेड करणे आपले कर्तव्य असायला हवे. गेली कित्येक वर्षे 'जेसीज' या सेवाभावी संघटनेने माझा सामाजिक कामातला सहभाग वाढवण्यात बराच हातभार लावला आहे. तिथल्या संबंधांमुळे माझ्या अडचणीतही त्या संघटनेतील लोकांनी मला मदत केली आहे. उदाहरणच द्यायचे तर, १९६८ मध्ये एका मोठ्या आगीने आमचे मुख्यालय भस्मसात झाले; त्या वेळी यपसिलांटीमधल्या जेसीजच्या सदस्यांनी अनेक तास काम करून फेरउभारणीत आम्हाला मदत केली. त्या आगीच्या ठिकाणी स्वच्छता केली तसेच नंतर आम्हाला पर्यायी कार्यालयीन जागा मिळवून देण्यासाठीही मदत केली.

मानसिक

निरोगी मन राखण्यासाठी स्पष्ट सदसद्विवेकबुद्धी असणे, हा कळीचा मुद्दा होतो. याचा अर्थ, तुमच्या अपेक्षेप्रमाणेच तुमचे जीवन व्यतीत करण्यासाठी तुमच्याकडून तुम्ही सर्वोत्तम प्रयत्न केले आहेत. स्पष्ट सदसद्विवेकबुद्धीने आत्मसन्मान वाढतो, मनाचा कल सकारात्मक होतो, आपला दृष्टिकोन आशावादी बनतो आणि या सर्वांतून आपल्या व्यवसायातील यशाला चालना मिळते. मनालाही व्यायाम हवा, यावर माझा विश्वास आहे. क्षमतेप्रमाणे ते विकसित होत जाईल, यावरही आणि नवनवी माहिती मिळवण्यासाठी सतत स्वत:लाच प्रश्न विचारून आपली विचारक्षमता वाढवता येते यावरही!

मी कसा विचार करतो याविषयी मला नेहमीच कुतूहल असते. तसा शिक्षणाचा विचार केला, तर मी काही अभ्यासात फार चांगला विद्यार्थी नव्हतो; पण जेव्हा जेव्हा मला माझ्या बुद्धीने एखादी गोष्ट करण्यासाठी प्रोत्साहित केले, तेव्हा तेव्हा शाळेत मी चांगली कामगिरी केली. वर्गातील शिकवण्याच्या वेळी मी काहीसा उतावीळ, असहिष्णू असायचो. एखाद्या समस्येविषयी इतरांनी दिलेली उत्तरे मला नकोशी वाटायची. ती स्वत:ची स्वत:च शोधणे मला आवडायचे. मी जेव्हा मरीन कोअरमधील प्रवेशासाठी मनाच्या कलाची परीक्षा दिली, तेव्हा त्यातला एक भाग होता एखाद्या नमुन्याच्या विश्लेषणाचा. तो अवघड असतो, असे समजले जायचे; पण मी तो भाग दिलेल्या अपेक्षित वेळेच्या अर्ध्या वेळेतच संपवला. मग मी इतरत्र नजर फिरवली अन् पाहिले, तर इतर उमेदवार अजूनही तो भाग सोडवण्यासाठीच्या धडपडीत आहेत. मग मी माझ्या उत्तरपत्रिकेवर पुन्हा नजर फिरवली. मला त्यात काही किरकोळ चुका आढळल्या, त्या मी दुरुस्त केल्या आणि इतके करूनही केवळ मी एकटाच तो संपूर्ण भाग सोडवणारा ठरलो. नंतर मला कळले की, केवळ मीच उत्तीर्ण झालो होतो आणि केवळ मलाच पैकीच्या पैकी गुण मिळाले होते.

त्यानंतर कित्येक वर्षांनी कोणीतरी मला त्या घटनेची आठवण करून दिली, ती एका मानसशास्त्रज्ञाने. त्याच्या मते, मी काही ठरावीक नमुन्यात विचार करत असतो.

माझा मित्र व समुपदेशक म्हणजे युजिन पॉवर. युनिव्हर्सिटी मायक्रोफिल्मस् इंटरनॅशनलचा संस्थापक आणि पांडित्यपूर्ण ग्रंथांच्या छापील प्रती काढण्याच्या कल्पनेचा उद्गाता– ज्यांना 'मागणीनुसार ग्रंथ' (बुक्स ऑन डिमांड) म्हटले जायचे. तो म्हणायचा, माझी विचाराची पद्धत त्याच्यासारखीच आहे. तो म्हणायचा, ''टॉम, मी संचालक मंडळाच्या बैठकीमध्ये तुझे निरीक्षण करतो. तू सहजपणे विचार करतोस, तो पायरी-पायरीने आणि तर्कशुद्ध पद्धतीने. परिस्थितीने तू एखाद्या घटनेचा विचार करत नाहीस, तू एका झेपेतच समस्येकडून तिच्या उकलीकडे धाव घेतोस.''

ते बऱ्याच वेळा खरेही असते; पण बहुतेक वेळा मी काढलेली अनुमाने ही कागदावर एका बाजूस समस्येच्या सकारात्मक व विरुद्ध बाजू समोरासमोर लिहून, त्यांचा तौलनिक अभ्यास करून मगच काढलेली असतात.

पण असा विचार करताना मला या दोन्ही बाजूंची सर्व आवश्यक माहिती उपलब्ध असणे आवश्यक वाटते. नाही तर मी काढलेली अनुमाने विचारांच्या दिशेला पलटी देणारी होऊ शकतात. माहिती मिळवण्याचा एक मार्ग म्हणजे वाचन वाढवणे, हे खरेच आणि मी भरपूर पुस्तकेही वाचतो; पण माझ्या दृष्टीने माहिती मिळवण्याचा उत्तम मार्ग म्हणजे, प्रश्न विचारणे. इंग्रजी भाषेतील एक महत्त्वाचा शब्द म्हणजे, 'व्हाय' (का?). एखाद्या रेस्टॉरंटमध्ये मी गेलो; तर तिथल्या पाकगृहात जाऊन तिथले काम कसे चालते, हे जाणून घेणे मला आवडते. तिथे जर एखादी नवी पद्धत आढळली; तर ती पद्धत ते का वापरतात, हे जाणून घ्यावेसे मला वाटते आणि त्यासाठी मी तिथल्या लोकांना प्रश्न विचारतो. चांगले मुख्य आचारी स्वतःच्या कामाचा अभिमान बाळगतात; त्यामुळे बहुतेक वेळा त्यांना ती पद्धत समजावून सांगणे आवडते. मी जेव्हा 'डॉमिनोज'करता पहिले कॉर्पोरेट जेट विमान खरेदी करायचा विचार करत होतो; तेव्हा खासगी विमानांची देखभाल करणाऱ्या कर्मचाऱ्यांना, तंत्रज्ञांना भेटून त्यांच्याशी चर्चा करण्याची संधी मी सोडत नसे. चांगले विमान कोणते व त्यांची कुठली इंजिने तांत्रिकदृष्ट्या उत्तम असतात, याबाबतची बहुमोल माहिती मला त्यांच्याकडून घेता यायची.

माझ्या प्रश्नांमुळे काहीजणांना वैताग येतो. 'डॉमिनोज'मधल्या पूर्वीच्या एका उच्चपदस्थ अधिकाऱ्याचा चेहरा अशा वेळी लालबुंद व्हायचा आणि तो म्हणायचा की, माझ्या प्रश्नामुळे त्याला वेड लागायची वेळ येते. कारण त्याने मला काहीही सांगितले की, मी विचारायचो, ''का?'' अन् ''का नाही?'' खरेतर मी त्याच्याकडून फक्त शिकायचा प्रयत्न करत होतो आणि ज्याच्याकडे खरोखरच अधिक काही

माहिती असेल, तर ती जाणून घ्यायला मला आवडते. प्रत्येकजणच अशी माहिती असणारी व्यक्ती असू शकते.

शारीरिक

हे कदाचित विक्षिप्तपणाचे वाटेल; पण मी या कल्पनेचा पुरस्कार करतो की, शरीर हे आत्म्याचे मंदिर आहे. एक जिवंत हवेली म्हणून त्याला योग्य ते इंधन व चांगल्या देखभालीची आवश्यकता असते. जर माझ्या तब्येतीत काही बिघाड झाला, तर ती पूर्ववत् करण्यासाठी मी शेवटच्या पैपर्यंत खर्च करीन आणि असे न करणारा अन्य कोणी असेल, असे मला वाटत नाही.

वजन कमी करणे किती अवघड असते, हे मी चांगले जाणतो; कारण तसा मी खादाडच आहे. मला जर स्वत:च्या इच्छेवरच सोडले, तर मी पुढ्यातला मोठ्या पिझ्झाची मागणी करीन; पण आपण खात असलेल्या पदार्थांच्या कॅलरी जाणून घेण्याबाबत मी तसा धार्मिक आहे. दर शुक्रवारी व सोमवारी किंवा तसे कोणत्याही दिवशी म्हणा ना; मी जर वजनकाट्यावर उभा राहिलो आणि माझे वजन १६३ पौंडांच्या (८० किलो) वर गेलेले आढळले, तर मी लगेच ५०० कॅलरीपर्यंतचेच अन्न घेतो. मी वर्षात केवळ ११ वेळा जेवणानंतरची मुखशुद्धी (डेझर्ट) घेतो. ते दिवस म्हणजे ख्रिसमस, ईस्टर, थँक्सगिव्हिंग, लेंट पूर्वी, सेंट पॅट्रिक्स डे आणि घरातल्या कुटुंबीयांचे वाढदिवस. मी या दिवसांना माझे 'पिंग आउट डेज' मानतो; पण कॅलरीबाबत काळजी घेतली; तरी योग्य त्या व्यायामाशिवाय वजन आटोक्यात ठेवणे शक्य नसते, हेही मला कळते.

आठवड्यातले सहा दिवस मी ४५ मिनिटे व्यायामशाळेत व्यायाम करतो. त्यात १५० पुश-अप्स असतात आणि नंतर मी ६ १/३ मैल (१० कि.मी.) धावतो. आठवड्यातून दोनदा मी माझ्या धावण्याचा शेवट आमच्या 'डॉमिनोज फार्म्स' या नव्या मुख्यालयाच्या तंदुरुस्ती कक्षात (फिटनेस सेंटर) करतो. मग तिथे एक तासभर व्यायाम करतो. मी वजने उचलण्याचा व्यायाम करतो आणि त्यासाठी एक प्रशिक्षक मला मार्गदर्शन करतो; त्यामुळे स्नायूंच्या बाबतीत करायच्या योग्य त्या व्यायामाची मला जाण येते.

'पीपल' या मासिकाने माझे नाव 'तंदुरुस्तीचा छांदिष्ट' असे ठेवले आहे; पण मला असे वाटत नाही की, मी तंदुरुस्तीबाबत फार छांदिष्ट वा नादावलेला आहे. ही मी माझी दैनंदिन सवय केली आहे आणि ती मोडायची माझी इच्छा नाही. मी हेही कबूल करतो की, गेली कित्येक वर्षे मी आमच्या अनेक कर्मचाऱ्यांना व फ्रँचाइझींना त्यांनी आपले वजन कमी करावे म्हणून भंडावून सोडले आहे. मी इतका

टोकाला गेलो की, आमच्या फ्रँचाइझीच्या कंत्राटामध्ये एक कलम असे टाकले की– त्याने जर ठरावीक वजन कमी केले, तर त्यांना जास्त रॉयल्टी मिळेल आणि ते वाढले, तर त्यात घट होईल. त्यापैकी एक म्हणजे डिक म्युलर. एके काळी तो आमचा उपाध्यक्ष होता. नंतर फ्रँचाइझी झाला. तसा तो थोडा जास्त वजनाचा होता. त्याने काही काळ आहारनियंत्रण करून पाहिले; पण फारसा फरक पडला नाही. त्याच्या अंदाजानुसार व्यायामाने वजन कमी न झाल्याने त्याची रॉयल्टी ४००० डॉलर्सनी कमी होऊन त्याचे नुकसान झाले. शेवटी मी त्याला सांगितले, की, "जर तू एका वर्षाच्या आत मॅरेथॉनमध्ये प्रत्यक्ष धावण्यात भाग घेतलास– तेही पळून, चालून नव्हे– तर मी ५० हजार डॉलर्स देईन." ही मात्रा लागू पडली. एका वर्षातच त्याचे वजन १०० पौंड (४५ किलो) कमी झाले आणि त्याने लुइझियाना राज्यातील बॅटनरो येथील २६ मैलांची (४१.६ किमी) संपूर्ण मॅरेथॉन धावून पूर्ण केली. मॅरेथॉन शर्यत संपण्याच्या ठिकाणी मी हजर होतो आणि तो तिथे पोहोचल्याबरोबर मी त्याला ५० हजार डॉलर्सचा चेक दिला. अर्थात, हे करताना मला 'डॉमिनोज'करता प्रसिद्धी मिळवायची संधी सोडायची नव्हती; त्यामुळे त्या चेकची प्रतिकृती चांगली ६ फूट लांब व २ फूट रुंदीची (१.८ मीटर x ०.६० मीटर) केली होती. ही युक्ती लागू पडली. वृत्तपत्रांचे वार्ताहर तिथे हजर होतेच. त्यांनी ती बातमी व फोटो ताबडतोब देशभरातील वृत्तपत्रांकडे पाठवले. त्यात म्हटले होते, "पिझ्झा अधिकाऱ्याने १०० पौंड (४५ किलो) वजन घटवले अन् भरभक्कम चेक मिळवला!" त्याच बातमीत म्युलरला 'डॉमिनोज'विषयी किती प्रेम आहे हे त्याच्याच शब्दांत सांगितले होते. मला दुप्पट समाधान लाभले, कारण ती मॅरेथॉन 'बर्गर किंग' या फास्टफूड चेनने पुरस्कृत केली होती.

प्रसिद्धीने मिळालेला परतावा बाजूला ठेवला; तरी ते ५० हजार डॉलर्स मी सत्कारणी लावले, असे मला वाटते. कारण म्युलरच्या तब्येतीची मलाही खूप काळजी होती. ती मॅरेथॉन पूर्ण केली त्यावेळी तो जेवढा सडपातळ झाला होता, तेवढा तो आज नाही; तरीही त्याच्यात आजही उत्तम चापल्य आहे. आज त्याची २०० डॉमिनोज स्टोअर्स आहेत आणि त्याची कंपनी 'आरपीएम पिझ्झा' ही आमची सर्वांत मोठी फ्रँचाइझी कंपनी आहे.

आर्थिक

आर्थिक प्राधान्यता ही माझ्या यादीत सर्वांत शेवटी आहे, कारण तिचा उगम अन्य प्राधान्यतेतून होतो. मला हे माहीत आहे की, मी अन्य चार प्राधान्यतांचा व्यवस्थित पाठपुरावा केला, तर आर्थिक यश नक्कीच मिळते– जसा रात्रीनंतर

दिवस हमखास उजाडतो तसे.

पी.टी. बार्नुम पैशाकडे जसे पाहतो तसेच मी पाहतो. मी केवळ ज्या गोष्टींना व्हायची परवानगी देतो, तेवढ्यापुरतेच त्याचे महत्त्व त्याच्या दृष्टीने असते. बार्नुमविषयी हॅमिल्टन बास्सोने लिहिले आहे की, 'त्याला पैसा अशाकरता हवा आहे की, ज्यामुळे तो मोठ्या आशेकडे झेप घेईल– एखादे पूर्ण होऊ शकणारे स्वप्न पूर्ण करील.' जे त्याच्या दृष्टीने 'प्रसिद्धी' हे होते. माझी स्वप्ने निराळी आहेत; पण ती पूर्ण करण्यासाठी मला अधिकाधिक पैसा हवा होता.

बार्नुम हा माझा एक आदर्श नायक आहे आणि त्याच्याबद्दल सर्वसाधारण मत असे की– तो एक करमणूक करणारा माणूस आहे, हे दुर्दैवी आहे. त्याने स्वत:लाच 'एक ठक' अशी पदवी बहाल केली होती; पण प्रत्यक्षात तो एक पापभीरू, प्रामाणिक माणूस होता. तो जाहिरात क्षेत्रातीलही खवा होता आणि उद्योगधंद्याबद्दलची त्याची १८५९ची तत्त्वे आजही तितकीच चपखल ठरतात. ती त्याने 'द आर्ट ऑफ मनी गेटिंग' या निबंधात मांडली होती. त्याने अर्थशास्त्राचे महत्त्व, अंदाजपत्रक समतोल असणे, पद्धतशीर वागणे, आपल्या ग्राहकांशी नम्रपणे व चांगुलपणाने वागणे याविषयी लिहिले होते. तो काही कल्पनांचा आनंद लुटायला– जसे– अमेरिकन संग्रहालयातील हळूहळू पुढे सरकणाऱ्या गर्दीविषयी 'बाहेर जाण्याचा मार्ग' अशी पाटी लावायचा. त्याच्या जाहिरातीचे फलक लोकांनी वाचावेत, यासाठी तो त्यांच्यामागे मुद्दाम लिहायचा– 'पाठीमागे वाचू नका.'

कनेक्टिकटमधील ब्रिजपोर्टजवळच्या इराणीस्तान या त्याच्या मिळकतीमध्ये त्याने एक हत्ती पाळला होता आणि त्याच्या सर्कशीची जाहिरात करण्यासाठी तो त्या हत्तीला नांगराला जुंपायचा, शेजारच्या हमरस्त्यावरून, लोहमार्गावरून जाणाऱ्यांना हे स्पष्ट दिसेल याची काळजी घ्यायचा.

बार्नुमला पैशात प्रचंड स्वारस्य होते. खरं म्हणजे, ते गरजेपेक्षा थोडे अधिकच होते. मरतेवेळचे त्याचे शब्द होते– "कालची कमाई किती होती?" पण पी. टी. बार्नुमने घालून दिलेल्या उदाहरणावरून एखाद्या उद्योजकाने आपली आर्थिक धोरणे ठरवली, तर तो कदाचित अडचणीतही येऊ शकेल.

इथे माझ्या पाच व्यक्तिगत प्राधान्यतेविषयीच्या कल्पना तुम्हाला दिसतील. त्यांचा उपयोग 'डॉमिनोज'ची उभारणी करण्यात मी कसा केला, हा या पुस्तकाच्या पुढच्या भागाचा मुख्य विषय आहे.

आणखी एका तत्त्वावर मी कित्येक वर्षे भर देत आलोय. ते म्हणजे– 'तुम्ही करत असलेल्या कामात मजा आणा' पी. टी. बार्नुमला जसे 'दिखाऊपणाचा माणूस' असे म्हणवून घेण्यात आनंद वाटायचा, तसा मला 'पिझ्झाचा माणूस' म्हणवून घेण्यात वाटतो. अर्थातच, तुमच्या कामात तुम्हाला आनंद वाटला

पाहिजे, या कल्पनेशी याची बांधिलकी असते. माझा असा विश्वास आहे की, तुम्हाला आवडेल असा, योग्य वाटणारा जीवनमार्ग तुम्ही निवडला असेल; तर तुम्हाला त्यात जीवनाचा अर्थ दिसेल, तुम्ही त्याच्यावर प्रेम कराल आणि तुम्ही तुमच्या कामावर प्रेम केलेत, तर त्यातील मजा तुम्हाला लुटता येईल.

आमच्या व्यवसायात 'मजा असणे' हे आमच्या अंतर्मनाच्या कप्प्यात– हृदयात पक्के बसले आहे आणि ती केवळ ॲन आर्बरमधील आमच्या मुख्यालयातच असायला हवी असे नाही; तर पिझ्झा स्टोअर्समध्येही ती असायला हवी. आम्ही आमच्या ग्राहकांना वचन देतो की, त्यांना गरमागरम व चवदार पिझ्झा ३० मिनिटे वा त्याहून कमी वेळात हमखास मिळेल. हे वचन पूर्ण करण्यातच मजा भरलेली असते. आम्ही याला म्हणतो, 'गर्दीला वा धांदलीला हाताळणे'.

गर्दी वा धांदल यांची व्याख्या म्हणजे हातात ऑर्डर (पिझ्झाची आहे), पण तो अद्याप भट्टीत गेलेला नाही. आमच्या पद्धतीत प्रत्येक गोष्ट ही उत्पादनाला वेग देणे आणि ग्राहकाला तीस मिनिटांत पिझ्झा पोहोचवणे, यावर आधारित असते. 'डॉमिनोज'च्या पद्धती रुळविण्याच्या प्रत्येक टप्प्यात माझा सहभाग होता. त्यात मी इतक्या कष्टाने काम केले की, त्यातील खडान्‌खडा माहिती मी जाणतो. एके काळी मला वाटायचे की, जगातला सर्वांत वेगात पिझ्झा बनवणारा मीच आहे; या गर्दी वा धांदलीला हाताळण्याच्या माझ्या क्षमतेबद्दल मला सार्थ अभिमान वाटतो व समाधानही!

आमची पद्धत तशी साधी आहे. त्यातील प्रत्येक पायरी, प्रत्येक टप्पा याची नीट व्याख्या केली आहे. त्यामागे काही तर्कशास्त्र आहे; पण त्यातले खरे सौंदर्य आहे ते एक संघ म्हणून काम करण्याचा रोमांचकारी अनुभव घेण्यात. जेव्हा कामाचा वेग जोरात असतो, जेव्हा सतत फोन खणखणत असतात आणि पिझ्झा पोहोचवणारे ड्रायव्हर एक वर्दी पुरी करून परत येतात न येतात तोच दुसरी वर्दी पोहोचवण्यासाठी झपाट्याने परत बाहेर जातात. या संघातील प्रत्येक सदस्याला हस्तकौशल्य, हालचालींतील काटकसर (वेळेची), वेग व जलद विचार करण्याची आवश्यकता असते. जर तुम्ही कुठेही, कोणतीही चूक केलीत, ऑर्डरमध्ये गफलत व संभ्रम केलात, जर ड्रायव्हरला पत्ता शोधणे जमले नाही किंवा एखादा तपशील जाणून घेता आला नाही; तर तुम्हाला त्या दिवसाच्या कामात मार खावा लागेल, खोट बसेल. मात्र, लोक अशी आव्हाने स्वीकारतात. हा एक खेळ आहे आणि त्यात टिकण्याची किल्ली ज्याला गवसली, तो डॉमिनोजमध्ये दीर्घकाळ राहणार हे निश्चित. त्यांना आम्ही 'डॉमिनॉइड' म्हणतो आणि असं सांगतो की, त्यांच्या नसानसांत पिझ्झा सॉस भरलाय.

व्यक्तिगतरीत्या माझा विचार केला, तर आता मी स्वत: पिझ्झा बनवू शकत नाही (वेळेअभावी). यात मी काहीतरी गमावतोय, असे मला वाटते. कित्येक वेळा

माझी बोटे शिवशिवतात. वाटते– तो कणकेचा गोळा घ्यावा आणि मग तो पिझ्झा बनवण्याचे सुख मिळवावे; पण मला यशाची किंमत चुकवावी लागते ती हे सगळे गमावूनच.

मात्र, मी हे नक्की सांगू शकतो की, मी धरून आमच्या डॉमिनोजमधला एकही अधिकारी असा सापडणार नाही, जो स्टोअरमध्ये माणसांची कमतरता असेल तर हाताची घडी घालून स्वस्थ बसेल. आम्ही लगेच धाव घेतो आणि स्टोअरमध्ये गर्दी वा धांदल असेल, तर पडेल ते काम हाताळतो. तुम्ही स्टोअरची पाहणी करायला आलात अन् तिथे तुमच्या सुटावर सॉसचा डाग पडला; तर ते वाईट वा कमीपणाचे समजले जात नाही, तर ती अभिमानाची-गौरवाची खूण समजली जाते.

'डॉमिनोज'ची उभारणी करताना पिझ्झा बनवण्यातले माझे कसब ही जमेची बाजू होती. मला हे कळते की– जर दैववशात 'डॉमिनोज पिझ्झा' उद्योगाचे उद्या काही बरे-वाईट झाले, तो बंद पडला; तरी मी व मार्गी एखादे छोटे पिझ्झा दुकान काढून आमचा उदरनिर्वाह नक्कीच करू शकू.

दिवाळखोरीची भीती म्हणजे कधीच काही मज्जा नाही व नव्हती आणि तसेच उद्योगाचे व्यवस्थापन करण्याचे तंत्र पचवणे व राबवणे हेही. मला हे सर्व भरपूर कष्ट करून शिकावे लागले. अनेकदा आमच्या उद्योगातील भागीदारांनी व इतरही अनेकांनी मला दगा दिला, फसवले. कारण मी त्यांच्यावर विश्वास टाकत आलो आणि मी असे गृहीत धरून चाललो की, ते माझ्याशी व मी त्यांच्याशी व्यवहार करताना त्यांच्याकडून नवनव्या गोष्टी शिकायच्या होत्या आणि हो, मी त्या शिकलोही; पण त्यांची भरपूर किंमत मोजूनच.

'डॉमिनोज'मध्ये पीएचडी किंवा एमबीए झालेले अधिकारी कधीही चांगली कामगिरी बजावू शकले नाहीत. उलट, मी 'व्यावसायिक' नाही म्हणून ते टीका करत होते किंवा ते आमच्याकडे व्यवस्थापकीय रचना वा पद्धती नसल्याबद्दल तिरस्कारानेही पाहायचे. त्यांना चिंता होती, कारण याबाबत आमच्याकडे निश्चित असे धोरण नव्हते. आमच्याकडे अधिकारांची रचना स्पष्ट नसल्याबद्दल त्यांना वाईट वाटायचे. बहुतेक बाबतींत मला असे आढळून आले की, याबाबत धूसर वातावरण निर्माण करून त्याआड ते स्वत: चांगले काम न केल्याचे दडवून ठेवत असायचे. जर काही घोळ झाला, तर मी लगेच दुरुस्तीची कृती हाती घ्यायचो; पण मला प्रथम खात्री करून घ्यावीशी वाटायची की, खरंच घोळ झाला आहे का? कित्येक वेळा काही लोकांना घोळ झाला आहे असे वाटायचे, कारण घडत असलेले एखाद्या अभ्यासक्रमाच्या पुस्तकात सांगितल्याप्रमाणे घडत नसायचे.

मला महाविद्यालयीन पदवीला कमी लेखायचे नाही किंवा तसा माझ्या विचारांचा अर्थ नाही. मला शिक्षणाविषयी अतीव आदर आहे आणि कित्येक वेळा माझ्याकडे

पदवी नाही याबाबत माझ्यात काहीतरी कमी आहे, असे मला वाटते.

पण मी हे शिकलो आहे की– जर तुम्ही नवे व आगळेवेगळे काही घडवायच्या आवेगात असाल, तर कोणतीही पदवी तुमच्या मदतीला येऊ शकत नाही. उदाहरणार्थ, केवळ घरपोच पिझ्झा देणाऱ्या उद्योगाला साजेशी यंत्रणा उभी करावी लागते. याबाबत कोणतेही उदाहरण अनुसरण्यासाठी नसल्याने हे कसे घडवायचे, याबाबतची तुमची दृष्टी तुम्हाला इतरांना पटवून द्यावी लागते.

मला हे का भावले, याचे माझ्या विचारदृष्टीने कारण म्हणजे, मी हृदयापासून विचार केला तर एक शिल्पकार आहे. माझ्या मनोदृष्टीला दिसतो आहे, असा एखादा उद्योग उभारण्याचे आव्हान स्वीकारणे मला आवडते. ते आव्हान प्रत्यक्षात उतरवणे, वाढवणे, भरभराटीला आणणे– ही मी कल्पना करू शकेन अशी अत्यंत थरारक बाब असेल.

मी फ्रँक लॉइड राइटचे काम आणि कल्पना अभ्यासल्या आहेत– अगदी १२ वर्षांचा असल्यापासून. माझ्या मते, आजपर्यंतचा तो सर्वांत महान शिल्पकार होता. तो महान होता, तरी एक संकल्पना प्रत्यक्षात आणणे त्याला जमले नाही. ती म्हणजे, तंत्रज्ञान व निसर्ग यांना एकत्र आणून ग्रामीण पार्श्वभूमीवर एखादी गगनचुंबी इमारत उभी करणे. त्याच्या कोणत्याही कामाच्या शेवटी गिऱ्हाइकाला तो ही संकल्पना पटवून देऊ शकला नाही; पण मी आता ती प्रत्यक्षात उतरवण्याच्या प्रयत्नात आहे. ते म्हणजे 'डॉमिनोज पिझ्झा'चे नवे आंतरराष्ट्रीय मुख्यालय उभारून. त्याचे नाव 'डॉमिनोज फार्म्स'. दिनांक ९ डिसेंबर १९८५ रोजी आम्ही त्यांच्या पंचवार्षिक योजनेच्या पहिल्या टप्प्यात पोहोचलो आणि तेही कंपनीच्या अस्तित्वाच्या रौप्यमहोत्सवी वर्षात प्रवेश करून. जेव्हा ही संपूर्ण योजना पूर्ण होईल, तेव्हा ३० कोटी डॉलर्सची असेल. त्यात राइटच्या कल्पनेतील लांब, कमी उंचीची कार्यालयीन इमारत असेल, शेत असेल अन् एक तलावही. त्यात फ्रँक लॉइड राइटने रेखांकित केलेला 'गोल्डन बेकन टॉवर' असेल. हे शेत नागरिकांसाठी खुले असेल. तिथे नागरिक सहलीसाठी येऊ शकतील, ते त्या भागात फेरफटका मारू शकतील. मुले तिथल्या प्राण्यांना हाताळू शकतील– ज्यात अनेक प्राणी हे नेहमीच्या पाहण्यातले नसतील. जसे, जगातला सर्वांत मोठा घोडा-शायर हॉर्स, खुजे बकरे, लहान घोडे, इटलीतील जनावरे आणि मोर, आणखी बरेच काही. माझ्याकडच्या दुर्मिळ उत्तमोत्तम मोटारगाड्या तिथे प्रदर्शनात मांडल्या जातील आणि वाफेवर चालणारी शेतीला उपयुक्त यंत्रेही. हे शेत १५०० एकरांवर पसरलेले असेल आणि कदाचित 'तुमचे तुम्ही उचला' पद्धतीचे शेत असेल, जे बुकर टी. व्हॅटली या बगीच्या तज्ज्ञाने तयार केलेले असेल. यामध्ये जॉगिंग ट्रॅक असेल, तो तुम्हाला ७.५ लाख डॉलर्स किमतीच्या व्यायामशाळेकडे घेऊन जाईल. ही व्यायामशाळा युनिव्हर्सिटी ऑफ

मिशिगनच्या इस्पितळाने विकसित केलेली असेल.

आमच्या या प्रकल्पाच्या आखणीतल्या अनेक समस्या आम्हाला अद्याप सोडवायच्या आहेत; पण जेव्हा हे काम पूर्ण होईल आणि आमच्या कार्यालयातील कर्मचारी जेव्हा इमारतीच्या खिडकीतून बाहेर डोकावतील, तेव्हा त्यांना एखाद-दुसरी गाय व घोडा त्यांच्याकडे पाहत असलेला नक्कीच दिसेल.

'द गोल्डन बेकन' हा या सर्व संकुलाच्या मुकुटातील हिरा ठरेल. त्या उंच इमारतीची संकल्पना प्रथम १९५७ मध्ये शिकागोच्या गोल्ड कोस्टमधल्या जागेसाठी केली होती; पण तो तिथे कधीच बांधला गेला नाही. आम्ही राइटच्या टॅलिसीन फाउंडेशनकडून त्याचा आराखडा विकत घेतला आणि पूर्वीच्याच उंचीला त्याची आखणी करण्यास सांगितले; पण मजले मात्र पूर्वीच्या आखणीतील ५० ऐवजी ३० एवढेच ठेवायला सांगितले. डॉमिनोजच्या दृष्टीने ३० हा जादूई आकडा होता. आम्ही ग्राहकांच्या घरी ३० मिनिटांत पिझ्झा पोहोचवतो; त्यामुळे आमच्या या इमारतीमध्ये कोणी आला आणि त्याला सर्वांत वरच्या मजल्यावर जायचे असेल, तर तो तिथल्या लिफ्टचे (एलिव्हेटरचे) ३० क्रमांकाचे बटण दाबतो, हे चपखल बसते.

या इमारतीच्या छतावरूनचे मनोहर दृश्य वैयक्तिकदृष्ट्या माझा विचार केला तर अर्थपूर्ण असेल. तिथून जरी दिसले नाही तरी त्याच्या पूर्वेला डेट्रॉइट असेल, ते 'टायगर' या बेसबॉल टीमचे घरगाव असेल. त्याच्या विरुद्ध दिशेला– अगदी थोड्याच अंतरावर– ज्या घरात माझा जन्म झाला व जिथे माझे आई-वडील राहत होते, ते घर असेल. त्या वेळी ते एक छोटेसे घरकुल होते; आता त्यात बरीच भर टाकून ते वाढवले आहे अन् त्याच्या त्या जुन्या भिंतीत माझ्या बालपणाच्या अनेक आठवणी खिळून राहिल्या आहेत. त्याचबरोबर मला आठवतात बाबांच्या तीव्र वेदना. त्यांच्या मृत्यूने माझ्या जीवनावर कायमची खूण कोरली गेली आहे.

२

मी चार वर्षांचा असताना ऐन ख्रिसमसच्या दिवशी माझे बाबा वारले. आई मला अंत्यविधीच्या ठिकाणी घेऊन गेली आणि त्या शवपेटीपर्यंत जाईपर्यंत माझा हात हातात घेऊन ती चालली होती. मी जरा घाबरलो होतो. बाबांनी त्या अवस्थेत तिथे असावे हे काही बरोबर नाही, असे मला वाटत होते. मी तिच्या हाताच्या पकडीतून मला सोडवले आणि त्या शवपेटीवर उडी घेतली. मी बाबांना घट्ट धरले. त्यांना मिठी मारली व रडत-रडत म्हणालो, "बाबाऽ उठा! बाबाऽऽ, उठा!"

त्यानंतर त्या ॲन आर्बरजवळच्या भागातले आमचे घर मला रिकामे-रिकामे वाटू लागले. त्या जागेच्या आणि त्याच्या आसपासच्या अंगणाच्या माझ्या अनेक आठवणी आहेत, कारण तिथे मी खेळायचो. माझी अगदी लहानपणीची आठवण आहे, ती मी दोन वर्षांचा असतानाची. बाबा जिथे जिथे जातील तिथे आपणही त्यांच्याबरोबर जावे, असे मला वाटायचे. मला आठवते तसे त्यांना मी घराबाहेर काम करताना पाहिले होते. मला आश्चर्य वाटायचे, ते एक फळी बसवण्यासाठी एक खिळा वापरण्याऐवजी तीन-तीन खिळे का वापरतात याचे.

अशा लहानपणीच्या काही आठवणी सोडल्या, तर माझ्या वडिलांविषयीची बरीच माहिती मला आईच्या रोजनिशीतून मिळाली. तशी ती १२ वर्षांची असल्यापासून रोजनिशी लिहीत होती. काही वर्षांपूर्वी तिने त्याच्या छायाप्रती काढल्या– विशेषकरून ज्यात माझ्याविषयी काही लिहिले होते– आणि एका ख्रिसमसला तिने भेट म्हणून

मला त्या दिल्या. माझ्या आईचे माहेरचे गाव म्हणजे ॲन आर्बरजवळचे चेल्सिया. तिचे वडील म्हणजे वॉरन गेडेस. ते एक प्रवर्तक होते आणि मिशिगनच्या दक्षिण-पूर्व भागात रेल्वेने प्रवास करून सिनेमाची दोन रिळे दाखवायचे, शिवाय मनोरंजनाचे विविध कार्यक्रम करायचे. नंतर त्यांनी चेल्सिया गावातील प्रिन्सेस थिएटरची मालकी मिळवली, शिवाय अलमॉल्टमधील इलेक्ट्रिक थिएटरचीही. बहुधा माझ्यातले उद्योजकतेचे बीज मी त्यांच्याकडूनच घेतले असावे.

माझी आई शाळेच्या कनिष्ठ विभागात असताना डिसेंबर १९३२ मध्ये एका मेजवानीच्या वेळी तिची व माझ्या वडिलांची भेट झाली. ती त्यांच्याकडे आकर्षित झाली ती त्यांच्या कुरळ्या केसांमुळे व शांत स्वभावामुळे, असे ती लिहिते. त्यांचे मन निर्मळ होते अन् त्यांना चांगली विनोदबुद्धीही होती. त्यांचे शिक्षण फक्त आठव्या इयत्तेपर्यंतच झाले होते. त्यांचे पालक विभक्त झाले होते आणि वयाच्या ३९व्या वर्षी त्यांचे वडील वारले, तेव्हा त्यांना ७ मुले होती. माझे वडील १३ वर्षांचे असताना त्यांचे वडील वारले. मग कुटुंबाला सावरण्यासाठी त्यांनी शिक्षण सोडून दिले. माझ्या आईची व त्यांची भेट झाली, तेव्हा ते एका डेअरी फार्ममध्ये काम करत होते. पुढे त्यांचे प्रेमप्रकरण चालू झाले, तेव्हा ते एका स्थानिक शेतकऱ्याच्या शेतात गवताचे भारे बांधण्याचे काम करत होते. त्यासाठी लागणारी उपकरणे त्यांच्या वडिलांची होती, ती त्यांना नंतर मिळाली होती. काही काळ वडील फोर्ड मोटार कंपनीच्या जनरेटर प्लँटमध्येही काम करत होते.

दिनांक १४ एप्रिल १९३६ रोजी माझ्या आई-वडिलांचे लग्न झाले. त्या वेळी ती नर्सिंगचे प्रशिक्षण घेत होती आणि त्या वर्षीच्या जुलैपर्यंत ती एका नर्सकडे तिची सहायक म्हणून काम करत होती. त्या जुलैमध्ये ती थोडी आजारी पडली अन् त्याच वेळी ती गरोदर असल्याचे तिथल्या डॉक्टरांनी सांगितले. त्या वेळी तिने व बाबांनी विचार केला की, आता आपले घर असायला हवे. तोपर्यंत ते दोन खोल्यांच्या भाड्याच्या जागेत राहत होते. माझी आजी– मोनाघन – हिच्याकडे ॲन आर्बरपासून चार मैलांवरील हरॉन नदीच्या काठच्या न्यू पोर्ट रोड येथे छोट्या जमिनीची मालकी होती. त्या जागेचा एक कोपरा तिने माझ्या वडिलांना विकला, तो व्याजरहित कर्ज म्हणून. वडिलांची मूळ कल्पना– तिथे एक चाकावरचे छोटे घर (गॅरेज होम) बांधावे– २४ फूट × २६ फूट आकाराचे– अशी होती. मग त्यांनी ते घर पक्क्या पायावर बांधायचे नक्की केले. माझ्या आईला हा त्यांनी सुचवलेला बदल आवडला नाही. तिला वाटले, असे पक्के घर बांधणे परवडेल की नाही; पण शेवटी बाबांचा विजय झाला. त्यांनी पायाकरता सिमेंटचे ब्लॉक्स मिळवले; पण त्यांची किंमत होती २३६ डॉलर्स अन् तेवढे जमवण्यासाठी ५० डॉलर्स कमी पडत होते. बाबांनी बँकेचे कर्ज घ्यायची धडपड केली; पण बँकेने ते नाकारले.

शेवटी माझ्या आजीने ४५ डॉलर्सचे कर्ज दिले आणि आईने घरकाम करून ५ डॉलर्स उभे केले.

माझ्या आईच्या रोजनिशीत १६ ऑक्टोबर १९३६ ची नोंद आहे, ती अशी. श्री. हॉल यांच्या शेतावर ती व बाबा गेले होते. गवताचे भारे बांधण्याचे यंत्र त्यांनी कर्जासाठी गहाण ठेवले होते, ते सोडवण्यासाठी; पण श्री. हॉलनी कर्ज पुरते फेडल्याशिवाय ते यंत्र देण्याचे नाकारले. शेवटी बाबांना ते गवताचे भारे बांधण्याचे काम थांबवावे लागले आणि रोजी-रोटीसाठी पडेल ते इतर काम पत्करावे लागले; पण त्यांची तब्येत ठीक नसल्याने त्यांना फार कष्टाचे कामही करता येत नव्हते. त्यांना अल्सरचा त्रास होत होता. ते दुखणे पुढे वाढत गेले, त्यात गुंतागुंत झाली अन् वयाच्या २९ व्या वर्षी त्यांचा मृत्यू झाला.

माझा जन्म २५ मार्च १९३७ चा. माझे वडील मला पाहायला हॉस्पिटलमध्ये कसे आले होते, त्याचे वर्णन करायला आईला फार आवडायचे. त्यांनी प्रथम मला हातात घेतले. ती म्हणते की, त्यांनी मला बिछान्यात झोपलेले पाहिले अन् ते म्हणाले, "हा दशलक्ष डॉलर्स मूल्याचा आहे."

त्या वेळेपर्यंत बाबांना टॅक्टर ट्रेलरवर ड्रायव्हिंग करायचे थोडे पक्के काम मिळाले होते. ती एक आंतरराज्यीय कंपनी होती. मग माझी आई अन् ते, त्यांनी बांधलेल्या त्या तीन खोल्यांच्या घरात राहायला गेले. बाबांनी ते घर कधीच पूर्ण केले नाही; जरी ते वेळ मिळेल तसे त्याच्यावर काम करायचे, तरी. मला आठवते तसे ते अगदी उत्साहाने वर्णन करायचे; एक दिवस ते घर कसे पूर्ण होईल, त्यात एक जादाची अंघोळीची खोली कशी असेल, आणखी एक जादा झोपायची खोली कशी असेल– याचे.

पहिल्यांदा ते कपडे व भांडी धुण्यासाठी शेजारच्या एका ओढ्यातले पाणी आणायचे आणि पिण्याचे पाणी शेजाऱ्यांच्या विहिरीतून. मग त्यांनीही एक विहीर खोदली आणि जेव्हा त्यातले पाणी हातपंपाने स्वयंपाकघरातील सिंकपर्यंत आणण्याची त्यांनी व्यवस्था केली; त्यावेळी आईला वाटले, आता आपल्या परमसुखाची सीमाच झाली! त्या घरातल्या पहिल्या काही रात्री त्यांनी वॉलबोर्डच्या गठ्ठ्यावर झोपून काढल्या. मग आजीने त्यांना एक बिछाना आणि आमच्या आत्याने घरातले थोडे फर्निचर दिले. माझी आई दोन बर्नर असलेल्या एका इलेक्ट्रिकच्या शेगडीवर स्वयंपाक करायची. तिच्याकडे स्वयंपाकाची फक्त तीन भांडी होती, असे ती लिहिते. पण ते घर तसे साधेसुधे, थोडे अडचणीचे होते. त्यातील छोट्या खोल्यांतून – विशेषत: माझ्या भावाच्या – जिमच्या ऑगस्ट १९३९ मधील जन्मानंतर थोडी दाटी होत होती. माझ्या मनात त्या घराच्या आठवणी आहेत, त्या एका उबदार व प्रशस्त हवेली वाटावी अशा घराच्या.

बाबा तसे अगदी सज्जन गृहस्थ होते. माझ्या बाबतीत तर ते फारच संयमी होते. मात्र, आई म्हणते, मी बराच दंगेखोर, त्रास देणारा होतो आणि माझ्यावर त्या दोघांना सतत लक्ष ठेवावे लागायचे. मला वाटते, ती म्हणते आहे ते खरे आहे. कारण माझ्या हातावर, ढोपर आणि मनगट यामध्ये अद्यापही जखमेचा एक मोठा व्रण आहे. मी एका इलेक्ट्रिक किटलीची वायर जोरात ओढली होती; त्यामुळे ती गरम किटली माझ्या हातावर पडली होती; पण बाबांनी मला एकदाच शिक्षा केल्याचे आठवते आहे. त्या वेळी मी साधारण तीन वर्षांचा होतो. त्यांच्या मनात होते, एका शेजारच्यांच्या घरी त्यांच्या बर्फाच्या पेटीकरता काही बर्फ घेऊन गाडीतून जायचे. आई सांगते, तसा मी जाऊ शकलो नाही; पण मला वाटत होते की, बाबांना मी त्यांच्याबरोबर जावे, असे वाटत असावे. मग मीच ठरवले की, जायचेच. नंतर बाबांनी आमची ३७ मॉडेलची पॉन्टियाक गाडी गॅरेजमधून बाहेर काढली. मी लगेच उडी मारून त्यात ठेवलेल्या बर्फाच्या लादीशेजारी बसलो आणि त्या खडीच्या रस्त्यावरून गाडी जात असताना पडू नये म्हणून त्या लादीलाच घट्ट धरून बसलो. माझ्या डोक्यातही आले नाही की, हिसक्याने मी कदाचित् मागच्या मागेच गाडीतून पडेन– कदाचित् जखमी होईन आणि मरेनही. मग बाबांनी त्या शेजारच्यांच्या घराच्या अंगणात गाडी नेऊन थांबवली, तेव्हा त्यांना आश्चर्यचकित करावे म्हणून मी "बाबाऽ मीही आलोय!" म्हणत त्यांच्या दिशेने धावलो. त्यांच्या चेहऱ्यावरचे त्या वेळचे ते रागीट भाव आजही आठवताहेत अन् नंतर त्यांनी घातलेला धपाटाही!

आमच्या गाडीमुळे मी फारच भारावून गेलो होतो. मला त्यात बसायला आवडायचे आणि जणू आपणच गाडी चालवतोय असे नाटक करायलाही; त्यामुळे मी आणखी एकदा बाबांच्या बाबतीत अडचणीत आलो. गाडी आमच्या अंगणात होती. मी बहुधा नकळत त्याचे गिअर बदलले आणि ब्रेकही सैल केला. मग मी जीवाच्या आकांताने त्या गाडीला गच्च पकडून पाहत राहिलो. ती गाडी कुंपणाच्या अगदी कडेला ४-५ फूट खोल खड्ड्यापाशी येऊन थांबली. त्यापुढे हरॉन नदीच्या काठापर्यंतचा उताराचा भाग होता. सुदैवाने गाडीची पुढची दोन चाके एका छोट्या खड्ड्यात गेली; त्यामुळे गाडी थोडी अलीकडेच थांबली. मला बाबांचे एक चांगले व्याख्यान ऐकायला मिळाले. मला सर्वांत वाईट वाटले ते याचे की, मी सांगितले त्यावर त्यांनी विश्वास ठेवला नाही, मी जाणूनबुजून काही केले नाही; त्यापेक्षा त्यांनी चार धपाटे घातलेले मला चालले असते.

बाबांचे दोन भाऊ होते. ते विटा पाडायचे काम करायचे. मला सांगण्यात आले की, या कामात ते अत्यंत तरबेज होते अन् वेगात विटा पाडण्याच्या स्पर्धेत ते नेहमी पहिले यायचे. कामगारदिनी होणाऱ्या सहलीच्या काळात त्यांनी भरपूर बिअर

घेतली की, बाबांना राग यायचा, ते चिडायचे; पण ते बाबांनाच चिडवायचे की, त्यांच्या बिअर पिण्याची बाबांना असूया वाटते, कारण अल्सरच्या दुखण्यामुळे बाबांना बिअर पिता यायची नाही. बाबांची म्हणून काही उच्च तत्त्वे होती. माझी आई सांगायची, बाबा म्हणायचे, "मी जर भरपूर शिकलो असतो, तर बहुधा धर्मोपदेशकच झालो असतो!"

बाबांचे १९४१ साली निधन झाल्यावर आईला त्यांच्या विम्याचे २००० डॉलर्स मिळाले. त्यातले अर्धे त्या घराची देणी देण्यात गेले. उरलेले तिने एका बँकेत अडचणीच्या वेळी उपयोगी पडतील म्हणून ठेवले. तिला कळेना की, माझे व माझ्या भावाचे संगोपन ती यापुढे कशी करणार. तिला आठवड्याला फक्त २७.५० डॉलर्स मिळायचे. तर आठवड्याचा खर्च असायचा ३० डॉलर्स.

शिवाय माझ्याकडे लक्ष देण्यात तिचा बराच वेळ जायचा. ती सांगते तसे- मी जेव्हा अगदी लहान होतो, तेव्हा चालायला लागायच्या आधीच (मी सात महिन्यांचा झाल्यावर चालूही लागलो होतो.) ती मला एकट्याला टाकून कुठे जाऊ शकायची नाही. मी इतका चळवळ्या होतो की, डायपरच्या सेफ्टी पिन्सही मी उचकटून काढून टाकायचो. म्हणून मग तिने आम्हा दोघांना- मला व जिमला- मुलांचे पालन-पोषण करणाऱ्या एका बालगृहात ठेवायचे ठरवले. तिचा प्रयत्न होता परत शाळेत जाऊन नर्सिंगचे शिक्षण पूर्ण करायचा आणि नोंदणीकृत नर्स म्हणून काम करण्याचा. मग चांगली नोकरी मिळाली की, आम्हाला परत घरी घेऊन जायचा तिचा विचार होता आणि झालेही तसेच; पण त्याला बराच काळ जावा लागला. मला तर तो फारच प्रदीर्घ वाटला.

जिमला व मला निरनिराळ्या घरांत राहायला जावे लागले. प्रत्येक ठिकाणी काही आठवड्यांकरता. मग एका वयोवृद्ध जर्मन दांपत्याने- त्यांचे नाव श्री. व सौ. फ्रँक वॉप्पमन- आम्हाला त्यांच्या घरी नेले. तसे ते चांगले कुटुंब होते, पण त्यांचे नियम कडक होते. उदाहरणार्थ, घरात प्रवेश करण्यापूर्वी आम्हाला पादत्राणे बाहेर काढून ठेवायला लागायची; त्यामुळे घर स्वच्छ व छान राहायचे; पण माझ्यासारख्या दंगेखोर मुलाच्या दृष्टीने ती डोकेदुखीच होती. तरीही तिथे राहण्यात आम्हाला मजा वाटली. मी श्री. वॉप्पमनना अंकल फ्रँक म्हणायचो आणि त्यांना मला चिडवायला आवडायचे. ते मला 'मी कुरूप आहे' असे म्हणायचे आणि माझे नाव त्यांनी आवडीने 'डमकॉफ' असे ठेवले होते.

मी जेव्हा पहिल्या इयत्तेच्या सहामाहीत होतो, तेव्हा आम्हाला मिशिगन राज्यातील जॅकसनला पाठवण्यात आले. नंतर लवकरच मला कळले की, जॅकसनमध्ये दोन तुरुंग होते. एक- शिक्षा झालेल्यांकरता असलेला व दुसरा आम्हाला ज्यात ठेवले तो- सेट जोसेफ्स होम फॉर बॉइज- कॅथॉलिक अनाथाश्रम. तो एका मोठ्या

जुन्या हवेलीत होता आणि मला त्या तुरुंगाबद्दल तिरस्कार होता, तरी इमारत म्हणून मला ती आवडायची. व्हिक्टोरिया पद्धतीच्या त्या इमारतीला छान घुमट होता आणि तिथून पुढच्या हिरवळीचे दृश्य छान दिसायचे. त्या आवारात लोखंडी कुंपण होते आणि तिथे एक पीचचे प्रचंड मोठे झाड होते. ते म्हणजे त्या गावातील एक ओळखीची मोठी खूण झाले होते. ते आवार किती मोठे होते हे आम्हाला तेव्हा कळले, जेव्हा आम्हाला हिरवळ कापणीचे यंत्र घेऊन ती कापायला सांगितले जायचे. त्या वेळी तिथल्या जोगिणी– नन्स– व्हरांड्यात बसून काहीतरी विणत असायच्या. त्या अनाथालयात मी अन्यही अनेक गोष्टी शिकलो. जसे– फरशी कशी घासायची व पुसायची, इस्त्री कशी करायची आणि तीही शेकडो कपड्यांना. मी थोड्याच वेळात तिथला जलद इस्त्री करणारा झालो. याशिवाय प्रत्येक मुलाला काही खास काम दिले जायचे. माझे काम होते– जिन्याच्या कठड्यांना साफसूफ करणे, पॉलिश करणे. ते जिने ज्या पद्धतीने बांधले गेले होते, ते पाहून मी खूश झालो होतो. मला त्यांचे फार आकर्षण वाटायचे. ते चांगले आठ फूट रुंद होते. त्यांच्या पायऱ्यांवर त्या अनाथालयातील सर्व मुले एखाद्या स्टेडियममध्ये बसावीत तशी बसायची व सिनेमे पाहायची; पण तिथले सर्वांत मोठे आकर्षण होते ते सेंट जोसेफच्या उंच पुतळ्याचे!

त्या अनाथालयातील जीवन कोंडमारा करणारे होते. तिथल्या ६॥ वर्षांच्या वास्तव्यात 'आपले आयुष्य अनैसर्गिक आहे', या समजापासून मी कधीही दूर जाऊ शकलो नाही; तसेच आपल्याला आयुष्यात न्याय मिळत नाही, या विचारापासूनही. अर्थात, ते मी फारसे कधी मनाला लावून घेतले नाही आणि पहिले काही दिवस सोडले, तर त्यानंतर त्याविरुद्ध मी कधीही बंड केले नाही. मला याचीही खात्री नाही की, माझ्यातील बंडखोर व्यक्तिमत्त्व तिथे कधी प्रकट झाले होते वा नाही. फक्त या नव्या वातावरणाविषयी अप्रियता माझ्या मनात होती, हे मला आठवते. माझ्याशी नीट न वागणाऱ्या एका मुलाशी माझे जोरदार भांडण झाले. का, ते मला कळत नाही; पण त्याच्या डोक्यावर टोपी का काहीतरी फडके बांधले होते आणि ते मला अपमानास्पद वाटत होते; त्यामुळे मी त्याला मारले. नंतर तो मुलगा त्या अनाथालयातील उत्तम क्रीडापटू झाला. आम्ही त्याला 'एटबॉल' म्हणायचो. तिथे राहण्याबाबत मी आनंदी नव्हतो, तरी तिथे अनेकांशी मैत्री जमवली आणि त्यामध्ये त्याचाही समावेश होता.

तिथला माझा जिवलग मित्र होता रॉय मॉरिस. आपण इथे परके आहोत, या अनाथालयाशी आपला काही संबंध नाही– या माझ्या भावनेशी तो सहमत असायचा; पण रॉयला त्याहून अधिक महत्त्वाचे एक कारण होते, ते म्हणजे, तो कॅथॉलिक नव्हता. त्याच्या पालकांनी त्यांच्या धंद्यात आलेल्या अडचणीमुळे त्याला काही

काळासाठी तिथे ठेवले होते. त्याला आठवते तशी माझ्यासारखीच त्याचीही तिथली सुरुवात तितकीशी चांगली नव्हती. माझी जशी त्या एटबॉलशी मारामारी झाली, तसेच त्याचे काहीसे झाले. त्याच्या प्रवेशाची मुलाखत झाल्यावर तो व त्याची आई तिथल्या एका जोगिणीबरोबर दुसऱ्या मजल्यावर चालला होता. तिथे त्याला भिंतीवर जीझस ख्राइस्टचा फोटो दिसला. त्याच्याकडे बोट दाखवून तो आईला म्हणाला, "आई, खालच्या मजल्यावर आहे तोच हा (रेड) इंडियन आहे ना?"

मला वाटते, त्यानंतर त्या जोगिणींनी त्याच्यावर कधीही विश्वास ठेवला नाही. त्याला आठवते तसे– एकदा त्याला मध्यरात्री उठवून यथेच्छ बदडून काढले होते. आरोप होता, त्याने एक छोटी साखळी चोरल्याचा. तो म्हणाला, "मी ती चोरली नव्हती; पण माझ्या निर्दोषत्वाची माझी ग्वाही कोणी मनावरच घेतली नाही. त्याकडे चक्क दुर्लक्ष केले गेले." रॉयला आठवते तसे– त्याचे तोंड एकदा साबणाने धुतले होते आणि तशीच शिक्षा मलाही काही चातुर्यपूर्ण विधान केल्याबद्दल मिळाली होती. त्याला आठवते तसे– त्या ओकच्या फळ्यांच्या लाकडी फरशीला पॉलिश करण्यासाठी आम्हाला मेण लावलेले ब्रेडचे रॅपर दिले जायचे. मग आम्ही त्याच्यावर एखाद्या मुलाला बसवून ते रॅपर फिरवायचो; त्यामुळे ते एवढे गरम व्हायचे की, त्या मुलाचा पार्श्वभाग भाजून निघायचा.

मी सोडायच्या बऱ्याच आधी रॉयने तो अनाथाश्रम सोडला आणि तो गेल्यावर मला चुकल्या-चुकल्यासारखे वाटले; पण आम्ही एवढे लहान होतो की, आम्हाला एकमेकांशी संपर्क ठेवणेही शक्य नव्हते. रॉयच्या वाचनात ४० वर्षांनंतर न्यूजवीक मासिकात १९८४ मध्ये टायगर्स बेसबॉल टीमने विजयाची मालिकाच लावली होती, त्यावरचा एक लेख आला होता. त्यात माझा उल्लेख होता. मग दुसऱ्या दिवशी त्याने आमच्या ऑफिसमध्ये मला फोन केला. त्याचा आवाज परत ऐकणे रोमांचकारी होते. रॉय आता न्यू जर्सीत राहतो. त्याला व त्याच्या पत्नीला ५ मुले आहेत. तो दोन मोठ्या कंपन्यांचा अध्यक्ष आहे. या कंपन्या टपालाने पाठवण्यासाठी कॉम्प्युटरवर मोठ्या प्रमाणावर पत्रे छापतात. त्या कंपन्यांची नावे 'स्कॅनफॉर्म्स आयएनसी' आणि 'सायबरमॅटिक्स आयएनसी' अशी आहेत.

त्या अनाथाश्रमातील आमच्याबरोबरच्या फक्त दोघांशी माझा थोडाफार संपर्क राहिला आहे. एक म्हणजे, जॉन फ्रँकलिन करी व दुसरा म्हणजे, जिम ब्रायसन. त्याशिवाय अन्य अनेकांना मी १९८५ मध्ये आमच्या त्या वेळच्या मुलांचे स्नेहसंमेलन झाले, त्या वेळी भेटलो. मी व करी शाळेत बरोबर चालत जात असू आणि पाच वर्षे शाळेच्या निरनिराळ्या खेळांत एकाच संघात खेळत असू. तो कोणत्याही परिस्थितीत बाजूला असणे छान वाटायचे. कारण जरी तो सहाव्या इयत्तेत होता, तरी त्याचे वजन होते जवळजवळ ३०० पौंड (१३५ किलो) आणि

तरीही तो जलद व चपळ होता. त्या अनाथाश्रमातून करी उच्च माध्यमिक शाळेसाठी बॉइज टाउन येथे गेला आणि नेब्रास्काच्या राज्यस्तरीय फुटबॉल संघात तो कनिष्ठ व ज्येष्ठ पातळीवरही खेळला. पुढे तो मिशिगनमधील ग्रँड हेवन येथे बोअरिंग मशिनचा ऑपरेटर म्हणून काम करत होता.

जिम ब्रायसनने जॅक्सनमधील कंझ्युमर्स पॉवर कंपनीत काम केले. तो आमच्या वेळचा थोडा वयस्कर मुलगा होता. आमच्या बास्केटबॉलच्या सामन्यात तो पंच म्हणून काम करायचा. तिथल्या जिमखान्यात ऐन थंडीतही आमचे सामने व्हायचे, त्या वेळी श्वास घेताना तोंडातून बाहेर येणारी हवा आम्ही पाहू शकायचो. ब्रायसन तिथल्या जोगिणींकरता वृत्तपत्रे आणून द्यायचे काम करायचा. मग त्यातल्या महत्त्वाच्या बातम्या तो आम्हाला सांगायचा– जसे टायगर संघाविषयीच्या. तो संघ जिंकलेला असला की, आम्ही उल्हसित व्हायचो; मग एकमेकांना गुद्दे मारून आमचा आनंद व्यक्त करायचो. त्यांचा पराभव झाला की, आम्ही जणू शोकसागरात बुडून गेलेलो असायचो.

त्या अनाथाश्रमात पहिल्या दोन इयत्तेचे शिक्षण दिले जायचे; पण तिसऱ्या वर्षानंतर तिथली मुले निरनिराळ्या शाळांत चालत जात असत. मी व करी सेंट मेरीज शाळेत जायचो. आम्ही आमच्या दिलेल्या क्रमांकावरून ओळखले जायचो. कित्येक वर्षे माझा क्रमांक २५ होता. मला तो आवडायचा, कारण टायगर संघाच्या हॉल व्हॉइट या पिचरचाही क्रमांक तोच होता. माझे त्या अनाथाश्रमात असतानाचे शाळकरी जीवन वरच्या दर्जाचे झाले. त्याचे कारण आम्हाला प्रोत्साहित करणारी, प्रेमळ शिक्षिका सिस्टर बेरार्डा. ती माझी जणू दत्तक आईच बनली आणि तिच्या काळजीखाली माझी वाढ चांगली झाली. मी केलेल्या प्रत्येक कामात माझा दर्जा तारांकित असायचा. जिगसॉ कोडे सोडवण्यात मी आघाडीवर असायचो, पिंगपाँगच्या खेळात मी सर्वोत्तम खेळाडू असायचो, तर गोट्या खेळण्यातही सर्वोत्तम असायचो. मी सर्व प्रकारच्या खेळांच्या संघात आघाडीवर असायचो; पण आता मागे वळून पाहिले तर याचे समाधान वाटते की, अभ्यासातही मी आघाडीवर असायचो. मी वर्गात एवढा आघाडीवर असायचो की, मला एक इयत्ता गाळून एकदम वरच्या वर्गात बसवायचेही बोलणे चालले होते. मला वाटते, त्या वेळी शिष्यवृत्तीसाठीही माझे नाव पाठवले होते. तिथेही मी चांगली कामगिरी केली असावी, असे वाटते. कारण सिस्टर बेरार्डा मला नेहमीच प्रोत्साहित करायची, कधीकधी माझ्या कल्पना अगदी विचित्र वाटायच्या तरी. मला आठवते तसे– वर्गात मी एकदा सांगितले की, मोठा झाल्यावर मी धर्मोपदेशक व वास्तुशास्त्रज्ञ होईन आणि डेट्रॉइट टायगर्सच्या संघातही असेन. इतर मुले हसली आणि म्हणाली– ‘‘हे तर अशक्यच आहे– या तिन्ही गोष्टी जमणे शक्यच नाही!’’ मग सिस्टर बेरार्डा

त्यांना शांत करत म्हणाली, "मला छान वाटते, आजपर्यंत या सर्व गोष्टी एका व्यक्तीने केलेल्या नाहीत; पण तुला करायच्याच असतील, तर ते अशक्य नाही. तू नक्की करू शकशील." हे खरे प्रोत्साहन.

मी तिसऱ्या इयत्तेत गेलो आणि सिस्टर बेरार्डाच्या जागी दुर्दैवाने नव्या बाईंची नेमणूक झाली. बेरार्डा म्हणजे शिक्षिका व दत्तक आई अशा दोन्ही भूमिका पार पाडायची. त्याऐवजी नव्या आलेल्या बाई या अगदी तिऱ्हाइताच्या भूमिकेतून आमच्याशी वागायच्या. त्या कडक होत्या; तर सेंट मेरीजमधील वातावरण अगदी रुक्ष झाले होते, त्यात आपुलकी नव्हती. अनाथाश्रमातील या नव्या बाई तर हातात पट्टा घेऊनच वावरायच्या. आमच्याकडून जरा काही चुकीचे घडले की, त्या पट्ट्याने मार बसायचा. त्यात दया-माया नसायची, दिलासाही नसायचा. त्या बाई म्हणजे मला नंतर मरिन केअरमध्ये कवायत शिकवण्यासाठी होते तशा कडक प्रशिक्षकांसारख्या वाटल्या. आम्हाला पँट खाली करायला लावून त्या ढुंगणावर पट्ट्याने फटके मारायच्या– अगदी असेल-नसेल तेवढी ताकद वापरून. त्यांच्या कारकिर्दीत शाळाबाह्य गोष्टींमधील माझे स्वारस्य नाहीसे झाले. शाळेतील माझी श्रेणी घसरली आणि खेळामध्येही कित्येक मुले माझ्या पुढे गेली. हळूहळू मी एकाकी पडत चाललो. मला आठवते तसे– मला कशीबशी 'बी' श्रेणी मिळत गेली आणि सिस्टर बेरार्डाच्या काळात मला अभ्यासाविषयी जसा उत्साह वाटायचा, तसा उत्साह मला नंतर कधीच वाटला नाही.

माझी आई मला व जिमला भेटायला नेहमी यायची. ती नेहमी म्हणायची की, ती आम्हाला तिच्याबरोबर राहण्यासाठी थोड्याच काळात परत घेऊन जाणार आहे; पण त्यासाठी योग्य ती व्यवस्था करणे तिला जमले नाही, असे दिसत होते; त्यामुळे त्या अनाथाश्रमातील आमचे जीवन ओढणे चालूच राहिले होते. शाळेची वर्षांमागून वर्षे चालूच होती. मला नेहमी आश्चर्य वाटायचे– इथल्यापेक्षा बाहेरचे जीवन कसे असेल व ते उपभोगणे मोठे झाल्याखेरीज आपणास जमणारच नाही का?

माझ्या आईने नर्सिंग स्कूलचे शिक्षण संपल्यावर ट्रॅव्हर्स सिटी या मिशिगनच्या उत्तर भागातील गावात स्थलांतर केले. तिच्या मते, तिथे तिच्या ताप येण्यावर काही उपाय होईल, असे तिला वाटले. मला त्या गावाविषयी काहीच माहीत नव्हते. माहीत होते ते एवढेच की, ते बरेच दूर आहे आणि ती चेरी राज्याची राजधानी आहे. मग मी सहाव्या इयत्तेत असताना आईने मला सांगितले की, ती आता मला व जिमला घरी राहायला घेऊन जाणार आहे. माझा तिच्यावर विश्वास बसेना; पण खरंच त्या वर्षीच्या ऑगस्टमध्ये आम्ही तिच्याबरोबर राहण्यासाठी गेलो. तिथे ती एका बाईकडून एक घर विकत घेणार होती. तिच्याबरोबर तिने मुन्सोन हॉस्पिटलमध्ये

नर्सिंगची सहकारी म्हणून काम केले होते.

मुक्त होणे किती रोमांचकारी असते याचा अनुभव मी तेव्हा घेतला, हे मला आठवते. ते एखाद्या स्टोअरमध्ये एकट्याने जाणे, तिथल्या वस्तू न्याहाळणे, खिशात थोडे पैसे ठेवायला मिळणे आणि पैसे मिळवताही येणे. सर्वच आगळे वेगळे; नवे. अनाथाश्रमातील त्या मिलिटरी खाक्याच्या वातावरणातून पूर्ण स्वातंत्र्यात आईबरोबर राहणे हे उल्हसित करणारे होते.

या नव्या शहरात माझी पहिली मोहीम होती ते एका कारविक्रेत्याकडे नोकरी मिळवण्याची. मला वाटायचे की, मोटारगाडीतले मला बरेच कळते. निरनिराळ्या गाड्या पाहणे हे– अनाथालयातून शाळेत व परत अनाथाश्रमात या वाटचालीत– माझे एक हौसेचे काम होते. मी त्यांच्याविषयी बरेच वाचायचो आणि मग माझ्या नोंदवहीत लिहून ठेवायचो. म्हणून मला अशा ठिकाणी काम करायचे होते की, जिथे आसपास भरपूर गाड्या असतील. मला माहीत होते की, तो विक्रेता माझ्यासारख्या १२ वर्षांच्या मुलाला कामावर ठेवणार नाही; पण मी बिनपगारी काम करण्यास तयार होतो. मी गावातल्या प्रत्येक कारविक्रेत्याकडे जायचो आणि तिथल्या व्यवस्थापकांना 'फरशी पुसण्यापासून गाड्या धुण्यापर्यंत कोणतेही काम करायची माझी तयारी आहे' असे सांगायचो. मला खात्री आहे, त्यांची समजूत असावी, मी एक नाठाळ मुलगा असावा; कारण त्यांनी मला तिथे कधीही रेंगाळू दिले नाही.

इतकी वर्षे दूर राहिल्यानंतर मला असे वाटू लागले की, आईबरोबर कोणती ना कोणती वादावादी झाल्याशिवाय एक मिनिटही जात नव्हते. मग मी तिच्यापासून जास्तीतजास्त दूर राहायचे ठरवले. सातवी इयत्ता झाल्यावर मी निरनिराळ्या उन्हाळी कामांवर जाऊ लागलो; त्यामुळे घरापासून बराच वेळ दूरही. मी आणि पॉल स्टेफेस नावाच्या मुलाने काही काळ चेरी गोळा करायचे काम केले. माझ्या मनात विचार आला की, हाताने चेरी गोळा करणे हे वेळखाऊ काम आहे. मग यासाठी झाड हलवणारे एखादे यंत्र का नसावे की, जे चालू केल्यावर झाड गदागदा हलेल व चेरीची फळे खालच्या ताडपत्रीवर पडतील. आत्ता अगदी याच पद्धतीने ते काम होते. मिशिगन लेकच्या काठावर मासेमारीसाठीही मी व पॉल जायचो. मग आम्ही गोळा केलेले मासे घरोघरी जाऊन विकायचो. आमच्या घराच्या परसात आम्ही भाजीपाला पिकवायचो, मग तो घरोघरी जाऊन विकायचो. कोपऱ्यावरच्या एका दूधवाल्याच्या दुकानासमोर मी त्या शहरातले वृत्तपत्रही विकायचो.

त्या वर्षीच्या उन्हाळ्यात मी सुमारे आठवडाभर ॲन आर्बरमध्ये बांधकामाच्या व्यवसायात असलेल्या माझ्या श्रीमंत काकांना भेटायला गेलो. त्यांचे नाव एड मोनाघन. तिथून मी परत आईकडे आलो. त्यानंतर आई व माझ्यातले प्रश्न

अधिकच तीव्र झाले. आम्ही सतत भांडायचो. शेवटी तिने सांगितले की, माझ्या बाबतीत आई आणि वडील या दोन्ही भूमिका पार पाडणे तिच्या आवाक्याबाहेरचे आहे. मग तिने त्या राज्यातील बालगृह व समाज साह्य सोसायटीशी संपर्क साधला आणि मला एखाद्या पालकगृहात ठेवावे, असे सुचवले.

या खेपेला मला इंटरलेशिनमधील बीमन कुटुंबाच्या शेतावर राहण्यास पाठवले. मला श्री. बीमन आवडले, त्यांच्या शेतावर, त्यांच्या ट्रकवर काम करणे मला आवडू लागले; पण मी नंतर असे ठरवले की– आपणही शेतावर काम केले पाहिजे, ट्रक/ट्रॅक्टर चालवायला पाहिजे, गाईची धार काढली पाहिजे. मी त्या संबंध शालेय वर्षात त्यांच्याकडे राहिलो आणि नंतरच्या उन्हाळ्यातही. नंतर मी ट्रॅव्हर्स सिटीला परतल्यावरही फारच थोडा वेळ घरी थांबायचो, बहुतेक वेळ बाहेरबाहेरच असायचो. ॲलन ग्रे नावाच्या मुलाबरोबर त्याच्या घराच्या तळघरामध्ये पिंगपाँग खेळणे मला आवडायचे. मला वाटते, आम्ही हजारएक गेम्स खेळलो आणि त्या सर्व मीच जिंकलो.

त्या वर्षी शाळा पुन्हा चालू झाल्यावर मला व माझा भाऊ जिम याला जॉन्सन नावाच्या कुटुंबाच्या शेतावर राहण्यासाठी पाठवण्यात आले. बीमनपेक्षा ही अधिक सक्रिय शेती होती आणि आम्ही तिथे चांगले रमलो. त्यानंतर काही महिन्यांनी आम्ही आणखी एका नव्या ठिकाणी राहण्यास गेलो, ते यापेक्षाही बरे होते; पण या वेळेला जिम माझ्याबरोबर नव्हता, तो आईबरोबर राहण्यासाठी परत गेला होता. मी ज्या नवीन घरी गेलो, ते होते श्री. व सौ. एडविन क्राऊच यांचे. ते फारच सोज्वळ होते आणि माझ्या विचाराने ती जागा फारच छान होती. त्या शेतीवरच्या जीवनातले सर्व काही मला आवडले. सकाळी लवकर उठून समूहगीतात साथ देणे मला आवडायचे. मी गाईची धार काढायला शिकलो, गवत कापायला शिकलो, लाकूड तोडायला शिकलो, शेण सारवायला शिकलो... आणखी इतर बरंच काही.

आता मागे वळून पाहिले तर मला वाटते, माझ्यासारख्या मुलांना सांभाळण्यात क्राऊन दांपत्याचे एक उद्दिष्ट होते. ते म्हणजे, शेतातल्या त्या अपुऱ्या उत्पन्नात पैशाची बचत करून काम करून घ्यायचे. ब्रोडमन नदीकाठचा तो शेताचा भाग खडकाळ, डोंगरउताराचा व नांगरणीसाठी अवघड होता. तिथे धान्याचे कोठार नव्हते; फक्त गाईचे काही गोठे होते, गवत बाहेर उघड्यावरच भारे करून ठेवलेले असायचे. त्यांचे घर साधे दुमजली होते आणि त्याला कित्येक वर्षांत रंगरंगोटी केलेली नव्हती. दुसऱ्या मजल्यावर दोन छोट्या खोल्या होत्या; त्यातील एक मला झोपण्यासाठी होती, दुसरी रिकामी होती. टॅव्हर्स सिटीमध्ये राहणाऱ्या त्या कुटुंबाच्या तीन मुलींपैकी कोणी आल्या की, त्यात राहायच्या.

माझ्या खोलीविषयी आता मला फारसे आठवत नाही. एवढे आठवते की–

दिवस उजाडला की, भिंतीवरच्या फटीतून सूर्यप्रकाश दिसायचा. थंडीच्या दिवसांत त्या भिंतीवर दव पडलेले असायचे. कारण घरात गरम हवा खेळवण्यासाठी फक्त तळमजल्यावरच हीटर होते. ती खोली आम्ही फारशी कधी वापरल्याचे आठवत नाही, कारण स्वयंपाकघर हेच आमच्या कौटुंबिक जीवनाचे केंद्रस्थान होते. मी तिथेच शाळेचा गृहपाठ करायचो आणि रॉकेलच्या दिव्यावर अभ्यास करायचो. श्री. क्राऊच यांनी पुढे गॅसचा एक दिवा आणला, त्यानिमित्ताने मग घरात जल्लोष झाला. तो आमच्या दृष्टीने एक महत्त्वाचा समारंभ होता. त्याच्या ताकदीने मी भारावून गेलो. त्याचा विक्रेता म्हणाला होता– 'हा इतका शक्तिशाली आहे की, ४० वॅटच्या दिव्याएवढा त्याचा प्रकाश पडतो.'

त्या गॅसच्या दिव्याच्या प्रकाशात वाचलेले एक पुस्तक मला आठवते, ते म्हणजे अब्राहम लिंकन यांचे चरित्र. त्यांच्या कहाणीने मला मोठी स्वप्ने पाहण्यासाठी प्रोत्साहित केले. जर इलिनॉईसमधला शेतावर काम करणारा एक गरीब मुलगा कठोर परिश्रम करतो आणि अमेरिकेचा राष्ट्राध्यक्ष बनतो, तर मी स्वत:वर मर्यादा का घालाव्यात? भौतिक स्वप्ने पाहण्यासाठी विविध उत्पादनांचे रंगीबेरंगी कॅटलॉग्ज उपलब्ध होते. त्यातले निरनिराळे विभाग आणि सिअर्सचे 'इच्छा पुस्तक आवडायचे. ते पाहिल्यावर मला खास ज्ञान मिळायचे– विशेषत: विविध वस्तूंच्या किमती व एकापेक्षा दुसरी अधिक स्वस्त किंवा महाग का आहे, हे कळायचे. मी नेहमी स्वप्ने पाहायचो ती उत्तमातील उत्तम वस्तू घ्यायची– महाग की स्वस्त हे पाहून नव्हे. आणि मी ती एवढी नजरेसमोर आणायचो की, जणू ती माझ्याजवळच आहे अन् त्यातले मला सर्व काही कळते. कधीकधी मी भविष्यात बांधणार असलेल्या घराचे व माझ्या कार्यालयीन कक्षाचे चित्र नजरेसमोर आणायचो– तेही अगदी अचूक! मग मी तिथे त्या कॅटलॉगमधल्या वस्तू मांडून ती मनोमनच सजवायचो.

माझ्या मनोमन रचलेल्या प्रकल्पांमुळे मला वास्तुशास्त्रातले अधिकाधिक ज्ञान मिळवायची प्रेरणा मिळाली. मला विविध इमारतींचे नेहमीच आकर्षण वाटायचे; पण नंतर ट्रॅव्हर्स सिटीच्या ग्रंथालयातील त्या संबंधातल्या पुस्तकांमुळे मला फ्रँक लॉइड राइटविषयी अधिक माहिती मिळाली. त्याच्याविषयी जेवढे काही व जे-जे काही मिळाले, ते मी वाचून काढले. एका वचनाने मी अधिकच प्रभावित झालो. ते होते– "१९०० ते १९५० दरम्यानच्या दहा अत्युत्कृष्ट वास्तुप्रकल्पांपैकी सात प्रकल्प फ्रँक लॉइड राइटचे होते."

माझी स्वप्ने माझ्या दृष्टीने महत्त्वाची होती आणि माझा सर्वांत महत्त्वाचा वेळ सकाळच्या धुक्यात गुरफटलेल्या पहाटेचा असायचा. त्या वेळी मी सव्वा मैलभर चालत मुख्य रस्त्यावरची सेंट फ्रान्सिस शाळेला जाणारी बस पकडायचो. त्या चिखलाने भरलेल्या रस्त्यावरून जाताना प्रत्येक पावलागणिक माझ्या मनातील

स्वप्ने भरभरून वाहायची. ती असायची टॉम मोनाघन या हुशार वास्तुशास्त्रज्ञाविषयीची किंवा टॉम मोनाघन नावाच्या किशोरवयातील उद्योगपतीविषयीची. माझ्या स्वप्नात माझ्या पाठीमागे त्या शाळेतील प्रत्येक सुंदर मुलगी लागली आहे, असेही असायचे. मी त्याने रोमांचित व्हायचो. मुलींविषयीचे माझे आकर्षण थोडे विचित्र वाटेल असे होते. कारण मी इतका लाजाळू होतो की, मला आवडलेल्या एखाद्या मुलीला 'हॅलो' म्हणणेही जमायचे नाही. हेही सांगायला नको की, त्यापैकी कोणालाही माझ्यात काही स्वारस्य नसायचे.

पण त्यामुळे त्यांच्याविषयीची स्वप्ने पाहण्यापासून मला कोणी थोपवू शकायचे नाही. माझ्या या पहाटेच्या स्वप्नात काही वेळा व्यत्यय यायचा, जेव्हा एखादा कवडा पक्षी घाबरून एखाद्या खड्ड्यातून उडी मारत यायचा किंवा एखादे हरण शेतातून येऊन रस्ता पार करत असायचे. शाळेच्या वाटेवर जाताना कित्येक वेळा पावले अगदी मंद व्हायची... पण जेव्हा दुपारी शाळेची बस मला परत घराजवळच्या थांब्यावर सोडायची, त्या वेळी आपण स्वतंत्र झाल्याचा आनंद गगनात मावायचा नाही. अंगात एवढी ऊर्जा यायची की, मी अक्षरश: धावत घर गाठायचो.

याच कालावधीत धर्म हा माझ्या दृष्टीने वाढत्या श्रेणीने महत्त्वाचा होऊ लागला. माझ्या लक्षात आले की, अनाथाश्रमात असताना घड्याळ्याच्या काट्यावर चालणाऱ्या धार्मिक आचारांना मी आता मुकत होतो; पण आता मी एक भक्त झाल्यावर तसे होत नव्हते. मला वाटू लागले की, धर्म हा माझा जीवनातील एक महत्त्वाचा, सातत्याचा धागा बनला आहे. मी रविवारची प्रार्थना कधी चुकवली नाही आणि ट्रॅव्हर्स सिटीमधले धर्मोपदेशक फादर पॅसेनो यांच्याशी जमलेल्या मैत्रीमुळे माझी धर्मावरची श्रद्धा अधिकच वृद्धिंगत होत गेली. मी दुसऱ्या इयत्तेत असताना लॅटिन भाषेची चांगली जाण मला झाली होती; त्यामुळे मी तेव्हापासूनच प्रार्थना सांगणारा मुलगा होऊन गेलो. फादर पॅसेनो हे जणू माझा खऱ्या आई-वडिलांसारखेच माझ्याशी वागू लागले. त्यांनी मला प्रोत्साहन दिले आणि आईबरोबरचे माझे गैरसमज कमी करण्यात त्यांनी मोलाची मदत केली. मग मी त्यांच्याविषयीची कृतज्ञता व्यक्त करण्यासाठी आठव्या इयत्तेत उन्हाळी कामे करून जमवलेले डॉलर्स घेऊन व्हर्जिन मेरीचा एक छान काचेचा पुतळा त्यांना भेट दिला. सेंट फ्रान्सिस शाळेतील पहिल्या वर्षी– मी ठरवले की– मी माझ्याशीच खरा, प्रामाणिक नाही. ही जाण झाली, तो क्षण मी कधीही विसरणार नाही. कारण मी त्या वेळी शेतावर खत पसरायचे काम करत होतो. त्या मन:स्थितीचे सांकेतिकीकरण माझ्यावर आक्रमण करत होते. मी माझ्या धोरणांपर्यंत चिखलात उभा होतो. त्या वेळी पाहिले की, महामूर्खासारखा मी त्यात लोळत होतो आणि मनात विचार होते ते भौतिक सुखाचे. जेव्हा खरेतर मी आध्यात्मिक शोधाच्या मागे जायला हवे होते.

मी तिथल्या तिथे ताबडतोब ठरवले की, मी धर्मोपदेशकच होईन. मी सिस्टर बेरार्डाला सांगितले होते ते मला आठवले आणि मी पुन्हा एकदा त्याप्रमाणेच करायचे ठरवले. मला माहिती होते की, त्यासाठीच्या पाठशाळेत मी इतर विद्यार्थ्यांपेक्षा एक वर्ष पाठीमागे राहीन; पण ते वर्ष आपण सहज भरून काढू, याविषयी माझ्या मनात अजिबात संदेह नव्हता.

फादर पॅसेनोंनी माझी ही स्वयंशोधाची कहाणी ऐकली आणि त्यांनी मला त्यासाठी ग्रँड रॅपिड्स इथल्या पाठशाळेत पाठवायचे वचन दिले. मला जेव्हा तिथे स्वीकारले गेले, तेव्हा मला माझा बहुमान झाल्यासारखे वाटले आणि मी जाण्यासाठी फार थांबू शकलो नाही. फादर पॅसेनोंनी मला सावधपणाची सूचना दिली की, मला कदाचित् सेंट जोसेफमध्ये सामावून जाणे अवघड होईल; पण त्यांनाही व मलाही याची अजिबात कल्पना नव्हती की, त्या पाठशाळेत विद्यार्थी म्हणून काय भयानक आपत्ती येऊ शकेल!

मी जेमतेम वर्षभर तिथे राहिलो. तेव्हा किंवा त्यानंतर कधीही मी इतका खचून गेलो नव्हतो. तसे अपयश मला नवे नाही; पण इथल्या अपयशाइतके दुसरे कुठलेही मला जाणवले नाही, कारण ते अगदी टोकाचे होते. मी तिथल्या व्यवस्थापकांच्या कार्यालयात शेवटच्या दिवशी गेलो, त्या वेळची परिस्थिती आठवते. त्यांनी मला नोकरी देण्यासाठी तिथे दिलेल्या माझ्या अनेक भेटींपैकी खरेतर ती एक होती; पण या वेळी माझी मन:स्थिती जरा विचित्र होती. मला अलीकडचे काही प्रसंग आठवले आणि मग वाटले, इतक्या उकळत्या पाण्यात आपण उडी घेतली नसती, तर बरे झाले असते.

समस्या होती ती शिस्तीबाबतच्या साधर्म्याची– जी मला आवडायची नाही. हे साधर्म्य त्या अनाथाश्रमातील शिस्त आणि या पाठशाळेतील शिस्त याबाबत सारख्याच दर्जाचे होते. अनाथाश्रमामध्ये मी नियमांना गुंगारा देण्याबाबत बऱ्यापैकी तयार झालो होतो आणि या पाठशाळेतील नियमही मी फार गांभीर्याने घेत नव्हतो. आमच्या वसतिगृहातील शयनकक्षात इतर सहकाऱ्यांबरोबर उशा घेऊन फेकाफेकी करणे किंवा प्रार्थनेतील संपूर्ण शांततेच्या वेळी कुजबुजत राहणे मी टाळू शकायचो नाही. मात्र, तिथल्या उच्च अधिकाऱ्यांच्या दृष्टीने हा शिस्तभंगाचा गंभीर प्रकार होता. माझ्या तिथल्या पतनाचे आणखी एक कारण म्हणजे, वरच्या वर्गातील विद्यार्थी शिस्त राखणारे अधिकारी बनायचे आणि एकदा का तुम्ही त्यांच्याशी पंगा घेतलात की ते तुमच्याविषयीच्या अहवालात खराब शेरे मारायचे. अशा वेळी त्यांना काही विचारावे, तर उत्तर असायचे, ''सकाळी वसतिगृहप्रमुखांना भेट.'' जर चार वेळा अशी त्यांच्याकडे जायची वेळ आली, तर तुमची गच्छंती झालीच म्हणून समजा. मी तर त्याही मर्यादेपलीकडे गेलो होतो. मात्र, हे सर्व असले, तरी मी

स्वत:ला तिथला समर्पित विद्यार्थी समजत होतो.

पण आमचे वसतिगृहप्रमुख (रेक्टर) मॉन्सिनॉर फालिकी यांचा विचार काही निराळाच होता. त्यांनी मला तोंडावर स्पष्ट सांगितले, "तुला या क्षेत्रातले काही कळत नाही." ते चांगले ६ फूट ६ इंच उंचीचे तगडे गृहस्थ होते आणि मला त्यांच्याविषयी कौतुक वाटायचे, कारण इथे त्यांना दीक्षा मिळण्यापूर्वी ते न्यू यॉर्क यांकीज संघाचे खेळाडू निवडणारे होते. तसे ते कठोरही होते. मला तिथून घालवून देताहेत, हे सांगितल्यावर माझ्या डोळ्यांत पाणी आले; पण त्याचे त्यांना काही ढिम्म नव्हते. "जेव्हा तू ईस्टर सुट्टीसाठी तुझ्या सामानाची बांधाबांध करशील, तेव्हा ती कायमची असेल; तू परत इथे येणार नाहीस." मी परत संधी मिळावी म्हणून त्यांची विनवणी करत होतो; पण त्याचा त्यांच्यावर काही परिणाम झाला नाही. मी त्यांना माझ्या श्रेणी दाखवल्या. ग्रीक भाषा हा एक विषय सोडला तर बाकी सर्वांत त्या उत्तम होत्या. मी दुसऱ्या इयत्तेत असल्यापासून माझी जी ध्येये होती, ती मी त्यांना सांगितली; पण त्यांचा विचार पक्का होता आणि मग मला तिथून मग परत येण्यासाठी घरचा रस्ता धरावा लागला.

मी म्हणजे तिथला एक अपयशी विद्यार्थी ठरलो. तिथून ट्रॅव्हर्स सिटीला घरी येताना माझे पाय जड झाले होते. जे झाले त्यावर माझ्या आईचा विश्वास बसला नव्हता. तिला वाटले– मी धर्मोपदेशक बनण्यासाठी त्या पाठशाळेत गेलो म्हणजे माझ्याबाबतच्या तिच्या सर्व समस्या, डोकेदुखी संपली; पण मी आता परत तिच्या घराचे दार ठोठावत होतो. मग माझ्या आईशी आमची सारखीसारखी होणारी वादावादी, भांडाभांडी चालू झाली. मी घरी होणाऱ्या या कटकटीचा विचार करायचा नाही, असे ठरवले आणि तसेच सेंट फ्रान्सिस विद्यालयात मध्यावधीतच रुजू झाल्यामुळे निर्माण झालेल्या अडचणींचाही. परत येण्याचे एक छोटेसे समाधान मला वाटत होते. ते म्हणजे, मी परत मुलींमध्ये आलो होतो. मात्र, माझा लाजाळूपणा अद्यापही गेलेला नव्हता आणि त्यांच्यापैकी कोणालाही 'डेटिंग'साठी विचारायचे धाडस मला कधीही झाले नाही.

घरी संध्याकाळी गृहपाठ करायचा सोडून, मी कोनावेज बाऊलिंग ॲलीमध्ये उत्तमपणे काम करत होतो आणि तेही कधीकधी रात्रभर. तिथे जाण्यासाठी मला तीन मैल चालत जावे लागायचे आणि आईला चुकवण्यासाठी मी बहुतेक वेळा संध्याकाळचे जेवण चुकवत असे. तिथल्या मॅरिअन कोनावे आपल्या पतीच्या– जॉनच्या – मदतीने ती बाऊलिंग ॲली चालवत होत्या. माझी काळजी घेण्याचे काम त्यांनी स्वत:कडे घेतले. त्या मला 'खाणे झाले का?' म्हणून विचारायच्या. मी म्हणायचो, "नाही, पण मला भूक नाही", त्यावर त्या म्हणायच्या, "छान! पण मला भूक लागली आहे अन् मला एकटीला खाणे आवडत नाही. म्हणून तुला

माझ्याबरोबर खावेच लागेल.'' त्या माझ्यापुढे मोठा वाडगा ठेवायच्या, त्यात खायचे पदार्थ व जोडीला केक असायचा. मी त्यांचा लवकरच फडशा पाडायचो.

मी व माझ्या आईमधली परिस्थिती हळूहळू खूपच बिघडत गेली. मी सांगितलेली, केलेली कोणतीही गोष्ट तिला योग्य वाटायची नाही. तिच्या १९४८ नॅश मॉडेलच्या मोटारीवरून आमची भांडणे व्हायची. वडिलांच्या विम्याच्या पैशातून वाचलेल्या १ हजार डॉलरमधून तिने ती घेतली होती. संधी सापडेल तेव्हा मी ती मोटारगाडी चालवण्यासाठी तिच्याकडून मागून घ्यायचो. खरेतर ती १६ वर्षांच्या एखाद्या उभरत्या मुलाची नैसर्गिक इच्छाच म्हणायची, पण ते तिला समजायचंच नाही.

माझा भाऊ आमच्या या भांडणात पडायचा नाही. आमच्या वयात दोन वर्षांचे अंतर होते. आम्ही फारसे परस्परांच्या जवळ गेलो नाही आणि परस्परांना समजूनही घेतले नाही. अनाथाश्रमात मी त्याला संरक्षण द्यावे, असे त्याला कधीकधी वाटायचे; पण ते त्या-त्या वेळेपुरतेच. त्याला हॅम रेडिओमध्ये स्वारस्य उत्पन्न झाले आणि यंत्रावर काम करण्यातही. अनाथाश्रमातील इतर मुले त्याला 'प्रोफेसर मोनाघन' म्हणायची, कारण यंत्रे कशी चालतात याविषयीच तो नेहमी बोलत राहायचा. मात्र, तसे आमचे चांगले पटत होते.

एक दिवस मी कुठे जातोय हे आईला न सांगताच तिची गाडी मागून घेतली आणि मग ती काळजीने घाबरीघुबरी झाली. तिने पोलिसांना बोलावले आणि परिस्थिती इतकी विचित्र बनत गेली की, माझा संयम सुटला. मी आईची माफी मागण्याऐवजी एक रात्र तुरुंगात घालवणे पसंत केले. कारण मी काही चुकीचे केले होते, असे मला अजिबात वाटत नव्हते. नंतरही शक्यतो मी माझ्यापुरतेच पाहायचो आणि कमीतकमी वेळ घरी असायचो; त्यामुळे घरची परिस्थिती सहन करण्याइतपत आहे, असे मला वाटत होते.

पण एके दिवशी मी शाळेतून घरी येत होतो, तेवढ्यात एक गाडी माझ्याजवळ येऊन उभी राहिली. ड्रायव्हरनं काच खाली केली व तो म्हणाला,

''मोनाघन तूच का?''

''हो. का बरे?'' मी म्हटले.

त्याने स्वत:चा काउंटी शेरीफचा बिल्ला दाखवला आणि मला गाडीत बसायला सांगितले.

''आपण तुझ्या घरी तुझे कपडे घेण्यासाठी जात आहोत. यापुढे आम्ही तुला कैदेत ठेवणार आहोत.'' तो म्हणाला. मला धक्काच बसला. एखादे दु:स्वप्न पडावे, तसे मला झाले. मी कोणताही गुन्हा केलेला नव्हता, मी अपराधी नव्हतो आणि तरीही मला एखाद्या सामान्य चोरासारखे तुरुंगात टाकत होते. तिथल्या अधिकाऱ्याच्या बायकोने सांगितले की, या हुकूमावर माझ्या आईने सही केली आहे.

माझ्याबरोबर राहणे तिच्या सहनशीलतेच्या पलीकडे गेले होते. मला खरोखरच लाज वाटली. आता शाळेत इतर मुलांना कसे तोंड द्यावे, कसे सांगावे की, मला इतर गुन्हेगारांसारखे, चोरांसारखे कारागृहात ठेवले होते. मी खरोखरच गुन्हा केला असता तर त्याबाबत मला काही वाटले नसते. मी त्याबाबतीत खोटे बोललो नसतो; उलट मी ते कबूल केले असते. इतरांपासून लपवून ठेवण्याचे काहीच कारण नव्हते. म्हणून मग मी रोज शाळेत जाताना दूरची वाट धरून जणू, आमच्या घराच्या जवळून आलो आहे असे भासवत शाळेत जायचो. माझ्या वर्गमित्रांना त्याचा कधीच पत्ता लागला नाही.

शाळेतल्या फक्त एकाच व्यक्तीला माझ्या बाबतीतली ही खरी माहिती होती. ते म्हणजे बास्केटबॉलचे प्रशिक्षक जो क्राऊपा. मी जेव्हा सरावासाठी उपस्थित राहू शकलो नाही आणि एका सामन्यात अनुपस्थित राहिलो, तेव्हा त्यांनी खरी परिस्थिती जाणून घेतली; पण त्यांनी ती माहिती गुप्त ठेवली आणि मला सन्मानाने वागवले. मी त्याबद्दल त्यांचा ऋणी आहे. कारण त्या कारागृहातील इतरांचे वागणे आणि आचारविचार भावनाशून्य होते. तिथे होत असलेल्या चोऱ्यामाऱ्या पाहून मी चाट पडलो. इतर मुलांनी ते स्वीकारले होते आणि मी लवकरच बरोबर न घेऊन जाणाऱ्या वस्तू चोरीला जाऊ नयेत म्हणून नीट जपून ठेवायला शिकलो. शिवाय माझ्या वस्तू, माझी संपत्ती जपण्यासाठी मी मनगटाच्या जोराचाही वापर केला. आमचे रखवालदार– एक पोलीस व त्यांची पत्नी– हे फारच चांगले होते. त्यांना मी आवडायचो आणि जेव्हा इतर मुले नीट वागत नसतील तेव्हा ते मला त्या मुलांना समजावून सांगायला लावायचे– तेही प्रसंगी हाताचा वापर करून. मी त्यांचे ऐकायचो. मी नेहमीच एक चांगला मुष्टियोद्धा होतो आणि चांगले मुष्टियुद्ध करणे मला आवडायचे.

त्या सुधारगृहात ६ महिने राहिल्यावर माझ्या काकूला माझ्या बाबतीतील परिस्थिती कळली. तिच्या आयरिश रागाचा पारा चढला. तिने न्यायालयात जाऊन माझा ताबा मिळवला. ती व माझे काका डॅन माहलर यांच्याबरोबर काही आठवडे मी ॲन आर्बरमध्ये राहिलो आणि तेदेखील पुढच्या अनेक उन्हाळ्यांत; त्यांच्याबरोबर असण्यात मला भरपूर आनंद मिळायचा, तसाच त्यांच्या मॉरिनबरोबर– माझ्या आते भावाबरोबर. त्या घरी चांगले कौटुंबिक वातावरण होते. माझी आत्या पेग– माझ्या वडिलांच्या लहानपणीच्या गोष्टी सांगायची, ते ऐकणे फारच मजेचे असायचे; त्यामुळे डॅनकाका आले ते ट्रॅव्हर्स सिटीहून त्यांच्या घरी ॲन आर्बरला नेण्यासाठी. साहजिकपणे मी तर भलताच खूश झालो होतो. त्यानंतरच्या अनेक महिन्यांत ते दांपत्य माझ्याबाबत फारच दयाळू झाले होते. मला ते त्यांच्या कुटुंबातलाच एक मानायचे आणि मी अशा वातावरणासाठीच त्या अनाथाश्रमात गेल्यापासून आसुसलो

होतो. तसा श्री. व सौ. क्राऊच यांच्या घरी असतानाही मला कौटुंबिक वातावरणाचा लाभ मिळाला होता; पण आता मात्र मला वाटत होते की, सुख अनुभवायला मिळत होते. माझ्या काकांनी मला त्यांच्या बांधकाम व्यवसायाच्या कंपनीच्या कार्यालयात उन्हाळी काम दिले, शिवाय एक स्वतंत्र जीपही चालवायला दिली.

मी माझ्या पुढच्या शिक्षणासाठी ॲन आर्बरमधल्या सेंट थॉमस हायस्कूलमध्ये गेलो. 'द शामरॉक' या आमच्या वर्गाच्या वार्षिकात माझ्या फोटोखाली वचन होते, 'मी चांगला होण्याचा जेवढा अधिक प्रयत्न करतो, करायला जातो; तेवढा मी खराब होतो; पण तरीही एक ना एक दिवस काहीतरी सनसनाटी काम करीनच करीन!'

पण काही कारणास्तव मी सेंट थॉमसमध्ये फार काळ शिकू शिकलो नाही. मी वर्षभर कसेबसे एक पुस्तक शिकू शकलो. मी खेळात भाग घेत होतो अन् वर्गात वेळ घालवत होतो. शाळा संपल्यावर मी एका औषधाच्या स्टोअरमधल्या सोडा फाउंटनमध्ये काम करायचो– मी मला सर्वांत जलद काम करणारा शहरातला एकमेव आहे, असंच समजायचो. एका तासात ५५ सेंट्सचा गल्ला मी जमवायचो. शिवाय त्या बाऊलिंग रिगमध्येही मी जायचो, तर बार्टन हिल्स कंट्री क्लब या उच्चभ्रू क्लबमध्येही काम करायचो. माझी आत्या पेग ही तिथेच कामाला होती. पुढे कित्येक वर्षांनंतर मी त्याच बार्टन हिल भागात राहायला गेलो आणि त्याच क्लबचा सदस्य झालो; तेव्हा आपण एक प्रचंड विजय मिळवलाय, असे वाटून मला आभाळ ठेंगणे वाटू लागले.

सेंट थॉमसमधून मी कसाबसा काठावर पास झालो आणि त्यामुळे मी स्वत:वरच भरपूर चिडलो. मी मिशिगन विद्यापीठातून वास्तुशास्त्र शिकायचे माझे स्वप्न पूर्ण करू शकलो नाही, कारण ते मला परवडणार नव्हते. माझी श्रेणीही इतकी खराब होती की, त्यामुळे मला तिथून बाहेरच पडावे लागले असते. मग मी ग्रँड रॅपिड्समधल्या फेरीस स्टेट कॉलेजमध्ये प्रवेश घेण्याचा प्रयत्न करायचे ठरवले, कारण तिथे वास्तुशास्त्रविषयक शाळा होती. तुम्ही तिथून उत्तीर्ण झालात आणि त्याच क्षेत्रात नऊ वर्षे काम केलेत, तर एक परीक्षा देऊन तुम्ही प्रमाणित वास्तुशास्त्रज्ञ म्हणून काम करू शकायचा; पण मला त्या शाळेतले वर्ष पूर्ण करण्यासाठी प्रथम पुरेसा पैसा कमावणे आवश्यक होते.

शाळेनंतर मी स्वत:च्या पायावर उभा राहू लागलो होतो, स्व-कमाई करत होतो. आत्या पेग व डॅनकाका माझ्याबाबत फारच कृपाळू होते; पण त्यांनी मला स्पष्ट सांगितले की– मी वापरत असलेली खोली त्यांना वापरण्यासाठी हवी होती; त्यामुळे मी माझी इतरत्र सोय केली तर चांगले होईल. तशी खोली मी पाहिली, आठवड्याला सहा डॉलर भाड्याची. खरेतर मला या देशात माझा असा स्वत:चा

जमिनीचा एक तुकडा का होईना, पाहिजे होता– जिथे मी स्वत:चे छोटेसे का होईना घर बांधू शकेन; पण आत्ता तरी ते अवघड दिसत होते. एका स्थानिक वृत्तपत्र वितरकाकडे वृत्तपत्रे व मासिके घरोघरी टाकायचे काम मला मिळाले. त्याचे मला तासाला १.२५ डॉलर मिळायचे व शिवाय १.८७ डॉलर जादा कामाचे मिळायचे. मी त्या भागातला अगदी कष्टाळू काम करणारा बनलो. मी जमेल तेवढे जास्तीतजास्त काम करायचो आणि जादा वेळ कामाचे पैसेही कसे जास्तीतजास्त मिळतील, हे पाहायचो. मला आठवड्याला ३० डॉलर खर्चाला लागायचे. बाकीचे पैसे मी बँकेत ठेवायचो. उन्हाळा संपेतो माझ्याकडे ५०० डॉलर्स जमले. कदाचित मी फारच जादा काम केले; त्यामुळे माझे ते काम किंवा मिळणारा पैसा कोणाच्या तरी डोळ्यांवर आला असावा. कारण एक दिवस आमच्या त्या वितरक साहेबाने मला बोलावले आणि सांगितले, "मला आता यापुढे तुला काम द्यायचे नाही." मी पुरता भांबावून गेलो आणि म्हणालो, "का?" त्याने चक्क पाठ फिरवली अन् जाता-जाता एवढेच म्हणाला, "मला याविषयी तुझ्याशी जास्त काही बोलायचे नाही." त्या एकाच शेवटच्या क्षणी कोणी मला नोकरीवरून काढले आणि त्याने तसे का केले, याचे आकलन मला आजही झालेले नाही.

असे म्हणतात की, प्रत्येक विपरीत परिस्थितीत काहीतरी नव्या चांगल्या संधीचे बी पेरलेले असते आणि याबाबतीतही तसेच झाले. ते कामावर काढून टाकणे म्हणजे मला प्रचंड धक्का मिळाला, असे प्रथम वाटले; पण नंतर ते माझ्या दृष्टीने फायद्याचे ठरले. मला लगेचच नवे काम मिळाले, तेही जास्त पगारावर. तासाला २.२९ डॉलरचे अन् तेही एका बांधकामाच्या ठिकाणी. सन १९५५ साली १९ वर्षे वयाच्या मुलाच्या दृष्टीने तो पगार म्हणजे भरपूर होता; पण ज्या प्रकल्पावर मला ते काम मिळाले होते, ते होते शहराच्या पाणीपुरवठा खात्यामध्ये पाइप टाकण्यासाठी चर खोदण्याचे. तिथे तासाला मिळायचे फक्त १.६५ डॉलर, पण तरीही ते मला भरपूर वाटायचे.

मी ठरवले– आता जे पैसे साठवलेत, त्याच जोरावर मी परत शाळेत जाईन आणि निदान शेवटची टर्म संपवू शकेन; पण जसा मी त्या वर्गात जरा स्थिरस्थावर होत होतो, तोपर्यंत मला आणखी एक धक्का बसला. मला प्रचंड दातदुखी चालू झाली. त्यासाठी दातांच्या डॉक्टरांकडे गेलो. त्यांचे नाव डॉ. वॅली निमान्न. त्यांनी सांगितले की, माझे दात फारच खराब झालेत. त्यावर उपचार करण्यासाठी २२० डॉलर्स खर्च येईल. खरेतर मला ते पैसे त्यावर खर्च करायचे नव्हते; पण दुसरा इलाजही नव्हता. आधीच वर्गाची फी व पुस्तके यांवर खर्च झाला होता, शिवाय निमान्न यांचे बिल दिल्यावर माझ्याकडे जेमतेम १०० डॉलर्स उरले. त्यात मला एका तिमाहीचा खर्च भागवायचा होता. मी आता वरच्या मजल्यावरच्या खोलीत

गेलो होतो. तिथे आणखी बरेचसे बरोबरचे विद्यार्थी होते. मला महिना ५ डॉलर्स जागेचे व ६ डॉलर्स जेवणाचे द्यायला लागायचे. आम्ही खरेदी करणे व स्वयंपाक करणे ही कामे आळीपाळीने करत होतो; पण महिनाभरातच माझ्याकडचे पैसे संपले. मला कपाटाच्या कोपऱ्यात थोड्या शिळ्या झालेल्या लाह्या व वाइनची छोटी बाटली मिळाली आणि मला ते आठवडाभर पुरवायचे होते; त्यामुळे मी एवढा अशक्त झालो की, कधीकधी मला उभेही राहावयाचे नाही; पण मी उरलेल्या वर्षाच्या कालावधीत झगडत का होईना, तग धरून राहिलो. सुदैवाने घरमालकाने माझ्याकडून काही वरकामे करून घेतली व त्याचे पैसे माझ्या खर्चात जमा केले.

फेलिसमध्ये माझी श्रेणी चांगली होती आणि मी ती आमच्या रजिस्ट्रारला मिशिगन विद्यापीठाकडे पाठवायला सांगितली, कारण त्या वर्षाच्या पानगळीच्या मोसमात मला तिथे जायचे होते. मला विश्वास होता की, कोणती ना कोणती तरी नोकरी मिळेल आणि मी माझा खर्च भागवेनच भागवेन. मिशिगनमध्ये फेलिसपेक्षा खर्चिक राहणी होती. मी अंदाज केला की, मला तासाला किमान दोन डॉलर मिळालेच पाहिजेत; पण १९५६ मध्ये ॲन आर्बरमध्ये तेवढा पैसा देणारी कामेच नव्हती. मग मी हिचहायकिंग करत डेट्रॉइटला पोहोचलो. तिथे कामासाठी उंबरठे झिजवणे चालू केले; पण काही उपयोग झाला नाही. मी मुलाखतीच्या वेळी त्यांना प्रामाणिकपणे सांगायचो की, मी फक्त उन्हाळा संपेतोपर्यंतच कामासाठी उपलब्ध असेन; त्यामुळे चांगली नोकरी मिळणे बंद झाले. मग मी परत हिचहायकिंग करत शिकागोला पोहोचलो आणि दक्षिणेकडील हार्वे या उपनगरात गेलो. एका रद्दड हॉटेलात मला आठवड्याला १० डॉलर भाड्याची खोली मिळाली. ते भाडे भागवण्यासाठी मी रात्री बाऊलिंग ॲलीमध्ये काम करायचो आणि दिवसा दुसऱ्या एखाद्या कामाच्या शोधात हिंडायचो; पण माझ्या पदरी निराशाच आली. तोपर्यंत जून संपत आला होता आणि ॲन आर्बरमधल्या त्या शाळेत जाण्यासाठी पुरतील एवढे पैसे साठवण्यासाठी आता वेळही उरला नव्हता.

एक दिवस मी असाच हार्वे पोस्ट ऑफिसजवळून जात होतो अन् आत सैन्यभरतीचा मेज पाहिला. त्या वेळी सैन्यात भरती झालेल्या एकाशी संभाषण वाढवले. त्याने सांगितले– सैन्यात भरती झालो, तर महाविद्यालयीन शिक्षण घेणे शक्य असते. म्हणून मग मी त्या पोस्ट ऑफिसात घुसलो अन् त्या भरतीच्या मेजाजवळ गेलो.

"हे खरं आहे का की– मी जर सैन्यात दाखल झालो, तर मला महाविद्यालयीन शिक्षणासाठी काही पैसे मिळतील?" मी विचारले.

"नक्की." तिथला अधिकारी म्हणाला.

त्याने स्पष्ट केले की, मी जर तीन वर्षांकरता सैन्यात भरती झालो तर मला

महाविद्यालयाचे शिक्षण दोन वर्षे मोफत मिळेल आणि त्यासाठी मिळणारे गुण मला मिशिगन विद्यापीठाच्या कोणत्याही शाखेच्या शाळेत प्रवेश घेताना वापरता येतील. मला ते पटले व माझी भरती होण्याची इच्छा आहे, असे मी त्याला सांगितले.

दुसऱ्या दिवशी मी काही लेखी परीक्षा दिल्या, मग शारीरिक तपासणीनंतर मला अनेक फॉर्म्स भरून द्यायला लागले. जेव्हा ते फॉर्म्स भरले, तेव्हा मी पहिल्यांदाच एका कोपऱ्यात सैन्याचे बोधचिन्ह चेंडू व नांगर असलेले पाहिले. मी माझ्या शेजारच्या भरती होणाऱ्याकडे पाहिले आणि त्याला त्या चिन्हाकडे इशारा करून विचारले, "हे मरिन कोअरचे चिन्ह आहे की सैन्याचे?"

तो अविश्वासाच्या नजरेने माझ्याकडे पाहत म्हणाला, "अरे मूर्खा, हे मरिन कोअरचे आहे!"

३

तसा मी अंत:करणातून आशावादी आहे. माझ्या आयुष्यातल्या अगदी काळ्याकुट्ट क्षणी– जेव्हा मला कारागृहात पाठवण्यात आले किंवा धार्मिक पाठशाळेतून हाकलून देण्यात आले– मला भविष्यातील आश्वासक कालखंडाच्या आशा होत्याच. मी जेव्हा सैन्यभरतीच्या त्या कागदावर सह्या केल्या, तेव्हाही माझ्या मनात त्याच आशावादी भावना होत्या.

भरतीसाठी आलेल्या त्या सहकारी माणसाने मला ज्या पद्धतीने वागवले त्यामुळे मी थोडा दु:खी होतो. मी जेव्हा सैन्यासंबंधी विचारत होतो, तेव्हा त्याने मला सरळ उत्तरे दिली नाहीत; पण दुसऱ्या बाजूने मी त्याला दोषीही धरू शकत नव्हतो. कारण माझे सैन्याबद्दलचे अज्ञानही माझ्या प्रश्नाला कारणीभूत होते. माझ्या डोक्यात मरिन कोअर म्हणजे निळ्या रंगाच्या गणवेशातील लोक आणि त्या माणसाने तर खाकी रंगाचा गणवेश घातला होता! त्यामुळे मला वाटले की, तो सैन्यदलातील आहे. चुकीच्या गोष्टी गृहीत धरायच्या नसतात, हा चांगला धडा मला त्यानिमित्ताने मिळाला. मरिन ब्रिगेडमधला एक वयस्कर उच्चपदस्थ अधिकारी आपल्या हाताखालच्या लोकांना कवायतीच्या वेळी नेहमी सांगायचा– Assume या शब्दाचे तीन भाग होतात. Ass-u-me कारण तो you & me चा Ass करू शकतो.

कसेही असो; मी आलेल्या परिस्थितीचा उत्तम उपयोग करून घेण्याचे ठरवले.

मी स्वत:शीच म्हणालो, सैन्य काय आणि मरिन काय, आपल्याला काय फरक पडतो? पण नंतर मला कळले, त्या दोघांत बराच फरक असतो आणि नंतरचे काही महिने माझी नावड म्हणून मी मरिन कोअरचा बराच तिरस्कार केला.

पण नंतर माझी दृष्टी बदलली. जर मला मुलगा असता तर त्याला मी आवर्जून सांगितले असते की, धंद्यात पडण्यापूर्वी तू मरिन कोअरचा अनुभव घेऊन ये. मरिन कोअरमधील माणसांच्या चारित्र्यसंवर्धनाचे कार्य करण्याचा भाग आता मला भावतो. पण हे सर्व तेव्हा लक्षात येत नाही; जेव्हा तुम्ही त्या पद्धतीत भरडले जाता, अपमानित केले जाता आणि तुम्हाला त्रासही दिला जातो.

सॅन डिॲगोजवळील कॅम्प पेंडलटन येथील प्रशिक्षण शिबिरात आमचे प्रशिक्षक जेव्हा गलिच्छ व अश्लील भाषा वापरायचे, तेव्हा मी अचंबित व्हायचो. माझ्या दृष्टीने तो एक गावठी साक्षात्कार होता. तसा मी काही कोणी संत होणार नव्हतो; पण मला वाटायचे की, ही अधिकारी असलेली माणसे अधिक चांगली उदाहरणे घालून देतील का? पण अपमानित करायच्या एका सुरचित कार्यक्रमाचा तो एक भाग होता, हे जाणण्याइतका मी त्यावेळी सूज्ञ नव्हतो. त्यांचा उद्देश होता आमच्यातला अहंकार घालवणे आणि आमचे इतरांवरचे अवलंबून राहणे कमी करणे; पण जेव्हा आम्हाला आमच्या अज्ञानाच्या निम्नस्तर पातळीवर नेण्यात आले तेव्हा आम्हाला कळून चुकले की, प्रत्येक माणूस हा त्याच्या कृतींना जबाबदार असतो. एकदा हे आम्हाला नीट समजले, तेव्हा आमची स्वयंउभारणी चालू झाली आणि आपल्यातही काही कमतरता आहेत याचे आम्हाला ज्ञान होऊ लागले. नेतृत्व असेच उभे राहते, उभरते. कोअर आपल्यावर हुकूमत गाजवतेय, असे वाटत असते; पण प्रत्यक्षात ते तुम्हाला सबल बनवत असते, स्वयंप्रेरित होण्याचे धडे देत असते. कोअरचे बोधवाक्य esprit de corps चे गमक यांतच आहे.

उच्चाधिकाऱ्यांकडून होणारी मानहानी व त्रासाबद्दलची सर्व रंगरुटांची एक प्रतिक्रिया म्हणजे, आपापसातच लाथाबुक्की करणे. काही सबळ कारण नसताना बराकीत भांडणे, मारामाऱ्या करणे. मीही यापैकी काहींत होतोच. एकदा एकाने मला गुद्दा मारल्यावर मी तडक मुख्यालयात जाऊन, ''मी इथे कुठे नरकात येऊन पडलोय!'' अशी तक्रार करून ती बाब अधिक बिघडवली. माझ्या मते, इथे फक्त टवाळखोर-दंगेखोर लोक भरलेत आणि अशांना पोसण्यासाठी कर भरणाऱ्या जनतेचा पैसा का वाया घालवला जातो, असेही मी म्हणालो. माझ्या या तक्रारीमुळे कवायतीच्या सर्व प्रशिक्षकांचे माझ्याकडे लक्ष गेले आणि मला त्रास देण्यात त्यांनी एकमेकांवर मात करणे चालू केले. मला एकदा नग्नावस्थेत ताठ उभे राहण्यास सांगण्यात आले (त्या वेळी मी शॉवरखाली अंघोळ करत होतो आणि कुणीतरी माझ्याविरुद्ध चुगली केली होती.) एकदा तर दोन प्रशिक्षकांनी मला मारण्यात

परस्परांत चढाओढच लावली होती अन् त्यासाठी ते मला एकमेकांवर ढकलत होते. या मानहानीमुळे खरेतर मी अगदी आजारी झालो होतो, पण मी या सर्वांना तोंड देण्याचा निश्चय केला होता. उलट, मी कवायती व मार्चिंगच्या कसरतीत मुद्दाम भाग घ्यायचे ठरवले. कारण त्यामुळे व्यायामही व्हायचा. माझ्या गटातील सर्वांत सुदृढ व तंदुरुस्त मरिन व्हायचे, मी निश्चयपूर्वक ठरवले.

पहिले शिबिर व प्रगत प्राथमिक प्रशिक्षण झाल्यावर मला ओकिनावाला पाठवण्यात आले. तिथे असताना मी असे ठरवले की– जर माझे मन व शरीर नीट सुधारले नाही; तर हे सैनिकी शिक्षण फुकट जाईल; म्हणून मी स्वयंसुधारणेचा प्रखर कार्यक्रम चालू केला. माझ्या या कार्यक्रमाला उपयुक्त होईल असे आमच्या तळावरील ग्रंथालयातील प्रत्येक पुस्तक मी वाचून काढले. विशेषत: प्रोत्साहित करणाऱ्या पुस्तकांचा त्यात समावेश होता आणि त्यात नॉर्मन व्हिन्सेट पील व डेल कार्नेजीसारख्या प्रख्यात लेखकांच्या पुस्तकांचा समावेश होता. मी अनेक चरित्रे वाचली तसेच पुढे उपयोगी पडतील अशा व्यवहार्य विषयांवरील पुस्तकेही. उदाहरणार्थ, लाकडाच्या खोल्या कशा उभाराव्यात, शेतीचे तंत्र, पशुपालन व जंगलविकास वगैरे. व्यवहारात माझे स्थान नीचतम होते, तरी मी स्वप्ने बघत होतो ती एक श्रीमंत व यशस्वी व्यक्ती व्हायची. माझ्या शालेय जीवनातील स्वप्नांपेक्षा आता माझी दृष्टी अधिक विशाल झाली होती. कारण त्या वेळी मुलींवर भाव मारणे, हाच मुख्य उद्देश होता. मी आता वस्तुस्थितीवर आधारित परिस्थितीत स्वत:ला पाहू शकत होतो; त्यामुळे संभाव्य समस्या कोणत्या असतील, त्यांना कसे तोंड द्यायचे आणि त्यातून बाहेर कसे यायचे याचाही मी अंदाज घेऊ शकलो. मी सर्व तऱ्हेची माहिती आत्मसात करण्याचे तंत्रही शिकत होतो आणि नियोजनप्रक्रियेत ही माहिती कशी वापरायची तेही! उदाहरणार्थ, माझी अशी आखणी होती की, आपण आपले नवे आयुष्य उत्तर-मध्य मिन्नेसोटामधल्या बेमिदजी या छोट्या गावात घालवावे.

मी हिशेब केला त्याप्रमाणे, मरिन्समधून मी बाहेर पडेन, त्या वेळी माझ्याकडे २००० डॉलर्स शिलकीत असतील आणि मी अगदी नवे जीवन चालू करू शकेन आणि कशाची तरी उभारणीही. जोपर्यंत मी नवे काही सुरू करत असेन, तोपर्यंत एखाद्या आदर्श जागेत मी राहीन. मी पुस्तकात डोके खुपसून देशातील निरनिराळी ठिकाणे पाहिली; त्यांचे हवामान तसेच व्यावसायिक, राजकीय व सामाजिक वातावरण कसे आहे ते पाहिले. माझ्या आदर्श गावात एक कॉलेज असावे, असे मला वाटत होते. दुसरे म्हणजे, तिथे मला खोली बांधायला जागा असेल; शिवाय माझे अन्न पिकवण्यासाठी थोडी शेतजमीनही. मला पूर्णत: स्वयंपूर्ण व्हायचे होते. मग जागेची किंमत, घरबांधणीच्या सामानाची उपलब्धता, कोणत्या प्रकारची पिके घेता येतील– शिवाय हेही कारण की, उत्तरेकडील हवामान माझे बळ वाढवते.

मला शिकार करायची होती व मासेमारीही! मी शेवटी अशा निष्कर्षाप्रत आलो की, माझ्या दृष्टीने योग्य ठिकाण म्हणजे बेमिदजी.

मग मी बेमिदजी चेंबर ऑफ कॉमर्समधून या गावासंबंधीची सर्व प्रकारची माहितीपत्रके व नकाशे मागवले. मी तिथल्या स्थानिक वृत्तपत्रांची वर्गणी भरली. त्यांत दैनिके व साप्ताहिके होती. जणू मी स्वत:ला बेमिदजीचा नागरिकच समजत होतो! मी तिथल्या स्थावर मालमत्तांचे व्यवहार पाहणाऱ्या मध्यस्थांना गाठले आणि त्यांच्याकडून नियतकालिकांमध्ये आलेल्या वास्तूंच्या विक्रीच्या जाहिरातीबद्दल माहिती काढली. त्यातून मला भरपूर माहिती व नवी ठिकाणे सापडली. तिथे एक ४० एकरांची जागा होती व किंमत होती १२०० डॉलर्स. त्यात एक लाकडी खोली होती. मी ती विकत घेण्याचे जवळजवळ नक्की केले; पण नंतर मी ठरवले की, मला अमेरिकेत परतायची सुट्टी मिळेल, त्या वेळी तिथे जाऊन जागा प्रत्यक्ष बघून नक्की करावी.

पण मला जवळजवळ वर्षभर तशी रजा मिळाली नाही आणि ओकिनावामध्ये सहा महिने काढल्यावर मला जपानला जायची आज्ञा मिळाली. मी फारच खूश झालो, कारण मला आता फ्रँक लॉइड राइटचे हॉटेल इंपीरियल बघायची संधी मिळणार होती. राइटच्या कामासंबंधी मला स्वारस्य निर्माण झाले होते. मी म्हणजे जणू त्याचा भक्तच झालो होतो; त्यामुळे त्या इंपीरियल हॉटेलला जाणे म्हणजे माझ्या दृष्टीने एखाद्या तीर्थक्षेत्राला जाण्यासारखे होते. माझी अनेक स्वप्ने ही वास्तुकला व सजावटीभोवतीची असायची. मी 'आर्किटेक्चर फोरम' या मासिकाची वर्गणी भरली होती आणि त्याद्वारे त्या क्षेत्रात काय काय होतेय याची माहिती करून घेत होतो.

माझा फावल्या वेळचा आवडता एक छंद होता– खास प्रकारचे कॅटलॉग्ज चाळायचे आणि एका प्रकारासाठी वापरलेले डिझाइन इतर कामासाठी कसे वापरता येईल याविषयी डोके लढवायचे. मी शेतीसाठी वापरल्या जाणाऱ्या यंत्रसामग्रीचा घरगुती वापरासाठी फर्निचर म्हणून कसा उपयोग करता येईल, हे पाहायचो. उदाहरणार्थ, ट्रॅक्टरची सीट ब्रेकफास्टसाठी स्टूल म्हणून कशी वापरता येईल. असेच मी यंत्रसामग्रीसाठीही करायचो आणि तेही डिझाइनमध्ये हायटेक येण्यापूर्वी.

मी जेव्हा जपानला गेलो, तेव्हा माउंट फुजीच्या तळाशी असलेल्या कॅम्पवर माझी नेमणूक झाली. तो फारच सुंदर होता. तिथे रखवालदाराचे काम करणेही समाधानाचे असायचे. कारण मग चेरीच्या झाडांमधून चंद्रप्रकाशातील तो बर्फाच्छादित माउंट फुजी पाहता यायचा. टोकियोपर्यंतचा रेल्वेचा प्रवास अल्पावधीचा असायचा आणि प्रत्येक वेळी संधी मिळेल तेव्हा मी इंपीरियल हॉटेलला भेट देणे चुकवायचो नाही. तिथे राहणे मला परवड्यासारखे नव्हते; पण मी त्याचे कानेकोपरे नीट

निरखायचो. ती एक महान इमारत होती. ती १९६७ मध्ये जेव्हा पाडण्यात आली, तेव्हा आपला एक जुना जिवलग दोस्त जाणार तसे दु:ख मला झाले. या इंपीरियल हॉटेलच्या भेटीव्यतिरिक्त कोकुसाई थिएटरमधील काबुकी शो, जपानचा भव्य बेसबॉल गेम आणि युनिव्हर्सिटी ऑफ टोकियोच्या आर्किटेक्चर स्कूलला भेट देणे; तसेच व्यायामशाळेतही मी वेळ घालवायचो. मला वाटू लागले, मी मरिन्समध्ये केवळ वेळ काढायचा म्हणून जात होतो. मी रात्रशाळेच्या काही वर्गातही गेलो; पण तिथे अधिकच नैराश्य आले. कारण कामाचा वेळ सांभाळून तिथे जाऊन अभ्यासक्रम पूर्ण करणे अवघड होऊन बसले.

माझे कामासाठी परदेशी जाण्याचे प्रमाण संपत आले. आमची तुकडी फिलिपाइन्समध्ये पाण्यातील सरावाचे काम करत होती. तिथून परतीच्या लांबच्या व संथगतीने होणाऱ्या प्रवासात मी माझ्या वैयक्तिक पाच प्राधान्यांकडे लक्ष दिले. यामागचा विचार तसाच होता, जेव्हा मी ट्रॅव्हर्स सिटीमध्ये होतो तेव्हा तिथे धार्मिक पाठशाळेत जायचे ठरवले. मी मरिन्समध्ये असताना यश आणि संपत्ती मिळवणे हे माझे स्वप्न होते. आता मात्र मी जवळजवळ हे पटण्यापर्यंत आलो होतो की, आत्ता मी जीवनाचे जे नवे चित्र रंगवीत आहे– मला खात्री आहे की, एक ना एक दिवस ते मी प्रत्यक्षात उतरवीनच. जर मी त्या वेळी देव आणि अन्य नागरिक यांचा त्यात विचार केला नाही, तर ते पोकळ आणि निरर्थक होईल. मी स्वत:लाच विचारले की– मी भरपूर पैसा कमावला; पण मला चांगले मित्र नसतील, चांगले लग्न होऊन उत्तम धर्मपत्नी नसेल, तब्येत चांगली राहणार नसेल आणि मी स्वर्गात जाणार नसेन, तर त्याचा काय उपयोग?

मला खात्री होती की– माझी ही दिवास्वप्ने कितीही सविस्तर व भव्यदिव्य असली; तरी मी ज्या कॅथॉलिक वातावरणात वाढलो, त्याचे प्रतिबिंब त्यात नसेल तर ती निरर्थक होतील. ज्या गोष्टी चुकीच्या असतात, त्या मी जाणूनबुजून करणार नाही. या विचारातून मग माझ्या प्राधान्यतांचा विकास झाला.

त्यानंतर माझ्या यशाची स्वप्ने अधिक श्रीमंत झाली; कारण त्यांना काही नैतिक आधार आहे याचे मला ज्ञान आहे, या विचाराने मी स्वस्थचित्त झालो.

मरिन्समधल्या माझ्या कारकिर्दीतील एक वर्ष राहिले असताना, मी जेव्हा अमेरिकेत (यूएसए) परतलो; तेव्हा माझे वय २१ वर्षांचे होते आणि आपण एक अनुभवी, कसलेला मनुष्य आहोत, असे मला वाटू लागले; पण नंतर घडलेल्या घटनांनी हे सिद्ध केले की, मी अजूनही अनभिज्ञ-भाबडा माणूस आहे.

मी हक्काच्या रजेवर घरी गेलो; तेव्हा माझी नियोजित लष्करी विमानाची फ्लाइट मिनिओपोलिसऐवजी डेट्रॉइटकडे वळवण्यात आली होती आणि मग मिशिगन युनिव्हर्सिटीच्या आवारात हिंडताना मला पुन्हा वाटू लागले की, आपले

खरे गंतव्य ठिकाण ॲन आर्बर आहे! खरेतर माझी जाण्याची नियोजित जागा बेमिदजी होती; पण ती त्या विमानाच्या फ्लाइटमुळे बदलली गेली. शाळेच्या पहिल्या काही वर्षांच्या काळात वाचवलेले पुरेसे पैसे माझ्याकडे होते आणि मला खात्री होती की, पुढच्या कालावधीसाठी मला निश्चितच एखादी नोकरी मिळेल आणि कॉलेज संपल्यावर मी बेमिदजीला जाऊ शकेन.

माझ्या मरिन्समधल्या उर्वरित कालावधीसाठी मला कॅम्प पेडेलटन येथे (दक्षिण कॅलिफोर्नियात) रखवालदाराचे काम देण्यात आले. तिथे मी अनेक मित्र जमवले. त्यांपैकी एकाचे वडील लास वेगासमध्ये एका जुगाराच्या कॅसिनोमध्ये काम करत होते; त्यांच्याकडून मिळणाऱ्या फुकटच्या पासेसमुळे आम्ही आठवड्याअखेरच्या सुट्टीत लास वेगासला जमत असू. एका रविवारी मी हिचहायकिंग करत आमच्या तळावर परत येत होतो. त्या वेळी एका गलेलठ्ठ माणसाने त्याच्या १९५९ मॉडेलच्या ब्यूकमध्ये मला जागा दिली. त्याने स्वत:ची ओळख जॉन पॅट्रिक रॅन अशी करून दिली आणि सांगितले की, तो तेलखाणीच्या व्यवसायात आहे. ''मी एक प्रवर्तक आहे,'' असे सांगत त्या व्यवसायामध्ये केलेल्या आकड्यांच्या व्यवहाराविषयी तो माझ्याशी भरभरून बोलला.

''जर तुला कंटाळा आला नाही तर या व्यवसायात महान जीवन जगता येईल.'' जॉन पॅट्रिक म्हणाला. मग टेक्सासमधल्या अनेक तेलकूपनलिकांत तेल न लागलेल्या व त्या कोरड्या निघायच्या परिस्थितीचे त्याने हसत-हसत वर्णन केले; त्यामुळे त्याच्याकडे पैशाचा खडखडाट झाला आहे; पण आता त्याच्या डोळ्यांपुढे असलेल्या नव्या प्रकल्पासाठी अनेक गुंतवणूकदारांना तो गाठू शकेल, असा विश्वास त्याने व्यक्त केला. मला आश्चर्य वाटले की, श्रीमंत गुंतवणूकदार अशी जोखीम का पत्करतील? आणि जॉन पॅट्रिकने सांगितले की, सरकारच्या करसवलतीच्या योजनांमुळे त्याला तसे अनेक गुंतवणूकदार भेटतील. गलेलठ्ठ मांजरांना मोठ्याच गुहा लागतात. एखाद्या ठिकाणी जाऊन तो गुंतवणूकदार कसे गोळा करतो, विहिरी कशा खोदतो वगैरेंचे त्याने भरपूर वर्णन केले. त्याला तेलविहिरी खोदण्याच्या तंत्रातील सविस्तर माहिती होती. त्याचा खर्च किती येतो आणि त्यात संभाव्य समस्या काय असतात, हे सर्व मला कुतूहलजनक वाटले. हे सर्व विश्वच माझ्या दृष्टीने निराळे होते.

''आता लॉस एंजलिसमधला काही व्यवसाय बंद करून मी कारसन सिटीमध्ये जात आहे आणि तिथे काही व्यवसायाचा पाया रचत आहे,'' तो म्हणाला, ''मला बीजभांडवल म्हणून ५०० डॉलर्स हवे आहेत– मग मी पुन्हा सुरुवात करू शकेन.''

''छान! माझ्याकडे ४०० डॉलर्स आहेत, पण ते घरच्या बँकेत आहेत.'' मी

म्हणालो.

"तुझ्याकडे खरंच आहेत?" त्याने प्रश्न केला.

"नक्कीच. मी मरिन्समध्ये दाखल झाल्यापासून प्रत्येक पगारातून काही पैसे शिल्लक टाकत आलोय!" मी म्हणालो.

मग तो मुद्द्यावरच आला. तो म्हणाला– जर मी त्याला ४०० डॉलर्स दिले आणि त्याने मला १५०० डॉलर्सची प्रॉमिसरी नोट– जी ९० दिवसांत वटवता येईल, ती– दिली, तर तो त्या तेलविहिरीतून १/१६ एवढा समभाग मला देईल. मग तो मला या तेलविहिरीतील गुंतवणुकीच्या खुब्याही सांगेल. शिवाय, मी शिकेतोपर्यंत तो मला महिना ४०० डॉलर्सही देईल.

मी हरखूनच गेलो. माझ्या दृष्टीने ती मला आदर्श गुंतवणूक वाटली, माझ्या कॉलेज शिक्षणाचा खर्च भागवण्यासाठी आदर्श मार्ग वाटला. रॅनकडे या क्षेत्रातले ज्ञान खरेच होते. माझी भरपूर कष्ट करण्याची तयारी होती व त्याच्याकडून शिकण्याचीही. म्हणून मी त्यासाठी कबूल झालो.

आम्ही जेव्हा कॅलिफोर्नियातील बारस्टॉ येथे पोहोचलो, तेव्हा पॅट्रिकने फोन करण्यासाठी फोन बूथजवळ गाडी थांबवली आणि मला सुचवले की, मी फोन करावा व बँकेतील पैसे त्याच्याकडे पाठवावेत अशी सूचना द्यावी. मग मी ॲन आर्बरमधील ट्रस्ट बँकेच्या अधिकाऱ्याला फोन केला आणि त्याला त्याप्रमाणे सूचना दिल्या. त्याने त्याबाबत माझ्याशी बोलून मन वळवण्याचा प्रयत्न केला; पण मी पैसे पाठवण्याबाबत ठाम आग्रही राहिलो. मग त्याने मला लॉस एंजलिसमध्ये तारेने पैसे पाठवतो, असे आश्वासन दिले. मग आम्ही तिथल्या वेस्टर्न युनियनच्या कार्यालयात गेलो, ते पैसे ताब्यात घेतले आणि जॉन पॅट्रिकला दिले. त्याने मला पूर्वी सांगितलेल्या सर्व अटी असलेली प्रॉमिसरी नोटही दिली.

अशा प्रकारे मी तेल उद्योगात एक गुंतवणूकदार झालो; पण त्रास तेव्हा सुरू झाला, जेव्हा माझ्या या समुपदेशक मित्राकडून– जॉनकडून– अनेक आठवडे मला काहीही कळले नाही. मी काळजीत पडू लागलो होतो. मग एक दिवस तो हसत-हसतच आमच्या तळावर आला. त्याच्या त्या छोट्या ब्रीफकेसमध्ये अनेक व्यवहारांची कागदपत्रे होती, ३० दिवसांच्या गुंतवणुकीच्या योजना होत्या तसेच अन्य अनेक कागद व दस्तऐवज. तो अगदी उल्हसित होऊन मला ते दाखवत होता. आपण आता अगदी मोठ्या रकमेच्या व्यावसायिक उलाढालीत जात आहोत, असे त्याने सांगितले. फक्त त्याला ही उडी मारण्यासाठी आणखी थोड्या भांडवलाची आवश्यकता होती. माझ्या पोटात खरे तर गोळाच आला होता; पण मी त्याला वचन दिले आणि पूर्वी केलेली गुंतवणूक घालवण्याऐवजी थोडी अधिक गुंतवणूक करणे योग्य होईल, असे मला वाटू लागले होते.

“तुला किती पैसे हवेत?” मी विचारले.

“माझ्या मते, १५०० डॉलर्स मिळाले तर काम होईल.” तो म्हणाला.

मी तसा उत्साही नव्हतो; पण त्याचा आत्मविश्वास दांडगा दिसत होता, तो पाहून शेवटी म्हणालो, “ठीक आहे. आता माझ्या बँक खात्यात फक्त तेवढीच रक्कम शिल्लक आहे.”

मी पुन्हा एकदा ॲन आर्बरमधल्या बँक अधिकाऱ्याला फोन केला आणि माझ्या खात्यातले सर्व पैसे काढून ते बंद केले. जॉन पॅट्रिकला मी ते १५०० डॉलर्स दिले आणि त्याने मला आणखी एक प्रॉमिसरी नोट दिली. काही दिवसांनंतर मी माझ्या मरिन्समधल्या कामाची आवराआवर करू लागलो आणि जॉन पॅट्रिकने पुन्हा एकदा फोन करून मला सवड सापडल्यावर लास वेगासला येऊन भेटण्यास सांगितले. मी ते कबूल केले; पण माझ्यात आता त्याबाबत काही उत्साह राहिला नव्हता. तो तेलासंबंधीचा उद्योग पूर्वी मला जेवढा आकर्षक वाटत होता, तेवढा आता तो वाटेनासा झाला. पण २ जुलै १९५९ रोजी मला मरिन्समधले निवृत्तीचे दस्तऐवज मिळाले; मी तिथून शेवटचे ३०० डॉलर्स घेतले, आणि मी परत एकदा लास वेगासकडे कूच केले.

मला एका जुन्या स्टेशनवॅगन गाडीतून नेण्यासाठी जॉन पॅट्रिक आला होता. ही त्याच्या बायकोची गाडी आहे, असे त्याने मला सांगितले. त्याने त्याच्या भाड्याच्या घरी मला नेले आणि त्याच्या कुटुंबीयांशी माझी ओळख करून दिली; पण ते घर म्हणजे एखाद्या तेलउद्योगातील आघाडीच्या उद्योजकाचे घर वाटत नव्हते. त्याने सांगितले की, त्याला कमनशिबाचा मोठा फटका बसला. त्याच्या काही गुंतवणूकदारांनी माघार घेतली आणि त्याची मुले आजारी पडली. आता त्याच्या बायकोचेही ऑपरेशन करायचे होते. ती खरोखरच एक दुःखभरी कहाणी होती.

तरीही त्याने मला आणखी मोठ्या संधीविषयी सांगितले. मग आम्ही तिथून १-२ मैल पश्चिमेकडे कुणीतरी खणलेल्या तेलविहिरीकडे गेलो आणि त्याने सांगितले की, पुढचे तिथले विहिरीचे काम पैशाअभावी रखडले आहे; पण तिथे तेल निश्चित आहे. ती विहीर स्वस्तात मिळायची शक्यता होती आणि आम्ही ती विहीर विकत घ्यायचे ठरवले. मी तसा काळजीत होतो, पण मी माझे मन वळवण्याचे त्याचे काम त्याला करू दिले. जॉन पॅट्रिक अजूनही आशावादी होता; त्यामुळे मी त्याच्याविषयी घेत असलेल्या शंकांची मलाच लाज वाटू लागली. शिवाय, मला त्याची कीवही आली म्हणून मी माझ्याकडचे होते नव्हते ते सर्व पैसे त्याला दिले; फक्त परतीच्या प्रवासासाठीचे १५ डॉलर्स ठेवून. आणि मी हिचहायकिंग करत मिशिगनला परत आलो. त्याने मला प्रॉमिसरी नोटेचे पैसे वेळेवर देण्याचे

आश्वासन दिले आणि मीही त्याला 'मी त्या भरवशावरच आहे, कारण मला मिशिगन विद्यापीठात प्रवेश घ्यायचा आहे,' असे सांगितले.

मला सॉल्ट लेकपर्यंत पोहोचवण्यासाठी एकाने गाडीत घेतले; पण मला तो प्रवास अजिबात मनोरंजक वाटला नाही. रॅनविषयीची काळजी ग्रासत होतीच. सॉल्ट लेक सिटीमध्ये एक एअरफोर्स सार्जंट आणि त्याच्या बायकोने मला लिफ्ट दिली. ते डेन्हरमधल्या लॉरी एअरफोर्स तळाकडे जात होते. तिथे त्याची नेमणूक झाली होती. जाताना त्यांनी मला 'पेट्रोल घेण्यासाठी काही पैसे देशील का?' अशी विचारणा केली. त्यांचा खिसा रिकामा झाला होता. मला ते खरे वाटले; पण पुढच्या पंपावर पोहोचायच्या आधीच त्याच्या गाडीचे एक टायर पंक्चर झाले. आम्हाला गाडी तशीच पुढे न्यावी लागली; त्यामुळे तो टायर खराब झाला. त्या पंपावर जुना टायर १० डॉलरला होता. त्या सार्जंटने डेन्हरला पोहोचल्यावर माझे पैसे परत करण्याचे आश्वासन दिले. मग मी माझ्याकडे उरलेसुरले सर्व पैसे देऊन पेट्रोल विकत घेऊन दिले आणि तो जुना टायरही. आम्ही त्या एअरफोर्स तळावरील त्याच्या अपार्टमेंटमध्ये पोहोचलो. ती रात्र मी सोफ्यावर झोपून काढली. सकाळी उठून पाहतो तो– सार्जंट गायब झाला होता! त्याच्या बायकोने डोळ्यांत पाणी आणून सांगितले की, पैशाची व्यवस्था होऊ शकली नव्हती. तिच्या अंगावर अगदी पातळ पारदर्शक कपडे होते; त्यामुळे मला तिथे थांबून तिच्याशी वाद घालणे योग्य वाटले नाही अन् मी बाहेरचा रस्ता धरला.

डेन्हर हे एक छान शहर आहे. आता तिथे मोठ्या प्रमाणावर डॉमिनोज आहे; पण त्या वेळी मात्र मला ते शहर एखाद्या दगडांच्या पर्वतासारखे वाटले. कुठे जायचे, हे माहीत नव्हते. मला फक्त बॉलरिंगमध्ये काम करता यायचे; पण त्या कामात आता खास कौशल्य राहिले नव्हते. तिथल्या बहुतेक बॉलरिंगमध्ये पिन्स बसवायचे काम स्वयंचलित झाले होते. टेलिफोन निर्देशिकेतून पत्ते काढून फोन केल्यावर हे मला कळले. मग नंतर एका दयाळू माणसाने लिटलटनमधील– जवळजवळ १७ मैल दूर– बॉलरिंगमध्ये अद्याप जुन्या पद्धतीने काम चालते, असे सांगितले.

तोपर्यंत अंधार पडला होता आणि झोपण्यासाठी माझी अशी जागा नव्हती. मग मी तिथल्या प्रवासी सहायकाकडे गेलो. त्याने मला एका मिशनमध्ये पाठवले. ते एका आडबाजूच्या गल्लीत होते. तिथे जाऊन पाहतो तर– तिथे बहुतेक वयस्कर व दारूडे लोक होते. मला तिथे क्षणभरही थांबावेसे वाटले नाही; पण जायला दुसरी जागा नव्हती, रात्रही झाली होती. तिथल्या व्यवस्थापकाने सांगितले की, बाहेरचे दार आता कुलूपबंद झाले आहे आणि मला सकाळपर्यंत थांबायलाच हवे. ती एक भयानक रात्र होती. प्रथम त्यांनी मला एका घाणेरड्या बाथरूममध्ये शॉवरने अंघोळ

करायला लावली आणि मग हॉस्पिटलमध्ये असतात तसा नाइट गाऊन घालायला दिला. नंतर पाहतो तर, तिथे अनेक समसंभोगी लोक होते, त्यातले काही मला खुणावू लागले. हाका मारू लागले. मला खरोखरच वाटले, आत्ताच्या आत्ता दार फोडून पळून जावे! पण शेवटी कसेही करून रात्र काढणे आवश्यक होते. त्या बिछान्यावर मी फार इकडे-तिकडे लोळू शकलो नाही. कारण त्यावरची चादर घाण होती आणि माझ्या अंगालाही तिचा स्पर्श होऊ नये, असे वाटत होते. मी पडून राहिलो– जर कोणी लगट करायला आला, तर ठोसा मारायची तयारी ठेवूनच. तसा कोणी मला हातही लावला नाही; पण मला जराही झोप आली नाही. सकाळी ठीक ६ वाजता त्यांनी बाहेरचे दार उघडले आणि ६ वाजून एका मिनिटाने मी त्या जागेला रामराम ठोकला. मला भूक लागली होती, तरी तिथल्या नाश्त्यासाठीही मी थांबलो नाही. तो अनुभव मी कधीही विसरणार नाही. ज्या गरजू लोकांना केवळ नाइलाजास्तव अशा ठिकाणी जावे लागते, त्यांची मला कीव येते.

लिटलटनला फोन करणेही मला परवडणार नव्हते; त्यामुळे काम मिळेल का नाही याची फिकीरही न करता मी थेट १७ मैल चालत गेलो. त्यांनी मला काम दिले नसते... तर मी काय केले असते, कुठे गेलो असतो– मला माहीत नाही. सुदैवाने तिथल्या व्यवस्थापकाकडे काम होते आणि माझी सर्व कहाणी ऐकल्यावर त्याने मला तळघरातल्या खोलीत राहण्याची परवानगी दिली; पण त्या ठिकाणी निराळाच उद्योग चालू होता. तिथे सिमेंट क्राँक्रीटचे फायर प्लेसेस करायचे काम चालायचे. त्याच्या मालकानेही मला थोडे काम दिले.

त्या तळघरातल्या माणसांपैकी एकाला घोड्यांच्या शर्यतीचा नाद होता. एक दिवस तो मला शर्यतीच्या मैदानावर घेऊन गेला आणि घोड्यावर कसे पैसे लावतात, ते मी पाहिले. मला त्यात भाग घेण्याची इच्छा नव्हती; कारण दैव माझ्या बाजूला होते, असे मला वाटत नव्हते; पण हा माणूस मात्र आश्चर्यजनक होता. त्याने पैसे लावलेला घोडा प्रत्येक वेळी जिंकायचा. म्हणून पुढच्या आठवड्यात पगार झाल्यावर मी त्याच्याबरोबर पुन्हा तिथे गेलो आणि मीही घोड्यांवर पैसे लावले... तुम्ही ओळखलेच असेल की, मी पार हरलो. आपण एक नंबरचे मूर्ख आहोत असे माझे मलाच वाटू लागले.

मी जुगाराच्या विरुद्ध नाही, जर तो मजा म्हणून केला तर आणि थोड्या प्रमाणात! पोकरच्या खेळात १० सेंट लावण्याइतकी मजा मी घेतो; पण त्या अनुभवातून मी एकच शिकलो की, जिंकण्यासंबंधी कुणी कितीही खात्री दिली तरी त्यावर विश्वास ठेवायचा नाही अन् असल्या भानगडीत पडायचे नाही.

लिटलटनमधील माझी आणखी एक आठवण आहे, ती एका कामगार नेत्याबरोबरच्या चकमकीची. चांगल्या सुटाबुटात असलेला तो एक विचित्र माणूस

होता. त्याने मला सांगितले की– मी जर दुसऱ्यांदा दोन आठवड्यांच्या पगारावर तिथे काम करणार असेन, तर मला तिथल्या कामगार युनियनमध्ये यावेच लागेल. तसा राहायचा माझा काही विचार नव्हता; पण त्याच्या त्या चकमकीमुळे मी पुढचा पगार हातात पडल्याबरोबर मनोमन ॲन आर्बरला जायचा निश्चय पक्का केला.

तोपर्यंत माझ्या आईने पुन्हा लग्न केले होते आणि ती ॲन आर्बरला परतली होती. माझ्या भावाचे– जिमचे– त्या शहरात एक अपार्टमेंट होते. होत्या तशा दोनच खोल्या; पण त्याने मला तिथे राहायला बोलावले. त्याने मला एक जुनाट, गंजलेली १९४९ मॉडेलची प्लायमाउथ गाडीही वापरायला दिली. त्याबद्दल मी त्याचा ऋणी झालो. तो एका पोस्ट ऑफिसमध्ये तसेच अन्यही अनेक प्रकारची कामे करत होता. त्यातले एक होते– डॉमिनिक डिवार्टी नावाच्या माणसाच्या मालकीचे पिझ्झा विक्रीच्या दुकानातले.

मीही काम शोधायच्या मागे होतो; पण मला त्याच्यावर लक्ष केंद्रित करता येत नव्हते. त्याचे कारण म्हणजे, जॉन पॅट्रिक रॅन प्रकरणामुळे मी जॉनवर बराच नाराज होतो. त्याच्याकडून माझ्या नावाचे एक पत्र माझ्या आईच्या पत्त्यावर आले होते; पण त्यात फक्त पोकळ आश्वासने होती की, परिस्थिती नक्की सुधारेल. त्याव्यतिरिक्त मला त्याच्याकडून किंवा त्याच्याबद्दल काही ऐकायला मिळाले नाही. इथे मिशिगन विद्यापीठात प्रवेश घेण्यासाठी मी तयार होतो. त्यांनी स्वीकृतीबद्दल कळवलेही होते आणि मीही ते स्वीकारले होते; पण तिथे भरण्यासाठी लागणारे पैसे माझ्याकडे नव्हते. जे मी साठवले होते, ते सर्व या जॉन प्रकरणात गेले होते. मला आठवते तसे– जॉनकडून काही न कळल्यामुळे त्याच्यावर जळफळत त्या अपार्टमेंटमध्ये मी बसून होतो. मी वैफल्यग्रस्त झालो होतो. प्रचंड डोकेदुखी आणि कानदुखीने मला वैताग आला होता. शेवटी ते ९० दिवस संपले आणि मला या सत्य परिस्थितीला सामोरे जायला लागले की, जॉन रॅन आता माझ्याशी काही संपर्क करणार नाही– ज्याचे त्याने मला आश्वासन दिले होते. मी ॲन आर्बरमधल्या एफबीआयच्या (फेडरल ब्यूरो ऑफ इन्व्हेस्टिगेशन) कार्यालयात गेलो आणि याविषयी काही करता येईल का, ते विचारले; पण तिथूनही मला हात हलवत परत यावे लागले. मला सांगण्यात आले की, रक्कम ५००० डॉलर्सपेक्षा कमी असल्याने ती एफबीआयच्या कार्यकक्षेबाहेरची आहे. शिवाय जॉन पॅट्रिक रॅन नावाने वावरणारे बरेच लोक असू शकतील; त्यामुळे त्याचा तपास लावणे अवघड आहे. त्याने तर माझ्या वैफल्यात आणखी भर पडली. तरीही मिशिगन विद्यापीठात नाव घालायचा माझा निश्चय पक्का होता. त्यासाठी मला कोणते ना कोणते तरी काम मिळायलाच हवे होते. त्यातले एक मिळाले ते वॉशटेनॉ न्यूज एजन्सीमध्ये; जिचा मालक होता एक वयस्कर माणूस– हॅरी जिनोव्हा. जसं झालं तसं. ती न्यूज एजन्सी म्हणजे माझे

(मिशिगन विद्यापीठातील) बिझिनेस स्कूल झाले आणि हॅरी माझा प्रोफेसर. त्याने मला अनेक अगदी प्राथमिक बाबीही शिकवल्या– कारण हिशेब ठेवणे वगैरे कामे मला अज्ञातच होती. खरेतर जेव्हा हॅरीने मला तिथल्या कॅरिअर कंपनीत स्वत:ची ओळख करून देणारा 'मेमो' लिहायला सांगितले; तेव्हा 'मेमो' म्हणजे काय, त्या शब्दाचा अर्थ काय– मला काहीही माहीत नव्हते.

माझी नेमणूक परगावाहून येणाऱ्या नियतकालिकांचे घरपोच वितरण करणारा व्यवस्थापक म्हणून झाली. लवकरच मला या कामासाठी तरुण मुलांना कामावर कसे निवडायचे, त्यांना कसे शिकवायचे आणि प्रोत्साहित करायचे– हेही शिकावे लागले. शिवाय व्यवसायातील काही मूलभूत तत्त्वेही जाणून घ्यावी लागली. मला ते काम आवडले आणि हॅरीने त्याला अमुक प्रकारेच झालेले काम का हवे, ते परखडपणे त्याच्या पद्धतीने सांगितल्यामुळे मला व्यवसायातील समस्या हाताळण्याबद्दलची चांगली जाण आली. तसा तो स्पष्टवक्ता आणि कठोरपणे बोलणारा होता; पण त्याचे हृदय मात्र सोन्याचे होते. हॅरीच्या मुलाबरोबरच मला चांगली दोस्ती करावी लागली. त्याचे नाव निक आणि तोही तिथे काम करत होता. हॅरी माझ्यावर कधी फारच भडकला, तर त्याला शांत करण्याचे काम मग निक करत असे.

मिशिगनमधील माझे अभ्यासवर्ग मी काहीशा अपेक्षेने व काहीशा आशंकायुक्त भीतीने चालू केले. माझी कानदुखी अधिकच वाढली होती. काही वेळा दुखणे एवढे भयानक असायचे की, मला नीट विचार करणेही जमायचे नाही. मला काळजी पडली ती म्हणजे, त्या न्यूज एजन्सीमधले काम– शिवाय विद्यापीठातील अभ्यासक्रम एकाच वेळी जमेल की नाही? शिवाय अभ्यासासाठी लागणारी पुस्तके विकत घेणेही परवडणार नसल्याने मनातील संदेह अधिकच वाढला. मला सुरुवातीला वाटले की, वर्गात जरा अधिक लक्ष दिले, तर काम भागेल; शिवाय ग्रंथालयाचाही वापर करून घेता येईल आणि काही पुस्तके इतरांकडून उसनी आणता येतील; पण तरीही मला या सर्वांचा मेळ घालणे जमेना. सुमारे तीन आठवड्यांनंतर मी तिथल्या विद्यार्थी आरोग्य केंद्राला भेट दिल्यावर तिथल्या डॉक्टरांनी निदान केले की, माझ्या कानाला जंतुसंसर्ग होऊन कानाच्या पडद्यालाही इजा पोहोचली आहे. त्यावर त्यांनी उपचार केले. मग मी ठरवले की, या परिस्थितीत उत्तम मार्ग म्हणजे तूर्तास पूर्वग्रह न ठेवता तिथल्या अभ्यासाला विराम देणे आणि दुसऱ्या सहामाही सत्रास पुन्हा नव्याने प्रवेश घेणे. तोपर्यंत माझे कान व बँकेतील शिल्लक– दोन्हीही सुधारलेले असतील.

हॅरी जिनोव्हाने स्वीकारलेल्या पालकत्वाचे आभार मानले पाहिजेत. कारण त्याने शिकवून तयार केल्याने मला नियतकालिकांच्या वितरण व्यवसायातील

खाचाखोचा कळल्या आणि तो वाढण्यासाठीही मी उत्सुक झालो. माझ्या कानांवर आले की, ॲन आर्बरमधील एका वाहतुकीच्या गजबजलेल्या चौकात– ह्यूरॉन अँड माइनच्या– कोपऱ्यावर वृत्तपत्राचा एक बूथ विकायचा आहे. त्याच्या मालकाला त्याचे ५०० डॉलर्स हवे होते. मिशिगन विद्यापीठातील अभ्यासक्रम सोडल्याने मिळालेले परताव्याचे काही पैसे माझ्याकडे होते. मग मी काही पैसे हप्त्याने देण्याचे त्याच्याकडून कबूल करून घेतले आणि ती जागा ताब्यात घेतली. आता मी त्या नोकरीबरोबरच माझ्या मालकीच्या एका उद्योग-व्यवसायाचा मालकही झालो; त्यामुळे एखाद्या धावपटूसारखा दुसऱ्याच्या पुढे जाण्यासाठी उल्हसित झालो. मी पहाटे पाचलाच उठून माझ्या बूथवर वृत्तपत्रे पोहोचवण्यासाठी जात असे. तिथली गर्दीची वेळ संपली की, नोकरीच्या त्या न्यूज एजन्सीमध्ये जात असे. तिथे मी हिशेब ठेवण्याचे काम करायचो आणि मग पुन्हा बूथवरील दुपारच्या वृत्तपत्रांची व्यवस्था लावण्यासाठी परत यायचो.

त्या बूथवर काही दिवस काम केल्यावर माझ्या लक्षात आले की, त्या भागात अनेक प्राध्यापक राहत होते आणि तिथे 'न्यू यॉर्क टाइम्स'ला चांगली मागणी होती. मला ही चांगली संधी वाटली. म्हणून मग मी फावल्या वेळी चांगला सूट व टाय घालून त्या शहराच्या चांगल्या भागातील घरांचे दरवाजे ठोठावायचो. मी त्यांना विचारायचो की, त्यांना रविवारचा 'न्यू यॉर्क टाइम्स' घरपोच दिला तर चालेल का? आणि मग त्यांच्यापैकी अनेकांनी त्याबाबत अनुकूलता दर्शवली; त्यामुळे अलेघेनी पर्वतरांगांच्या पश्चिमेला असा हा घरपोच वृत्तपत्रे देण्याचा उपक्रम प्रथमच चालू झाला. त्या एका कृतीमुळे मला दर रविवारी २५ डॉलर्स मिळू लागले. माझ्या दृष्टीने ही रक्कम तशी उत्तम होती; पण माझ्या या उद्योगापायी मला संपूर्ण शहरभर गाडीतून फिरावे लागे आणि दुपारपर्यंत काम संपवण्यासाठी दारोदारी जावे लागे.

मी फेब्रुवारीमध्ये मिशिगन विद्यापीठात परत नाव नोंदवले; पण पुन्हा एकदा ते तीन आठवड्यांपुरतेच टिकले. मी माझे काम सोडू शकत नव्हतो; कारण मी १९५५ मॉडेलची फोर्ड स्टेशनवॅगन हप्त्यावर घेतली होती आणि हप्ता होता दरमहा ४९ डॉलर्स. शिवाय माझ्या आकलनात वेग नव्हता. मग मी तिथून बाहेर पडलो आणि ॲन आर्बरमधल्या रात्रशाळांमध्ये विविध अभ्यासक्रमांसाठी नाव नोंदवले; त्यामुळे वर्गातल्या शिकण्यासंबंधीच्या माझ्या क्षमतेत भर पडली. माझा आत्मविश्वास वाढला.

त्या हिवाळ्यात मी विद्यापीठ आवारात बराच वेळ घालवला, न्यूमन क्लबमध्ये विद्यार्थ्यांमध्ये मिसळलो. मला मी त्या विद्यापीठातला एक आहे अशी माझी ओळख प्रस्थापित करायची होती; शहरातला केवळ एक बेकार मुलगा म्हणून नव्हे. मग मी काही विद्यार्थिनींबरोबर डेटिंग केले आणि त्यांना तिथल्या विद्यार्थ्यांच्या आवडत्या

रेड्स राइट स्पॉट नावाच्या ठिकाणीही घेऊन गेलो. तिथला जिम गिलगोर नावाचा विनोदबुद्धी असलेला, छोटेखानी आचारी आयरिश होता आणि त्याच्याकडे असे काही होते की, ज्यामुळे मला त्याच्याशी ओळख वाढवावी, असे वाटले. प्रत्यक्षात त्याच्याबाबत मला माहीत असावी त्यापेक्षा अधिक माहिती मिळाली. मोठ्या चुटक्यांनी, वचनांनी तो ग्राहकांना खिळवून ठेवायचा.

सप्टेंबरच्या सुरुवातीला मी पुन्हा मिशिगन विद्यापीठात प्रवेश घ्यायच्या खटपटीत होतो, त्या वेळी माझा भाऊ जिम भागीदारीतल्या व्यवसायाचा एक आश्चर्यकारक प्रस्ताव घेऊन आला. यपसिलांटी गावातील डोमिनिक डिव्हार्टी नावाच्या उद्योजकाच्या पिझ्झाची जागा विकत घेण्याची मोठी संधी होती. जिम डिव्हार्टीच्या ॲन आर्बरमधील रेस्टॉरंटमध्ये काही सुतारकाम करत होता. त्या वेळी तिथे त्याला डिव्हार्टी व एक वयस्कर माणसामध्ये चाललेले संभाषण कानावर आले. 'तो वयस्कर माणूस अगदी भावनाशील होता' असे जिमला वाटले. त्याआधी तीन वर्षे डिव्हार्टीने यपसिलांटीमध्ये आपल्या व्यवसायाचे बस्तान बसवणे चालू केले होते. त्याच्या त्या पिझ्झा स्टोअरचे नाव होते– 'डॉमिनिक्स'; पण ते सुमारे सहा महिने बंद होते आणि आता त्याला ते विकायचे होते. तो दुसरा माणूस गेल्यावर जिमने डिव्हार्टींना विचारले, ''यपसिलांटीमधल्या त्या पिझ्झा स्टोअरचे काय प्रकरण आहे?'' डिव्हार्टीने त्या स्टोअरची किल्लीच त्याच्याकडे फेकली अन् ते स्टोअर बघून येण्यास सांगितले.

डिव्हार्टीच्या ॲन आर्बरमधल्या स्टोअरचा कारभार जिमने जवळून पाहिला होता; त्यामुळे त्या यपसिलांटीमधल्या स्टोअरच्या व्यवहाराबाबत तो बराच उल्हसित झाला होता; पण त्याला पोस्ट ऑफिसमधील सुरक्षित नोकरीही सोडायची नव्हती. त्याने असा प्रस्ताव मांडला की, आपण दोघांत मिळून ते स्टोअर विकत घेऊन आळीपाळीने ते सांभाळावे. त्याची विक्रीची किंमत ५०० डॉलर्स होती. शिवाय आणखी काही हजार डॉलर्स स्टोअरच्या कर्जाचा बोजाही उचलायचा होता. माझ्या दृष्टीने ती फारच मोठी जोखीम होती; पण स्टोअर फक्त संध्याकाळी ५ ते रात्री १२ पर्यंत चालवायचे होते आणि ते मला सोईचे वाटत होते.

मी ३॥ तास काम करावे आणि जिमनेही तेवढाच वेळ. त्यामध्ये मिळणाऱ्या उत्पन्नातून मला माझे कॉलेजचे शिक्षण पुढे चालू ठेवता आले असते. मी माझ्यात एकाच वेळी होऊ घातलेला वास्तुविशारद आणि पिझ्झाच्या उद्योगातला एक श्रीमंत उद्योजक– या दोन्ही भूमिका पाहत होतो. मी माझा तो न्यूजचा बूथ महिना २५ डॉलर्स भाड्याने दिला तसेच हॅरी जिनोव्हालाही मी नोकरी सोडणार असल्याची पूर्वसूचना दिली.

मी नेहमी अशाच विचारात होतो की– आम्ही डॉमिनिक्स चालवायला घेतले,

त्या वेळी डिव्हार्टीला दिलेल्या पैशाची त्याने पावतीही दिली नाही; पण २० वर्षांनंतर मला कळले की, डिव्हार्टीने एका कागदावर नोंद करून ठेवली होती– 'जिम मोनाघनकडून स्टोअरच्या विक्रीपोटी ७५ डॉलर्स मिळाले.' ती डिसेंबरच्या भाड्यापोटीची आहे, दि. १२-१-६०. आम्ही स्टोअरच्या खरेदीसाठीच्या उरलेल्या रकमेचे कर्ज मिळवले, ते स्टोअर विकत घेतले आणि उघडलेही. एकूण खर्च ९०१ डॉलर्स– ते पोस्ट ऑफिस क्रेडिट युनियनमधून. म्हणजे, आम्ही आता त्या डॉमिनिक्स पिझ्झाचे अभिमानास्पद मालक बनलो होतो.

डिव्हार्टीने स्टोअरवर त्याचे त्या वेळचेच नाव पुढे चालू ठेवण्यास परवानगी दिली, ते चांगलेही झाले. कारण आमच्या मते, 'मोनाघन्स इटालियन पिझ्झा' या नावात तसा काही दम नव्हता, ते कानालाही नीट भावत नव्हते. डिव्हार्टीने ६ इंची पिझ्झा ३० सेंटला विकण्याची कल्पना लढवली होती. गोष्ट अशी होती की– ही कल्पना त्याला मॅकडोनल्डशी स्पर्धा करण्यासाठी योग्य वाटली; पण प्रत्यक्षात तो म्हणाला की, ती विक्री वाढवायची एक चांगली युक्ती होती. त्याने स्टोअरच्या दर्शनी भागाला पांढऱ्या रंगात रंगवले होते आणि त्यावर सर्वत्र हिरवे ठिपके विखुरले होते. त्याच्या मते, त्यातून छोट्या पिझ्झाचे प्रतिबिंब प्रतीत होत आहे आणि असे ध्वनित होत होते. माझ्या मते, रेस्टॉरंटच्या सजावटीचे ते काही फार आकर्षक उदाहरण नव्हते; पण ते बदलण्याआधी मला आणखी बरीच महत्त्वाची व तातडीची कामे निपटायची होती.

डिव्हार्टीने आम्हाला– मला व जिमला– त्याच्या ॲन आर्बरमधील स्टोअरमध्ये नेले आणि पिझ्झाच्या निर्मितीचे काही धडे दिले. मला कणकेचे पीठ मळायचे, त्याला थापटून आकार देण्याचे काम भावले. शिवाय, त्याच्या सॉस तयार करण्याच्या कृतीनेही मला मोहित केले आणि विशेषकरून त्याच्या वचनाने की– "चांगल्या पिझ्झाच्या यशाचे गुपित सॉसमध्ये असते." त्याने दीर्घ काळ माझ्यावर प्रभाव टाकला. त्याच वेळी मी प्रतिज्ञा केली– जगातला सर्वोत्कृष्ट पिझ्झा सॉस माझाच असेल. मी सुमारे १२ वर्षे देशभरातील अनेक पाकगृहांत जाऊन त्याचा शोध घेतला. त्याची सुरुवात दुसऱ्याच रात्री हॅरी जिनोव्हाच्या घरापासून केली. जिमने व मी पिझ्झाच्या व्यवसायात पदार्पण केल्याच्या मुहूर्ताच्या आनंदाप्रीत्यर्थ हॅरीने मला घरी जेवायला बोलावले होते. तिथे आम्ही माझ्या या नव्या उद्योगाबद्दल भरभरून बोललो. "तुला माहीत आहे का, जगातला सर्वोत्कृष्ट पिझ्झा कोण बनवते ते?" हॅरीने विचारले. मग त्याने त्याच्या बायकोकडे अंगुलीनिर्देश केला. तिने आम्हाला नुकतेच उत्तमपैकी स्पघेटीचे जेवण दिले होते. आम्ही सर्वजण– मी, हॅरी आणि निक– स्वयंपाकघरात गेलो. त्या वेळी निकची आई तिने घरच्या घरीच कसे सॉस केले याची पाककृती माझ्यासाठी एका कागदावर लिहीत होती. मी तिचे कौतुक

केले; पण मी ती कृती कधी वापरली नाही. कारण ती फारच गुंतागुंतीची होती.

मग मी आमच्या त्या व्यवसायाच्या जागेच्या समोरच्या अपार्टमेंटमध्येच माझा बाडबिस्तरा हलवला. आता मला त्या फोर्ड स्टेशनवॅगनची गरज नव्हती, शिवाय ती गाडी मला परवडतही नव्हती. मग मी ती जिमला दिली आणि त्याने तिचे पुढचे हप्ते भरायचे मान्य केले. मी कारखान्यातील दोन बेरोजगार कामगारांना हाताशी धरले. त्यांची नावे कॅरॉल टेबोइ आणि जय फिलिप्स. त्यांचे काम म्हणजे, त्यांच्या गाड्या वापरून आमचे पिझ्झा घरपोच नेऊन द्यायचे. त्यांनी पोहोचवलेल्या पिझ्झांवर त्यांना १० टक्के कमिशन मिळायचे, शिवाय प्रत्येक पोहोचवलेल्या पिझ्झामागे १० सेंट्स मेहनताना. त्यांच्याशी कमिशनवर ते काम करण्याचे आम्ही ठरवले नसते, तर कदाचित आमच्या त्या व्यवसायाची सुरुवातही झाली नसती.

तशी माझी शाळेत असतानाच पिझ्झाशी ओळख झाली होती. पहिल्यांदा मी त्याकडे फारसा आकर्षित झालो नव्हतो. त्याचे रूप, तो रंग आणि ते भरपूर चीज- यांचा माझ्यावर फारसा प्रभाव पडला नव्हता; पण पुढे काही वेळा तो खाल्ल्यावर माझी पिझ्झाची आवड वाढली. जेव्हा आम्ही डॉमिनिक्स उघडले, त्या वेळेपर्यंत माझे पिझ्झावर प्रेमच जडले होते आणि मी ते टनावारी खाल्ले असतील. त्या वेळी यपसिलांटीमध्ये भरपूर पिझ्झा स्टोअर्स आमचे स्पर्धक होते आणि आमच्या स्टोअरच्या सुरुवातीच्या काळात मी या इतर दुकानांतले पिझ्झा त्यांची चव घेण्यासाठी मुद्दाम विकत घ्यायचो. मी ते सावकाश खायचो अन् त्यांचे विश्लेषणही करायचो. ते याच उद्देशाने की, त्यांच्या व आमच्या पिझ्झात काय कमी-जास्त आहे हे पाहावे. माझे उद्दिष्ट होते उत्तमातला उत्तम पिझ्झा बनवायचे. त्या दृष्टीने मी उत्तमातले उत्तम आवश्यक पदार्थ निवडायचो व त्यांचा साठा करून ठेवायचो; पण मला वाटले की, आमच्यापेक्षा आमच्या स्पर्धकांचा सॉस अधिक चांगला व चविष्ट आहे. त्यासाठी काय करावे, हे मला कळत नव्हते. जेरी गार्बर हा आम्हाला विविध पदार्थ देणारा पुरवठादार होता, त्याच्याकडचा एक विक्रेता होता. त्याने सांगितले की, लान्सिंग नावाच्या गावी एका जुन्या इटालियन रेस्टॉरंटमधला सॉस त्याने चाखला होता आणि त्याच्या मते तो उत्तम होता. मी त्या ठिकाणी भेट दिली. मलाही तो सॉस फार आवडला. आम्ही वापरत असलेल्या डिव्हार्टी यांच्या सॉसपेक्षा तो कितीतरी चविष्ट होता. आश्चर्य म्हणजे, त्या मालकाने काहीही आढेवेढे न घेता त्याच्या सॉसची पाककृती मला दिली; त्यामुळे आमच्या ग्राहकांतही तो सॉस चांगलाच लोकप्रिय झाला.

आमच्या स्टोअरमध्ये बसून पिझ्झा खायची सोय चांगली नव्हती. तिथे पुढच्या बाजूला फक्त २ छोटी टेबले होती आणि तिथे बसून जास्तीतजास्त चारजण पिझ्झा खाऊ शकायचे; त्यामुळे आम्हाला पिझ्झा घरपोच देण्याच्या ऑर्डर्स यायच्या तसेच

येणारे गिऱ्हाईक पॅक करून स्वत: घरी घेऊन जायचे. यासाठी ऑर्डर्सवर अवलंबून राहावे लागायचे. सुरुवातीला आम्हाला फारच थोड्या लोकांच्या ऑर्डर्स आल्या, कारण आमच्याकडे टेलिफोनही नव्हता की ज्याद्वारे ऑर्डर्स घेता येतील. डिव्हार्टीने त्या गावातल्या पिवळ्या निर्देशिकेत (यलो पेज डिरेक्टरी) एक पावपानी जाहिरात दिली होती. त्याचा खर्च महिना ६८.५० डॉलर्स होता; पण तोही आम्हाला परवडण्यासारखा नव्हता आणि फोन कंपनी ती जाहिरात चालू ठेवल्याशिवाय तो किंवा दुसरा कोणताही फोन नंबर देण्यास तयार नव्हती. माझ्या मते, त्यांचे धोरण फारच कडक होते. नव्याने उद्योग-व्यवसाय करणाऱ्यांना हे धोरण जाचक होते; पण माझे याबाबतचे मत त्यांना सांगणे म्हणजे एखाद्या लाकडी किंवा लोखंडी खांबासमोर जाऊन बोलण्यासारखे, तक्रार करण्यासारखे होते. त्या फोन कंपनीचा व्यवस्थापक मला काहीही सवलत द्यायला किंवा मदत करायला तयार नव्हता. सुमारे महिनाभर खटपट केली तरी पालथ्या घड्यावर पाणी पडल्यासारखे झाले. शेवटी मी हार मानली आणि एक मोठी जाहिरात दिली, त्या बदल्यात फोन नंबर मिळवला.

मधल्या काळात मी आणि माझ्या भावाने ठरवलेली ५०:५० भागांची व्यवस्था कोलमडून पडायच्या बेतात होती. त्याच्या त्या पोस्ट ऑफिसमधल्या नोकरीला बाधा पोहोचेल असे काही करायचे नव्हते आणि त्याचे हे मत समजून घ्यायचा मी प्रयत्न करत होतो; पण पुढे त्याचे स्टोअरमध्ये येणे कमी-कमी होऊ लागले अन् मीच अधिकाधिक कामाचा भार उचलू लागलो. कारण माझी बांधिलकी आता या पिझ्झा उद्योगाशी जडली होती. त्यासाठी मी माझा तो वृत्तपत्र एजन्सीचा उद्योगही गुंडाळला. मला उत्पन्नाचे दुसरे साधन नव्हते आणि आता मला कर्जफेडीच्या दबावाचे ओझे जाणवू लागले होते.

माझा व जिमचा कामाकडे पाहायचा दृष्टिकोन अगदी भिन्न होता. आम्ही त्या स्टोअरचे नूतनीकरण करायचे ठरवले. त्यातले पार्टिशन काढून टाकून पिझ्झा देण्यासाठी एक छोटी खिडकी करावी आणि तयार करण्यासाठी जास्त जागा बनवावी, असे ठरवले. जिमने त्याच्या ओळखीच्या सुताराला आणून ते काम करून घ्यायचे मान्य केले; पण अनेक दिवस गेले तरी याबाबतीत काही झाले नाही. मग शेवटी मी माझ्या हातानेच ते पार्टिशन काढून टाकण्याचे काम हाती घेतले. जिमने आल्यावर ते पाहिले व मी करत असलेले काम पाहून तो आश्चर्यचकित झाला. मग तो लगेच घरी गेला, त्याने सुतारकामाची हत्यारे आणली. त्यानंतर एका रात्रीत आम्ही तिथली व्यवस्था आम्हाला पाहिजे तशी बदलली.

भावाभावांत असतात तसे आमच्यातही मतभेद असायचे आणि मला कबूल करताना शरम वाटते की, हे मतभेद काही वेळा एवढे टोकाला जायचे की, रागाच्या भरात आम्ही तिथल्या वस्तूंची फेकाफेकही करायचो. एकदा मी रागाच्या

भरात एक पिझ्झा पूर्ण जाळून टाकला अन् तो भिंतीवर फेकला. तो तिथे चिकटून बसला, त्यातले चीज व अन्य पदार्थ खाली जमिनीवर पडून जमीन खराब झाली. आजही जिम म्हणतो की– तो पिझ्झा मी त्याच्या दिशेने भिरकावला होता; पण खरेतर माझ्या मनात तसे काही नव्हते.

आम्ही आमचे मतभेद मिटवायचे आणि एकत्र चांगले काम करण्याचे वचन एकमेकांना द्यायचा प्रयत्न नेहमी करत असू. आम्ही गर्दीला चांगले तोंड देत असू अन् एखाद्या वेडाने झपाटल्यासारखे भराभर पिझ्झा करत असू. मग थकून गेलो की, आम्ही एकमेकांकडे पाहून खदखदून हसून घेत असू. एक दिवस जिमने भंगारात एक मोठे स्टेनलेस स्टीलचे तसराळे पाहिले. ते बहुधा एखाद्या वॉशिंग मशिनचा भाग असावे. मग तो लोहाराकडे गेला. त्याने त्याला थोडे सोल्डरिंग केले. त्यातून आम्हाला पिझ्झाची कणीक मळायला चांगले भांडे तयार करून मिळाले.

माझा अंदाज होता की, माझ्याइतकाच जिमही व्यवसायाची काळजी घेतो; त्यामुळे सुमारे आठ महिन्यांनी जेव्हा तो मला म्हणाला की, त्याला या व्यवसायातून बाहेर पडायचे आहे; तेव्हा मी आश्चर्यचकित झालो. तो म्हणाला– त्याला भागीतला काहीही हिस्सा नको; पण मी त्याला आम्ही पिझ्झा घरपोच करण्यासाठी घेतलेली जुनी फोक्सवॅगन ब्रीटल मोटरगाडी देऊ केली आणि ते त्याने मान्य केले.

जिमच्या निर्गमनानंतर चित्र पालटले. फावल्या वेळात पिझ्झाचा उद्योग करावा आणि मिशिगन विद्यापीठात अभ्यासही करावा, ही कल्पना दूर सारली गेली; पण झाले ते चांगल्यासाठीच, असे आता म्हटले पाहिजे. जिमने व्यवसायातून बाहेर पडणे हा खरेतर धक्का होता, पण मी तो पचवायचा ठरवले. मी आशावादी होतो. जसा मी त्या मरिन कोअरमध्ये रुजू झालो होतो, त्या वेळेसारखाच. मी स्वत:लाच म्हटले की, आलेल्या परिस्थितीला स्वीकारायचे, तोंड द्यायचे आणि तिला सकारात्मक परिस्थितीत बदलायचे.

त्या क्षणी मी स्वत:ला या उद्योगात 'पिझ्झा मॅन' म्हणून झोकून द्यायचा निर्णय घेतला. मग मला हायसे वाटले. माझे उद्दिष्ट स्पष्ट होते आणि आता या उद्योगाचे बरे-वाईट आपल्यालाच खांद्यावर आहे, या जाणिवेने समाधान मला मिळाले. ती एक स्वागतार्ह घटना होती. मला माझी सर्व स्वप्ने आठवली. आपण श्रीमंत व यशस्वी व्हायचेय, असा निश्चय झाला आणि मी स्वत:लाच म्हटले, "असे काही व्हायचे असेल, तर तसे होणे माझ्याच हातात आहे."

४

त्या डॉमिनिक्स पिझ्झा स्टोअर्सच्या उबदार पाकगृहात काम करताना माझा आत्मविश्वास झपाट्याने वृद्धिंगत होत गेला. होणाऱ्या प्रत्येक पिझ्झ्याबरोबर मी नवं काहीतरी शिकत होतो आणि आमची विक्री आठवड्याला ७५० डॉलर्सपर्यंत वाढत गेलेली पाहणे हे दिलासा देणारे होते.

पहिल्या आठवड्यात ती ९९ डॉलर्स होती. आजही मी आमच्या स्टोअरच्या शुभारंभाच्या दिवशी वाटणारे ते अपुरेपण विसरू शकत नाही. त्या दिवशी पहिला ग्राहक आला आणि त्याने पिझ्झाची ऑर्डर दिली. मी वेड्यासारखा त्याच्याकडे टक लावून पाहत राहिलो. तोपर्यंत आयुष्यात मी २-३ पिझ्झाच बनवले होते आणि तो माझी तिथे पिझ्झा बनवण्यासाठी चाललेली धडपड पाहतोय, ही जाणीवच मला पंगू करत होती.

सुदैवाने त्याने मला सांगितले, ''मी पिझ्झा नेण्यासाठी २० मिनिटांनी परत येतो'', तेव्हा मला हायसे वाटले. मी स्मितहास्य केले व म्हणालो, ''येस, सर!''

चौथ्या व पाचव्या महिन्यात आमची प्रगती पाहून मी अत्यानंदाच्या अवस्थेत गेलो. माझ्या मते, यपसिलांटीमधील डॉमिनिक्स पिझ्झाचा व्यवसाय हाच सर्वांत सक्रिय आहे; पण नंतर परिस्थिती बदलली. शाळा-कॉलेजेस बंद झाली आणि त्या पूर्व मिशिगन विद्यापीठाच्या परिसरातले विद्यार्थी उन्हाळी सुट्टीसाठी आपापल्या गावी निघून गेले. विक्री थोडी कमी होईल, हा माझा अंदाज होता; पण ती इतकी तळाला

जाईल, हा अंदाज आला नाही. विक्रीत ७५ टक्के घट याला तुम्ही काय म्हणाल? काही काही वेळा रात्रीपर्यंतचा गल्ला जेमतेम ९ डॉलर्सच असायचा, तर आठवडाअखेरीस तो फार तर ५० ते ६० डॉलर्सपर्यंत जायचा. मला वाटते, या धंद्यातील घसरणीमुळे मी व माझ्या भावातील तणाव वाढत गेला. ऑगस्टमध्ये जेव्हा आमची भागीदारी संपुष्टात आली, तेव्हा मी अक्षरश: त्या स्टोअरमध्येच निवासाला असायचो. जरी मी दुपारी पाचपर्यंत स्टोअर उघडायचो नाही, तरी त्याआधी पडद्यामागे बरेच काम करावे लागे. मी दर दिवशी ताजे सॉस व पिझ्झाची कणीक बनवत असे. मग त्यावरचे मांस व भाज्यांचे टॉपिंग तयार करावे लागायचे, त्यांचे तुकडे करून ठेवावे लागायचे. सर्वांत किचकट व वेळखाऊ काम असायचे ते चीजचा कीस करणे. मी प्रतिज्ञा केली की, मी ते यांत्रिक पद्धतीने करायचा प्रयत्न करीन; पण त्यासाठी रेस्टॉरंटमध्ये वापरल्या जाणाऱ्या उपकरणात सोईचे असे काही नव्हते. शिवाय इतरही धावपळ होतीच. मला बाजारातून माल खरेदी करून आणावा लागायचा, बिले भागवावी लागायची आणि यातून जरा वेळ मिळाला किंवा काढता आला; तर त्या स्टोअरमध्ये काही ना काही काय सुधारणा करता येतील हे मी पाहायचो, करायचो. मला मुख्य चिंता होती ती पाकगृहातील भट्टीची व पिझ्झा द्यायच्या खिडकीची. मी नेहमी त्यात बदल करत राहायचो, हालचाल कमीतकमी कशी होईल ते पाहायचो. माझ्याकडे जी भट्टी (ओव्हन) होती, त्यात भाजण्याचा वेळ कमी होण्याची शक्यता जवळजवळ नव्हतीच; पण पिझ्झा करण्यासाठी लागणाऱ्या कच्च्या पदार्थांची साठवण, एकत्रीकरण वगैरेत मी वेळेची बचत करू शकत होतो; त्यामुळे सर्वच बाबतींत कमीतकमी वेळात पिझ्झा कसा तयार होईल याची खटपट करत राहण्याचे मला जणू वेडच लागले होते. त्यासाठी मी सतत धावपळ करायचो.

पण कॅरॉल टेबोइ आणि जय फिलिप्स यांनी पिझ्झा घरपोच देण्याचे काम केले नसते, तर मला ते स्टोअर चालवणे अशक्यच होते. जर कधी ते जागेवर नसतील; तर मीच फोनवरून ऑर्डर घ्यायचो, पिझ्झा तयार करायचो– मग स्टोअरला कुलूप लावायचो आणि स्वत:च ग्राहकांना पिझ्झा घरपोच नेऊन द्यायचो– ही परिस्थिती तशी थोडी विचित्रच होती.

जर ऐन वेळी काही सामान (पिझ्झा बनवण्यासाठी) कमी पडले, तर मी गल्ल्यातून पैसे घेऊन शेजारच्या दुकानात खरेदीसाठी जायचो. ज्या दांपत्याचे ते दुकान होते, त्यांना माझी ही धावपळ पाहून कीव यायची. मग ते शिळे फ्रूटपाइज मला १० सेंटमध्ये द्यायचे. मी आमच्या पाकगृहात जाऊन त्यांचा फडशा पाडायचो. मी नेहमीच भुकेला असायचो. तसा मला पिझ्झा आवडायचा; पण आपलाच पिझ्झा खाणे मला परवडण्यासारखे नव्हते. खाल्लाच तर एक तर तो जळका असायचा

किंवा एखाद्याने ऑर्डर रद्द केल्यामुळे पडून राहिलेला असायचा.

मात्र, सप्टेंबर उजाडला व पुन्हा एकदा धंद्यात वाढ होऊ लागली. मग मी प्रथमच माझा म्हणून एक कर्मचारी घेतला, तोही तासाच्या बोलीवर. त्याचे नाव स्टीव्ह लेविस्की. (तो नंतर पोलीस झाला) आणि मग आणखी एक घेतला– त्याचे नाव रॉन ब्राउघ. मी त्या विद्यापीठाच्या पूर्व भागातील विद्यार्थी वसतिगृहात जाऊन भिंतीवर आमच्या पिझ्झाची जाहिरात लावली. तसेच आमच्या डिलिव्हरीच्या गाडीवरही आम्ही आमच्या पिझ्झाची जाहिरात लावली. गेल्या वर्षीच्या सरासरी विक्रीपेक्षा आता दुप्पट विक्री होऊ लागली. मी दर आठवड्याला ४०० डॉलर्सचा नफा खिशात घालत होतो. या पद्धतीनेच होत राहिले, तर माझे वर्षाचे उत्पन्न २०००० डॉलर्सवर गेले असते. माझ्या दृष्टीने ते एक उल्लेखनीय उत्पन्न झाले असते, जरी ते माझ्या महत्त्वाकांक्षा पूर्ण करण्यासाठी पुरेसे नव्हते तरी!

माझा नफा वाढण्याचे एक कारण म्हणजे, आम्ही आमच्या यादीतून ६ इंची पिझ्झा गाळून टाकला. तो विद्यार्थ्यांमध्ये लोकप्रिय होता तरी आमच्या दृष्टीने ती एक डोकेदुखी होती आणि मला हेही कळले की, तो बनवण्याचा खर्च मोठ्या पिझ्झ्यापेक्षा जास्त आहे. एक दिवस आमच्याकडे भरपूर ऑर्डर्स आल्या आणि त्या पुऱ्या करता-करता आमची तारांबळ उडाली; डोळ्यांपुढे काजवे चमकू लागले. मग पटले की, अशा गर्दीला सामोरे जायचे असेल, तर उत्पादन सुरळीत करायला हवे. मग अगदी नाइलाज म्हणून आम्ही लहान आकाराचा पिझ्झा यादीतून काढून टाकला. भीती वाटली की, यामुळे धंद्यावर परिणाम होईल; पण तक्रारी तशा फार गंभीर नव्हत्या. उलट, मला सुखद आश्चर्याचा धक्का बसला की, आमचा धंदा अधिक वाढला, उत्पन्नही वाढले. बऱ्याच दिवसांनंतर पहिली संध्याकाळ अशी गेली की, आम्ही ऑर्डर्स व्यवस्थित हाताळल्या; कुणीही आरडाओरडा केला नाही आणि आमची विक्री नेहमीपेक्षा ५० टक्के अधिक झाली. तेव्हा आम्हाला कळून चुकले की, लहान पिझ्झा बनवायला जेवढा वेळ लागतो, तेवढाच मोठा बनवायलाही लागतो आणि त्याची डिलिव्हरी द्यायलाही तेवढाच वेळ जातो. डॉमिनोज पिझ्झाच्या इतिहासातील हे निष्कर्ष सर्वांत महत्त्वाचे व दूरगामी परिणामाचे ठरले.

अशीच परिस्थिती आमच्या यादीतून सबमरिन सँडविचेस काढून टाकण्याच्या वेळी निर्माण झाली. एका रविवारी– जो अगदी गर्दीचा वार असतो– आमच्याकडे नेहमीपेक्षा निम्मेच कर्मचारी होते आणि कुणाचा तरी बळी द्यायला हवा होता; मग आम्ही त्या सबमरिन सँडविचला काट मारली; पण त्याचा आमच्या उत्पन्नाच्या वाढीवर झालेला परिणाम पाहून आम्ही चकित झालो. आम्ही यादीत काटछाट केली, पण धंदा वाढला– हा एक महत्त्वाचा धडा आम्ही शिकलो.

माझ्या अंतर्मनाने सांगितले की, डॉमिनिक्स पिझ्झामध्ये काही अघटित घडणार

आहे; पण नेमके काय, ते मला माहीत नव्हते. मला वाटले, इथे यपसिलांटीमध्ये मी करतोय ते यशस्वी झाले, तर इतर शैक्षणिकदृष्ट्या प्रसिद्ध गावांतसुद्धा (माझे पिझ्झा स्टोअर) यशस्वी होईल. मग मी जगाच्या पंचांगातून (वा विश्वकोशातून) इतर गावांत किती विद्यार्थी घेतले जातात– शाळा आणि विद्यापीठात– याची माहिती जमवणे चालू केले. त्यातून मला आणखी कुठेकुठे पिझ्झा स्टोअर उघडता येतील, याचा अंदाज घेता आला. आमच्या एका ग्राहकाने सुचवले की, माउंट प्लेझंटमधील सेंट्रल मिशिगन विद्यापीठ संकुलातील पिझ्झा स्टोअर घरपोच पिझ्झा फुकट देत नाही, त्यासाठी जादा पैसे घेतात. ॲन आर्बर आणि यपसिलांटीमध्ये मात्र घरपोच सेवा मोफत ही नेहमीची प्रथा होती. "तुझे तिथे छान चालेल," त्याने मला विश्वास दिला आणि ते माझ्या डोक्यात पक्के बसले.

मी आणि माझ्या भावाची भागीदारी संपुष्टात येण्यापूर्वी एक दिवस आधी एक अगदी परिचित वाटणारा माणूस आमच्या स्टोअरमध्ये आला आणि त्याने पिझ्झाची ऑर्डर दिली.

मी विचारले, "तुम्ही त्या रेड्स राइट स्पॉटमधले आचारी तर नाही?"

"हो, जिम गिलमोर." त्याने मला स्मितहास्य करत म्हटले आणि शेकहँड करण्यासाठी हात पुढे केला. "पण मी आता रेड शेल्टनमध्ये काम करत नाही. मी आता मिशिगन विद्यापीठाच्या वसतिगृहात आचारी म्हणून काम करतो."

त्यानंतर आम्हा दोघांत बराच वेळ रेस्टॉरंटच्या व्यवसायावर भरपूर गप्पा झाल्या. त्यातून मला असे कळले की, त्याने ॲन आर्बरमध्ये 'पिझ्झा फ्रॉम प्रॉप' नावाचे लोकप्रिय पिझ्झा स्टोअर स्थापन केले होते आणि देशातील बहुधा ते पहिलेच घरपोच पिझ्झाची सेवा मोफत देणारे स्टोअर होते– किमान माझ्या ऐकिवातले तरी! मी फारच प्रभावित झालो.

त्यानंतर गिलमोर आमच्या स्टोअरमध्ये बऱ्याच वेळा येत राहिला. मी आमच्या गप्पांची वाट पाहत राहायचो. त्याने सर्व बाजूंनी रेस्टॉरंटच्या व्यवसायाचे निरीक्षण केले आणि त्यामध्ये निरनिराळ्या पद्धती कशा चालतात, याविषयी त्याच्या गोष्टी ऐकवण्यात त्याला आनंद वाटायचा. मला वाटलं, मला त्याच्याकडून बरंच काही शिकायला मिळतंय.

जिम म्हणजे अगदी जिगर असामी होती. तो इलिनॉइसमधील डेकाटूरमधून आला होता. त्याचे वडील व्हिस्की विक्रेता होते आणि त्यांच्याकडून जिमने व्हिस्कीची चव पाहायची सवय घेतली. तो थोडाफार तिच्या आहारीही गेला होता. त्यापायी अनेक रेस्टॉरंटमध्ये त्याचे दिवाळे निघाले होते. त्याचा चेहरा काळवंडला होता आणि दरवर्षी तो जास्तच वयस्कर वाटू लागला होता; पण त्याने आपल्या पूर्वीच्या व्यसनासंबंधी बोलण्यात कधी हात राखला नाही. त्याने सांगितले की,

अल्कोहोलिक्स ॲनॉनिमसने त्याला व्यसनावर नियंत्रण मिळवण्यात बरेच सहकार्य केले. त्याबद्दल तो देवाचे आभार मानायचा आणि नंतर त्याचे ते व्यसनही कायमचे सुटले. जसजशी त्याची-माझी घसट वाढली, त्याला मी चांगला ओळखू लागलो; तसतसे जिमला माझ्या पिझ्झा व्यवसायातील संभाव्य वाढीविषयी कौतुक वाटून ते वाढत गेले. पुढे त्याच्या बोलण्यावरून तो काही कट आखतोय की काय, असे मला वाटू लागले. अर्थातच, त्याला काही व्यावसायिक करार करण्यात स्वारस्य असावे, असे वाटू लागले.

एक दिवस तो कुजबुजत्या आवाजात म्हणाला, "अरे, माझ्याकडे पिझ्झा सॉसची एक गुप्त पाकक्रिया आहे. ती मी 'प्रॉप्स' स्टोअरकरता विकसित केली होती. तुला ती हवी का?" मला विश्वास होता की, लान्सिंगमधून माहिती घेऊन विकसित केलेले आमचे सॉस अधिक चांगले होते; पण मी त्याला म्हटले की, त्यापेक्षा त्याने आमच्या स्टोअरमध्ये येऊन काम करावे, त्यात मला स्वारस्य आहे.

मला वाटले, यामुळे आम्ही यशस्वीपणे एकत्र येऊ. त्याने काही वेळ विचार केला मग सांगितले की, त्याला ते कबूल आहे; पण तो आलाच तर समान भागीदारीच्या पद्धतीनेच येईल, हे सांगण्यासही तो विसरला नाही.

मी त्याला ४९ टक्क्यांपर्यंत भागीदारी घेण्याबद्दल विनवले; पण बहुधा त्याने हेरले असावे की, मलाच गरज आहे. तो त्याच्या निर्णयावर ठाम राहिला अन् शेवटी मी विरघळलो. त्याने मला त्याच्या ५० टक्के भागीदारीच्या रकमेपोटी ५०० डॉलर्स देण्याचे मान्य केले; पण हेही सांगितले की, आता त्याच्याकडे तेवढी रोख रक्कम नाही. मी म्हटले, "ठीक आहे, तुझ्या सवडीने दे."

त्या कराराने मी चांगलाच उल्हसित झालो होतो. मला वाटले, जिमच्या अनुभवामुळे थोड्याच काळात धंदा वाढण्यास मदत होईल. मग आम्ही दोघांनी माउंट प्लेझंटला भेट दिली आणि जिथे आमचे पिझ्झा स्टोअर उघडता येईल, अशी जागा पाहिली. ती काही फार मोठी नव्हती. एका गल्लीतील सिमेंटची जमीन असलेली ती छोटी जागा होती. मी वापरलेला एक जुना रेफ्रिजिरेटर, एक ओव्हन आणि एक जुने स्टेनलेस स्टीलचे काउंटर आणले. ही माझी गुंतवणूक २२०० डॉलर्सची झाली. मी नेहमी वाट पाहत राहिलो की, हा माझा भागीदार त्याने वचन दिल्याप्रमाणे स्वत:च्या भागीदारीचे ५०० डॉलर्स व्यवसायात कधी घालणार याची; पण त्याने त्याचे नावही काढले नाही, तेव्हाही व नंतरही कधी. जिम गिलमोरच्या बाबतीत सांगायचे, तर ते देण्यास त्याच्या दृष्टीने योग्य वेळ ती असती; जेव्हा त्याला ते भागीदारीचे पैसे व नरकातील हॉकी टीमचा गोलकीपर होणे यातून निवड करायची झाली, तरच!

माझ्या भावाने मला बऱ्याच वर्षांनंतर सांगितले की, डॉमिनिक डिव्हार्टी ज्या

माणसाबरोबर त्याचे पिझ्झा स्टोअर विकण्याबाबत वाटाघाटी करत होता, तो माणूस म्हणजे जिम गिलमोरच होता!

"आपली भागीदारी संपल्यावर मी डिव्हार्टीला सांगितले की, तू जिमबरोबर भागीदारी करणार आहेस." माझा भाऊ म्हणाला, "आणि डिव्हार्टीने मला ताबडतोब तुला त्या माणसाबाबत सावध करायला सांगितले. आजपर्यंत तीन वेळा तो दिवाळखोरीत गेला आहे."

अर्थात, गिलमोरने भूतकाळातील त्याच्या समस्या मला सांगितल्या होत्या आणि मला यावर विश्वास ठेवायचा होता की, आता त्याने त्यावर मात केली आहे. मी तसा साधा-सरळ माणूस होतो, हे मी मान्य करतो; पण माझ्या मते, तसे असण्यात गैर काही नाही. माझी त्याच्यावर विश्वास टाकण्याची इच्छा होती. मला वाटत नाही की, डिव्हार्टीच्या त्या मताचा माझ्यावर काही परिणाम झाला असता; जरी त्याने ते आधीही सांगितले असते तरी. फार तर मी जिमबाबत अधिक सावध झालो असतो. गिलमोरने त्याच्या वकिलाच्या मदतीने भागीदारी पत्र तयार केले. त्याला वाटले की, ज्या अर्थी पूर्वी तो दिवाळखोरीत गेला होता, त्या अर्थी सर्व काही माझ्या नावावर ठेवणे चांगले. मलाही ते योग्य वाटेल. मला कसेही करून माउंट प्लेझंटमध्ये शिरकाव करायचा होता आणि दुसरे स्टोअर चालू करायचे होते; तर जिम आमचे यपसिलांटीमधले स्टोअर सांभाळणार होता.

मात्र जिमने सांगितले की, त्याला त्याची विद्यापीठ वसतिगृहातील नोकरी सोडायची नाही; हे मला थोडे आश्चर्याचेच वाटले; पण त्याने मला खात्री दिली की, तो तीही करील आणि संध्याकाळी व आठवडाखेरीस तिथे येऊन तिथली व्यवस्था पाहील. मी मित्रत्वाच्या भूमिकेतून त्याच्याशी वाद घातला, पण मी त्याला फार रेटू शकलो नाही. मी असा अंदाज केला की– तो काय बोलतोय, ते त्याला चांगले माहीत आहे. मला इतका आत्मविश्वास होता आणि तोही त्याच्या क्षमतेवर; मग मला कळले की, मी तिथून गेल्यावर डॉमिनिक आणखी जोमात चालेल.

माउंट प्लेझंटमध्ये स्टोअर उघडणे उत्साहवर्धक होते. मला काय पाहिजे, ते मला माहीत होते आणि लवकरच मी तिथली जुळवाजुळव केली. त्या स्टोअरचे नाव काय ठेवायचे, तेही मी पक्के केले. तशी अनेक नावे बरेच दिवस माझ्या डोळ्यांसमोर होती; पण एक दिवस तिथे एक ग्राहक आला आणि त्याने अभिवादन केले, "अरे, पिझ्झा किंग!" ते नामाभिधान मला त्या क्षणी आवडले.

माउंट प्लेझंटमधील आमच्या पिझ्झा किंगला झटपट यश मिळाले. डिलिव्हरी देण्यासाठी मी चांगले कर्मचारी निवडले आणि यपसिलांटीमधील फ्रँक सुकोविच नावाच्या कर्मचाऱ्याला व्यवस्थापक म्हणून तयार करण्यासाठी तिथे घेऊन आलो. काही कालावधीतच विक्रीच्या बाबतीत माउंट प्लेझंटमधील आमच्या स्टोअरने

यपसिलांटीमधील स्टोअरला मागे टाकले; त्यामुळे माझ्या आत्मविश्वासात जबरदस्त वाढ झाली. मी आता पगार घेत होतो. मी एका सुंदर मुलीला भेटलो होतो– तिचे नाव मार्जोरी झिबास (मार्गी) आणि धंदा जोमात चालला होता. जणू काही मी सगळे जगच जिंकले आहे, अशा थाटात मी वावरत होतो.

आता माझे जग जवळजवळ मार्गीभोवतीच घुटमळत होते आणि मग तिच्या सान्निध्यात जाणाऱ्या वेळामुळे आठवड्यातील सातही संध्याकाळी व रात्री पिझ्झा स्टोअरमध्ये काय चालले आहे, हे पाहण्यास मला वेळ व फुरसत मिळत नव्हती. मग दैनंदिन समस्या कशा हाताळायच्या, यावर आम्ही चर्चा करत असू. गिलमोर मला त्यासाठी रोज फोनवर माहिती द्यायचा. बहुतेक वेळा तो म्हणेल त्याला मी 'हो' म्हणत जायचो. आमची चर्चा तशा चांगल्या वातावरणात चालायची. त्याची नेहमी तक्रार असायची ती रोख पैशाच्या चणचणीची आणि त्याने मी वैतागून जायचो. दुसऱ्या बाजूने, मला तिथला धंदा वाढवण्यातही प्रचंड रस होता; त्यामुळे मीही तो मागेल तसे पैसे त्याला पाठवत होतो.

माझ्या मते, सोमवार संध्याकाळ हीच अशी वेळ असायची की, ज्या वेळी मी त्या पिझ्झा किंग स्टोअरमधून वेळ काढू शकायचो. मग मी सुकोविचला प्रमुख करायचो आणि विद्यापीठ आवारात मार्गीला भेटायला जायचो. दुसऱ्या भेटीनंतर मला वाटू लागले की, जिच्याशी लग्न करावे अशी मुलगी म्हणजे मार्गीच! ती तशी स्वयंपूर्ण, सरळमार्गी व सालस होती. तिचे निळे डोळे म्हणजे तर शरीरातून विद्युतप्रवाह वाहात जावा अशी परिस्थिती निर्माण करायचे. मग मी एका दागिन्यांच्या दुकानात गेलो आणि तिच्यासाठी ४०० डॉलर्सची विवाहबंधनाची अंगठी घेऊन आलो. खिशात पैसा नसताना आणलेली ती सर्वांत महाग वस्तू होती. तसा तो हिरा अर्ध्या कॅरटचा होता; पण त्याच्या भोवतीच्या नक्षीदार कोंदणामुळे तसा तो मोठा वाटायचा. त्या विक्रेत्याने मला खात्री दिली की, जर मुलीला ती अंगठी आवडली नाही, तर तो विनातक्रार ती परत घेईल.

तिसऱ्या भेटीसाठी मी मार्गीला मोटारीत घेतले, तेव्हा ती अंगठी माझ्या खिशात होती. मग मी मोटार घेऊन बिग रॅपिड्‌ला गेलो, जे सुमारे ४० मैल दूर होते आणि तिथेही एक पिझ्झा स्टोअर उघडायचा माझा बेत होता. आम्ही एका पिझ्झेरियात गेलो व तिथल्या पिझ्झाची चव घेतली. त्यावर मी काही वेडेवाकडे शेरेही मारले. मार्गी म्हणाली की, मी तिला दिलेल्या हृदयाच्या आकाराच्या पिझ्झाच्या मानाने हा पिझ्झा काहीच नाही– तुलनाच होऊ शकत नाही. मग आम्ही शहरात व विद्यापीठ आवारात एक फेरफटका मारला आणि पिझ्झा स्टोअरसाठी योग्य जागेची चाचपणीही केली. मी कशा प्रकारच्या जागेच्या शोधात आहे, याविषयी मी तिच्याशी थोडेसे बिचकत-बिचकत बोलणेही केले. मार्गीला माझ्या

त्या व्यावसायिक गोष्टीत रस असावा, असे मला वाटले. मग मी माझ्या योजना अधिक विस्ताराने तिला सांगत बसलो. मला तिला पटवून द्यायचे होते की, मी म्हणजे एक दखलपात्र व्यक्ती आहे आणि मी तिला हेही सांगितले की, तिशीत जायच्या आधीच मी दशलक्षाधीश झालेला असेन. तिने माझी थोडी टर उडवली व एक-दोन उपहासगर्भ ओळी ऐकवल्या. मला माहीत होते की, ती मजा करते आहे आणि मला आशा होती की, हे तिला माहीत नसावे. मी खरंच याबाबत फार गंभीर होतो. माझ्या मनात अजिबात संदेह नव्हता की, मी माझी स्वप्ने प्रत्यक्षात उतरवेन. तसा मी लाजाळू होतो; पण माझ्यात जबरदस्त आत्मविश्वासही होता.

आम्ही तिच्या वसतिगृहात परत आल्यावर मी तिला लग्नाविषयी खास काही विचारले नाही. काय बोलावे, तेच मला कळेना. मी फक्त ती अंगठी तिला दिली.

"मी ती घेऊ शकत नाही." ती म्हणाली.

"अस्सं, का?" मी म्हणालो.

"मी घेऊ शकत नाही." ती पुन्हा म्हणाली.

"कृपा करून घे ना–" मी म्हणालो.

"मी यावर विचार करीन." ती म्हणाली.

शेवटी तिला कळून चुकले की, मी नकारार्थी उत्तर स्वीकारणार नाही. ती म्हणाली की– ती अंगठी घेईन, पण बोटात घालणार नाही. कदाचित झोपताना ती घालेन; पण दिवसा कोणाला दिसू देणार नाही. मला तो क्षण विजयाचा वाटला आणि खरंच, आठवड्यानंतर तिने मला सांगितले की, ती माझ्याशी लग्न करील!

त्या वेळेपासून मी जणू हवेतच वावरत होतो; जेव्हा मी माझा उत्तम सूट घातला (तो अजून माझ्याकडे आहे) आणि बे सिटीला तिच्या पालकांना भेटण्यासाठी गेलो, तेव्हाही मला झटका बसला. तिच्या आईने मला अगदी कस्पटासमान वागणूक दिली. तिला वाटले असावे, मी कोणी मवाली किंवा गुंड आहे.

मी पार खचून गेलो. माझी खात्री पटली की, आता मार्गीबरोबरच्या संबंधांचा तो शेवट आला; पण मला दिलासा मिळाला, जेव्हा मार्गीने सांगितले की, आईच्या मताचा तिच्यावर काही परिणाम होणार नाही. नंतर तिने मला तिच्या आईने लिहिलेले एक सातपानी पत्र दाखवले. त्यातल्या प्रत्येक परिच्छेदात तिने माझा जवळजवळ खातमाच करून टाकला होता.

एके ठिकाणी तिने लिहिले होते, 'माझा स्क्रू ढिला आहे!' मी आश्चर्यचकित झालो. मी इतका सरळ-साधा माणूस आणि ती चक्क मला असे म्हणते?

मला विशेष दुःख याचे झाले की, माझी अशी ठाम समजूत होती की, वयस्कर लोकांशी नीट वागणे मला छान जमते. मार्गीच्या वडिलांचे व माझे छान जमले. ते बे सिटीमधल्या पॉवर प्लँटमध्ये व्यवस्थापक होते आणि त्या कार्यपद्धतीत

काम करण्यात त्यांनी ४० वर्षे घालवली होती. तसे ते चांगले गृहस्थ होते; पण बरेचसे पुराणमतवादी, रूढीप्रिय होते. त्यांचा गप्पांचा आवडता विषय म्हणजे मंदीच्या काळातले दिवस किती कठीण होते. त्यांची अशी ठाम समजूत होती की, लवकरच मंदीची आणखी एक जबरदस्त लाट येणार आहे; पण तसे ते पत्नीपेक्षा बरेचसे मोकळ्या मनाचे होते. त्या तर नकारात्मक प्रवृत्तीच्या बाई होत्या. लग्नापूर्वी मी किंवा मार्गी जे-जे काही करायचो, त्याबद्दल त्या नेहमी टीकेच्या सुरातच बोलायच्या. पुढे आमचे संबंध सुधारले आणि नंतर त्यांना मी फारच आवडू लागलो.

आता मला मार्गी जशी माहीत आहे तशी त्या वेळी माहीत असती, तर तिच्यावर आईचा प्रचंड प्रभाव असता तरी मी घाबरलो नसतो. मार्गीला तिचे स्वत:चे मत व मन आहे आणि तिची इच्छाशक्ती लोखंडासारखी कठीण आहे. मला त्याची कल्पना तेव्हा आली, जेव्हा तिने तिचा धर्म बदलण्याची तयारी दाखवली. ल्यूथेर्न चर्चच्या वातावरणात मार्गी वाढली होती. आमचे लग्न होण्यासाठी तिला रोमन कॅथॉलिक पद्धतीने सूचना द्यावी लागली होती. तिने धर्मपरिवर्तन करावे यासाठी तिचे मन वळवावे, यास्तव मी आशावादी होतो. खरेतर मी तिला तशी खात्रीही दिली होती– तिचा धर्म न बदलण्याच्या तिच्या हक्काचा मी आदर करतो; पण मला अजून आशा आहे व मी प्रार्थना करतो की, ती बदलेल.

तिच्या पहिल्या सत्रात– १९६२ च्या वसंत ऋतूत मार्गीला डिअर बॉर्नमधल्या एका शाळेत शिकवण्याचा सराव करण्याचे काम मिळाले. हे गाव यपसिलांटीजवळ आहे; त्यामुळे मला तिथे मोटारीने जाण्याची व यानिमित्ताने माझ्या भागीदाराचे काम पाहण्याची संधी मिळाली. आमच्या उद्योगाचा मानबिंदू, आघाडीचे स्टोअर असलेल्या तिथल्या स्टोअरचे काम माझ्या भावी पत्नीला दाखवण्यासाठी मी उत्सुक होतो. मी जे काही पैसे पाठवत होतो, त्यामुळे त्या स्टोअरमध्ये दर्जेदार काम चालत असेल, अशी माझी अपेक्षा होती; पण पाहिले तर एक धक्कादायक दृश्य होते. ते स्टोअर दयनीय अवस्थेत होते. गिलमोरने आपण स्वच्छतेबाबत किती काटेकोर आहोत, याविषयी प्रौढी मिरवली होती आणि त्याने माझ्या उद्योगातील काही वाटचालीबद्दल त्या अगदी मूर्खपणाच्या आहेत, असे शेरे मारले होते; त्यामुळे बाकी काही नसले तरी तिथे किमान स्वच्छता असेल, अशी माझी अपेक्षा होती; पण तिथे गलिच्छ वातावरण होते. शिवाय या सर्वांवर कळस म्हणजे, तिथे त्याने खेळाचे पिनबॉल मशिन बसवले होते. त्याहीपेक्षा खराब म्हणजे, पिझ्झाचा दर्जा भयानक होता; तो गोलाकारही नव्हता.

मी संतापलो. गिलमोर क्षमा मागू लागला. त्याने स्वत:च्या क्षमतेबाबत फाजील अंदाज केला होता, असे तो म्हणाला. एक तर तो आता तरुण राहिला नव्हता आणि त्याला दोन-दोन कामे सांभाळण्याइतकी ताकदही नव्हती– जी आहे,

असे त्याला वाटत होते. हे स्पष्ट होते की, तो तिथले पैसे स्वत:साठी उचलत होता; पण माझ्याकडे तसा सबळ पुरावा नव्हता. शिवाय त्या लुच्च्या म्हाताऱ्याची मला कीवही आली. त्याच्या ज्ञानाबद्दल मला आदर होता; पण त्याचे एकूण शारीरिक दर्शन घातक होते. मला त्याला सोडायचे नव्हते. मग मी एक दीर्घ श्वास घेतला आणि निर्णय घेतला– 'जर तो अप्रामाणिक असेल, तर ती त्याची समस्या आहे; पण इथल्या कामाबद्दल मी काही तडजोड करणार नाही.' मी स्वत:लाच बजावले.

जिम म्हणाला, "टॉम, मला तुझा चांगला भागीदार व्हायचे आहे. मला स्टोअरसाठी मिशिगन विद्यापीठातील एक चांगली जागा माहीत आहे. आपण जर ती विकत घेतली, तर वाढलेल्या धंद्यामुळे मला माझी नोकरी सोडणे जमेल आणि मी या धंद्याकडे पूर्ण वेळ लक्ष केंद्रित करू शकेन. आपल्या दोघांचीही परिस्थिती सुधारेल; कारण त्या मिशिगन विद्यापीठात आपल्या धंद्यासाठी किती क्षमता आहे, हे तू जाणतोसच."

त्याला माहीत होते की, तो जे सांगतोय तसेच काही मला ऐकावेसे वाटत होते. तो मला आवडायचा मोह मी टाळू शकत नव्हतो. आता मला असा भ्रम मात्र नव्हता की, तो मला अधिक उंचीवर नेण्यासाठी फार उपयोगी पडेल. मला एवढीच अपेक्षा होती की, तो इथल्या कामाचा पुरेसा भार उचलेल. असो. आम्ही त्या विद्यापीठ परिसरात गेलो आणि त्याने सांगितलेली जागा बघितली. ती खरोखर चांगलीच होती; पण आमच्याकडे ती विकत किंवा भाड्याने घ्यावी, शिवाय स्टोअरसाठी यंत्रसामग्री व अन्य वस्तू घ्याव्यात एवढा पैसाही नव्हता. तरीही मी माउंट प्लेझंटला परत गेलो आणि तिथे सुकोविचशी करार केला, जो माझा व्यवस्थापक होता. त्याला त्या स्टोअरमधली ५० टक्के भागीदारी घेण्यासाठी पटवले. त्याच्या वडिलांनी त्याला ४००० डॉलर्सचे कर्ज दिले, मग आमचा तो करार पक्का झाला. मे १९६२ मध्ये आम्ही ॲन आर्बरमध्ये पिझ्झा किंग स्टोअर उघडले. गिलमोरने ते चालवावे, यावर आम्ही सहमत झालो. मी यपसिलांटीला परत येऊन तिथल्या स्टोअरचे पुनरुज्जीवन करावे, असेही ठरले. हे चांगले झाले. मी तिथल्या परिस्थितीवर चांगले नियंत्रण ठेवू शकलो आणि मार्गीही मी तिला घेऊन दिलेल्या १९६० मॉडेलच्या रॅम्बलर मोटारीतून डिअर बॉर्नहून येऊन मला भेटू शकत होती. दि. २५ ऑगस्ट हा आम्ही आमच्या लग्नाचा मुहूर्त ठरवला होता. तोपर्यंत कॉलेजेस पुन्हा उघडली असती आणि आमच्या धंद्यालाही पुन्हा चांगले दिवस आले असते.

मार्गीला डिअर बॉर्नमध्ये एका पॅनकेक हाउसमध्ये नोकरी मिळाली आणि मी यपसिलांटीला स्टोअर चालवायच्या धावपळीत होतो. आमचा भाड्याचा करार संपत आला म्हणून आम्ही एक नवी चांगली जागा पाहिली– ३१० क्रॉस स्ट्रीटवर,

पहिल्या जागेपासून दोनच ब्लॉक दूर. नवे स्टोअर उघडायला बरेच काम करावे लागले. डॉमिनोजमध्ये आम्ही म्हणतो, हे मूल जन्माला घालण्यासारखे आहे! आज जरी आम्ही दिवसाला सरासरी तीन नवे स्टोअर उघडतो आणि आम्ही आता त्याचे तंत्रही बसवले आहे, तरी बरीच काळजीपूर्वक आखणी करावी लागते. तुम्हाला नवा भाडेकरार करावा लागतो, मग तिथे प्लंबर व इलेक्ट्रिशियन आणावे लागतात, आरोग्य खात्याशी संपर्क ठेवून परवाने मिळवावे लागतात, इतरही अनेक इन्स्पेक्टर्स असतात आणि याखेरीज पूर्वानुमान नसलेल्या अनेक अडचणींना तोंड द्यावे लागते.

अशीच एक पूर्वसूचना नसलेली आणि आम्ही अपेक्षाही न केलेली गोष्ट हे नवे स्टोअर उघडताना उद्भवली, ती डॉमिनिक डिव्हार्टीने केलेल्या टेलिफोन कॉलमुळे. त्याने सांगितले की, यापुढे आम्ही त्याचे नाव वापरण्यास त्याचा आक्षेप आहे. "त्यामुळे आमच्या ग्राहकांचा गोंधळ उडतो." तो म्हणाला. त्यावर आमची गरमागरम वादावादी झाली आणि मग पुढचा फोन आला तो त्याच्या वकिलाचा. माझ्या रागाचा पारा त्या वेळी फारच चढला होता; त्यामुळे आम्हा दोघांत चांगलीच बाचाबाची झाली. नंतर जरा शांत झाल्यावर मला वाटले की, यात आता आणखी वाद घालण्यात अर्थ नाही. डॉमिनिक हे नाव वापरण्याच्या कल्पनेचाही मला तिटकारा आला होता, कारण आम्हीच त्या नावाला पिझ्झा क्षेत्रात काही स्थान मिळवून दिले होते. समाजातही त्याला मान होता; पण झाले ते झाले. आम्हाला तीन महिने ते नाव ठेवायचा हक्क होता आणि मी असा पण केला की, मी यापेक्षाही अधिक चांगले नाव शोधून काढेन– नाही, नुसते चांगलेच नव्हे, तर नवे नाव त्याहूनही सर्वोत्कृष्ट असेल. मग मी आमच्या कर्मचाऱ्यांना नवे नाव शोधण्यासाठी डोके खाजवायला सांगितले.

डॉमिनिकच्या नव्या जागेत धंद्याने लवकरच जम बसवला. गिलमोरचे ॲन आर्बरचे स्टोअर– त्याला आम्ही 'पिझ्झा किंग' नाव ठेवले होते– साधारणच चालले होते. जिमने ते स्वच्छ ठेवले होते आणि आता तो पूर्ण वेळ तिथे असल्याने पदार्थांचा दर्जाही सुधारला होता; पण जिमच्या स्टोअरमधला नफा फारच कमी होता आणि या दोन ठिकाणी स्टोअर चालवण्यासाठी आम्ही इतका पैसा ओतला होता की, आमच्या बँक खात्यात जवळजवळ खडखडाट झाला होता.

यपसिलांटीमधले आमचे स्टोअर एका मोठ्या व्हिक्टोरियन पद्धतीच्या घराच्या दर्शनी भागात होते. मी असा विचार केला की, आमचे लग्न झाल्यावर मी व मार्गी तिथे राहायला आलो, तर किती छान होईल! पण तिला तसे काही नको होते आणि तिचे मन वळवायच्या माझ्या प्रयत्नांना खीळ बसली. आपल्या मतावर ठाम राहायचे– अगदी एखाद्या भरभक्कम तटबंदीसारखे– या तिच्या क्षमतेचा तो माझ्या पाहण्यातला पहिला आविष्कार होता. तिने एखाद्या गोष्टीविषयी एकदा तिचे मत

बनवले की, त्यात परिवर्तन करायचे माझे प्रयत्न निष्फळ ठरायचे. ती कधीही पाघळायची नाही. मला वाटते– तिच्या मते, तिथे न राहण्याचे मुख्य कारण असे असावे की, तिथे स्टोअरच्या इतक्या जवळ राहिलो तर मी जास्तीतजास्त वेळ स्टोअरमध्येच घालवेन. धंद्यासाठी मी इतका सहज उपलब्ध होऊ शकेन की, मग आमच्या कौटुंबिक जीवनात काही खासगी जीवन राहणारच नाही. आता मागे वळून पाहताना वाटते, तिची कारणमीमांसा अगदी योग्य होती; पण त्या वेळी माझ्या ते लक्षात आले नाही. बऱ्याच चर्चेनंतर त्याची फलनिष्पत्ती एवढीच निघाली की, आम्ही आमचे पहिले घर म्हणून एक हाउस ट्रेलर (चाकांवरचे घर) घ्यायचे ठरवले. आम्ही एक जुना ३९ फूट लांबीचा, ८ फूट रुंदीचा असा ट्रेलर ४०० डॉलरला मिळवला. त्याच्या अंतर्गत सजावटीसाठी लाकडी पॅनेल होते; त्यामुळे घरात उबदार आणि आरामदायक वातावरण असायचे. मला वाटते, तो ट्रेलर हे आमचे आजपर्यंतचे अत्यंत आरामदायी घर होते. कदाचित आपले पहिले घर असण्याचा आनंद काही निराळाच असतो; त्याचा तो परिणाम असेल; पण मला खरोखरच ते आवडले होते.

मला ट्रेलरमध्ये राहायची ती कल्पना फारच आवडली. हे काहीसे एखाद्या यॉटसारखेच. तिथे राहण्यासाठी टापटीप व शिस्तीची आवश्यकता असते. तिथे प्रत्येक गोष्टीला जागा असते अन् प्रत्येक गोष्ट ठरावीक जागेवरच असायला लागते. मी असाही विचार केला की, ट्रेलर पार्कच्या व्यवसायात पडायलाही हरकत नाही. त्या भागातील अशा अनेक चांगल्या ट्रेलर पार्कना स्टोअरमधून घरी येता-जाता भेट देत होतो आणि मी अशा पार्कचा आराखडा कसा असावा, त्याचे कल्पनाचित्रही कागदावर रेखाटले होते. मी असा निश्चय केला की, माझ्या कार पार्कमध्ये दुय्यम दर्जाच्या कोणत्याही सोई नसतील. मला खात्री होती की, चांगल्या ठिकाणच्या अशा पार्कसाठी– जिथे स्वच्छता आहे, आराम आणि नेत्रसुख आहे– लोक थोडे जास्त पैसे मोजायला कां-कूं करणार नाहीत. शक्यता होती की, मी अशा पार्कमध्ये त्यावेळी पैसे गुंतवले असते; पण जिम गिलमोरने माझ्या प्रयत्नांना खो दिला; त्याऐवजी ॲन आर्बरमधील त्याच्या पिझ्झा किंग स्टोअरच्या विस्तारीकरणात आमचे भांडवलउभारणीचे सर्व प्रयत्न कामी आले.

गिलमोरचे मत होते की, स्टोअरमध्ये न वापरलेली जागा बरीच होती. अर्थात्, परंपरागत पद्धतीच्या रेस्टॉरंटमधील त्याचा अनुभव जास्त होता आणि मला वाटते, त्याला लोकांचा पाहुणचार करायला आवडायचे. काही का असेना– तो म्हणाला, त्याचा विचार आहे की, विद्यार्थ्यांची मोठी संख्या असलेल्या त्या ठिकाणी आपण जर अधिक आकर्षणे निर्माण केली, तर प्रति स्क्वेअरफूट उत्पादकता वाढू शकेल. त्याला तिथे काही टेबले ठेवायची होती आणि पदार्थांच्या यादीत सँडविचचे प्रकार

घालायचे होते. ज्यात हॅम्बर्गर, हॉट डॉग्ज, चिकन, बार्बेक्यू व सबमरिन सँडविचेस असतील आणि मग ते स्टोअर म्हणजे मॅकडोनल्ड व पिझ्झा या दोन्ही प्रकारच्या पदार्थांचे छान मिश्रण असेल.

मी विश्वास ठेवला की, माझ्यासारखेच जिमलाही धंदा वाढवण्यात स्वारस्य आहे; पण तो माझ्यापेक्षाही अधिक भावनाविवश झाला होता. तो म्हणजे एक सुसाट सुटलेली तोफ होती. त्याला कुणीही, काहीही विकायचा प्रयत्न केला तरी तो ते घ्यायचा; कदाचित त्याला भीती वाटायची की, जर त्याने ती वस्तू घेतली नाही तर दुसरा कोणीतरी ती घेऊन टाकील. त्याची भूमिका अशी असायची की, 'सैतानाने उरलेसुरले घ्यावे.' एक तर त्याने अशी कल्पना मांडली की, उपकरणे विक्री करणाऱ्या हॉवर्ड मिलबरोबर जागेचे विस्तारीकरण करावे. मग मिलने त्या जागेच्या नव्या रचनेचे काही भन्नाट आराखडे मांडले. साहजिकच त्यात अनेक नवी कोरी उपकरणे व नवी सामग्री होती आणि जिमला त्यापैकी प्रत्येकच गोष्ट तिथे असावी, असे वाटत होते; पण त्याने धंद्याच्या वाढीचे जे आकडे मांडले, त्यामुळे मलाही त्याची कल्पना स्वीकारावी, असे वाटू लागले. मला वाटले, ही गुंतवणूक खचितच चांगली आहे आणि कार पार्कपेक्षा त्यात पैसे गुंतवणे चांगले ठरेल. मग त्या गुंतवणुकीतला माझा वाटा उचलण्यासाठी मी माउंट प्लेझंटमधील 'पिझ्झा किंग'मधला माझा उरलेला वाटा विकला; पण तरीही आम्हाला पैसे कमी पडत होते. मग आम्ही आणखी एक तिसरा भागीदार घेतला. तो होता गिलमोरचा मित्र क्लार्क रेड शेल्टन. तो रेड्स राइट स्पॉटचा मालक होता. त्याने आमच्या या खटाटोपात सुमारे ४००० डॉलर्स गुंतवले.

मधल्या काळात मी व मार्गीने विवाह केला आणि त्या ट्रेलरमध्ये आमचा संसार थाटायला आम्ही सुरुवात केली. वायने, मिशिगनमधील पाल्मेर ज्युनिअर हायस्कूलमधील ग्रंथालयात तिला नोकरी मिळाली होती. आमची योजना होती की, माझ्या उत्पन्नावर संसार चालवावा आणि तिचे उत्पन्न बँकेत शिल्लक टाकावे. खरेतर आम्ही तसेच केले; पण आमचा तो संसार फक्त अस्तित्वापुरताच झाला. मी धंदा उभा करण्यासाठी सेंटन्सेंट वापरत होतो; त्यामुळे घरखर्चासाठी मी आठवड्याला जेमतेम १२५ डॉलर्स उचलू शकत होतो. टॅक्स वजा जाता त्यातले १०२ डॉलर्स हातात राहायचे. एकदा मार्गी नेहमीच्या दंतचिकित्सेसाठी म्हणून गेली आणि परत आली ती बातमी घेऊन की, तिच्या दातांवर काही उपचार करणे आवश्यक आहे अन् त्याचा खर्च अंदाजे ७०० डॉलर्स होईल. तो एक धक्काच होता, कारण तिचे दात तर उत्तम दिसत होते.

मी काही तक्रार करू शकत नव्हतो, कारण पैसे साठवण्यात मार्गी निष्णात होती. त्या अनपेक्षित खर्चानंतरही तिने आमच्या बचत खात्यात दरमहा थोडेफार

पैसे शिल्लक टाकणे जमवले. त्याबद्दल देवाचे आभार मानले पाहिजेत; कारण त्यानंतर तीनच महिन्यांत आम्हाला कळले की, ती गरोदर आहे. मूल होण्यासाठी आमच्याकडे विमासंरक्षण नव्हते; त्यामुळे त्या बाळंतपणाचा खर्च सुमारे ५०० डॉलर्स होणार होता. शिवाय आता आम्हाला आहे त्यापेक्षा मोठा ट्रेलर घेण्याचाही विचार करायला हवा होता.

मी काही हाउस ट्रेलर्सचा अभ्यास केला होता. तशी मला माझ्या आवडीच्या गोष्टींचा असा अभ्यास करायची खोड होतीच! मी जेव्हा अशा एखाद्या गोष्टीचा विचार करतो, तेव्हा मला अगदी छोट्या-मोठ्या तपशिलासह सर्व गोष्टी जाणून घ्याव्याशा वाटतात. म्हणून मी ट्रेलरविषयी भरपूर माहितीचे वाचन केले, अनेक ट्रेलरच्या मालकांशी चर्चा केली आणि मला कळले की, व्हॅगाबाँड ट्रेलर म्हणजे त्या क्षेत्रातील कॅडिलॅक मोटार असावी अशा दर्जाचा होता. त्यातले सगळे प्लंबिंगचे काम तांब्याचे होते, चांगल्या सांध्यांचे ड्रॉवर्स होते, त्याचे लाकडी पॅनेलिंग हाताने घासून चकचकीत केलेले होते आणि त्या ट्रेलरची चॅसिस मजबूत होती. फ्रँक लॉइड राइटच्या रेडिएंट हीटिंगप्रमाणेच त्या ट्रेलरमध्ये हवा गरम करायची पद्धत होती. मला व्हॅगाबॉन्ड हवा होता, कारण तो त्या वेळी सर्वोत्कृष्ट होता. म्हणून जेव्हा आम्ही निरनिराळ्या ट्रेलर पार्कमध्ये विक्रीसाठी उपलब्ध ट्रेलरची चौकशी करायला जायचो, त्या वेळी त्या ब्रँडविषयी विषय काढला. आम्हाला हवा तसा व्हॅगाबॉन्ड ट्रेलर ३५०० डॉलरला उपलब्ध आहे, हे पाहून आनंद झाला. मला माहीत होते की, मूळ खरेदीदाराला तो किमान ६००० डॉलरला पडला असला पाहिजे. ॲन आर्बरने मग आम्हाला त्याच्या खरेदीसाठी पैसे उपलब्ध करून दिले. त्यांनी सांगितले की, हाउस ट्रेलरसाठी मंजूर केलेले हे त्यांचे सर्वांत पहिले कर्ज होते; पण मार्गीने साठवलेले २००० डॉलर्स आमचे म्हणून आम्ही या व्यवहारात घातले; त्यामुळे त्यांच्या दृष्टीने हा एक सुरक्षित व्यवहार होता. आम्हालाही हा व्यवहार सोईचा होता; कारण आमच्या पहिल्या ट्रेलरची मालकी आम्ही कायम ठेवली आणि तो आमच्या एका व्यवस्थापकाला भाड्याने दिला.

सन १९६३ मध्ये 'मेमोरियल डे'च्या दिवशी आमच्या पहिल्या अपत्याचा जन्म झाला. मी दोन नावे निवडली होती– कारण मला नेहमी जॅक मोनाघन ऐकायला बरे वाटायचे. शिवाय मी प्रेसिडेंट जॉन एफ. केनेडींचा मोठा चाहता होतो आणि विटा पाडण्याचा व्यवसाय करणारे माझे काका जॉन मोनाघन माझ्या दृष्टीने एक मोहक व्यक्तिमत्त्व होते. जर ती मुलगी असती, तर आम्ही तिचे नाव मेरी ठेवणार होतो; कारण ती सर्व संतांची राणी होती. आमच्या चार मुलींपैकी मेरी पहिली होती आणि मी फारच खूश होतो.

मे १९६३ च्या महिन्यात आम्ही आमचे तिसरे रेस्टॉरंट उघडले. ते होते

यपसिलांटीच्या पूर्वेकडील बाजूस इकोर्स रोडवरचे पूर्वीचे जेवणाचे रेस्टॉरंट. आता मागे वळून पाहिले, तर आम्ही ते कसे उघडले याचे मला आश्चर्य वाटते. कारण ॲन आर्बरमधील गिलमोरच्या त्या विस्तारित रेस्टॉरंटमधून अद्याप काही पैसे सुटत नव्हते. डॉमिनिक्सच्या पैशाचा सर्व भार उचलत होतो; पण यपसिलांटीच्या पूर्वेला एखादी जागा घेण्याबाबतही मी उत्सुक होतो. ह्यूरॉन नदी या गावाचे दोन भाग करते आणि क्रॉस स्ट्रीटवरच्या आमच्या पश्चिमेकडील डॉमिनिक्स स्टोअरमधून तिथे माल पोहोचवणे अवघड व्हायचे. मी हे पाहत होतो की, पूर्वेकडच्या बाजूला स्टोअर असले तर त्या भागात पिझ्झा पोहोचवणे सोपे होणार होते; त्याचबरोबर पश्चिमेकडच्या बाजूला सेवा पुरवण्यात डॉमिनिक्स सुधारले असते. 'फूट पाडा व जिंका' ही जुनी सैनिकी धारणा इथे पिझ्झाच्या वितरणातही चपखल लागू पडत होती. डॉमिनोजच्या सर्वंकष वाढीच्या दृष्टीने ते महत्त्वाचे होते आणि १९८७ मध्ये जेव्हा पिझ्झा युद्ध चालू व्हायची लक्षणे दिसू लागली, त्या वेळी तर ते फारच महत्त्वाचे बनले.

मला ही युक्ती कृतीमध्ये उतरवायची होती, म्हणून मी डाइनर नावाची १० टेबलांची एक जागा विकत घेतली आणि तिला 'पिझ्झा किंग' नाव दिले. आम्ही पिझ्झा ओव्हन, कूलर आणि माल द्यायच्या काउंटरची जागा नक्की केली. तिथे पिझ्झा तयार करण्याच्या पूर्वतयारीसाठी जागा नव्हती; पण या गैरसोईचे फायद्यात रूपांतर करण्याची योजना आम्हाला सुचली. आम्ही क्रॉस स्ट्रीटवरच्या आमच्या स्टोअरमधून तयार पिझ्झा तिकडे आणायचे ठरवले. आम्हाला कल्पना सुचली ती बिल नॅप्स रेस्टॉरंट्स या मिशिगनच्या साखळी दुकानाच्या पद्धतीवर वृत्तपत्रात एक लेख आला होता, त्यातून. त्यात लिहिले होते की, त्यामुळे दर्जावर नियंत्रण ठेवणे सोपे गेले आणि आमच्या प्राप्त परिस्थितीत हा उपाय अगदी योग्य होता. आम्ही दर दिवशी आमच्या इकोर्स रोडवरील स्टोअरसाठी कणकेचे जादा गोळे व टॉपिंग बनवत असू. कणीक एका तसराळ्यात साठवली जाई आणि ते आम्ही पिकअप ट्रकच्या पाठीमागे बांधत असू. त्या वेळी लक्षात आले नाही; पण आम्ही करत होतो ती डॉमिनोज पिझ्झाच्या कोठी पद्धतीची (कॉमिस्सरी सिस्टीम) सुरुवात होती.

मला वाटले, घडतेय ते अगदी आमच्या मनासारखे अन् योजनेप्रमाणे आणि गिलमोरलाही तसेच वाटले. ॲन आर्बरमधील पिझ्झा किंग स्टोअर चालवण्याबरोबरच तो यपसिलांटीमधील इकोर्स रोडवरील स्टोअरही सांभाळत होता, तर मी तिथले पिझ्झा तयार करण्याचे काम पाहत होतो. शेवटी आम्ही रेड शेल्टनचा आमच्या व्यवहारातील समभाग १९६३ च्या उन्हाळ्यात पुन्हा विकत घेतला. त्या वर्षीच्या ऑक्टोबरमध्ये आम्ही डॉमिनिक्स पिझ्झा किंग इनकॉर्पोरेटेड ही कंपनी स्थापन केली. डॉमिनिक्सला पर्यायी नवे नाव नक्की होईपर्यंतची ही तात्पुरती व्यवस्था होती. नंतर

१९६४ च्या सुरुवातीला जिम गिलमोरला त्याच्या अनेक भन्नाट कल्पनांपैकी एक कल्पना सुचली. ॲन आर्बरमध्ये गोल्डन बटरफ्लाय नावाचे संपूर्ण भोजनसेवा देणारे एक रेस्टॉरंट होते. त्याला ती एक सुवर्णसंधी वाटली. तो म्हणाला, ''टॉम, मी या जागेतील वर्दळ भरपूर वाढवू शकतो. ॲन आर्बरमधले ते सर्वोत्कृष्ट रेस्टॉरंट होऊ शकेल.'' नेहमीप्रमाणे त्याचे बरोबर आहे, हे त्याने मला पटवून दिले. म्हणून मग आम्ही एक स्वतंत्र कॉर्पोरेशन 'गिलमोर्स रेस्टॉरंट आयएनसी' स्थापन केले आणि तेही ५०:५० भागीदारीने. सर्व पूर्वीसारखेच. पूर्णत: माझ्या नावाने आम्ही ती जागा ९०००० डॉलर्सला विकत घेतली आणि त्याने त्याचे नाव 'गिलमोर्स रेस्टॉरंट' असे ठेवले. त्याच्या दृष्टीने तो एक महान व्यवहार होता; पण मला नंतर कळले, तसा तो माझ्या दृष्टीने अत्यंत वाईट व्यवहार होता.

मी माझ्याकडून कसून मेहनत करत होतो– आठवड्याला सुमारे १०० तास. गिलमोरने त्या नव्या जागेचे उद्घाटन केल्यावर मात्र तो एकंदरीतच इतर कामांत ढिला पडला. तो आठवड्याला १०-१२ तास तरी काम करत होता की नाही, याविषयी मला शंका होती. तो गल्ला तपासायला येत असे, काही ग्राहकांच्या पाठीवर थाप मारत असे, त्यांच्याशी गप्पागोष्टी करत असे अन् कदाचित थोडेफार हिशेब पुस्तके चाळायचे काम; पण बराच वेळ तो त्याच्या नव्या घराच्या बांधकामाचे काम पाहण्यासाठी प्रवास करीत असे. त्याने त्याच्या घरात अनेक खर्चिक सुधारणा करून घेतल्या. त्याने त्या घराच्या हद्दीला चेनचे कुंपण घालून घेतले. खूप महाग फर्निचर विकत घेतले. घराला नवे छप्पर घातले, भिंती सुधारल्या, कुत्र्यांसाठी छोटी खोली बांधली आणि तळघरात विजेवर चालणारी अनेक उपकरणे व हत्यारे बसवून घेतली– ज्यांचा त्याने कधी वापरही केला नाही. त्याने घराभोवतालची जादा ५ एकर जमीन विकत घेतली आणि आम्ही भागीदार असताना त्याने ५ नव्या मोटारगाड्याही खरेदी केल्या. मी मात्र या काळात जुनी, गंजलेली रॅम्बलटर गाडी वापरत होतो. मी आधी विचार केला असता तर मला वाटले असते की, बायकोकडून मिळालेल्या संपत्तीच्या भरपूर वाट्यातून त्याने हे सर्व व्यवहार केले असावेत. आमच्या व्यवसायात मिळणाऱ्या पगारातून एवढा खर्च करणे शक्य नव्हते; कारण त्यात डॉमिनिक्स स्टोअर सोडले, तर इतरत्र आम्ही तोट्यातच होतो. आम्ही दोघांनी आठवड्याला १२५ डॉलर्स पगार घेणे अपेक्षित होते. मी घरी आणलेल्या पगारापैकी मार्गी आणि मी निम्मे चेकसुद्धा वटवू शकत नव्हतो. आठवड्याला जेमतेम ५५ डॉलर्समध्ये आम्ही घरखर्च भागवत होतो.

जेव्हा लोक मला अशा सूचना करू लागले की, माझा भागीदार मला टांग मारतोय; तेव्हा मी त्यांना म्हणायचो, ''असे पाहा– जिमला खाद्यउद्योगाविषयी चांगली माहिती आहे आणि त्याची मला भरपूर मदत होते आहे.'' त्याच्यावर आरोप

करून मला त्याच्याशी भांडण उकरून काढायचे नव्हते. कारण मी स्वत:ला सांगायचो, 'एक ना एक दिवस या ना त्या मार्गाने, सर्व काही ठीक होईल. मी जर सरळ व्यवहार केला तर माझे काही वाईट होणार नाही.' त्यावरच मी विश्वास ठेवला आणि त्याचा तोटा भरून काढण्यासाठी मी माफक पैसा खर्च करण्याचे धोरण ठेवले.

रोख पैशाची चणचण असतानाही आम्ही १९६४ मध्ये 'प्रॉप'कडून 'पिझ्झा' (स्टोअर) विकत घेतले. त्याच्या मालकाने माझ्याशी संपर्क साधला आणि मी मिशिगन विद्यापीठात वरचढ होण्याची आणखी एक संधी पाहिली. 'फोडा आणि जिंका.' ॲन आर्बरच्या पिझ्झा किंगची सेवा सुधारण्याचीही संधी पाहिली. मला ते स्टोअर हवे होते, कारण ते स्वस्तात मिळत होते– रोख पैसे द्यायचे नव्हते आणि नव्याने एखादे सुरू करण्यापेक्षा चालू असलेले स्टोअर घेणे चांगले होते. हे म्हणजे, चालत्या गाडीत चढण्यासारखे होते. मी असे पाहिले की, मी जर चालू उद्योग व्यवसाय घेतला, तर तो मी लवकर भरभराटीस आणू शकेन. 'पिझ्झा' हे नाव प्रॉपकडून इतके चांगले प्रस्थापित झाले होते की, ते न बदलण्याचे आम्ही ठरवले. उलट, आम्ही ते आमच्या इतर स्टोअरमध्येही वापरायचे ठरवले; पण हे नाव बदलण्याचे काम म्हणजे एक कटकटच होती. कारण आम्ही यपसिलांटीमध्ये डॉमिनिक्स उद्योग करण्यासाठी नोंदणीकृत होतो ते 'डॉमिनिक्स पिझ्झा किंग' नावाने. आता प्रॉपचा 'पिझ्झा' नावाचा उद्योगही आला. हा प्रश्न सोडवण्यासाठी मी वेळ देऊही शकलो असतो; जर मी त्याहून मोठ्या प्रश्नात गुंतलो नसतो, तर!

५

सन १९६४ च्या पानगळीच्या मोसमात जिम चांगलाच आजारी पडला. मी त्याला भेटण्यासाठी हॉस्पिटलमध्ये गेलो, ते त्याच्या ढासळत्या प्रकृतीविषयी पूर्ण करुणा बाळगूनच. त्याच्या पूर्वीच्या अतिमद्यपानाच्या व्यसनाने त्याचे लिव्हर खराब झाले होते. त्याला न्यूमोनिया व कावीळही झाली होती आणि तो भयानक दिसत होता; पण त्याने माझे शुभ चिंतन बाजूला ठेवले व थेटच सांगितले की, त्याला आमची भागीदारी मोडायची आहे.

''टॉम, मला जिथे बसून जेवण घ्यायची सोय आहे, अशी रेस्टॉरंट्स चालवण्यात स्वारस्य आहे; तर तुला पिझ्झा घरपोच देण्यात. तू मला ३५००० डॉलर्स दे आणि सर्व पिझ्झा स्टोअर्स तुझ्या नावाने करून घे. ठीक आहे?'' त्याने प्रस्ताव मांडला.

मी काहीही बोललो नाही; पण माझे मन धावू लागले. तो चेष्टामस्करी करतोय, असा मी विचार केला. त्याच्या दोन्ही रेस्टॉरंटमध्ये आमची ८० ते ९० टक्के गुंतवणूक होती. ती रेस्टॉरंट्स म्हणजे गिलमोर्स व पिझ्झा किंग आणि त्याच्या मते इतर तीन पिझ्झा स्टोअर्स फक्त ३५००० डॉलर्स एवढ्याच किमतीची होती. मला वाटले– तो दिसतो त्यापेक्षा अधिक आजारी आहे, बेहोश आहे.

मग तो म्हणाला, ''तूच मला सांगितलेस टॉम की, डॉमिनिक्स हे एकच पिझ्झा स्टोअर ३५००० डॉलर्स एवढ्या मूल्याचे आहे.''

मी काही वाद घातला नाही. विशेष करून तो तिथे असा बिछान्यावर पडला

होता, जसे मांजरीने काहीतरी खायचे पकडून आणावे आणि तिच्या पिल्लांना ते खाता येऊ नये; पण तो कोणत्या संदर्भात बोलतोय, ते मला माहीत होते. एकदा आमच्या उद्योगाची परिस्थिती चांगली नव्हती, तेव्हा त्याचे मनोबल वाढवण्यासाठी मी म्हणालो होतो, ''असे पाहा– डॉमिनिक्सचे बाजारमूल्य ३५००० डॉलर्स इतके असावे.'' तो म्हणाला होता, ''खरंच इतके असेल?'' त्यावर मी म्हणालो होतो, ''नक्कीच.'' तेव्हा आता त्या वेळचे ते बोलणे तो माझ्याविरुद्ध वापरत होता आणि ते पाहून मी जणू वेडाच झालो.

मी जिमच्या बाबतीत माझे मन पहिल्यांदाच कठोर केले. मी ठरवले की, भागीदारी तोडण्याचा त्याचा प्रस्ताव मी गांभीर्याने घेईन– भले त्याची किंमत काहीही असो. हीच योग्य वेळ आहे; कारण आहे त्या परिस्थितीत एकत्रितपणे पुढे जाणे अशक्य होते; पण मी माझा स्वतंत्र ॲटर्नी (वकील) नेमायचे ठरवले. तोपर्यंत त्या म्हाताऱ्या जिमच्या ॲटर्नीनेच आमचे सर्व कायदेशीर व्यवहार हाताळले होते आणि त्याच्याच कारकुनाने हिशेबही ठेवले होते; पण यापुढे हा तरुण टॉम हे सर्व स्वत:च्या अखत्यारीत करणार होता.

मी यपसिलांटीत शोध घेतला आणि मला लॅरी स्पर्लिंग नावाचा ॲटर्नी मिळाला. त्याच्याविषयी सर्वांकडून चांगली मते ऐकायला मिळाली, शिफारशीही. तो स्वत: भागीदारी व्यवसायातून बाहेर पडत होता; त्यामुळे त्याला माझ्या मन:स्थितीची जाणीव होती; पण त्याचा सुरुवातीचा सल्ला मला आवडला नाही. आमचा आर्थिक अहवाल व सध्याचा दोलायमान स्थितीतील उद्योग पाहून त्याने सल्ला दिला होता की, मी दिवाळे घोषित करावे अन् परत नव्याने सुरुवात करावी.

''मी दिवाळे शब्दाचा तिरस्कार करतो,'' मी म्हणालो, ''त्यामुळे तू तो विसर. मला या परिस्थितीतून माझ्या पद्धतीने बाहेर यायचे आहे. तसा मी येऊ शकेन, असे मला वाटते.''

ज्या वेळी कायदेशीर बाबी तपासून माझी कायदेशीर बाजू पाहायचा अभ्यास स्पर्लिंग करत होता, त्या वेळी मी माझे कौटुंबिक जीवन सावरायचा प्रयत्न करत होतो. काय कसे झाले, ते मला कळले नाही; पण माझा अंदाज होता की, कर्ज व गिलमोरच्या प्रकरणातून आलेल्या अनिश्चिततेमुळे तसे घडत असावे. असो, एक दिवस मी काही कर्मचाऱ्यांना घेऊन चांगली कमाई झाल्याचा आनंद साजरा करण्यासाठी बाहेर गेलो होतो. नाताळचा सण सुरू झाला होता. प्रत्येकजण आनंदी होता. मी सगळ्यांकरता बिअर घेतली आणि मी स्वत:ही भरपूर प्यायलो, अगदी नियंत्रणाबाहेर. खरेतर मला मद्यपानाची फारशी आवड नाही. फार तर एखाद्या पार्टीत मी थोडेफार घ्यायचो.

मी जेव्हा ट्रेलरमध्ये परतलो आणि बिछान्यावर आडवा झालो, तेव्हा मार्गीने

वळून पाहिले. तिच्या नजरेतल्या प्रश्नार्थक भावाने मला वेडे केले. मी तिच्यावर ओरडलो, त्यामुळे ती घाबरून गेली.

मी काय करीन याचा तिला भरवसा नव्हता, म्हणून मग ती आत गेली आणि आमच्या मुलीला घेऊन बाहेर आली. स्वसंरक्षणार्थ तिने मुलीला मध्ये धरले, त्यामुळे मी अधिकच भडकलो.

मी इकडे-तिकडे लडखडत फिरत होतो आणि त्यातच माझा धक्का तिथल्या ख्रिसमस ट्रीला लागला. ते झाड आडवे झाले अन् त्यावर लावलेल्या अनेक भेटवस्तू इतस्तत: पसरल्या. आपण मूर्ख आहोत, असे मला वाटले. मी रांगल्यासारखा हाता-पायांवर विसावलो आणि सर्वत्र विखुरलेल्या वस्तू गोळा करू लागलो. जवळजवळ अर्धा तास. मग त्या वस्तू त्या झाडावर परत लावू लागलो. तोपर्यंत मार्गी कोचावर बसून होती. आमची मुलगी तिच्या मांडीवर होती व तीही माझ्याकडे पाहत होती. जेव्हा ते सर्व परत पूर्वीसारखे लागले, तेव्हा ती म्हणाली, "छान! आता ते पूर्वीसारखे सुंदर दिसतेय, नाही का?" त्या तिच्या उद्‌गाराने पुन्हा माझा पारा चढला. मी परत ते झाड खाली पाडले आणि त्यावर एखाद्या माथेफिरूसारखा नाचू लागलो. मग मी ट्रेलरचा दरवाजा दाण्‌कन आपटून लावून टाकला आणि त्या पार्कमधल्या मॉटेलमध्ये गेलो. मी तिथे पोहोचेस्तोवर माझे डोळे उघडले आणि माझ्या लक्षात आले की, आजवरच्या आयुष्यातील मी केलेली ही सर्वांत मूर्खपणाची गोष्ट होती. मी रात्रभर त्या मॉटेलमधल्या खोलीत अंधारात पडून राहिलो, तेही अंधाराकडे पाहत. मला आलटून-पालटून शरमेचे अन् पश्चात्तापाचे झटके येत होते आणि मला भीतीही वाटत होती की, आजच्या वर्तनाबद्दल मार्गी मला कधीही माफ करणार नाही.

दुसऱ्या दिवशी सकाळी मी आमच्या ट्रेलरमध्ये परतलो. मार्गी खास काही बोलली नाही; ती माझ्याकडे फक्त थट्टेच्या भावनेने बघत होती. मला थोडे हायसे वाटले, कारण मला असा अंदाज आला की, ती मला माफ करील. मी तिच्यापाठोपाठ ती जाईल तिकडे गेलो, तिला ट्रेलरमधील आवराआवरीत मदत करू लागलो. सांगतही राहिलो की, मला किती पश्चात्ताप होतो आहे आणि मी किती शरमिंदा झालो आहे ते. शेवटी तिने मला तिचे चुंबन घेऊ दिले आणि ती म्हणाली की, तिची माझ्याविषयी खास काही तक्रार नाही.

ती म्हणाली, "मी आता अशी आशा करते की, यापुढे पुन्हा तू कधीही अशा प्रकारे घरी येणार नाहीस."

मी उत्तर दिले, "प्रिये, त्याबाबत तू काळजी करू नकोस. यापुढे जन्मभर मी पुन्हा मद्यपान करणार नाही."

मी ते वचन आजवर पाळले आहे. अगदी जेवताना मी वाईनही कधी घेत नाही.

मी पूर्वी भरपूर कोला प्यायचो; पण माझ्या कॅलरीज नियंत्रित ठेवण्यासाठी तोही मी कमी केला. आता माझे आवडते पेय आहे सोडा-वॉटर आणि मी आठवड्यात ते काही गॅलन्स पितो.

मला वाटते, 'मी पुन्हा मद्यपान करणार नाही' हे म्हणालो तर तसे पाळेन यावर मार्गीने विश्वास ठेवला असावा. कारण तिने माझी स्वयंशिस्त तेव्हा पाहिली, जेव्हा मी सिगारेट ओढणे झटक्यात सोडून दिले. जेव्हा आम्ही पहिल्यांदा भेटलो, तेव्हा मी धूम्रपान करतो हे तिला कळले नाही; कारण मी ते 'लेंट'च्या निमित्ताने थांबवले होते. तिलाही धूम्रपानाची सवय लागावी, असे मलाही कधी वाटले नाही. आमचा वाङ्निश्चय झाल्यावर काही आठवड्यांनी मी तिला सेंट 'पॅट्रिक्स डे'च्या निमित्ताने माउंट प्लेझंटमधील एका कॉफी शॉपमध्ये घेऊन गेलो. तांत्रिकदृष्ट्या सेंट पॅट्रिक्स डे हा 'लेंट'च्या मध्यातच येतो; पण तो माझ्या दृष्टीने 'लेंट' नसतो. आयरिश म्हणून मलाही गौरवाची बाब असते की, त्या दिवशी आम्ही 'लेंट'चा उपास मोडतो.

म्हणून मी सहज एक सिगारेट काढली व शिलगावली; पण मार्गी माझ्याकडे ज्या नजरेने बघत होती, ती नजर व तिच्या चेहऱ्यावरचे भाव मी कधीही विसरू शकणार नाही. मी चकितच झालो. मी तिची प्रतिक्रिया जाणू शकत होतो. तिला याची अजिबात कल्पना नव्हती की– ज्या माणसाशी तिचे लग्न ठरले आहे, त्याला ही वाईट सवय असावी. म्हणून मी म्हणालो, "मी काय करीन, ते मी तुला सांगतो. आपले लग्न ज्या दिवशी पार पडेल, त्या दिवसापासून मी धूम्रपान सोडून देईन."

आणि मी तसेच केले. मला माहीत होते, ते मी करू शकेन. त्यापूर्वीही मी बऱ्याच वेळा धूम्रपान करणे सोडून दिले होते; पण त्यात अयशस्वी ठरलो होतो. फरक एवढाच होता की, या वेळी मी काय करणार आहे ते इतर लोकांनाही सांगत होतो. एकदा तसे सांगितल्यावर मग अन्य पर्याय नव्हता. मी माझा शब्द फिरवू शकत नव्हतो.

आमच्या लग्नाच्या आदल्या दिवशी मी माझ्या सर्व मित्रांना सांगितले की, मी आज शेवटची सिगारेट ओढणार आहे आणि तेवढे पुरेसे होते. टीव्हीवर सिगारेटच्या जाहिरातींना बंदी आली आणि त्या जाहिरातीत काही उदात्त संदेशही असायचेच. कारण त्यांनी मला सहा महिने त्रास दिला. जेव्हा जेव्हा मी त्या पाहायचो, तेव्हा तेव्हा मी नकळत सिगारेटकरता चाचपडायचो; पण मी कधीही ती तेव्हा ओढली नाही व नंतरही.

मद्यपानाबाबत तसेच झाले. मला परत त्या दिवशी त्या ट्रेलरमध्ये झाला तसा ख्रिसमस ट्रीचा प्रसंग परत येऊन द्यायचा नव्हता.

माझ्या दृष्टीने १९६५ चा 'सेंट पॅट्रिक्स डे' उत्सवासारखा होता, कारण

त्याच्या दोनच दिवस आधी मी व गिलमोरने एका करारावर सह्या केल्या. 'ज्याअर्थी मोनाघन आणि गिलमोर यांनी आपल्या संयुक्त व्यावसायिक व वैयक्तिक फायद्याच्या दृष्टीने ठरवले आहे की, यापुढे त्यांचे त्याबाबतचे संबंध संपुष्टात येत आहेत त्या अर्थी यापुढे ते स्वतंत्रपणे व परस्परांपासून विभक्त होऊन काम करतील.....'

लॅरी स्पर्लिंगने तयार केलेल्या करारानुसार मी जिमला २०००० डॉलर्स द्यायचे होते. माझ्याकडे डॉमिनिक्स, यपसिलांटीमधील पिझ्झा किंग आणि प्रॉपच्या 'पिझ्झा'ची मालकी राहणार होती; तर जिमकडे उरलेल्या दोनची– ॲन आर्बर पिझ्झा किंग व गिलमोर्स रेस्टॉरंट.

जिमला त्या जागांवर बरेच कर्ज झाले होते. त्याने 'पिझ्झा किंग'मध्ये बरीच नवी उपकरणे व अन्य सामग्री आणली होती आणि गिलमोर्समध्येही बरीच नवी सजावट करून उपकरणे आणली होती. गिलमोर्सला त्याने सुंदर सजवले होते; पण त्यातले रोख पैसे देऊन काहीही घेतलेले नव्हते, अगदी ॲश-ट्रेसुद्धा. सर्व काही कर्जावर घेतलेले होते. मी दिलेल्या २०००० डॉलर्सनी तो त्या कर्जातून बाहेर आला. तो आता नव्याने सुरुवात करण्यासाठी मुक्त होता.

पण ते पैसे जमवण्यासाठी मला बरीच धडपड करायला लागली. आमचा एक महत्त्वाचा पुरवठादार पॉल फाटा याच्याकडून मी १०००० डॉलर्स उसने घेतले. बँकेने ५००० डॉलर्स कर्जाऊ दिले आणि बाकीचे मार्गीच्या पिग्मी बँकेतून आले.

पण आम्ही पूर्णत: विभक्त होणे अशक्य होते, कारण त्याची सर्व देणी माझ्या नावावर होती; त्यामुळे जर त्याने त्याची कर्जफेड केली नाही किंवा नवी कर्जे काढली, तर मला त्याची परतफेडीची जोखीम पत्करावी लागली असती. स्पर्लिंगने त्याला आणखी एका करारावर सह्या करणे भाग पाडले. त्यात त्याने कर्जफेड केली नाही किंवा नवी कर्जे काढली, तर त्याच्या सर्व स्थावर, जंगम मालमत्तेवर माझा हक्क राहिला असता; पण अशी परिस्थिती शक्यतो टाळावी, असे मला वाटायचे. मग मी जिमला म्हणालो, ''जिम, मी तुझे भले चिंततो आणि मला खरंच वाटतं, तू तंदुरुस्त राहावेस.''

गिलमोरबरोबर या चर्चा आणि वाटाघाटी चालू असतानाच मी आमच्या कर्मचाऱ्यांबरोबर आमच्या उद्योगाचे नवे नाव काय असावे, यासंबंधी चर्चा करत होतो. मला हे नवे नाव १९६५ ची टेलिफोन डिरेक्टरी प्रसिद्ध व्हायच्या आत हवे होते. मी 'पिझ्झा किंग' हे नावही वापरले असते; पण परिस्थिती अशी होती की, गिलमोर एका 'पिझ्झा किंग'चा मालक होता. 'पिझ्झा फ्रॉम पॉप' हे नाव मला चपखल बसणारे वाटत नव्हते. कदाचित ते ॲन आर्बरबरोबर जोडले गेले होते आणि त्यातच सुरुवातीला इतरही अनेक पदार्थ त्यांच्या यादीत होते. थोडा वेळ मी 'पिनोच्चिओज' हे नाव कसे वाटते हे पाहिले. त्यात थोडासा तो इटालियन स्वर

होता आणि मला असे वाटते की– प्रेसिडेंट आयसेनहॉवर यांनी केलेल्या एका भाषणातील वाक्ये आठवली. त्यात त्यांनी 'पी' या अक्षराचा बऱ्याच वेळा वापर केला होता आणि तो कानाला ऐकायलाही छान वाटत होता. असे काही डोक्यात शिरले की, मग मी हात धुऊन त्याच्या पाठीमागे लागतो. याबाबतीतही मी तसेच केले. त्या क्रॉस स्ट्रीटवरील स्टोअरमध्ये जाता-येता डोक्यात तोच विचार होता. आम्ही शेकडो नावे नजरेखालून घातली, पण त्यातील कित्येक नावे विचार करण्याजोगीही नव्हती.

फेब्रुवारीत एक दिवस जिम केनेडी– जो नंतर आमच्या क्रॉस स्ट्रीट स्टोअरचा व्यवस्थापक झाला– एक ऑर्डर पोचती करून आला तो दरवाजा आपटत आणि ओरडतच– "हाय टॉम, मला नवे नाव सुचले आहे."

"अरे वा! काय आहे ते?" मी म्हणालो.

"डॉमिनोज!" तो म्हणाला.

"तेच तेऽ, तेच तेऽऽ" मी किंचाळलोच. मी इतका उल्हसित झालो होतो की, एखाद्या लहान मुलासारखा नाचू लागलो. ते अगदी चपखल आहे, हे मी जाणत होतो; कारण नावासंबंधीच्या आमच्या सर्व निकषांच्या कसोटीवर ते उतरत होते. ते इटालियन होते, ते अद्वितीय होते आणि ते वापरणारे देशात दुसरे कोणते स्टोअर किंवा कंपनी असल्याचे मला माहीत नव्हते; पण जुन्या नावाच्या जवळ जाणारेही होते; त्यामुळे जर कुणी टेलिफोन डिरेक्टरीमध्ये आमच्या जुन्या नावाच्या आसपास घोटाळू लागला, तर हे नवे नाव त्याच्या जवळपास दिसणार होते.

मी या नावाच्या प्रकरणासंबंधी अगोदरच जाहिरात क्षेत्रातील एक– सॅम फाइन– जो ॲन आर्बरमध्ये त्याची जाहिरात कंपनी चालू करण्याच्या बेतात होता, त्याच्याशी बोलून ठेवले होते. मी त्याला माझी केवळ पिझ्झाच्या क्षेत्रावरच लक्ष केंद्रित करण्याची योजना अगोदरच सांगितली होती. त्यात मोफत घरपोच सेवा व स्टोअरमध्ये बसून खायची सोय नाही, या गोष्टी पक्क्या होत्या. या संकल्पनेमुळे तो थोडा बुचकळ्यात पडल्यासारखा वाटला. तोसुद्धा मला बराच नवरचनाकार वाटला; त्यामुळे जेव्हा केनेडीने 'डॉमिनोज' हे नाव सुचवले, त्या वेळी मी पहिले काय केले असेल, तर या सॅम फाइनला बोलावले. मग त्याने लगेच आमचे बोधचिन्ह तयार करण्याचे काम हाती घेतले. माझ्या डोक्यात ते काळ्या रंगाचे असावे असे होते, कारण डॉमिनोज वेगळे असतात; पण त्याने सरळ अक्षरात डॉमिनोज हे नाव आणि त्यात तीन पांढरे ठिपके दर्शवणारे आलेखन तयार केले. त्याच्या मते, ते तीन ठिपके म्हणजे आमची तीन स्टोअर्स होती.

तो म्हणाला, "दर वेळी तुम्ही जेव्हा नवे स्टोअर उघडाल तेव्हा आणखी एक ठिपका त्यात वाढवत जा!" त्या वेळी ते तेवढे अव्यवहार्य वाटले नाही, कारण

माझा त्या वेळी राष्ट्रीय स्टोअर साखळी प्रस्थापित करण्याचा मनोदय नव्हता. आता जर आम्ही हजारो स्टोअर्सच्या साखळीत प्रत्येक स्टोअरला नवा ठिपका द्यायचा ठरवले, तर ते नक्कीच व्यवहार्य ठरणार नव्हते. आम्ही आमच्या डिलिव्हरी गाड्यांच्या टपावर ते चिन्ह लावले आणि ते छान दिसू लागले. आम्ही रेडिओवरही थोडीफार जाहिरात केली व काही बिलबोर्ड्सवरही; पण मोठी जाहिरात हाती घेण्याइतपत पैसे आमच्याकडे नव्हते. खरेतर, तांत्रिकदृष्ट्या मी दिवाळखोरीतच होतो. हा जाहिरातीवरचा सर्व खर्च रोज जमणाऱ्या गल्ल्यातूनच होत होता.

पण एकदा ती गिलमोरबरोबरची भागीदारी संपली; तेव्हा मला वाटले, आपल्याला तोफेतूनच उडवले आहे अशा वेगाने कामे होऊ लागली. आम्ही बसवलेली उत्पादनाची पद्धत घड्याळासारखी अचूकपणे काम करत होती आणि मी यपसिलांटी व ॲन आर्बरमध्ये आणखी विस्तार करण्याच्या माझ्या योजनांचा पाठपुरावा करण्यामागे होतो.

इकॉर्स रोडवरील पिझ्झा किंगमधला जेवणाचा विभाग मी तिथे काम करणाऱ्या एका महिलेला विकला. तिने त्याचे नाव 'मार्टीज डाइनर' असे ठेवले. तिथूनच मग आम्ही डॉमिनोज पिझ्झा देण्याचे काम चालू ठेवले.

त्या दोन शहरांत आमचे वर्चस्व असण्याची मुख्य बाब होती– आमच्या उत्पादनाचा दर्जा. तो अत्युच्च ठेवण्याचा आमचा प्रयत्न असायचा. म्हणून मग मी आमच्या पिझ्झामध्ये वापरल्या जाणाऱ्या पदार्थांच्या दर्जासंबंधी कठोर व अत्युच्च मापके घालून दिली. डॉमिनोज पिझ्झा फक्त उच्च ग्लुटेनच्या पिठापासून बनवले जातील. ते त्या वेळेचे सर्वांत महाग पीठ होते. ते उत्तरेकडील हवामानात– जसे डाकोटा किंवा कॅनडातच– तयार होणाऱ्या गव्हाचे असायचे. आम्ही पूर्ण क्रीमचे चीज वापरायचो तसेच स्किम दुधाऐवजी पूर्ण दुधापासूनच्या पावडरीने बनवलेल्या चीजला मी पूर्णत: बंदी घातली होती. पिझ्झावरची 'टॉपिंग्ज' उच्च प्रतीचीच असायला हवीत– मश्रूम्स इलिनॉइसमधल्या 'केव्हज'ची, टोमॅटो पीअरच्या आकाराचे पण कॅलिफोर्नियातले, हॅमचे बेकन कॅनडातले व पेप्पेरॉनी फक्त एकाच प्रकारची आणि तीही मी स्वत: निवडलेली उत्तम प्रतीची.

पण आमच्या निवडीतला सर्वांत महत्त्वाचा घटक म्हणजे पिझ्झाची कणीक. ती आम्ही रोजच्या रोज ताजी बनवायचो; हाताने पसरवून पिझ्झा बेस करायचो आणि तोही प्रत्येक ऑर्डरकरता स्वतंत्र. पिझ्झा हा तसा गुंतागुंतीचा असतो – म्हटले तर ते रसायन आहे, म्हटले तर कला. दोन्ही प्रकारांत पिझ्झाचा बेस असलेली कणीक ही सर्वांत महत्त्वाची. दोन्ही प्रकारच्या कणकेत थोड्याफार प्रमाणात वायू असतात. जर कणीक जास्त पसरली, तर ती ओव्हनमध्ये टाकण्यापूर्वीच ते बाहेर पडतात. शेवटच्या क्षणी ती कणीक पसरणे महत्त्वाचे असते; त्यामुळे

पिझ्झाला रंग, चव व कडकपणा येतो. कणीक वर फेकून त्याचा पिझ्झा आकार हवेतच बनवणे, हे केवळ दिखाऊपणासाठी असते; त्यामुळे पिझ्झाच्या चवीत काही फरक पडत नाही, शिवाय त्याला जास्त वेळ लागतो. मला तसे करायला आवडते आणि लहान मुलांची करमणूक करण्यासाठी मी कधीतरी तसा तो करतोही; पण खरेतर डॉमिनोजच्या स्टोअरमध्ये असा दिखाऊपणा करायला वेळ आणि फुरसत दोन्ही नसते.

दर्जाबाबतची आमची कठोर प्रमाणके जरी चांगली अत्याधुनिक होती, तरी १९६५ मध्ये आमचा व्यवस्थापनाबाबतचा निकष मात्र साधासुधा होता. तिथल्या कार्यपद्धतीविषयी आमच्याकडे लिखित कागदपत्रे काही नव्हती. कर्मचाऱ्यांविषयी आमच्याकडे नियम किंवा वागणुकीची पद्धत काही नव्हती. आमच्याकडे सुमारे ६० कर्मचारी होते, तरी त्यांपैकी बहुतेक अर्धवेळ काम करणारे ड्रायव्हर्स होते. आमचे कार्यालयही नव्हते. एक जुनी कार्डबोर्डची पेटी– म्हणजे माझी ब्रीफकेस होती.

मी आमच्या व्यवस्थापकांबरोबर आठवड्यातून एकदा एकत्र बैठक करायचो. मी त्यांच्यासमवेत दुपारचे भोजन घ्यायचो आणि ते करता-करता ते त्यांच्या कामाचा अहवाल द्यायचे. मग काही समस्या असतील तर त्याबाबत आम्ही चर्चा करायचो. मोटारगाड्यांची दुरुस्ती आणि त्या चालू स्थितीत ठेवणे, ही नित्याचीच देखभालीची बाब होती. प्रत्येकजण त्याच्या-त्याच्या तांत्रिक माहितीसंबंधी परस्परांशी विचारविनिमय करायचा. कधीकधी मी आश्चर्याने विचार करायचो की, मी पिझ्झाच्या व्यवसायात आहे की वापरलेल्या मोटारगाड्यांच्या? अर्थात आमच्या उत्पादनांचा दर्जा व आमची उद्दिष्टे यांची चर्चा केल्याशिवाय त्या बैठका कधीही संपल्या नाहीत.

उद्दिष्टे ठरवण्यासाठी व साध्य करण्यासाठी आम्ही एकदिलाने काम करत होतो; म्हणूनच आम्ही यशस्वी होत होतो; कल्पनांची देवाण-घेवाण करत होतो आणि एकमेकांना प्रोत्साहितही करत होतो. आम्ही करत असलेल्या कामाप्रती आम्ही समर्पित होतो. प्रत्येक व्यवस्थापक आठवड्यात किमान ६ दिवस काम करत होता आणि मी तर सातही दिवस! आमचे स्पर्धक कोण आहेत, हेही आम्हाला माहीत होते. तिथे असलेली अन्य रेस्टॉरंट्स आणि आम्ही आपापसातले स्पर्धक नव्हतो. सर्वांत महत्त्वाचे म्हणजे, आमचे मालक कोण आहेत, हे आम्हाला माहीत होते– ते होते आमचे ग्राहक! मालक म्हणून माझी सर्वांत मोठी समस्या होती ती म्हणजे बिले भागवणे. त्या वेळी मी स्वत:ला कंपनीचा अध्यक्ष समजत नव्हतो. आमच्या भागीदारीतल्या व्यवहारातील थकबाकी भरपूर होती. त्यासाठी मात्र तगादे यायचे. मग मी ते पैसे देण्याची एक कार्यपद्धत अवलंबली– जी चांगले काम करीत होती. मी सर्व बिले पाहायचो आणि प्रत्येक देणेकऱ्याला किती द्यायचे, ते ठरवायचो. स्टोअरमध्ये किती गल्ला जमतोय, त्यातला किती खर्च होतोय हे पाहून

व त्यातून त्या-त्या आठवड्यात किती पैसे फेडता येतील ते ठरवायचो. रविवारी बँकेत शून्य बाकी ठेवून आम्ही व्यवहार चालू करायचो; मग येणाऱ्या पैशाचा अंदाज घेऊन चेक कधी वटायला येतील, हे पाहून त्याप्रमाणे देण्याची रक्कम ठरवायचो. मग मी ती देणेकऱ्यांची यादी, त्यांच्या त्या आठवड्यात द्यायच्या रकमा पाहायचो आणि आर्थिक स्थितीनुसार मग त्यात काटछाट करायचो. ही पद्धत मी पुन:पुन्हा तपासून पाहायचो, रकमांचा अंदाज घ्यायचो आणि उपलब्ध रकमेप्रमाणे चेक लिहायचो; पण यामुळे प्रत्येक देणेकऱ्याला दर आठवड्याला काही ना काही चेक निघायचेच. माझ्या मते, हे महत्त्वाचे तत्त्व होते.

आठवड्यामागून आठवडे मी ही पद्धत राबवली आणि देय रकमा कमी-कमी होत गेलेल्या पाहून समाधान वाटू लागले. मी आता जणू हवेतच उडत होतो. डोक्यातल्या मोठ्या कल्पना म्हणजे– ग्राईंडिंग व्हीलवर लोखंड नेले की, जशा ठिणग्या उडतात, तसे चालले होते. या सर्व आनंदावर कळस म्हणजे ७ मे १९६५ रोजी मार्गीने आमची दुसरी कन्या सुसी हिला जन्म दिला.

६

डॉमिनोजचा धंदा १९६५ च्या उन्हाळ्यात चांगलाच होता. आम्ही समाजात आमचे स्थान प्रस्थापित केले होते; त्यामुळे उन्हाळ्यात जेव्हा विद्यार्थी वसतिगृह सोडून जायचे, त्या वेळी आमचा धंदा अगदीच तळाला जायचा नाही.

आमचा वाढीचा वेग कायम राहण्याचे महत्त्वाचे कारण होते डॉमिनोजमध्ये काम करणाऱ्या आम्हा सर्वांत एकाच कुटुंबाचे घटक असल्यासारखे परस्परांत संदेशवहन व नाते असायचे. आमच्या कल्पना व माहितीचा स्रोत सतत वाहत असायचा; त्यामुळे आमच्या तिन्ही स्टोअर्समध्ये आम्ही नेहमी सर्वोच्च स्थानी असायचो. मी रोज सकाळी इतर स्टोअरमधील ३-४ जणांच्या भेटीगाठी घ्यायचो. आम्ही एखाद्या रेस्टॉरंटमध्ये जाऊन कॉफी घ्यायचो आणि आदल्या दिवशी काय चांगले झाले व काय चुकले, यावर चर्चा करायचो. ही आमची चर्चासत्रे प्रोत्साहनपर परिसंवादापेक्षा अधिक परिणामकारक आहेत, असे मला वाटायचे. आजही कधीकधी असे वाटते की, त्यांचे पुनरुज्जीवन व्हायला हवे.

मेरीचा जन्म झाल्यावर मार्गीने शिक्षिकेची नोकरी सोडली; पण आमच्या क्रॉस स्ट्रीटवरच्या स्टोअरमध्ये ती माझ्या मदतीसाठी वरचेवर यायची. सुसीचा जन्म झाल्यावर मी मार्गीला आमचे हिशेब ठेवण्याच्या कामासाठी चक्क नोकरीवरच ठेवले. ती स्टोअरच्या पाठीमागे आमच्या कार्यालयात यायची आणि यंत्रावर आकडेमोड करायची. त्या वेळी आमच्या मुली एका कोपऱ्यात पुठ्ठ्याच्या खोक्यात

आराम करायच्या, झोपायच्या. जर वेळ पडलीच, तर स्टोअरमध्ये ती आमच्या अन्य कामांतही मदत करायची.

मी अगदी अविश्वसनीय वाटावे इतका वेळ स्टोअरमध्ये काम करायचो– सकाळी दहा ते दुसऱ्या दिवशी पहाटे चारपर्यंत आणि तेही आठवड्याचे सातही दिवस; पण त्यातही मजा होती आणि कामाविषयी खरेखुरे प्रेम होते. रोज वाढत जाणारा नफ्याचा आकार पाहिला की, त्या श्रमांतही आनंद मिळायचा. लवकरच आम्ही सर्व जुनी देणी भागवली आणि मग कामातून दूर होऊन सुट्टी घेण्यासाठी मला थोडीशी मोकळीक मिळाली.

पूर्वेकडे प्रवासाला जायचे माझे मुख्य कारण होते ते स्टीव्ह लिटव्हिलरच्या लग्नात त्याचा 'बेस्ट मॅन' होण्याचे. तो १९६१ पासून माझा ड्रायव्हर होता. तेव्हा तो माझा विद्यार्थी होता; पण लवकरच आम्ही जिवलग दोस्त बनलो. लग्न त्याच्या पत्नीच्या माहेरी व्हरमाँटमधल्या गावी झाले; त्यामुळे तिथे होतो तोपर्यंत मी न्यू यॉर्क शहरातील जागतिक प्रदर्शन बघण्यासाठी जायचेही ठरवले. तिथले पिझ्झा पॅव्हिलियन सर्वांत मोठे होते, मोझ्झारेल्ला या इटालियनच्या शोधानंतरचे. मी त्या सहलीची उत्सुकतेने वाट पाहत होतो. दुःखाची बाब एवढीच होती की, मला मार्गीपासून काही दिवस दूर जावे लागणार होते. ते तितकेसे सुखदायी नव्हते.

मी असे वाचले होते की, फ्रँक मॅस्ट्रो नावाचा माणूस पिझ्झाच्या व्यवसायातील अमेरिकेतला सर्वोत्कृष्ट माणूस होता आणि मॅस्ट्रोच्या कंपनीने पिझ्झा पॅव्हिलियन चालवले होते. मला त्याला भेटायची खूप इच्छा होती; पण कळले की, तो कधीच मेला आहे. त्याच्या मुलाने त्याच्या व्यवसायाची धुरा सांभाळली होती आणि मला त्याचे व्यवहार निराशाजनक वाटले. त्यांचा उद्योग हा पिझ्झा व्यवसायातला जगातला सर्वांत मोठा उद्योग मानला जायचा; पण तो माझ्या डॉमिनोजच्या यपसिलांटीच्या क्रॉस स्ट्रीटवरील स्टोअरएवढाही नसावा. मला वाटते, त्या वेळी आमचे ते स्टोअर देशातील कोणत्याही अन्य पिझ्झा स्टोअरपेक्षा अधिक धंदा करत होते.

न्यू यॉर्कमध्ये असताना मी टाइम्स स्क्वेअरला भेट द्यायचीही संधी घेतली. तिथे अनेक नामवंत व आख्यायिका बनलेली पिझ्झा स्टोअर्स होती. मी पाहिले, त्यात इटालियन पिझ्झा करणारे कोणी नव्हते. ते बहुतेक फिलिपिनो होते. एके ठिकाणी मला एक वयस्कर ज्युईश माणूस भेटला. तो स्टोअरच्या खिडकीतून पिझ्झा उडवायची कसरत करून दाखवायचा. आम्ही बराच वेळ गप्पा मारल्या. मी संपूर्ण दिवसभर आणि रात्रीही तिथे राहिलो– त्यात त्याने तो पिझ्झाची कणीक कशी करतो ते दाखवले.

मी त्यांच्या व्यवहाराबद्दल थोडा संशयी होतो, कारण तो कमी दर्जाचे गव्हाचे

पीठ वापरत होता अन् टोमॅटोही स्वस्तातले! पिझ्झा बनवणारे चांगले कर्मचारी राखण्यात येणाऱ्या अडचणी त्याने मला सांगितल्या. तो म्हणाला की, कित्येक वेळा ते कामावरच येत नाहीत आणि तो मला हे सांगत असतानाच त्याचा एक व्यवस्थापक आत आला व म्हणाला की, त्यांचा उत्तम पिझ्झा बनवणारा आज कामावर आलेला नाही.

"मी त्याची जागा घेतो!" मी म्हणालो.

तो म्हातारा माणूस भयभीतच झाला; पण मी त्याला आश्वासित केले की, मी म्हणालो, ते खरे आहे; तसेच मी अगदी एक दमडीही न घेता काम करीन. मला फक्त 'द टाइम्स स्क्वेअर'मध्ये पिझ्झा बनवण्याचा अनुभव घ्यायचाय, आनंद लुटायचाय. त्याने खांदे उडवले अन् माझ्याकडे बघून मोठे स्मितहास्य केले. मी संपूर्ण ८ तासांची पाळी केली आणि मी अक्षरश: तिथली वाहतूक थांबवली. मी पीठ हवेत उडवून पिझ्झा करत होतो आणि जाणारे-येणारे काचेतून ते पाहत होते. काय छान रात्र होती ती!

यपसिलांटीला मी परतलो ते माझ्या व्यवसायाबद्दल ठाम सुरक्षिततेची भावना घेऊनच. न्यू यॉर्कमध्ये मी पाहिलेल्या सर्व पिझ्झांपेक्षा माझा पिझ्झा कितीतरी सरस होता आणि आमच्या कर्मचाऱ्यांवर माझे चांगले नियंत्रण होते. ज्या पद्धतीने त्या वयस्कर माणसाने कधीही येणाऱ्या आपल्या कर्मचाऱ्यांना स्वीकारले होते, ते पाहूनच मी अचंबित झालो. कारण माझ्या कर्मचाऱ्यांना अशी उशिरा येण्याची हिंमत दाखवणे शक्यच नव्हते.

कामाचे वेळापत्रक हे आमचे बायबल होते. ते भिंतीवर चिकटवलेले आणि आठवड्यांमागून आठवडे ते तसेच होते. जर मी किंवा कर्मचाऱ्यांनी परस्परसंमतीने बदलले, तरच त्यात बदल व्हायचा.

पिझ्झा बॉक्सच्या पाठीमागे मी पेन्सिलने एक प्लॅन आखला होता. मी मध्यावर एक उभी रेघ मारली होती आणि त्याच्या उजव्या बाजूला व डाव्या बाजूला स्टोअरच्या आत कोण काम करणार आणि बाहेर डिलिव्हरीचे काम कोण करणार, त्याची यादी केली होती. त्याच्या मध्यावर मी एक आडवी रेघ मारली होती आणि त्यात गर्दीच्या वेळी व गर्दी नसताना कोण कोण कुठले कुठले काम किती करणार, ते लिहिले होते. गर्दीपूर्वी म्हणजे ४.३० ते ९ दरम्यान आत फक्त मी व आणखी एकजण आणि तीनजण डिलिव्हरीसाठी. गाड्यांमध्ये पेट्रोल वगैरे आहे ना याची खात्री आम्ही ५ ते ७ पर्यंत करून घ्यायचो. तसेच गर्दीला तोंड देण्यासाठी चीज किसले आहे ना, पुठ्ठ्याची घडी घालून बॉक्सेस तयार आहेत ना वगैरेची खात्री करायचो. नऊनंतर जसजशी गर्दी वाढू लागायची, तसे आतमध्ये पाचजण काम करायचे व आठजण डिलिव्हरीचे.

आमचे कामाचे नियम मर्यादित होते; पण त्यांचे आम्ही काटेकोरपणे पालन करायचो. कोणीही कामावर उशिरा यायचे नाही, प्रत्येकजण किमान एक आठवडा अखंड काम करील, स्टोअरमध्ये कोणीही बसणार नाही– वगैरे. अनुभवांती मला कळले की– बसले की आळस येतो, माणूस सुस्तावतो. खरेतर, बऱ्याच गर्दीनंतर तुम्ही बसलात तर ढेपाळलाच म्हणून समजा.

वेळापत्रक लिहिलेली पिझ्झा बॉक्स नंतर मी पिझ्झा घालून डिलिव्हरीसाठी वापरायचो; फुकट वाया घालवायचो नाही. तसे माझ्या स्वप्नातही आले नसते. फक्त माझ्या मनात नेहमी विचार यायचा की– जर ग्राहकांनी ते मागे खरडलेले बघितले, तर ते आमच्याविषयी काय विचार करतील?

ग्राहकांपर्यंत ३० मिनिटांत पिझ्झा पोचवण्याची ही माझ्या डोक्यातील कल्पना ग्राहकांना दर्जेदार, गरम पिझ्झा कमीतकमी वेळात देण्याच्या विचारातून आली. केवळ आमच्या पिझ्झामध्ये सर्व दर्जेदार घटक वापरावेत एवढेच पुरेसे नाही; कारण इतके करून जर गार व बेचव पिझ्झा दिला, तर सगळेच मुसळ केरात! म्हणून १९६५ च्या सुरुवातीला मी '३० मिनिटांत घरपोच पिझ्झा' हे माझे उद्दिष्ट ठरवले आणि आमच्या तिन्ही स्टोअर्समधील कर्मचाऱ्यांशी त्याबाबत बोलणे चालू केले. त्या वेळी तसे ते फक्त उद्दिष्ट होते, धोरण म्हणून ठरवलेले नव्हते; पण १९६७ मध्ये आम्ही फ्रँचाइझी देणे चालू केल्यावर ते तसे झाले आणि त्याच हेतूने १९६५ च्या सुरुवातीला जलद पिझ्झा पोहोचवण्यावर भर देण्यासाठी मी बोनस देत असे. रोख रक्कम आणायचे काम तेच करायचे. या स्पर्धेला आम्ही 'डिलिव्हरी चॅम्पियन' असे नाव दिले आणि स्टीव्ह लिटव्हिलर हा त्याचा पहिला मानकरी ठरला. एका रात्री त्याने आणलेली रोख रक्कम २४५.१४ डॉलर्स होती. त्यातूनच पुढे 'ड्रायव्हर ऑफ द वीक' ही स्पर्धा चालू झाली आणि ती पुढे डॉमिनोजच्या व्यवहारात कायमची पद्धत होऊन राहिली.

आमचे पाकगृहातले काम तेव्हा थोडे हलके झाले, जेव्हा आम्ही चीजचे तुकडे करण्यासाठी मशिन आणले. ते मशिन अमेरिकेत रेस्टॉरंट असोसिएशनच्या १९६४ च्या प्रदर्शनात मी पाहिले होते.

आम्ही चीज पाच पौंडांच्या विटात आणत होतो. मग हाताने त्याचे छोटे-छोटे तुकडे करून ते आम्ही मांसाच्या ग्राइंडरमध्ये घालत असू, ज्याला आमच्या मिक्सरमधून वीज पुरवली जायची. त्या ग्राइंडरमधून बाहेर आल्यावर तिथल्या गरमपणामुळे चीज स्पगेटी आकारात बाहेर यायचे. मग त्याचे बारीक आकाराचे तुकडे करायला लागायचे. ती एक दीर्घ प्रक्रिया होती; आणि ती अधिकच वेळखाऊ झाली, कारण आम्ही दोन विविध पद्धतींनी बनवलेले चीज वापरत होतो.

शिकागोमधल्या अधिवेशनाच्या वेळी भरलेल्या प्रदर्शनामध्ये फिरताना मला

जर्मन बनावटीचे एक मशिन दिसले. त्याचे नाव होते 'व्हीसीएम.' ते एखाद्या प्रचंड मोठ्या मिश्रणाच्या मशिनसारखे दिसत होते. या प्रदर्शनात काही लोकांना त्यात स्वारस्य वाटले, तर होबार्ट कंपनी ते आयात करण्याच्या खटपटीत होती. माझी नजर त्या मशिनकडे गेली, मी जितके जास्त बारकाईने ते पाहू लागलो तेवढे मला ते जास्त आवडू लागले. ते जर्मन लोकांनी बनवले होते आणि ब्राटवुर्स्ट वाईसवुर्स्ट बनवण्यासाठी लागणाऱ्या मांसाचे तेल व पाण्याबरोबर मिश्रण करण्यासाठी ते अत्यंत शक्तिमान मशिन होते. मी त्याची चाचणी घेण्याची व्यवस्था केली तेव्हा ते फारच चांगले चालले होते. आम्ही त्यात चीजच्या विटा टाकायचो आणि मशिन चालू केल्यावर १५ मिनिटांत त्याचा भुगा होऊन ते योग्य त्या प्रमाणात मिसळले जायचे. पिझ्झा उद्योगात अशा मशिनचा वापर आम्ही प्रथमच केला आणि त्यानंतर आम्ही व इतरांनी अशा मशिन्सचा मोठ्या प्रमाणावर वापर सुरू केला.

आम्ही या मशिनचा उपयोग कणीक मळण्यासाठीही केला. बेकरीवाल्यांना ते विचित्र वाटले. त्यांच्या मते– हळू चालणाऱ्या, जुन्या पद्धतीच्या मिक्सरमध्येच कणीक चांगली होते; पण आम्ही ४५ सेकंदांत कणीक काढत असू; त्याच कामाला नेहमीच्या जुन्या पद्धतीच्या मशिनला ८ ते १० मिनिटे लागायची. खरेतर आम्ही त्या नव्या मशिनमध्ये केलेली कणीक आणि जुन्या पद्धतीच्या मशिनमध्ये केलेली कणीक यातला फरक अगदी तज्ज्ञ बेकरीवाल्यांनाही सांगता यायचा नाही, इतक्या दोन्ही सारख्या होत्या.

दुसरा एक यशस्वी प्रयोग आम्ही केला तो कणकेचे गोळे फायबर ग्लासच्या पेट्यांत ठेवायचा. तोपर्यंत इतरांप्रमाणे आम्हीही कणकेचे गोळे 'बन पॅन्स'मध्ये ठेवायचो. ते ॲल्युमिनियमचे असायचे आणि आकार असायचा १८ इंच × २६ इंच. हे ॲल्युमिनियचे पॅन्स खर्चिक होते, शिवाय त्यात कणकेचे गोळे पॅनला चिकटून बसायचे आणि ते काढताना त्रास व्हायचा. त्यासाठी मग आम्ही त्या पॅनवर वनस्पती तेल लावायचो. शिवाय हवेशी त्यांचा संबंध येऊ नये म्हणून त्यावर तेलकट टॉवेल्स पसरायचो. एकदा एका पुरवठादाराच्या उत्पादनाच्या कॅटलॉगमध्ये मला काही लक्षवेधक फायबर ग्लासच्या पेट्या दिसल्या. मला वाटते, मशिनचे भाग गंजू नयेत म्हणून त्यामध्ये ठेवण्यासाठी त्या वापरल्या जायच्या. त्याच्या 'एअरटाइट'विषयी मी वाचले आणि माझ्या डोक्यात विचारांची चक्रे फिरू लागली. त्यात कणकेचे गोळे ठेवलेत, असे मला दिसू लागले. मग मी तशा बऱ्याच पेट्या खरेदी केल्या आणि त्यामुळे चांगले काम झाले. त्या एकमेकांवर चांगल्या रचून ठेवता यायच्या आणि कणीकही त्यात न वाळता राहायची. पुढे पिझ्झा उद्योगात त्या सर्रास वापरल्या जाऊ लागल्या आणि प्रमाणभूतही झाल्या. सन १९७० च्या दशकाच्या मध्यापर्यंत कणीक ठेवण्यासाठी बन पॅन्सचा वापर करणारे पिझ्झा

उद्योगातील फारच थोडे लोक राहिले.

ही प्रत्येक वाटचाल छोटी छोटी होती. त्यांच्या पुढचा विचार केला, तर ती दखलपात्र नव्हती; पण या प्रत्येकाने माझी उद्दिष्टे– दर्जाचे सातत्य व ३० मिनिटांत घरपोच पिझ्झा– साध्य करण्यासाठी चांगला हातभार लावला. आमच्या प्रत्येक बैठकीत या बाबींचा मी पुनःपुन्हा वेड्यासारखा उल्लेख करायचो. मी तसे करू लागलो की आमचे कर्मचारी जांभया द्यायचे, कंटाळून जायचे; पण माझ्यावर त्याचा काही परिणाम झाला नाही. तुम्हाला काय हवे ते केवळ तुम्हाला वाटून उपयोग नाही; तुम्हाला काय हवे ते तुमच्याबरोबर काम करणाऱ्या सहकाऱ्यांना, कर्मचाऱ्यांनाही स्पष्ट कळले पाहिजे. त्यांना ते कळलंय, हे ओळखायची खूण म्हणजे मग तेच तुम्हाला ते परत-परत सांगतात. तुम्ही त्यांना इतके केलेले पुरेसे आहे असे सांगितले, तर त्यांनाही तसेच वाटेल आणि तसे वाटले की, ते तुमच्यासाठी तसे करतील.

तुमचे पुरवठादार व कर्मचारी या दोघांनाही ते तत्त्व सारखेच लागू पडते. सततच्या प्रश्नांच्या सरबत्तीने व स्पष्टीकरणाने मी आमच्या अनेक पुरवठादारांना भंडावून सोडले होते. बरेचसे पुरवठादार त्यांच्याकडे जे तयार आहे ते तुम्हाला विकायचा प्रयत्न करतात; तुम्हाला काय हवे ते नाही आणि तुम्हाला हवे तसे त्यांच्याकडून मिळवण्यासाठी बराच काळ जावा लागतो. याचे उत्तम उदाहरण म्हणजे पिझ्झा पोहोचवण्यासाठी लागणाऱ्या योग्य त्या आकाराच्या पुठ्ठ्याच्या पेट्या (बॉक्सेस) मिळवणे याचे होईल.

पिझ्झा भट्टीतून बाहेर येतो तो सुमारे २००° तापमानात. ते पिझ्झाच्या अंतरंगाचे तापमान असते. आरोग्य खात्याच्या नियमाप्रमाणे ग्राहकांकडे तो पोचतेवेळी त्याचे बाह्य भागाचे तापमान १४०° असावे लागते. आम्ही यासाठी आमच्या भट्ट्यांवर अनेक प्रयोग केले; त्यामुळे पिझ्झा खाणाऱ्या सर्वसाधारण ग्राहकाला काय हवे असते याचा आम्हाला चांगला अंदाज होता. त्याला हवा असतो तो बाह्य तापमान १४०° असलेला पिझ्झा. अर्थात, काहींना अगदी तोंड भाजून निघेल एवढा गरम पिझ्झा आवडतो, तर काहींना तो थंड झालेला!

डॉमिनोजमध्ये आमचे प्रमाण आहे ग्राहकाला १५०° तापमानाचा पिझ्झा द्यायचे. ते साध्य करण्यासाठी आम्ही गाडीत विविध प्रकारचे हीटर्स व उष्णतारोधक पेट्या वापरण्याचा प्रयोग केला; पण यात सर्वांत कळीचा भाग असतो तो आम्ही पिझ्झा ठेवण्यासाठी वापरण्याच्या बॉक्स. त्या केक-बॉक्समध्ये वापरतात तशा चिपबोर्डच्या असायच्या; पण मला त्या अजिबात आवडायच्या नाहीत कारण त्यात गरम पिझ्झा ठेवला की, त्यामध्ये असणारे तापमान व तयार होणारी वाफ यामुळे त्या दमट व्हायच्या. दुसरी समस्या होती ती म्हणजे गर्दीच्या वेळी ताबडतोब

वापरता याव्यात म्हणून त्या आधीच तयार करून, एकमेकांवर रचून ठेवल्या, तर त्या दबून जायच्या.

बॉक्सेसचा आमचा पुरवठादार होता बार्नी बर्निस नावाचा सदासतेज विक्रेता. 'इंडियाना कार्टन्स' नावाच्या या चिपबोर्डच्या पिझ्झा बॉक्सेस तयार करणाऱ्या कंपनीत तो काम करायचा आणि अन्यही काही कंपन्यांत, तेही कमिशन पद्धतीने. जेव्हा जेव्हा मी त्याला भेटायचो तेव्हा तेव्हा त्याला माझा प्रश्न असायचा– "तू मला कोरुगेटेड पुठ्ठ्याच्या बॉक्सेस कधी देणार?"

तो म्हणायचा, "टॉम, काही काळजी करू नको. आम्ही त्याच्यावर काम करतोय; लवकरच काहीतरी नक्की होईल."

"बार्नी, मला खात्री आहे; पण मला आशा आहे की, माझ्या हाताने मीच ती प्रथम बनवेन." मी म्हणालो.

शेवटी मीच एक उत्पादक गाठला. डेट्रॉइटमधली 'ट्रायाड कंटेनर' नावाची कंपनी कोरुगेटेड बॉक्सेस तयार करत होती. त्यांना धंद्याची आवश्यकता होती; त्यामुळे इतरांप्रमाणे आमच्या गरजेकडे दुर्लक्ष न करता, आम्हाला पाहिजे तशा बॉक्सेस करून द्यायची त्यांची तयारी होती. बार्नीने मग त्यासाठी त्यांच्याबरोबर काम केले; पण ते काम तसे सोपे नव्हते. पहिल्यांदा त्यांनी केलेल्या बॉक्सेस फारच कमी खोलीच्या होत्या. कारण त्यांच्याकडे आम्हाला पाहिजे त्या खोलीच्या बॉक्सेस तयार करण्यासाठी हवी तशी यंत्रसामग्री नव्हती. बार्नीने मग ती मशिन्स बदलण्यासंबंधी त्यांच्याशी बोलणे केले.

मग त्यांना समस्या आली ती त्या कोरुगेटेड पुठ्ठ्याला घड्या घालून बॉक्समध्ये बदलण्यासाठी भोके पाडण्याची. भोके हवी होतीच; पण बॉक्सची मजबुतीही भक्कम हवी होती.

बार्नी अनेक नमुने घेऊन यायचा आणि ते काम किती अवघड आहे, ते सांगत राहायचा. आम्हाला आमच्या बॉक्सच्या वरच्या बाजूला आतील वाफ जाण्यासाठी भोके पाहिजे होती; पण ती नीट करता यायची नाहीत. कापलेल्या भोकांच्या कडेला पुठ्ठ्याचा तुकडा राहायचा, मग तो भुगा पिझ्झावर पडायचा.

शेवटी हताश होऊन मी बार्नीला म्हटले, "अमेरिकन तंत्रज्ञान आता अंतराळात उपग्रह पाठवण्याइतपत पुढे गेले आहे आणि तू मला सांगतोस की, कार्डबोर्डच्या पेटीला स्वच्छ भोके पाडता येऊ शकत नाहीत; हे काय आश्चर्य आहे?"

शेवटी 'ट्रायाड' कंपनीने ती भोके बॉक्सच्या वर न पाडता बाजूच्या कोपऱ्यात पाडण्यात यश मिळवले आणि आम्हाला हव्या तशा बॉक्सेस मिळाल्या. त्या मजबूत व कडक होत्या. आमच्या स्टोअरमध्ये त्या एकमेकांवर छान रचून ठेवलेल्या पाहणे हेही दर्शनीय काम होते.

ग्राहकांना त्यातून पिझ्झा नेऊन दिला की, उघडताना त्या तुटत नाहीत व त्यातला पिझ्झा बाहेर येत नाही, हे पाहणे समाधानकारक होते. पूर्वीच्या चिपबोर्डच्या बॉक्सेसमध्ये काही वेळा तसे व्हायचे. विशेष आश्चर्याची बाब म्हणजे, जुन्या बॉक्सेसपेक्षा या नव्या बॉक्सेस किमतीला चांगल्याच कमी होत्या. त्यांना कच्चा माल कमी लागायचा, त्या मजबूत होत्या; शिवाय पूर्वीच्या बॉक्सेसमध्ये आम्हाला पिझ्झाच्या खाली आणखी एक गोलाकार पुठ्ठा ठेवायला लागायचा, आता त्याची गरज पडत नव्हती.

सन १९६५ च्या कामगार दिनानंतर जेव्हा कॉलेजेस परत चालू झाली, तेव्हा या दिवसाच्या भरपूर वेळ काम करण्याच्या पद्धतीला मी कधीकधी वैतागायचो. माझा राग तत्काळ अनावर व्हायचा. एकदा एका कर्मचाऱ्याला मी कामावरून तडकाफडकी काढून टाकले; त्यामुळे तो बाहेर जाताना मला वेडेवाकडे बोलून गेला. मी त्याच्या पाठोपाठ गेलो. मी एखाद्या झटापटीत सापडलो की, बेभान होतो. मरिन कोअरमध्ये ती फायद्याची बाब होती. उदाहरणार्थ, जेव्हा आम्ही ओकिनावाला पोहोचलो, तेव्हा आम्हाला एका अंधाऱ्या बराकीत नेण्यात आले आणि जो रिकामा असेल तो बिछाना पाहायला सांगितले. मला सापडला तो बेड वरच्या बाजूला रिकामा होता तर खालच्या बाजूला एक धिप्पाड कृष्णवर्णीय झोपत होता. त्याचे नाव पिकेट. नंतर मला सांगण्यात आले की, त्या तुकडीतला तो सर्वांत बेकार माणूस होता.

पिकेट रात्री बिछान्याकडे परतला, तो पगाराचा दिवस होता आणि तो भरपूर पिऊन आला होता. त्याने मला शांतपणे झोपलेला पाहिले. त्याच्या मनात आले की, या कोवळ्या पोराची थोडी मजा करावी; म्हणून त्याने मला बिछान्यातून बाहेर खेचले. मी अंधारातच हवेत हातवारे करत खाली आलो. मग आम्ही एकमेकांना यथेच्छ धक्काबुक्की केली. शेवटी कुणीतरी येऊन आम्हाला दूर केले. माझ्या अंगावर अंडरपँटखेरीज काही नव्हते; त्यामुळे माझ्या अंगावर ओरखडे आणि धक्काबुक्कीच्या भरपूर खुणा होत्या, त्या अंधारात बिछान्यावर व शेजारच्या कपाटावर आदळल्याच्या. मद्यपानाचा त्याच्यावर किती परिणाम झाला होता, माहीत नाही; पण त्याने मला जेवढी धक्काबुक्की केली, तेवढीच मीही त्याला केली. एक फायदा म्हणजे, नंतर मला त्या तुकडीत मानाची वागणूक मिळाली; पण तो टॉम मोनाघन पूर्णत: निराळाच होता. मरिन्समध्ये रुजू झाला त्यावेळेपेक्षा. कित्येक वर्षे मी माझ्यापेक्षा मोठ्या व ताकदवान माणसांपासून दबून असायचो; पण मरिन्सने मला नेहमीच स्वयंपूर्ण व आपल्या मुद्द्यावर (आणि गुद्द्यांवरही) ठाम राहाण्यास शिकवले.

पिझ्झाच्या व्यवसायात मी तेच चालू ठेवले. मी कोणाच्याही शिव्या सहन

केल्या नाहीत. जर कोणी आमच्या डिलिव्हरी ड्रायव्हरला पिझ्झाचे पैसे देण्याचे नाकारले, तर मी कधीही पोलिसांना बोलावले नाही. मी थेट तिथे जायचो व पैसे मागायचो. बहुतेक वेळा असे पैसे न देणारे कॉलेजमधले विद्यार्थी असायचे, ज्यांना आमच्या पैशावर मजा करायची असायची; पण वेळ आली, तर कुणाला ठोसा मारायला मीही मागे-पुढे पाहायचो नाही; पैसे वसूल करायचो. काही वेळा ड्रायव्हर्स अनेक ठिकाणच्या ऑर्डरीच्या पिझ्झा बॉक्सेस गाडीतून घेऊन जायचे आणि एखाद्याचा पिझ्झा पोचवून येईपर्यंत गाडीतून कुणीतरी दुसरी एखादी बॉक्स लंपास करायचे. पुढच्या खेपेला त्या वस्तीमध्ये गाडी जाताना मी गाडीच्या आसपास लपून राहात असे आणि कुणीतरी तसा पिझ्झा घेऊन जाण्याची वाट पाहत बसे. मी नेहमी माझी कापायची सुरी किंवा काचेची बाटली बरोबर बाळगायचो; त्यामुळे असे भुरटे चोर जपून असायचे.

मी कामावरून काढून टाकलेल्या, त्या शिव्या देणाऱ्या कर्मचाऱ्याचा पाठलाग केला आणि त्याला खाली पाडले व यथेच्छ बदडले. तेवढ्यात आमचा एक ड्रायव्हर डिलिव्हरी देऊन परत येत होता. तो मध्ये पडला व त्याने मला शांत केले; त्यामुळे मला पोलीस स्टेशनवर जावे लागले. मी जवळजवळ तुरुंगात जायच्या स्थितीतच होतो. त्या कामावरून काढलेल्या माणसाने मी त्याच्यावर हल्ला केल्याबद्दल माझ्यावर दावा लावला. पुढे त्याने दावा काढून घेतला आणि हसून मला माफही केले. मी तो प्रसंग मनाला फारच लावून घेतला; पण त्यातून एकच धडा शिकलो व तोही मानवी संबंधांविषयी– तुम्हाला कुणाला कामावरून काढायचे तर जरूर काढा; पण त्याला मारहाण करू नका.

मी आणखीही एक ठरवले. मी नेहमी क्षणभरात तणावात जायचो. सतत सात दिवस काम करण्याचा ताण जाणवत होताच. मलाही काही सवड हवी होती. म्हणून मग आम्ही सोमवारी स्टोअर बंद ठेवायचा निर्णय घेतला.

सोमवारच्या सुट्टीचा फायदा घेऊन मी मिडवेस्टमधील इतर पिझ्झा स्टोअर्स पाहायला जायचो. सोमवारी सकाळी मी व मार्गी मुलींना घेऊन गाडीने प्रयाण करायचो आणि मनात येईल त्या दिशेला गाडी न्यायचो. मग मनात भरलेल्या एखाद्या गावात गाडी थांबवून यलो पेजेस डिरेक्टरी मिळवायचो आणि पिझ्झाची स्टोअर्स व दुकाने कुठे आहेत, ते पाहायचो. मग आम्ही त्यांपैकी काहींना भेट द्यायचो आणि त्यांच्या मालकांशी पिझ्झा व्यवसायासंबंधी बोलणी करायचो. त्यांना जेव्हा कळायचे की, मीही 'पिझ्झा मॅन' आहे– तोही दुसऱ्या गावातला– म्हणजे स्पर्धाच नाही; तेव्हा ते अत्यंत स्नेहपूर्ण व्हायचे, मदतही करायचे; पण हा दुहेरी मार्ग होता. मीही त्यांना कित्येक वेळा उपयुक्त सूचना द्यायचो. ओहिओ राज्यातल्या ब्राउलिंग ग्रीन गावात भेटलेला एक मालक – जेरी लिस्सा – हा तर माझ्या

कार्यपद्धतीने एवढा प्रभावित झाला की, तो खास पाहण्यासाठी यपसिलांटीमधील आमच्या स्टोअरमध्ये आला. पुढे डॉमिनोज वाढल्यावर आम्ही स्पर्धकही झालो आणि आमच्या मैत्रीमुळे माझ्या बाबतीत काही गुंतागुंतही निर्माण झाली.

बहुधा या संशोधनात्मक प्रवासामुळे एक गोष्ट माझ्या ध्यानात आली. ती म्हणजे– प्रत्येक मालकाला असे वाटत होते की, त्याचाच पिझ्झा शहरातील सर्वोत्तम आहे– मग तो कसाही तयार केलेला असो– जाड अथवा पातळ– आणि तो दिसण्यात किंवा चवीत कसाही लागो; तो त्याला सर्वोत्तम वाटायचा. 'हे असे का?' असा प्रश्न मी स्वत:लाच विचारायचो. मग मला त्याचे रहस्य कळले. हे पिझ्झाचे मालक त्यांच्या ग्राहकांकडून त्यांच्या पिझ्झाविषयीचे मत घेत होते. तुमचे उत्पादन ज्यांना आवडते अशाच ग्राहकांची मते घेतलीत, तर तुम्हाला नेहमी चांगल्याच गोष्टी कळणार यात नवल नाही.

माझ्या दृष्टीने हा नव्या वळणाकडे नेणारा एक मुद्दा होता. कारण त्याने मला हे शिकवले की– माझ्या उत्पादनाची काळजीपूर्वक परीक्षा केली पाहिजे, त्यासाठी पूर्वग्रह नसलेल्यांची मते घ्यायला हवीत. त्यातून मग मी निरनिराळ्या चवी घेणाऱ्यांना हाताशी धरू लागलो. एका वेळेला काही अंध लोकांना आम्ही चवी घेण्यासाठी बोलावले. मी कोठेतरी वाचले होते की, डोळस लोकांपेक्षा अंध लोकांची चवीसंबंधीची संवेदना अधिक तीव्र व तीक्ष्ण असते. या आमच्या चवीसंबंधीच्या चाचण्या उत्साहवर्धक असायच्या. त्यातून आमच्या गुपित असलेल्या सॉसमध्ये वापरायच्या मसाल्याच्या पदार्थांचे मिश्रणही आम्ही सुधारू शकलो.

ग्राहकांच्या प्रतिक्रियेसंबंधीच्या माझ्या काळजीमुळे मग आम्ही रस्त्यावरच्या माणसांचा नागरिक मतपाहणी कार्यक्रम राबवला. मी कित्येक वर्षे डॉमिनोज स्टोअरच्या आसपास असलो की, तो करायचो. मी लोकांना विचारायचो– तो एवढा चांगला का वाटतो? ते त्यांच्या शब्दांत त्याचे वर्णन करायचे व त्यातून बरेच काही नवनवे कळायचे. जर त्यांनी दुसऱ्या एखाद्या पिझ्झा स्टोअरचे नाव घेतले, तर मी त्यांना विचारायचो की, त्यांनी 'डॉमिनोज'चे नाव कधी ऐकले आहे का? ते बहुधा म्हणायचे– 'हो, ऐकलंय खरं. तोही चांगला आहे' किंवा 'तो चांगला नाही' मी विचारायचो– त्यात तुम्हाला काय आवडत नाही? अन् का? किंवा काय आवडते? अशा प्रकारे मी हजारो लोकांच्या मुलाखती घेतल्या. बऱ्याच वेळा अशा छोट्या पाहणीच्या वेळी मी आमच्या त्या भागातल्या फ्रँचाइझीला आमच्याबरोबर घ्यायचो. ती उत्तरे ऐकून एक तर त्याला घाम फुटायचा किंवा त्याची छाती अभिमानाने फुगायची– जशी प्रतिक्रिया असेल त्याप्रमाणे. जर प्रतिक्रिया देणाऱ्याने नकारात्मक प्रतिक्रिया दिली, तर मी माझे व्हिजिटिंग कार्ड त्याला द्यायचो. मला त्याची प्रतिक्रिया ऐकून शरमल्यासारखे झाले हे सांगायचो. पुन्हा एकदा आमच्या स्टोअरला

भेट देऊन चांगली सेवा देण्याची संधी द्या, असे सांगायचो.

या प्रवासात माझ्या डोक्यात एक भन्नाट कल्पना आली, ती डेट्रॉइटमधल्या डायनो नावाच्या गावी प्रवास करताना. हे एक सुव्यवस्थित रचलेले असे प्रकरण झाले. त्यातून पुढे १७० स्टोअर्सची साखळी निर्माण झाली. मी एका स्टोअरच्या मालकाला माझी ओळख करून दिली. त्याचे नाव बेन्नी लॅक्विंटा. मग त्याने मला घेऊन त्याच्या स्टोअरमध्ये एक फेरफटका मारला. बाकी सर्व माल नेहमीच्या परिचयातला वाटला; पण एक गोष्ट नजरेतून सुटली नाही. ते पिझ्झा भट्टीत गोलाकार जाळीतून पुढे सरकवत होते. मी तिथे थबकलो.

बेन्नीने सांगितले की, त्या जाळीमुळे भट्टीतील उष्णता पिझ्झापर्यंत लवकर पोचते आणि ते आत सरकवताना व बाहेर काढताना हाताळणे सोपे जाते. कच्चा पिझ्झा भट्टीत घालण्यासाठी पिझ्झा तयार करणारा त्याचा कच्चा गोलाकार नग एका लाकडी पॅडलवर ठेवायचा. मग तो त्या भट्टीत सरकवायचा आणि ते पॅडल काढून घ्यायचा– जसा एखादा जादूगार जादूच्या खेळात टेबलावरचे टेबलक्लॉथ हलकेच बाहेर काढतो. या कृतीत अचूक वेळ साधणे आवश्यक असते आणि त्यावर प्रभुत्व मिळवण्यासाठी भरपूर सराव करावा लागतो. पिझ्झा तयार करणारे अशा पॅडलवर मक्याचे दूध चोपडतात; त्यामुळे तो पिझ्झा त्यावर चिकटून बसत नाही. मी त्याऐवजी थोडे पीठ वापरायचो. त्या जाळीमुळे पिझ्झा चिकटून राहायची समस्या सुटते. तिथे पिझ्झा भट्टीत घालणे हे एक आनंदाचे काम झाले होते आणि प्रशिक्षणाचा वेळही निम्म्याने कमी झाला होता. प्रत्येक पिझ्झा अगदी छान गोलाकार येताना पाहणे हे मोठेच सुख होते. पूर्वीच्या काळी निम्म्याच्यावर पिझ्झा लंबवर्तुळाकार आकाराचे व्हायचे आणि काही तर इतक्या विचित्र आकाराचे व्हायचे की, ते ग्राहकांना देणे लज्जास्पद वाटायचे. मग आम्ही ते आमच्या कर्मचाऱ्यांनाच वाटायचो. त्यांना आम्ही 'क्रू पाइज' म्हणायचो. मला वाटले, ही नवी पद्धत वापरल्याने आमच्या पैशाची आणि वेळेची जी बचत झाली, त्यातल्या प्रत्येक पिझ्झामागे किमान एक पैसा मला मिळायला हवा होता!

मी आणि मार्गीने तीन वर्षांत किमान ३०० पिझ्झेरिया– पिझ्झा स्टोअर्सना– भेटी दिल्या असतील. आमच्या घराच्या तळघरात यापैकी प्रत्येक भेटीचा तपशील मी लिहून ठेवला आहे. माझ्या दृष्टीने त्या-त्या जागा फॅशनेबल होत्या किंवा सर्वसामान्य. याने काही फरक पडत नव्हता. फक्त तिथे पिझ्झाची पाटी मात्र लावलेली हवी असायची. मग मला तिथे पाहणी करायला आवडायचे. मेरी व सुसीला घेऊन मार्गी गाडीत बसून राहायची आणि मी त्या-त्या जागेची पाहणी करायच्या कामाला लागायचो.

आम्ही अनेक वेळा शिकागोला गेलो, प्रामुख्याने रेस्टॉरंट प्रदर्शनांकरता.

सुट्टीच्या दृष्टीने ती आम्हाला सर्वांत जवळची जागा असायची. शिकागो हे तर पिझ्झाची राजधानी मानले गेलेले शहर आहे. आइक सिवेलने तिथे दोन पिझ्झेरिया स्थापन केले– उनो आणि ड्यू व ते पिझ्झा– विशेषत: डीप डिश पिझ्झासाठी प्रसिद्ध झाले. मला ते स्वारस्यपूर्ण वाटले. मात्र, ते अपेक्षेइतके ग्राहकांनी गजबजलेले नव्हते.

शिकागोत आणखी एक जागा होती, 'द होम रन इन' जी जगातील सर्वांत जास्त गजबजलेली पिझ्झासाठीची जागा म्हणून प्रसिद्ध होती. तीसुद्धा माझ्या दृष्टीने निराशाजनक वाटली. तिथे मोठ्या प्रमाणावर घाऊक विक्रीचे पिझ्झा केले जायचे; मग ते निरनिराळ्या किराणा मालाच्या दुकानांतून विकले जायचे; पण तो अगदी दुसऱ्या प्रकारचा उद्योग म्हटला पाहिजे.

पण मला खरेच ज्या जागी आवर्जून जावेसे वाटत होते, त्याचे नाव होते 'फादर अँड सन'. कारण त्यांनी अशी जाहिरात केली होती की, त्यांच्याकडे पिझ्झा घरपोच देण्यासाठी ३२ कर्मचारी आहेत. हे मला फारच आश्चर्याचे वाटले. कारण आमच्या व्यवसायात यासाठी ९ किंवा १० माणसे असणे म्हणजे डोक्यावरून पाणी जाण्यासारखे होते. एक स्टोअर एवढा धंदा करू शकेल, हे मला शंकास्पद वाटते आणि ते खरेही होते. त्यांच्याकडे ३२ माणसे घरपोच देण्यासाठी होती, तरी माझ्या मते प्रत्येकजण एखादीच अशी फेरी करत असला पाहिजे. कारण आमच्या यपसिलांटीमधल्या स्टोअरमध्ये जेवढा धंदा होत होता, तेवढाही इथे होत नव्हता. हे वास्तव निराशाजनक होते; पण त्या भेटीचा मला उपयोग झाला आणि पैसे वसूल झाले ते काही अपेक्षा न केलेले घडल्यामुळे. 'फादर अँड सन'ने मला एका नव्या वेगळ्याच कल्पनेची ओळख करून दिली– यंत्रचलित भट्टी (मेकॅनिकल ओव्हन). ती एक अगडबंब भट्टी होती आणि त्यात एका चाकावर अनेक पिझ्झा ट्रे बसवलेले होते. ते फिरतील तसतसे त्यात भाजण्यासाठी पिझ्झा ठेवले जायचे. मलाही तशी एक भट्टी घ्यावीशी वाटली आणि मी त्या वर्षीच पानगळीच्या मोसमात ती आणली.

माझी अशी दुसरी भट्टी ही जगातील दुसरी सर्वांत मोठ्ठी भट्टी होती. तिला आम्ही 'बिग रेड' म्हणायचो. ती एक अविश्वसनीय निर्मिती होती.

मी अशा ठिकाणी जात होतो ते केवळ त्यांच्या उद्योगाचा आकार किती लहान-मोठा हे पाहण्यासाठी मात्र डॉमिनोज पिझ्झाच केवळ जगातील या क्षेत्रातला सर्वांत मोठा उद्योग आहे किंवा नाही, हे पाहण्यासाठी नव्हे. मोठ्या प्रमाणावरील उद्योगासाठी काय नवनव्या पद्धती वापरता येतील, याचा शोध मला घ्यायचा होता. आमच्या स्टोअरमधील कामाची गती प्रतिदिन वाढत होती आणि तिचा वेग कायम ठेवण्याचे अवघड काम आम्हाला करायचे होते. एक दिवस काही नव्या जाहिराती

विकसित करण्यासंबंधी चर्चा करायला सॅम फाइन माझ्याकडे आला, तेव्हा मी त्याला म्हटले, "सॅम, मला मोठा धंदा नको; मला मोठी मदत मिळवून दे. काही चांगल्या व्यवस्थापकांसाठी जाहिरात दे." मग त्याने वृत्तपत्रात जाहिरात दिली. तिचा मथळा होता, 'आमच्या कणकेने तुमचे हात भरू देत!' आणि तिला उत्तम प्रतिसाद मिळून आम्हाला काही लोक मिळाले.

सन १९६५ मध्ये पानगळीच्या मोसमाच्या शेवटी मी ॲन आर्बरमधील पिझ्झा किंग गमावलेल्या परिसरात प्रॉपला सहायक होईल अशी जागाही मिळवली. शिवाय मी मार्गीला म्हटले, "डेट्रॉइटमध्ये स्पर्धक शिरकाव करणार नाहीत याची काळजी घ्यायला हवी."

आता आणखी एक स्टोअर काढता येईल, याविषयी मला आत्मविश्वास होता. कारण मार्गी हिशेब उत्तम हाताळत असल्याने आम्हाला पगार व देणेकऱ्यांची बिले वेळच्या वेळी देणे जमत होते.

ॲन आर्बरमध्ये जागेची पाहणी करत असताना मी आमचा एक उपकरण विक्रेता हॉवर्ड मिलर – याच्याबरोबर भोजन घेण्याची संधी साधली. त्याचे सर्वत्र उत्तम लागेबांधे होते आणि शहरात चाललेल्या विविध घडामोडींची अद्ययावत माहिती त्याच्याकडे होती. मी कशाच्या शोधात आहे, ते मी हॉवर्डला सांगितले. त्याने मला सुचवले की, मी जिम गिलमोरशी त्याचे पिझ्झा किंग स्टोअर विकत घेण्यासाठी बोलणी करावीत. हे माझ्या कधी ध्यानीमनीही आले नव्हते. आमची भागीदारी संपल्यापासून मी जिमशी काही संबंध ठेवले नव्हते; पण हॉवर्डला वाटले, खडा टाकून बघायला काही हरकत नाही– कदाचित तो स्टोअर विकायच्या विचारात असेलही. कारण त्याची कंपनी 'ह्यूवर्स होलसेलर्स आयएनसी'चे जिम बरेच देणे लागत होता. मला ही एक चांगली संधी वाटली.

योगायोगाने काही दिवसांनी गिलमोरचे नाव आणखी काही संदर्भात माझ्यासमोर आले. या वेळी त्याने मला दिलेल्या एका नोटिशीच्या निमित्ताने.

मी विचार केला, 'मला वाटले, तसा हा जिम काही आपल्या वाटेत आडवा येणार नाही.' मी डॉमिनोजच्या व्यापात एवढा गुरफटलो होतो की, गिलमोरकडून आणखी काही समस्या ओढवून घ्याव्यात, असे मला वाटत नव्हते. तरीही मला त्याचे भले चिंतणे आवश्यक होते आणि तेही त्याच्या अस्तित्वासाठी. कारण तो जर खाली गेला तर तो मलाही आपल्याबरोबर खाली घेऊन जाईल, अशी माझी मनोधारणा होती.

मी या कल्पनेचा सर्व बाजूंनी विचार केला की– जर त्याला पिझ्झा किंग खरोखरच विकायचे असेल, तर ते आपणच घेणे चांगले आणि शहाणपणाचे होईल; त्यामुळे दोन प्रश्न सुटतील. मला मिशिगन विद्यापीठात मोक्याच्या जागी

स्टोअरला जागा मिळेल. शिवाय जिमने मग केवळ एकच रेस्टॉरंट चालवायचे ठरवले, तर कदाचित तो धंद्यातही स्थिरावेल.

मला यात काही गैर वाटले नाही व जोखमीचेही. म्हणून मी जिमशी संपर्क साधला आणि त्याच्याकडून 'पिझ्झा किंग' विकत घेण्याचा प्रस्ताव मांडला. हॉवर्ड मिलरने अंदाज केला होता त्याप्रमाणे जिमलासुद्धा त्यातून सुटका करून घेण्यात आनंद वाटत होताच. म्हणून आम्ही वाटाघाटी चालू केल्या; पण गिलमोरबाबत त्या करणे सोपे काम नव्हते. तो म्हणजे 'छाप आला तर मी जिंकलो, काटा आला तर तू हरलास' अशा प्रवृत्तीचा माणूस होता.

अखेर फेब्रुवारी १९६६ मध्ये आम्ही तो व्यवहार पूर्ण केला. मी जिमला ६००० डॉलर्स द्यायचे होते, तशी ती फार मोठी रक्कम नव्हती; पण त्याखेरीज त्या जागेसाठी १०००० डॉलर्सचा कर्जाचा बोजाही मी उचलला. मला वाटले की, त्यामुळे त्याच्यावरच्या कर्जाचा ताण कमी होईल आणि तो इतर देणेकऱ्यांची देणी भागवू शकेल. मी बँकेतून २००० डॉलर्स कर्जाऊ घेतले. त्यासाठी आमचा हाऊस ट्रेलर गहाण ठेवला आणि ते पैसे हप्त्याचे म्हणून जिमला दिले.

त्याला देण्याचे देय हप्ते मी माझ्या इतर स्टोअर्समधून द्यायचो. त्यामानाने ते जरा जादा रकमांचे होते, म्हणून मी विचार केला की– नफा मिळण्यासाठी, विक्रीवाढीसाठी थोडा वेळ जाईल. मात्र, पिझ्झा घरपोच देण्याच्या आमच्या वेळेच्या काटेकोरपणामुळे आणि कामाच्या योग्य बांधणीमुळे सुरुवातीपासूनच गिलमोर करत होता त्यापेक्षा उत्तम धंदा होऊ लागला.

पैशाची चणचण असल्यामुळे आम्हाला सर्व बाजूंनी बचतीचे मार्ग शोधावे लागत होते. काटकसर करावी लागत होती. त्या स्टोअर्सच्या नूतनीकरणाची माझी योजना म्हणजे स्टोअर्सचे नाव 'डॉमिनोज' करण्याची होती. मग मी पिझ्झा स्टोअर्सकरता लागणाऱ्या उपकरणांपेक्षा गिलमोरच्या काळातील अन्य अनेक उपकरणांना गिऱ्हाईक शोधायच्या पाठीमागे लागलो, कारण आमच्या पिझ्झा स्टोअर्सच्या दृष्टीने ती अनावश्यक होती.

या स्टोअरमुळे विद्यापीठ परिसरामध्ये पिझ्झा घरपोच देण्यातला वेळ कमी झाला. पूर्वी आम्ही प्रॉप स्टोअरमधून तो पोचवायचो; त्यामुळे दोन्ही स्टोअर्सचा धंदा सुधारला असे होईल, अशी मला आशा होती आणि तसेच घडत गेले. मी पाहिले की, विद्यापीठ परिसरातील त्या स्टोअर्सच्या धंद्याची माझी भविष्यवाणी खरी ठरत चालली होती. मी पाहिले की, काही दिवसांतच आमच्या क्रॉस स्ट्रीट स्टोअर्सच्या साप्ताहिक विक्रीच्या आकड्यांना हे स्टोअर आव्हान देणार.

आम्ही 'ॲन आर्बर न्यूज' वृत्तपत्रात 'ड्रायव्हर्स (घरपोच पिझ्झा देण्यासाठी) पाहिजेत' अशी जाहिरात दिली, तिला चांगला प्रतिसाद मिळाला. त्यातल्या

विद्यार्थ्यांपैकी एक होता रॉबर्ट कॉटमन नावाचा विद्यार्थी. तो १९६३ ची शेवरोलेट कॉरव्हेअर चालवत होता. ते मला चांगले आठवते; कारण एकदा स्टोअर बंद करताना माझ्याकडे गाडी नव्हती, तेव्हा त्याने मला घरापर्यंत सोडले होते. तसा तो शांत प्रकृतीचा होता, थोडासा अबोल वाटला; पण त्या कारच्या प्रवासात त्याने भरपूर गप्पा मारल्या. तो म्हणाला की, तो विद्यापीठात आर्किटेक्चरचा (वास्तुशास्त्राचा) विद्यार्थी आहे; त्यामुळे त्याची निराळीच ओळख झाली, कारण मलाही त्या विषयात रस होता. तो २१ वर्षांचा होता आणि भविष्याविषयी निर्धास्त. तो म्हणाला, "माझी समस्या ही आहे की, मला बऱ्याच गोष्टी करायच्या आहेत. माझ्याकडे १०० क्रेडिट अवर्स आहेत आणि मला पदवी मिळवण्यासाठी फक्त ९० क्रेडिट अवर्स लागतात; पण मी अजून तयार नाही. मी प्रत्येक गोष्ट श्री गणेशापासून करतो."

हा कॉटमन पुढे उत्तमपैकी पिझ्झा करणारा झाला आणि आमची जोडी चांगली जमली. काही आठवड्यांनंतर एका रात्री मला प्रॉप स्टोअरमध्ये वाइनची बाटली सापडली; त्यामुळे मला तिथल्या व्यवस्थापकाला हाकलून द्यावे लागले. मी कॉटमनला, त्याने ते स्टोअर चालवायला घ्यावे, असे सुचवले आणि त्यामध्ये सुरुवात करून देण्यासाठी मी सर्वतोपरी मदत करीन, असे आश्वासनही दिले. काही दिवसांनंतर त्याने मला स्टोअरची व्यवस्था कशी पाहायची याविषयी विचारले आणि त्यावर मी म्हणालो, "हे पाहा, तू प्रत्येक ग्राहकाचे निरीक्षण कर आणि प्रत्येक ग्राहकाला आनंदी ठेव."

"ठीक आहे; पण मला कसे कळणार की, मी तसे करतोय?" कॉटमनने विचारले.

"तू ऑर्डर्सवर लक्ष ठेव. जर तू प्रत्येक ग्राहकाला आनंदी ठेवलेस, तर तो पुन:पुन्हा ऑर्डर देईल. ते तुमचे कायमचे ग्राहक होतील आणि इतरांकडे तुमची शिफारस करतील; त्यामुळे दर आठवड्याला तुमची विक्री वाढत जाईल. स्टोअर व्यवस्थित सांभाळायचे याचाच अर्थ, दर आठवड्याला विक्री हळूहळू वाढत जाईल हे पाहायचे." मी म्हणालो.

मी त्याला हे सांगितले नाही की, काही आठवडे असे जातील की त्यात विक्री वाढत जाणार नाही. मग तो तिकडे गेला आणि १३ आठवडे तिथली साप्ताहिक विक्री सातत्याने वाढत राहिली– सतत, सलग १३ आठवडे! ही फारच आश्चर्यकारक प्रगती होती. ते रेकॉर्ड १९८२ पर्यंत कायम राहिले.

आमच्या साप्ताहिक व्यवस्थापकीय बैठकीत कॉटमन नेहमी ताऱ्यासारखा चमकायचा. त्याचे अहवाल तो तपशीलवार तयार करायचा आणि तक्ते व आलेख काढून तो ते सजवायचा. माझा जसा पाहण्याचा रोख होता– पुरोगामी व विश्लेषणात्मक– तसाच त्याचा असल्याने तो आम्हाला पूरक होता. मी स्वत:लाच

विचारायचो– हे विक्रीचे आकडे आणि वस्तीच्या वांशिक रचनेप्रमाणे आम्ही काय करतोय व सुधारण्यासाठी आम्ही काय करायला हवे? रोज सकाळी मी प्रत्येक स्टोअरमधले विक्रीचे तक्ते एकत्र करायचो आणि त्यांचा तपशीलवार अभ्यास करायचो; त्यामुळे आम्ही कधी व कोठे पिझ्झा पुरवतोय, ते कळायचे. त्यावरून विक्रीच्या पद्धतीचे स्वरूप कळायचे आणि ते इतरत्र कसे वापरता येईल, हेही पाहता यायचे.

कधीकधी मी आमच्या स्पर्धकांच्या स्टोअरजवळ जात असे. तिथे तासन्‌तास गाडीत बसून ते काय करताहेत, ते पाहायचो. ते किती धंदा करत असले पाहिजेत याचा अंदाज घ्यायचो आणि काय केले असता ते अधिक यशस्वी होतील, हेही जोखायचो. त्यावरून डॉमिनोजमध्ये आम्हाला काय करायला हवे, त्याचा अंदाज बांधता यायचा.

आमच्या स्टोअर्सच्या बाबतीतही मी असेच करत असे. मी तिथे गाडीत कॉटमन किंवा अन्य एखाद्या व्यवस्थापकाबरोबर बसत असे आणि स्टोअर्सचे निरीक्षण करत असे. जसे– १५ मिनिटांत किती ड्रायव्हर्स पिझ्झा घरपोच देण्यासाठी गेले आणि प्रत्येकजण किती पिझ्झा नेत आहे. त्यावरून मग एका तासात प्रत्येक ड्रायव्हर किती डॉलर्सचा धंदा करत असेल, याचा अंदाज मी घेत असे. आता हे थोडे विचित्र वाटेल, कारण मी हा आकडा तिथल्या व्यवस्थापकाला विचारून सहज मिळवू शकलो असतो; पण तो आकडा महत्त्वाचा नव्हता, महत्त्वाचा होता तो बौद्धिक व्यायाम– ज्यावरून आमच्या उद्योगासंबंधीच्या महत्त्वाच्या निरीक्षणातून वैचारिक खाद्य मिळे. हे काम पूर्णत: गढून जाणारे व अत्यंत समाधानाचे होते.

व्यावहारिकदृष्ट्या विचार केला तर त्यामुळे आता आपण मॅकडोनल्डच्या पद्धतीने वाशटेनॉ काउंटीच्या बाहेर आपला उद्योग वाढवला पाहिजे– या कल्पनेचा माझ्यावर घट्ट पगडा बसला. मॅकडोनल्डच्या पद्धतीने फ्रँचाइझी निवडणे किंवा देणे, हा एक सहज करता येणारा व्यवहार्य मार्ग होता आणि या क्षेत्रात पदार्पण करण्यासाठी मी अनेक कल्पना लढवून, त्यावर खूप विचार केला. तोपर्यंत माझे धोरण अत्यंत सावधपणाचे व सरळ मार्गाने जाण्याचे होते. त्यामध्ये टप्प्याटप्प्याने जाणे, एक व्यवस्थित चाकोरी घालून देणे व पैशाच्या बाबतीत ती स्वयंपूर्ण झाली की दुसऱ्या टप्प्यावर जाणे असे होत होते; पण फ्रँचाइझी देणे हा आमच्या दृष्टीने स्पष्ट असा मार्ग होता. हा काळ चैतन्यपूर्ण होता. प्रत्येक गोष्ट जणू सहजगत्या जुळून येत होती. मी असे पाहत होतो की, कॉलेजेस असलेल्या सर्व शहरांत डॉमिनोज पिझ्झाचे स्टोअर्स सुरू होताहेत. एव्हाना मी ईस्ट लान्सिंग आणि मिशिगन स्टेट विद्यापीठाच्या परिसरातल्या जागा हेरून ठेवल्या होत्या. एकदा आमची फ्रँचाइझींची कार्यपद्धती मार्गी लागली की, लान्सिंग ही माझ्या दृष्टीने

आमच्या उद्योगविषयाच्या वृक्षाची पुढची डहाळी होती.

पण ६ नोव्हेंबर १९६६ रोजी मला लॉरी स्पर्लिंगचा अगदी भरल्या आवाजात फोन आला. ''टॉम, तुला सांगायला अवघड जात आहे; पण मी जिम गिलमोरच्या वकिलांशी बोलत होतो आणि तो आता दिवाळखोरीसाठी अर्ज करतोय!'' तो म्हणाला.

७

सन १९६६ मध्ये 'थँक्स गिव्हिंग'नंतरच्या गुरुवारच्या दुपारी आमच्या ट्रेल हाउसमध्ये मी माझ्या बायकोला ती बातमी द्यावी की नाही, याविषयी माझ्या मनात बराच काळ द्वंद्व चालले होते. अखेर मी तिला ती बातमी दिली.

मी म्हणालो, ''लाडके, तुला कसे सांगावे हे मला कळत नाही की– डॉमिनोजमध्ये आपण दोघांनी जे काम उभे केले आहे, त्याबाबत आता असे दिसतेय की, ते पार गाळात गेले आहे.'' मार्गीला समस्या माहीत होती. गिलमोरच्या रेस्टॉरंटच्या गहाणवटीच्या व्यवहारातील दस्तऐवजावर– ५२ हजार डॉलरच्या– माझे नाव मुख्य होते; पण तेवढ्यावर हे संपत नव्हते. त्याशिवाय रेस्टॉरंटमधल्या विविध उपकरणांवर ७ हजार डॉलर्सच्या कर्जाचा बोजा होता. शिवाय मोठ्या रकमेचे असुरक्षित कर्जही होते. त्याशिवाय न भागवलेल्या बिलांचा मोठा गठ्ठा होता. यावर ताण म्हणून की काय– स्थानिक महानगरपालिका कर, विक्री व अन्य करांची देय रक्कमही मोठी होती. एकत्रितपणे विचार केला, तर सुमारे ७५ हजार डॉलर्सचा हा बोजा माझ्या डोक्यावर बसला होता. लॉरी स्पर्लिंग आणि मी या विविध देणेकऱ्यांशी वाटाघाटी करत होतो. त्यांपैकी बहुतेकांची काही तडजोड करायची तयारी होती. आम्हाला त्या जागेसाठी एक भक्कम गिऱ्हाईक मिळत होते. त्याचे नाव पॅनोस आणि तो धंदेवाईक रेस्टॉरंट व्यवस्थापनाच्या क्षेत्रातला एक होता; पण कर्ज देणारा सावकार आपल्या भूमिकेवर ठाम होता. त्याला सर्व ५२०००

डॉलर्स एकरकमी रोख पाहिजे होते. जर तो त्याच्या त्या भूमिकेवर ठाम राहिला असता आणि पॅनोसला ती जागा देण्याची कल्पना त्याने धुडकावून लावली असती, तर मलाच दिवाळखोरीत जावे लागले असते.

मी मार्गीला सांगितले, ''आजच त्याच्याबरोबर स्पर्लिंगची अंतिम बैठक झाली आणि त्याने आमचा प्रस्ताव धुडकावून लावला. तो म्हणाला, त्याला सर्व रक्कम एकरकमी रोख हवी आणि तीही ताबडतोब.''

त्या संध्याकाळी वॉशटेनॉ रेस्टॉरंट असोसिएशनची बैठक ॲन आर्बरमधील हायडेलबर्ग रेस्टॉरंटमध्ये होती. मी तिथे उपस्थित होतो; पण मला जबरदस्त मानसिक धक्का बसला होता. माझी सर्व ज्ञानेंद्रिये जणू बधिर झाली होती. माझी नजर स्थिर नव्हती आणि लोक माझ्याशी काय बोलत होते, याकडे माझे लक्ष नव्हते. मला आठवते तसे– माझी ओळख हायडेलबर्ग रेस्टॉरंटच्या मालकाशी करून देण्यात आली. त्याचे नाव होते फ्रिट्झ कोखेनडोरेर. त्याने हस्तांदोलनासाठी हात पुढे केला आणि मी त्याकडे बघतच राहिलो. मला वाटले, माझ्या आयुष्यात पाहिलेला तो सर्वांत मोठा हात होता!

यापुढे डॉमिनोज पिझ्झा नावाची स्टोअर्सची साखळी अस्तित्वात राहणार नाही, ही कल्पनासुद्धा माझ्या पचनी पडत नव्हती. जी गोष्ट उभारण्यासाठी मी राबलो, तिचा शेवट असा व्हावा, ही कल्पनाही मला सहन होण्यासारखी नव्हती. त्यातली दु:खाची बाजू ही होती की, आजपर्यंत या उद्योगातून मला जे मिळाले ते मी उद्योगाच्या भवितव्यासाठी पणाला लावले होते, व्यक्तिगत लाभासाठी नव्हे, त्याचा मी त्याग केला होता. आता हे सर्व पार गाळात जाणार होते.

दुसऱ्या दिवशी सकाळी मला स्पर्लिंगचा फोन आला. तो इतका उल्हसित वाटत होता, जणू तो नाचत असावा अन् त्याचा उत्साह भरभरून वाहत असावा. काल त्या सावकाराने अंतिम इशारा दिल्यानंतर आता त्याने विचार बदलला होता आणि आता तो सांगत होता की, तो पॅनोसला ते रेस्टॉरंट विकण्यासाठी राजी झाला होता, तोपर्यंत कर्जफेडीसाठी थांबायची त्याची तयारी होती. म्हणजे माझ्या दृष्टीने आता एकच जबाबदारी होती, ती म्हणजे– आजपर्यंतचे सहा महिन्यांचे कर्जफेडीचे थकित हप्ते मी ताबडतोब द्यायला हवे होते.

आता मागे वळून पाहिले तर असे वाटते की– त्याचा तो अंतिम इशारा देण्यामागचा हेतू हा होता की, मला कोंडीत पकडून जमेल तेवढी रोख रक्कम वसूल करणे. त्याला वाटले असावे की, माझ्याकडे गडगंज पैसा असावा. कारण डॉमिनोज पिझ्झा जोरात चालू होते. उद्योगातून भरपूर पैसा मिळत होता, ही खरी गोष्ट होती; पण मी तो पैसा स्वत:साठी ठेवत नव्हतो. जर मार्गीला काटकसरीची आणि पैसे वाचवायची सवय नसती, तर आमच्याकडे उद्योगाची कारकीर्दही राहिली

नसती. कारण आमचे सर्व उत्पन्न इतर कामांसाठी वापरले जाण्याबाबत आमची बांधिलकी होती. जेव्हा त्या सावकाराला कळले की– आम्ही खंक आहोत, तेव्हा तो जरा नाराज झाला.

गिलमोर रेस्टॉरंटच्या विक्रीचा व्यवहार सुरळीतपणे पार पडला. त्यात रोख रकमेची देवाण-घेवाण झाली नाही. अपवाद फक्त ३५७० डॉलर्सचा– जे पॅनोसने रोख दिले– ते त्या जागेच्या मालकाला व करखात्याला– तेवढाच! पॅनोसने दिलेली हमीच केवळ सावकाराने स्वीकारली, असे नाही; तर त्याने कर्जफेडीच्या रकमेचा हप्ताही कमी केला. मला फार आनंद झाला. पॅनोसने यशस्वी व्हावे, असे मला मनापासून वाटत होते, कारण अद्यापही माझ्यावर जोखीम होती. जर तो अपयशी झाला असता, तर माझी मान परत या प्रयत्नात अडकली असती.

आता माझ्या खांद्यावरचे ते प्रतिहमी घेतलेल्या देणेकऱ्यांचे ओझे कमी झाले होते, ही एक दिलासा देणारी गोष्ट होती; त्यामुळे ७५००० डॉलर्सपैकी ५५००० डॉलर्सचा बोजा कमी होणार होता. आता फक्त विनाहमीचे २०००० डॉलर्स देण्याचा विचार मला करावा लागणार होता. त्यात मागचे काही कर देणे राहिले होते, त्यांचाही समावेश होता. मी यापैकी एक सोडून सर्वांशी संपर्क साधला आणि त्यांची सर्व रक्कम परत करण्याचा माझा ठाम निर्धार आहे, हेही मी त्यांच्या कानावर घातले. त्याला थोडा वेळ लागणार होता; पण त्यांची पै न् पै चुकती होणार होती, मी नक्कीच करणार होतो. फक्त मी सरकारी करखात्याच्या अधिकाऱ्यांशी संपर्क साधला नव्हता. तिथला एक बलदंड उपअधिकारी माझ्यामागे लागला होता. मला तुरुंगात पाठवायची धमकी देत होता. म्हणून मी मग स्पर्लिंगला ती बाब हाताळायला सांगितले. त्याने आमची कराची देय रक्कम कमी करून मिळावी म्हणून करखात्याला विनंतीपत्र दिले आणि पॅनोसला १५०० डॉलर्सचे हमीपत्र न घेता करपरवाना मिळावा, असेही त्या पत्रात सुचवले. त्यातून आमचा उद्देश स्पष्ट झाला आणि काम साधले. त्याने या संपूर्ण प्रयत्नातील आमच्या सहभागाबद्दल असे लिहिले होते– 'जर गिलमोर्स रेस्टॉरंट दिवाळखोरीत गेले असते, तर त्यातील सर्व हमी दिलेली स्थावर, जंगम मालमत्ता हमी घेणारे सावकार आणि इतरांच्या ताब्यात गेली असती आणि ते पैसे वसूल करण्यासाठी मग ती लिलावात कवडीमोल भावाने विकली गेली असती. यात अनेकांचे प्रचंड आर्थिक नुकसान झाले असते अन् मग कर भरण्यासाठी काहीही उरले नसते. रेस्टॉरंट बहुधा बंद पडले असते; मग विक्रीकर जो एरवी अनेक महिने मिळाला असता, त्याचेही शासकीय उत्पन्न मिळाले नसते. किमान जोपर्यंत दिवाळखोरीच्या अर्जावर निकाल होत नाही तोवर; आम्ही केलेल्या कृतीमुळे, आम्ही उद्योगाचे मूल्य शाबूत ठेवण्याचा प्रयत्न केला आणि त्यासाठी नवा उत्पादक व प्रथितयश मालक शोधला– जो आजही या

उद्योगातून उल्लेखनीय विक्रीकर देतो आहे.'

जसे घडले तसे पाहिले, तर या व्यवहारात प्रचंड आर्थिक नुकसान कुणाचे झाले असेल– तर ते माझेच! स्पर्लिंगलाही या व्यवहारातून काही फारशी कमाई झाली नाही. कित्येक दिवस तासन्‌तास केलेल्या मेहनतीबद्दल त्याने मला फक्त २५०० डॉलर्सचे बिल पाठवले. काही वेळा मला असे वाटायचे की, या संपूर्ण प्रकरणात व व्यवहारात माझ्यापेक्षा त्याचीच वैयक्तिक व भावनिक गुंतवणूक अधिक होती. उदाहरणार्थ, त्या थँक्स गिव्हिंग डेच्या दिवशी आम्ही जेव्हा देणेकऱ्यांच्या कर्जफेडीच्या बाबीसंबंधीच्या चर्चेत होतो; तेव्हा त्याने मला फोन केला आणि तो म्हणाला, ''काय टॉम, काय चाललंय?'' मी म्हणालो, ''छान! मी जर आता तुझ्याशी टेलिफोनवर बोलत नसतो, तर मी माझ्या कुटुंबीयांबरोबर घरी मस्तपैकी थँक्स गिव्हिंग डेचे जेवण घेत बसलो असतो.''

''काय?'' तो रागावूनच मला म्हणाला, ''तुला असे म्हणायचे की, मी तुझी कातडी वाचविण्यासाठी इथे माझ्या कार्यालयात या दिवशीही राबतोय आणि तू आरामात फिरतोयस अन् कोंबडी फस्त करतोयस?''

मग मी त्याला स्पष्ट केले, ''मी वर्षातून फक्त तीन दिवस रजा घेतो. थँक्स गिव्हिंग डे, ख्रिसमस आणि ईस्टर.'' इतर काय चर्चा झाली; आता मला आठवत नाही; पण त्याने केलेल्या सूचनेने जणू माझा गळाच दाबला गेल्यासारखे वाटले.

तो म्हणाला, ''मला विश्वास आहे, तू हॉस्पिटलमध्ये मला भेटायला येशील. कारण अतिश्रमाच्या थकव्याने अन् तू दिलेल्या त्रासाने मला पोटाचा अल्सर झाल्यामुळे जेव्हा मी तिथे उपचार घेत असेन.''

आजही जरी आम्ही चांगले मित्र असलो तरी, जसा काळ गेला तशी आणि कामाच्या व्यापामुळे आमची आता पूर्वीइतकी सहज गाठभेट होत नाही; पण मला खात्री आहे की– जेव्हा जेव्हा आम्ही भेटतो, तेव्हा ते जुने कठीण दिवस आठवले आणि त्यातून आम्ही बाहेर कसे आलो याच्या आठवणी निघाल्या की, त्यावर आम्ही खदखदून हसू लागतो. बाकीचे लोक 'हा काय वेडेपणा चाललाय?' असे म्हणत आश्चर्याने स्तंभित होऊन ते सर्व पाहत असतात. उत्तर एकच आहे की, त्या कठीण दिवसांतही तग धरण्यात आम्ही यशस्वी झालो होतो, त्यातून आम्ही मार्ग काढला होता.

सुरुवातीच्या काळात स्पर्लिंग डॉमिनोजच्या संचालक मंडळावर होता. मी आणि मार्गी असे अन्य दोघेच असे मंडळ सदस्य होतो; त्यामुळे साहजिकच मी त्याला फ्रँचाइझीच्या क्षेत्रात जायचे माझे विचार सांगितले होते. त्याने सांगितले होते की, त्याचा एक परिचित चक ग्रे हा फ्रँचाइझी म्हणून चांगला उमेदवार ठरू शकेल. ग्रेला राज्याचा व स्थानिक राजकारणाचा भरपूर अनुभव होता. पहिल्या भेटीतच

माझ्यावर त्याचा चांगला प्रभाव पडला होता. विशेषत: डॉमिनोजबद्दलच्या त्याच्या उत्साहाने मला फारच आनंद झाला होता.

मी ग्रेला घेऊन यपसिलांटीच्या पूर्व बाजूस असलेल्या इकोर्स रोड येथील आमच्या स्टोअर्समध्ये गेलो; त्याला तिथल्या कारभाराची माहिती दिली. अलीकडेच आम्ही तिथे शेजारच्या नव्या जागेत 'मार्टीज डाइनर' केले होते आणि त्या स्टोअरचा धंदा बऱ्यापैकी वेग घेत होता, पैसा मिळवत होता. ग्रेला ते आवडले. मग ते त्याने विकत घेण्यासंबंधीची व्यवस्था आम्ही केली. मी स्वत: त्याला चांगले प्रशिक्षित करण्याचे वचन दिले आणि मी तसे करू शकलो याचा मला आनंद वाटला. ग्रेला पिझ्झा व्यवसायातील जाण जात्याच होती. त्याने तिथे कसे बस्तान बसवले, हे पाहणे उत्कंठावर्धक होते. तसेच त्याने ते स्टोअर ताब्यात घेतल्यावर धंद्याच्या दृष्टीने ते कसे बहरले, हे पाहणेही!

स्पर्लिंगने मग फ्रँचाइझीच्या कराराचा मसुदा तयार केला आणि १ एप्रिल १९६७ रोजी आम्ही त्यावर सह्या केल्या. त्यात आम्हाला ग्रेच्या त्या स्टोअरवरच्या विक्रीच्या अडीच टक्के रॉयल्टी मिळणार होती, शिवाय आणखी २ टक्के जाहिरातीसाठी आणि १ टक्का त्याचे हिशेब ठेवण्यासाठी मिळणार होते. हिशेबाचे सर्व काम (पगारपत्रक ते ताळेबंद) माझी पत्नी मार्गी पाहणार होती. आजच्याप्रमाणे पाहता त्या वेळची ही टक्केवारी फ्रँचाइझीच्या बाजूनेच जास्त झुकलेली होती; पण त्यावेळी आमचे काम झाले होते आणि त्या काळातील संभाव्य अडचणींची फिकीर त्यावेळी करायची मला काळजी नव्हती. कायदेशीर बाबींबाबतची माझी काळजी आणि उतावळेपणामुळे माझी स्पर्लिंगशी वरचेवर वादावादी व्हायची. या गोष्टीत फार लक्ष न घालता मी धंद्याकडे लक्ष द्यावे, असे तो कधी उपहासाने तर कधी चिडवण्यातून सांगत असे. तो नेहमी मला सांगायचा, "टॉम, तुला तुझा खर्च आवाक्यात ठेवला पाहिजे. तू धंदा उभारण्यात महान आहेस, तुझी विक्री आश्चर्यजनक आहे; पण तुझे निव्वळ उत्पन्न एकूण जमा होणाऱ्या गल्ल्याचा विचार केला, तर नगण्य आहे." त्याचे म्हणणे योग्य होते; पण मला काळजी होती धंद्याचा पाया मजबूत करण्याची. मी त्याला म्हटले, "तुला कळत नाही– तुम्ही खर्च कमी करू शकता, त्यात कटछाट करू शकता– कोणी मूर्खही तसे करू शकेल; पण तुम्ही विक्री उभारू शकत नाही आणि मी नेमके तेच करतोय."

माझ्या मलाच स्मरण करून द्यायच्या आमच्या नोटिस फलकावर लावलेल्या नोंदीतून माझ्या सरदारी मनोवृत्तीबद्दलचा लॉरीचा पोटशूळ स्पष्ट होतो. त्यात मी लिहिले होते, 'मार्जोरीने हफ रेफ्रिजरेशनशी केलेला सुरक्षा व्यवस्थेसंबंधीचा करार– ज्यावर तुझी व तिची सही आहे, माझ्याकडे आणला... मला तुला एवढेच सांगायचे आहे की, ज्या पद्धतीने तू हे प्रकरण हाताळलेस व पूर्ण केलेस, ते सर्व

मी ज्या कार्यपद्धतीच्या तत्त्वाप्रमाणे तू काम करावेस असे तुला सुचवले होते, त्याच्याविरुद्ध आहे; त्यामुळे भविष्यात समस्या निर्माण होऊ शकतात.'

माझी इच्छा होती की, अशा प्रकरणात मी अधिक काळजीने वागून ते हाताळले पाहिजे; पण सत्य परिस्थिती अशी होती की, मला विक्रीबद्दल अधिक काळजी होती आणि तशीच माझ्या उद्योगात काम करणाऱ्या कर्मचाऱ्यांबद्दल होती. त्या वेळेपर्यंत आमच्याकडे सुमारे १५० कर्मचारी होते आणि माझा निश्चय होता– त्यांचे मनोबल उच्च ठेवण्याचा व परस्परसंदेशवहन सर्वोत्तम ठेवण्याचा.

एका व्यक्तीबाबत मी काळजीत पडायचो– तो म्हणजे, बॉब कॉटमन. तो नेहमी म्हणत राहायचा की, त्याला जाहिरातीच्या क्षेत्रात स्वारस्य आहे; पण मी एक निर्णय घेतला होता– ज्याला पिझ्झाच्या उद्योगात स्वारस्य नाही, तिथे मन रमत नाही; त्याला फार पुढे चाल द्यायची नाही– अगदी तो उत्तम व्यवस्थापक असला तरी! याबाबत भरपूर विचार केल्यावर मी बॉबला परत कार्यालयीन कामात आणायचे ठरवले आणि त्यात निरनिराळी कामे द्यायची; जेणेकरून त्याला आठवड्याला ६० डॉलर पगाराचा परतावा मिळेल. त्याच्या दृष्टीने त्याच्या पगारात ही प्रचंड घट होती; पण त्याबाबत त्याने फारसे मनाला लावून घेतले नाही. मग त्याने 'द पेप्पेरोनी प्रेस' या आमच्या कंपनीच्या सामूहिक वार्तापत्राचे काम हाती घेतले. आम्ही ते वार्तापत्र १९६६ मध्ये चालू केले होते आणि त्यातला बराचसा मजकूर मीच लिहीत असे. तसेच तो माझा व्यवस्थापकीय सहायकही बनला. मी त्याला सांगितले की, तो क्रॉस स्ट्रीट हाउसमधील दुसऱ्या मजल्यावरील अपार्टमेंटमध्ये राहू शकतो. त्याचा पगार कमी असल्याने मी त्याला भाडेही आठवड्याला फक्त १५ डॉलर एवढेच आकारायचे ठरवले.

कॉटमनचा पगार जरी कमी होता, तरी मी त्याला अन्य सुविधा दिल्या. जसे– तो त्या कामात काही काळ राहिल्यावर मी त्याच्यासाठी १९४९ ची बेंटली मोटारगाडी कंपनीच्या खर्चाने आणली. खरेतर मला त्याच्याकरता वापरलेली रोल्स रॉइस गाडी द्यायची होती; पण माझ्या खिशाला परवडेल अशा किमतीत तशी मिळत नव्हती आणि १३०० डॉलर्सला घेतलेली बेंटली सुंदर होती. तिचे कोचाचे कापड छान होते व गालिचेही. तिला वर उघडणारे छप्पर होते तसाच रेडिओ अँटेनाही. कॉटमनलाही ती गाडी आवडली; तो जणू तिच्या प्रेमातच पडला! तो ती चकचकीत स्वच्छ ठेवायचा. त्याने ती कित्येक वेळा डिलिव्हरी व्हॅन म्हणून वापरली, तर कित्येक वेळा त्यात त्याने विटा आणि भंगारही वाहून नेले, विशेषत: जेव्हा मी त्याला ॲन आर्बरमधील पॅकार्ड रोडवरचे आमचे स्टोअर बांधून घ्यायची जबाबदारी दिली.

पॅकार्ड रोडवरचे ते स्टोअर म्हणजे डॉमिनोजचे शून्यातून उभे केलेले पहिलेच

बांधकाम होते, तेही एका मोकळ्या जागेवरचे. मी ती इमारत लीजवर घेतली; कारण मला वाटले, डीन जेनकिन्सला तिथला फ्रँचाइझी होण्यात स्वारस्य होते. डीन आमच्याकडे कामाला आल्यापासून त्याला दिलेल्या जबाबदारीनुसार इतका पद्धतशीर काम करायचा की, इतरांनी त्याचे टोपणनाव 'स्लो मोशन' असे ठेवले होते. जणू तो पिझ्झा तयार करणारा व्हावा, यासाठी मी त्याच्यावर दबाव आणला. त्याचे पहिले ध्येय होते– एक ना एक दिवस आपल्या मालकीचे डोनट शॉप उघडायचे. आता तो विद्यापीठ परिसरातील आमचे स्टोअर उत्तम प्रकारे हाताळत होता. मला त्याला डॉमिनोजचा दुसरा फ्रँचाइझी बनवायचे होते. एक तर त्याच्या उत्तम कामाची बक्षिसी म्हणून आणि दुसरे म्हणजे आपला स्वत:चा उद्योग असावा, हे त्याचे स्वप्न पूर्ण व्हावे म्हणून!

पण स्टोअर पूर्ण होण्यामध्ये अनेक अनपेक्षित अडचणी आल्या. शेवटी आम्ही विविध सुधारणा करून ते पूर्ण केले. त्यासाठी आम्हाला जुनीच उपकरणे व अन्य सामान वापरावे लागले आणि भट्टीच्या पायासाठी विटा वापराव्या लागल्या; कारण लोखंडी पाय मिळाले नाहीत. आमच्या स्टोअरच्या विकासकामाच्या चमूमध्ये प्रसंगोचित सुधारणा जणू अंगवळणीच पडली होती. 'जलद विचार करा, जागेवरच समस्येची उकल शोधा आणि स्टोअर पूर्ण होऊन त्याचे उद्घाटन होईपर्यंत समस्या आल्या; तर त्या कशामुळे आल्या, हे पाहण्यात वेळ दवडू नका.' या आणि अशाच अन्य प्रकारे, या काळात आम्ही डॉमिनोजची वाढ होण्यासाठी अनेक वर्षे काम करत होतो.

सुरुवातीच्या काही वर्षांतच पुढे येऊ घातलेल्या काही भावी समस्यांची चाहूल लागली. उदाहरणार्थ, गुन्हेगारी व लुटालूट. आमच्या पहिल्या व्यवस्थापकाकडे कुणीतरी येऊन बंदूक रोखून पैशाची मागणी केली असता त्याने चूक केली. त्याने त्या माणसाला पैसे देणे नाकारले. तो तिथेच उभा राहिला व त्याने त्या बंदूकधारी चोराला खाली पाडले. सुदैवाने ते प्रकरण फार वाढले नाही. पुढे काही वर्षांनी आम्ही अशा प्रसंगांना तोंड देण्यासाठी सुव्यवस्थित सुरक्षा दलाची योजना कार्यवाहीत आणली.

जुलै १९६७ मध्ये जेनकिन्सचे फ्रँचाइझी स्टोअर सुरळीतपणे चालू झाले होते; तेव्हा मी ठरवले की, ईस्ट लान्सिंगमधील बिग प्लममधील जागा हस्तगत करायची. याचे कारण म्हणजे, मला ती एक चांगली बाजारपेठ वाटली; तसेच मिशिगन राज्यातील वसतिगृहांत२०००० विद्यार्थी राहत होते. तो आकडा फार मोठा होता. त्या वेळी मला देशातील प्रत्येक वसतिगृहाच्या क्षमतेचा अंदाज ५ ते १० टक्के फरकाच्या अनुमानाने वर्तवता यायचा. शिवाय, त्या वसतिगृहातील मुलांची व मुलींची संख्या किती, हेही सांगता यायचे. आमचा अनुभव म्हणजे, मुलींच्या वसतिगृहातूनच जास्त पिझ्झा मागवले जातात.

स्पर्लिंग त्याच्या नेहमीच्या सावध वाटचालीनुसार याची खात्री करून घ्यायचा की– आमचे लान्सिंगमधले त्या स्टोअरचे धाडस यशस्वी झाले नाही, तर निदान त्यामुळे आमच्या वॉशटेनॉ काउंटीमधील इतर स्टोअरवर त्याचा परिणाम होणार नाही, काही बाधा पोहोचणार नाही. म्हणून मग आम्ही एक स्वतंत्र कॉर्पोरेशन स्थापन केले. त्याचे नाव 'डॉमिनोज ऑफ लान्सिंग आयएनसी.' त्याचा मीच एकमेव भागधारक होतो. मी त्याच्या त्या आठवणीप्रमाणे पुढे जायचे ठरवले; पण मी अपयशी होण्याच्या तयारीने त्यात पडलो नव्हतोच.

प्रत्यक्षात लान्सिंगबाबत मी एक नवी संकल्पना केली होती आणि त्याबाबत मी बराच उत्साही होतो. ती अगदी साधी होती. प्रथम विद्यापीठ परिसरात एक स्टोअर व एक कोठी उभारायची. मग त्या कोठीतून इतर स्टोअर्सना सेवा पुरवता येईल, जी आसपासच्या वस्तीत उभारली जातील. असे प्रत्येक नवे स्टोअर आमच्या सध्याच्या स्टोअर्सना अधिक सबल करील.

आणखी एका संकल्पनेची चाचणी घेण्यास मी उत्सुक होतो. ती म्हणजे, केवळ १२ इंची पिझ्झाच विकण्यासंबंधीची. यपसिलांटीमध्ये सुमारे ८० टक्के ऑर्डर्स– विशेषत: वसतिगृहातील– १२ इंची पिझ्झाकरताच असायच्या; मग आणखी दुसरा आकार कशाला हवा? जर ग्राहकांना आणखी पिझ्झा पाहिजे असेल, तर ते २ किंवा ३ पिझ्झा ऑर्डर करू शकतात. माझा विचार संगणकीय ऑर्डर नोंदवण्याची पद्धत रुजवायचा होता; त्यामुळे त्यावर आणखी काही बदलता येणारे प्रोग्राम राबवता आले असते. या विचारानेच टॉपिंगचे पर्यायही मी सहापर्यंत खाली आणले. संगणकीय कार्यक्रम म्हणावा तसा राबवता आला नाही; पण पदार्थांची पर्याययादी मर्यादित करणे, ही चांगली कल्पना होती.

केवळ १२ इंचीच पिझ्झा ठेवण्यात एक महत्त्वाची कल्पना होती– पिझ्झा जलद पुरवण्याची सेवा उत्तम देणे. शिवाय त्याचा दर्जाही वाढवता येणार होता. पिझ्झा बनवणाऱ्यांना कणकेचा पिझ्झा अचूक प्रत्येक आकाराचा बनवण्याची चांगली सवय असली पाहिजे. त्यात १२ इंची बनवणे सर्वांत सोपे होते. त्याहून मोठे बनवले तर ते अधिक कडक होतात. नंतर त्यावर चीज व टॉपिंग लावण्यासाठीही अधिक कसब लागते. शिवाय ते पिझ्झा हाताळणेही अवघड असते. जर तुम्ही केवळ १२ इंचीच पिझ्झा बनवण्याचे कसब विकसित केले, तर तुम्ही दुप्पट वेगाने उत्तम पिझ्झा करणारे होऊ शकता.

यात काही चुका होण्याची शक्यताही नाकारता येत नाही. त्या विशेषत: ऑर्डर नोंदवण्यात व पिझ्झा पुठ्ठ्याच्या पेटीत ठेवण्यात होऊ शकतात. जर पिझ्झा तीन आकारांचे व त्यातही फार थोडा फरक असलेले असतील, तर हे संभवते. मग घाई-गडबडीत कर्मचारी मोठ्या आकाराचा पिझ्झा मध्यम पिझ्झासाठीच्या पेटीत

कोंबण्याचा प्रयत्न करतात, तर मध्यम आकाराचा लहान पिझ्झासाठीच्या पेटीत; त्यामुळे तो पिझ्झा खराब होतो.

याशिवाय एकच आकार असण्याने खरेदीमध्ये पैशांची बचत करता येते. शिवाय, आमचा कच्च्या मालाचा पेट्यांचा साठा २/३ ने कमी करता येतो. विविध आकारांऐवजी एकाच आकाराचा पिझ्झा असण्याने कोठीत कणकेचे गोळे करणाऱ्यांचाही वेळ वाचतो.

या एकाच आकाराच्या पिझ्झ्यामुळे एकच विचार आला– तो आम्ही जेव्हा लान्सिंगमध्ये स्टोअर उघडले, त्या वेळी आलेल्या ग्राहकांच्या नकारात्मक प्रतिक्रियांमुळे. त्या सर्वांना वाटले, माझे काहीतरी बिघडले आहे. या दरम्यान त्यांच्या तक्रारी एवढ्या वाढल्या की, सुमारे सहा महिन्यांनंतर मध्यम आकाराचा पिझ्झा बनवण्याच्या निर्णयाचा पुनर्विचार करावा असे वाटू लागले. मला वाटले, कदाचित आपला विचार चुकीचा असू शकतो. मग आम्ही मध्यम आकाराचा पिझ्झा रद्द करून केवळ दोनच आकार ठेवायचे ठरवले– मोठा आणि लहान. म्हणजे १२ व ६ इंची. आता मला वाटते, त्या वेळी मी माझ्या निर्णयावर ठाम राहायला हवे होते. त्याचाही परिणाम तसाच झाला असता; जसा आम्ही डॉमिनोजमध्ये सहा इंची पिझ्झा व काही पदार्थ ठेवणे रद्द केले. लान्सिंग स्टोअरच्या व्यवस्थापकाला हे पटले असते की, केवळ १२ इंची पिझ्झा विकण्याने धंदा किती वाढू शकतो; तर तोही या कल्पनेला तयार झाला असता आणि त्यावर त्याने प्रेमही केले असते. आम्ही योजना बदलली तरी आम्ही तीनऐवजी केवळ दोन आकारांवरच लक्ष केंद्रित केलं आणि पुढच्या वर्षातच आम्ही सर्वच स्टोअर्समधून १४ इंची पिझ्झा हद्दपार केला.

लान्सिंग स्टोअरच्या सुरुवातीची सर्वांत उल्लेखनीय बाब म्हणजे, तिथे आम्ही जगातील सर्वांत मोठी पिझ्झा भट्टी– बिग रेड– प्रथम बसवली. त्यावर १० फिरते ट्रे होते, तो प्रत्येक ट्रे १० फूट लांबीचा होता. त्यावर किमान नऊ १२ इंची पिझ्झा बसू शकले असते; त्यामुळे एका वेळी ९० पिझ्झा भाजता आले असते. प्रथम आम्हाला ही क्षमता जरा जास्त वाटली. हे म्हणजे, जणू लोखंडाची भट्टी हॅम्बर्गर भाजण्यासाठी वापरण्यासारखे होते; पण लवकरच ही बिग रेड भट्टी तिच्या क्षमतेपेक्षा अधिक वेगाने वापरण्याची वेळ आमच्यावर आली, कारण ऑर्डरचा ओघ वाढतच चालला होता.

नवनिर्मितीच्या दृष्टीने पाहिले, तर हे लान्सिंग स्टोअर म्हणजे भाजलेला तवा होते. त्याबद्दल तिथला व्यवस्थापक टेरी व्हॉइस याचे आभार मानले पाहिजेत. त्याने ऑर्डर्सची नोंद घेण्याची नवी पद्धत चालू केली. पूर्वी ऑर्डर सेल्स स्लीपवरून उतरून घेतल्या जायच्या आणि डिलिव्हरी देताना ती स्लीप त्या-त्या पेटीवर चिकटवली जायची. त्यात चुकांना भरपूर वाव होता. पिझ्झा चुकीच्या पत्त्यावर

जायचा. त्याऐवजी त्याने ऑर्डरची कार्बनकॉपी काढून घेणे चालू केले. फोनवरून ऑर्डर देणारा ती घेतानाच त्या-त्या ऑर्डरची कार्बन कॉपी काढायचा, त्यावर ग्राहकाचा पत्ता व फोन क्रमांक तसेच ऑर्डर घेण्याची वेळ नोंदवली जायची, जवळची खूणही सांगितली जायची. त्याचबरोबर एखादी धोक्याची सूचना– जसे– 'जर्मन मोकाट कुत्र्यापासून सावध राहा' वगैरे. मूळ प्रत काढून ती पिझ्झा करणाऱ्याला दिली जायची. पिझ्झा जसजसा पुढे सरकेल तसतशी तीही त्याबरोबर हस्तांतरित व्हायची. पिझ्झा ओव्हनमध्ये घालेपर्यंत ती सरकली की; मग ती ज्या पेटीतून पिझ्झा डिलिव्हरी होणार, त्यावर चिकटवली जायची. या पद्धतीमुळे आमच्या कामाचा वेग व अचूकता चांगलीच वाढली.

डॉमिनोजमध्ये वाढ होत असताना सर्वांत अवघड गोष्टीला मला तोंड द्यावे लागायचे, ते म्हणजे चांगल्या लोकांचे कंपनी सोडून जाणे, ज्यांनी उत्तम योगदान दिलेले असायचे, तेच सोडून जायचे तेही चुकीच्या कारणाने. टेरी व्हॉइस हा त्यांपैकीच एक. त्याने ड्रायव्हर म्हणून यपसिलांटीमधल्या आमच्या स्टोअरमध्ये काम करणे चालू केले; मग त्याला लान्सिंग स्टोअरचा व्यवस्थापक म्हणून पदोन्नती दिली. आम्ही चांगले मित्रही झालो. त्याच्या लग्नात मीच 'बेस्ट मॅन' होतो. पण मला वाटते की, त्याच्या बायकोला डॉमिनोज स्पर्धक वाटली. कोणाच्या पत्नीला तसे का वाटावे, हे समजणे सोपे आहे. मात्र, त्यामुळे गोष्टी अवघड होतात. माझ्या वैयक्तिक बाबतीत मी तसा सुदैवी म्हटले पाहिजे, कारण डॉमिनोजमध्ये मार्गी नेहमीच मला साथ देत होती; प्रत्यक्ष मदत करत होती. आमच्या उद्योगात कामाच्या ताणामुळे वैवाहिक आयुष्यात ताणतणाव निर्माण होऊ शकतात. त्यासाठी आम्ही आमच्या कंपनीने पुरस्कृत केलेला 'पार्टनर्स प्रोग्राम' राबवतो.

त्यांच्या सदस्यांचे स्वत:चे वार्तापत्र असते आणि नियमित बैठका किंवा सहलींतून सदस्य आपले मन मोकळे करतात. मी जेव्हा जेव्हा अशा गटांना भेटतो तेव्हा तेव्हा मी त्यांना वैवाहिक जीवनासंबंधीचे समुपदेशन घेण्याच्या बाबतीत हयगय करू नये, असे सांगतो. त्याची चांगली मदत होते. अर्थात, आमची वैवाहिक बंधने तशी मजबूत असतात.

मला वाटते, टेरी कंपनीत असताना अशी काही व्यवस्था आमच्याकडे असती तर बरे झाले असते. अर्थात, मी असे ठामपणे सांगू शकत नाही की, त्याच्या जाण्याला केवळ त्याची बायकोच जबाबदार किंवा मुख्य कारण होती. १९६९च्या ऑगस्टमध्ये त्याने डॉमिनोज सोडले. त्याच्या काही समस्यांना मीही जबाबदार असू शकेन; पण त्याचा परिणाम म्हणजे त्याने विस्कॉन्सिनकडे प्रयत्न केले आणि तिथे त्याने स्वत:चा पिझ्झेरिया चालू केला. पुढे त्याचा घटस्फोटही झाला. नंतर एका अधिवेशनात आमची भेट झाली तेव्हा टेरी म्हणाला की– जर तो डॉमिनोजमध्ये

राहिला असता तर त्याचे जीवन कसे झाले असते, कुणास ठाऊक; कदाचित चांगलेही! दुर्दैवाने ते आम्हाला कधी कळले नाही.

दुसरा असा एक गुणसंपन्न माणूस म्हणजे डेव्ह किलबी. त्याने डॉमिनोजवर आपला ठसा उमटवला आणि त्याचे जाणे मला दु:खदायक वाटले. कारण मला वाटते, त्याच्या समस्यांचे मूळ थोडे माझ्याहीकडे होते. मी डेव्हला १९६३ मध्ये पहिल्यांदा भेटलो. त्या वेळी तो जनरल मोटर्समध्ये कामगारसंबंधांचा विश्लेषक म्हणून काम करत होता. त्याचबरोबर तो एक जाहिरात एजन्सीही चालवत होता. मी डॉमिनोजच्या रेडिओ कॉपीरायटिंगसाठी त्याला घेतले. पुढे १९६७ मध्ये यपसिलांटी ज्युनिअर चेंबर ऑफ कॉमर्सने पिझ्झा सेल लावला होता. मी जेसीजमध्ये बराच सक्रिय होतो. मला आता आठवत नाही; पण बहुधा त्या सेलची कल्पना माझीच असावी. काही का असेना; मी व किलबीने आणि एका मित्राने एकत्र काम केले. तो जेसीजच्या आमच्या शाखेचा माजी अध्यक्ष होता आणि त्या सेलला चांगलेच यश मिळाले. तसा तो देखणा होता, रेखीव होता, स्पष्टवक्ता होता आणि तितकाच उत्साहीसुद्धा!

डॉमिनोजमध्ये आम्ही जे काही करत होतो, त्याबद्दल त्याला स्वारस्य वाटू लागले. मग त्याने फ्रँचाइझी व्हावे, या दृष्टीने आम्ही बोलणी केली. त्याबाबत तो थोडा साशंक होता आणि मला वाटते, त्याने त्याबाबत मनाचा ठाम निश्चय केला नव्हता. परंतु, त्याला चक ग्रे नावाची व्यक्ती माहीत होती. ग्रे तेव्हा यपसिलांटी शहरपालिकेचा अधिकारीही होता. या ग्रेने फ्रँचाइझी घेतली, मग किलबीनेही घेण्याची तयारी दर्शवली.

डेव्हने 'पिझ्झा फ्रॉम पॉप' हे स्टोअर विकत घेतले ते १००० डॉलर्सला; पण ते लगेच द्यायचे नव्हते. तो ॲन आर्बरच्या वेस्ट स्टेडियम बुलेव्हामध्ये होता. त्याला पैसा उभा करायला मीच मदत केली. मी व्यक्तिश: त्याला प्रशिक्षित केले. ग्रेला जेवढा वेळ दिला होता, जवळजवळ तेवढाच त्यालाही दिला. त्याने कारभार हाती घेतल्यावर तिथली विक्री झपाट्याने वाढत गेली; त्यामुळे मी खरोखरच प्रभावित झालो. त्याच्या त्या कामगिरीमुळे त्याच्याविषयीचा माझा आदर अधिकच वाढला. त्याची पदवी पोलिटिकल सायन्समधली होती. त्याने १२ वर्षे रात्रशाळेत अभ्यास करून ती मिळवली; त्यामुळेही मी प्रभावित झालो होतोच, शिवाय त्याने अधिकारी म्हणून जनरल मोटर्समधील केलेल्या कामगिरीमुळेही!

त्याच्या प्रशिक्षणकाळात त्याच्या स्टोअरमध्ये आम्ही एकमेकांजवळ येऊन काम केले. डेव्हला मी उद्योग उभा करण्यात येणाऱ्या अडचणींची सविस्तर माहिती दिली. तो म्हणाला की, मला तुमच्या कार्यालयात अर्ध वेळ काम करणे आवडेल. म्हणून त्याने आठवड्यातील २० तास आमच्या मुख्य कार्यालयात काम करावे

असे ठरले. उरलेला वेळ तो त्याचे ते स्टोअर चालवण्यात घालवायचा.

मला किलबीला आमच्या कार्यालयातील इमारतीतील दुसऱ्या मजल्यावरच्या अपार्टमेंटमध्ये राहण्यासाठी जागा द्यायची होती म्हणून मग बॉब कॉटमनने त्याची झोपण्याची खोली हलवली आणि पेपरोनी प्रेसचे कामकाज इमारतीच्या गॅरेजच्या वरच्या छोट्या जागेत हलवले. आमची ती इमारत म्हणजे जणू उद्योजकांचे माहेरघर झाली होती. त्यात स्टोअर, कोठीघर, आमची कार्यालये आणि कॉटमनची राहायची जागा– असे सर्वच होते. इमारत तशी जुनीच होती; मात्र तिथले वातावरण जणू भारित झाले होते; त्यामुळे सर्वचजण जणू पेटून उठले होते.

मी किलबीला सांगितले की, पहिले काम करायचे ते स्टोअरचे ऑपरेशन मॅन्युअल तयार करण्याचे. त्यावर त्याने व कॉटमनने काम केले. त्यासाठी त्यांनी लान्सिंगमधला स्टोअरचा व्यवस्थापक जॉन कॉरेल याने त्या स्टोअरसाठी केलेल्या मार्गदर्शिकेचा आधार घेतला. मी तसे मॅन्युअल छापून घेण्यासाठी थोडासा अधीरच झालो होतो; कारण त्यातून वेळेची बचत झाली असती, जो वेळ मी लोकांना प्रशिक्षण देण्यात घालवत होतो, त्या वेळेचा मला फ्रँचाइझीच्या विस्तारीकरणावर भर देण्यासाठी उपयोग झाला असता.

मला हे माहीत होते की, डॉमिनोजमधील सुप्त शक्ती शोधून काढण्यासाठी भरपूर शिकावे लागणार होते. म्हणून मी प्रत्येक औद्योगिक प्रदर्शन, बैठका व परिसंवाद– जे मला उपयोगी पडतील– त्यांना जाणे चालू केले. आता माझे वेळापत्रक पूर्वीपेक्षा अधिक भरगच्च व काहीसे वेड्यासारखे गुंतागुंतीचे झाले.

या सर्व वर्षांत कोणत्याही सर्वसामान्य दिवशी मी सकाळी सुमारे १० वाजता उठत असे आणि तडक कार्यालय गाठत असे. तिथे अनेक समस्या त्यांच्या सोडवणुकीसाठी माझी वाट पाहात असायच्या. मग मी दुपारच्या छोट्याशा भोजनाचा आस्वाद घ्यायचो, त्यानंतर ४॥ वाजेपर्यंत विविध बैठका असायच्या. मग मी कोठीघरात जाऊन तिथल्या कामाचा आढावा घेत असे. संध्याकाळचे जेवण झाल्यावर– जे मी घरी घ्यायचो– मी सर्वच दिवस संध्याकाळी विविध स्टोअर्सना भेट देत असे. तिथल्या व्यवस्थापकाबरोबर तसेच किलबी आणि कॉटमनशी चर्चा करत असे. मी पहाटे ४॥ च्या आत क्वचितच घरी येत असे. हे वागणे जरासे विक्षिप्तपणाचे होते; पण तेवढेच प्रेरणादायीही होते. माझ्या डोक्यात वेड्यासारख्या अनेक कल्पना यायच्या. मी स्टोअरचे आराखडे सहज अभ्यासत होतो, बदलत होतो. भट्टी, इतर उपकरणे व यंत्रसामग्रीची जागा राखण्यासाठी आलेखपत्रके व कागदी चौकटींचा वापर करत होतो. मी क्रॉस स्ट्रीट स्टोअर जवळजवळ पूर्णत: स्वयंचलित केले. हॉवर्ड मिलरने मला एक गुंतागुंतीची यंत्रपद्धती विकसित करण्यात मदत केली; त्यामुळे पिझ्झाच्या पेट्या गुरुत्वाकर्षणाने खाली यायच्या,

मग त्या ऑर्डर घेणाऱ्या माणसापासून ते तयार करणाऱ्यापर्यंत, मग भट्टीपर्यंत आणि तिथून बाहेर जाणाऱ्या जागेपर्यंत स्वयंचलित पद्धतीने पुढे सरकायच्या. ते पाहणे खरोखरच मनोरंजक वाटायचे. दुर्दैवाने ती पद्धत इतर स्टोअरमध्ये राबवता आली नाही.

इकडे किलबीने मुख्य कार्यालयात आल्या-आल्याच आपला प्रभाव पाडायला सुरुवात केली; पण माझ्या अपेक्षेइतकी ती नव्हती. एकाएकी कार्यालयात कागदपत्रांचा वापर वाढला. त्याच्याइतका तक्ते, आकडेवारी, कागदपत्रे व त्याकरता लागणारी कार्यालयीन साधने याचा वापर मी कधी पाहिला नव्हता. या सर्वाला थोडा ब्रेक लावाल का, असे मी स्वत:लाच विचारत होतो. मला त्याची उभारी व उत्साह या दोन्हींविषयी अप्रूप होते; पण असेही वाटत होते की, त्याचे बरेचसे प्रयत्न अनावश्यक होते. खरेतर आमच्या या छोट्याशा धंद्याला एवढ्या कागदपत्रांची आवश्यकता नव्हती; पण मी त्याला ब्रेक लावण्यात थोडा अपयशी ठरलो, जो मी लावायला पाहिजे होता. तसे झाले असते, तर डेव्ह आणि डॉमिनोज– दोघांचेही अधिक भले झाले असते.

माझी किलबीबाबतची समस्या ही होती की, मला त्याच्या उत्साहावर विरजण घालायचे नव्हते. तो महान विचार करू शकायचा आणि ते दुर्मीळ असते. मीही महान विचार करायचो; फक्त दोघांमध्ये फरक म्हणजे माझ्या कल्पनांची किंमत मलाच चुकवावी लागायची; पण त्याच्या कल्पनांची त्याला द्यावी लागायची नाही.

सन १९६७ सरताना आम्हाला सुमारे ५०००० डॉलर्सचा नफा झाला. लॅरी स्पर्लिंगच्या अंदाजानुसार तो त्यापेक्षाही जास्त असायला हवा होता; पण जो झाला त्यात मी खूश होतो, समाधानीही होतो; त्यामुळे मी किमान गिलमोरच्या रेस्टॉरंटच्या कर्जातून मुक्त होणार होतो. अर्थात, त्याखेरीज अन्यही बरीच कर्जे फेडायची होती. तीन नव्या स्टोअरच्या जागा व उपकरणे तसेच यंत्रसामग्रीची देणी होती. लान्सिंग स्टोअरच्या येण्याने डॉमिनोजची आता सहा स्टोअर्स झाली होती. शिवाय मी डिलिव्हरीसाठी सुमारे डझनभर मोटारगाड्या विकत घेतल्या, त्यांची देणीही होती.

पण सर्वंकष विचार केला, तर ते एक छान वर्ष गेले. मार्गीने व मी आमचे सुट्टीचे दिवस आमच्या नव्या खऱ्याखुऱ्या घरात घालवले. ते ॲन आर्बर आणि यपसिलांटीमधल्या ग्रामीण भागातील एका रँचवरचे विटांचे घर होते. आम्ही दोघेही त्यावर खूश होतो, त्याला तळघर नव्हते तरीही! मार्गीला विशेषत: आमच्या दोन्ही मुलांना त्या ट्रेलरमधून बाहेर आणल्यामुळे खास आनंद झाला होता.

अर्थात, नव्या वर्षात पदार्पण करताना माझा आनंद दोन दु:खद घटनांनी तसा थोडा विरळ झाला होता. एक म्हणजे, चक् ग्रेची मनोवृत्ती. ज्या-ज्या वेळी आमची भेट व्हायची, त्या-त्या वेळी तो या ना त्या प्रकारे तक्रार करत राहायचा. त्यासाठी

तो काही कारणे शोधायचा. मला ते समजणे अवघड व्हायचे, कारण त्याचे स्टोअर आता अधिकाधिक नफा देणारे होत होते. ते त्याने चालवायला घेतले, तेव्हा आठवड्याचे उत्पन्न साधारण १५०० डॉलर्स होते; आता ते त्याच्या दुप्पट झाले होते. पण कोठीघराच्या किमतीबाबत तो कधीही समाधानी नसायचा आणि मार्गीशीही हिशेब ठेवण्यावरून त्याची वादावादी व्हायची. तसा तो एक अत्यंत स्वतंत्र व्यक्तिमत्त्वाचा माणूस होता आणि यापूर्वी त्याने फ्रँचाइझी कधी घेतली नव्हती. हा एक विरोधाभास होता की, फ्रँचाइझीसाठी निवडलेला पहिलाच माणूस हा खरेतर स्वतंत्रपणे स्वत:च मालक असलेला उद्योजक होण्यास अधिक योग्य होता.

दुसरी दु:खद बाब म्हणजे, बॉब कॉटमनने दिलेली राजीनाम्याची नोटिस. त्याला मुकण्यामुळे आम्ही दु:खी झालो होतो. कारण तो, किलबी आणि मी असे आम्ही तिघे एकत्रितपणे छान काम करत होतो. डेव्ह किलबी आता मुख्य कार्यालयात वेळ घालवत होता. मग मी ठरवले की, कॉटमन जाणार होता त्याच्या जागी स्टोअर व्यवस्थापकांवर देखरेख करण्यासाठी त्याची नेमणूक करावी. डेव्हने त्याचे स्टोअर चालविण्यासाठी कोणाला तरी नोकरीवर ठेवायचे मान्य केले अन् मग तो पूर्ण वेळ आमच्याकडे कामासाठी येऊ लागला. मलाही तो हवाच होता, कारण मी १९६८ हे वर्ष डॉमिनोजच्या प्रचंड वाढीसाठीचे असावे, असे ठाम ठरवून चाललो होतो. खरंच तसं झालं असतं, पण... १९६८ च्या फेब्रुवारीच्या ८ तारखेच्या सकाळी ती घटना घडली आणि...

मी टेलिफोनच्या आवाजाने गाढ झोपेतून जागा झालो. तत्पूर्वी ती बुधवारची रात्र तशी शांत होती आणि मी जरा लवकरच झोपी गेलो होतो, कारण नंतर येणार होती ती आठवडाअखेरची लगबग व धावपळ. जाग आली त्या वेळी घड्याळात पहाटेचे तीन वाजलेले दिसले आणि मी थोडासा संभ्रमित झालो. परत फोन वाजला आणि मी झट्कन बिछान्याबाहेर आलो, ते या तर्काने की, काहीतरी विचित्र घडले असले पाहिजे. फोन करणारा आमचा पूर्वीचा कर्मचारी होता, जो आता यपसिलांटीमध्ये टॅक्सी चालवत होता.

"टॉमऽऽ" तो जवळजवळ ओरडतच म्हणाला, "तुझ्या स्टोअरला आग लागली आहे!" मी गाडीत बसलो अन् त्या थंड रात्री बर्फाळलेल्या रस्त्यावरून वेगाने क्रॉस स्ट्रीटवरच्या त्या स्टोअरजवळ पोहोचलो. तणावाच्या प्रसंगी नेहमी करतो तशी मी प्रार्थना करत होतो. तिथे प्रचंड धूर होता आणि इमारतीभोवती अग्निशामक दलाची अनेक वाहने उभी राहून पाणी मारत होती. मी गाडीतून बाहेर आलो, पण मला तिथे आग दिसत नव्हती. थोड्याच वेळात त्या इमारतीच्या एका बाजूने आगीचे लोळ येताना दिसले. मी धावतच इमारतीभोवती चक्कर मारून नेमके काय झाले, याबाबत चौकशी करत होतो. मी मागील बाजूस बॉब कॉटमनला

पाहिले. तो वर उभा राहून मला हाका मारत होता.

थंडीने त्याचे दात थडथडत होते. तो इतका घाबरा झाला होता की, त्याला नेमके काय व कसे सांगावे, ते कळत नव्हते. असे कळले की, तो त्या रात्री एका पार्टीहून थोडासा उशिराच घरी आला होता. त्याच्या लक्षात आले की, त्याच्याकडच्या सिगारेट्स संपल्यात. त्या आणण्यासाठी परत बाहेर जावे की कसे, या विचारात तो होता. तो त्याच्या कार्यालयात गेला. त्याने काही कागदपत्रे हाताळली, मग त्याने स्वत:ला जमिनीवर थोडे ताणून दिले आणि मध्यरात्री तो तिथेच झोपी गेला; पण थोड्याच वेळात तो घामाघूम होऊन जागा झाला, कारण खोलीची जमीन गरम लागत होती, भिंतही गरम लागत होती. त्या खोलीच्या छतावर लाल दिवे फिरताना दिसत होते. तो धावतच बाल्कनीत पोहोचला. त्याला शिडीवरून वर येणारा अग्निशामक दलाचा कर्मचारी दिसला.

तो त्याच्याकडे पाहून ओरडलाच– "आग कुठे लागली आहे?" त्याने सांगितले की, आग खाली लागली आहे.

"तू वर काय करतोयस?" त्या अग्निशामक दलाच्या माणसाने विचारले.

"मी इथे राहतो." मी उत्तरलो.

"नाही, तू राहत नाहीस. शेजाऱ्यांनी सांगितले की, इथे कोणी राहत नाही; इथे फक्त कार्यालय आहे!" अग्निशामक दलाचा कर्मचारी ओरडला.

"काहीही असो; मी इथे राहतो हे खरे." बॉब म्हणाला.

त्या कर्मचाऱ्याला वाटले, तेही खरेच असेल. मग बॉबने त्याला विचारले की, आग किती भयानक आहे? मी माझे सामान बाहेर काढू का? तो म्हणाला, "होय." ती खरोखर भीषण आग होती. तो शिडी घेऊन आला अन् बॉब त्याचे कागद ब्रीफकेसमध्ये भरून घेऊ लागला. मग हॉलच्या दरवाजाजवळ जाऊन आग किती पसरली आहे याचा अंदाज घेऊ लागला. दरवाजा उघडताच धुराचा लोट अंगावर आला. तो घाबरला व परत बाल्कनीकडे आला; पण दिशा चुकला आणि कपड्याच्या खोलीत शिरला. तो ओरडला, "अरे देवा, मी कपड्याच्या खोलीमध्ये आहे!" आणि विचार केला. अशा वेळी रीडर्स डायजेस्टमध्ये सांगितले तसे– अशा परिस्थितीत कपडे बाहेर काढावेत, कारण त्यांचा विमा नसतो. मग त्याने हातात मावेल तेवढा कपड्याचा गठ्ठा घेतला, तिथून बाहेर आला आणि पोर्चकडे धावत सुटला. ते कपडे खाली फेकले, ते पाण्याच्या डबक्यात पडले. ते कपडे त्या गढूळ चिखलाने भरलेल्या पाण्यात पडताना तो पाहत होता. तेवढ्यात तो अग्निशामक दलाचा कर्मचारी आला व ओरडलाच– "तू इथून ताबडतोब खाली जाऽऽ तेच उत्तम होईल." मग शिडीने त्याच्याबरोबर बॉब खाली आला. बॉबने साग्रसंगीत माहिती दिली.

मग बॉबने त्याची बेंटली कार गॅरेजमधून बाहेर काढली आणि रस्त्यावर दूर उभी करून ठेवली. नंतर तो तळमजल्यावरील कोठीघरात गेला. त्याने तिथली यंत्रे व उपकरणे जाड कॅनव्हासने झाकायचा प्रयत्न केला. हे करेपर्यंत त्याला ते अग्निशामक दलाचे लोक सतत ओरडून बाहेर येण्यास सांगत होते. मग तो बाहेर आला. त्याने तिथे असलेली प्रोपेन गॅसची टाकी आडवी केली आणि ती शेजारच्या घराच्या अंगणाकडे ढकलत नेली; त्यामुळे स्फोट होण्यापासून ती बचावली.

तोपर्यंत ज्वालाही शमल्या होत्या. मी इमारतीच्या भिंतीवर मोठमोठी भोके अन् त्यातून गळणारे पाणी पाहत होतो. ते पाहून माझ्या पोटात गलबल्यासारखे झाले. क्षणार्धात माझ्या डोक्यात त्या इमारतीत असलेल्या आमच्या सामानाची यादी आली आणि माझे अवसानच गळाले. आपण असहाय झालो, असे वाटले. पुन्हा एकदा आगीचा लोळ बाहेर आला, पण त्या अग्निशामक दलाच्या लोकांनी काही हालचाल केली नाही. ते तिथे तटस्थपणे उभे होते– जणू त्यांना त्याचे काहीच वाटत नव्हते! त्यामुळे मी अधिकच वेडावून गेलो.

एक कर्मचारी वरच्या बाजूने पाणी मारत होता; पण ते त्या ज्वाळांवर पडत नव्हते, जणू त्याचा नेमच चुकत होता. मग मी धावत त्याच्या शिडीजवळ जाऊन ती हलवत राहिलो आणि आग कुठे आहे, ते त्याला दाखवू लागलो. मला तिथे पाहून त्याला आश्चर्य वाटले असावे; पण त्याने मी दाखवलेला भाग पाहिला अन् त्या भागात पाण्याचा मारा चालू केला.

मी फार काही केलं नाही; करू शकलो नाही. जेव्हा सकाळचा प्रकाश पडू लागला तेव्हा मी आणि बॉब ब्लॅंकेट्स लपेटून कोणीतरी दिलेली कॉफी पीत हताशपणे ते सर्व बघत होतो. ती इमारत पूर्णतः आगीच्या भक्ष्यस्थानी पडल्याचे आम्हाला जाणवत होते.

''ऐक बॉब,'' मी म्हणालो, ''आता आपण काय करायला पाहिजे असेल; तर कामाला लागलं पाहिजे अन् स्टोअरमध्ये खाद्यपदार्थ कसे पोहोचतील, ते पाहायला पाहिजे. म्हणजे ते आज उघडता येईल व ग्राहकसेवा देता येईल. झालं त्याची काळजी नको, आपण निपटून नेऊ. यातून आपण बाहेर पडू. शिवाय आपण विमाही उतरवलेला आहे.'' तो विचार दिलासा देणारा होता; पण नंतर काही दिवसांनी मला पटले की, आम्ही अंधारातच चाचपडत होतो.

८

आमच्या मुख्य कार्यालयाच्या इमारतीतून धुराचे लोट येत असतानाच डॉमिनोजमधले आमचे अनेक कर्मचारी धास्तावलेल्या चेहऱ्यांनी डेव्ह किलबीच्या घरी जमले होते. फक्त धुरामुळे स्टोअरला थोडे नुकसान पोहोचले होते; पण आमचे मुख्य कार्यालय व कोठीघर पूर्णपणे आगीच्या भक्ष्यस्थानी पडले होते. जोपर्यंत आम्ही आमच्या इतर स्टोअर्सना कच्च्या मालाचा पुरवठा करू शकणार नव्हतो, तोपर्यंत ते धंद्यासाठी काम चालू करू शकणार नव्हते.

मग मी एक योजना आखली. कोठीघरातून अपेक्षित साहित्यापैकी प्रत्येक स्टोअर एकेकाची जबाबदारी घेईल. एकजण कणीक तयार करण्याचे काम करील, दुसरा पेपरोनी व हॅमच्या चकत्या करील, अन्य कोणी चीजचे आणि असेच आणखी काही. ड्रायव्हर्सचा एक गट हे सामान इतर ठिकाणी तत्परतेने पोहोचवण्याचे काम करील. त्या बैठकीत प्रत्येकाचा प्रतिसाद इतका सकारात्मक आणि उत्साहवर्धक होता की, आम्ही या प्रसंगातून व्यवस्थितपणे बाहेर येऊ याविषयी माझ्या मनात शंका उरली नव्हती; तसे आम्ही आलोही. आमच्यापैकी माझ्यासह प्रत्येकजण स्टोअरमध्ये कामाला लागला आणि मग मला नाही वाटत, आम्ही एकही ऑर्डर पुरी करण्यात चुकलो.

नंतरचे काही दिवस आम्ही आगीची जागा स्वच्छ करण्यात, आगीमुळे झालेल्या नुकसानीचा अंदाज घेण्यात घालवले.

आम्हाला गुंडांपासून वाचविण्यासाठी त्या जागेभोवती सुरक्षारक्षकांची व्यवस्था करावी लागली. यपसिलांटी जेसीजनी त्यांच्या कार्यालयीन इमारतीत आमच्या कार्यालयासाठी तात्पुरती जागा उपलब्ध करून दिली. शिवाय त्यांच्या सदस्यांनी कार्यालयातील वाचलेले सामान हलविण्यास व उरलेसुरले कचऱ्यात टाकण्यास सहकार्य केले. या लोकांनी दाखवलेले औदार्य पाहून माझे हृदय भरून आले.

आरोग्य खात्याने सांगितले की, आगीच्या झपाट्यात सापडलेले कोठीघरातील सर्व अन्नपदार्थ नष्ट केले पाहिजेत. त्यातले बरेचसे चांगले होते, त्यांना काही झाले नव्हते; पण तरीही ते नष्ट करावे लागले. एकुणात सुमारे ४०००० डॉलर्स किमतीचे अन्नपदार्थ कचऱ्यात फेकून द्यावे लागले. याशिवाय त्या जागेत आम्ही बसवलेली यंत्रसामग्री, उपकरणे, वीज आणि पाण्याच्या जोडणीचे सामान वगैरे बाद झाले. नुकसानीचा एकूण आकडा सुमारे १,५०,००० डॉलर्सचा झाला.

आमच्या विमा कंपनीने फक्त १३००० डॉलर्स दिले. मी विम्याची रक्कम वाढवली होती; पण एकूण नुकसानच एवढे प्रचंड होते की, त्यापुढे या रकमा किरकोळ होत्या. मला या विमा कंपनीची काम करण्याची पद्धतच आवडली नाही; पण सर्वांत वाईट गोष्ट म्हणजे, विमा कंपनीने आमच्या उद्योगात पडलेल्या खंडामुळे (या आगीमुळे) झालेल्या नुकसानीचा विचार करण्याचेच नाकारले. मग त्यासाठी या आगीमुळे आता आमचा उद्योगातील खर्च कसा वाढणार आहे, हे आम्हाला त्यांना आकडेवारीनिशी सांगावे लागले. ते सिद्ध करण्यासाठी आम्हाला आमच्या वित्तीय सल्लागारांना १०००० डॉलर्स द्यावे लागले; पण विमा कंपनीने या समस्येसाठी ४६०० डॉलर्स मंजूर केले. जेव्हा तो चेक मिळाला, तेव्हा मी रॉबर्ट बोडुकाला म्हणालो, "या चेकसाठी आम्ही हजारो डॉलर्स खर्च केले."

मुख्य कार्यालयासाठी नवी जागा पाहणे, हीही एक डोकेदुखी होती. आम्हाला परवडणाऱ्या किमतीत यपसिलांटीमध्ये अशी एकही इमारत उपलब्ध नव्हती की, जिथे आमचे मुख्य कार्यालय आणि कोठीघर मावू शकेल. शेवटी मला एका केशकर्तनालयाच्या वर छोट्या जागेत कार्यालय बसवावे लागले आणि कोठीघरासाठी जवळपासची स्वतंत्र जागा घ्यावी लागली. मी कार्यालय स्थापन करण्याच्या कामाला लागलो, तर किलबीने कोठीघर नीट बसवण्याची जबाबदारी उचलली. तो आणि बोडुक खर्चासंबंधी नेहमी वाद घालायचे. डेव्हच्या मानाने बोडुक थोडा संयमी होता; पण त्यांच्या खर्चाच्या अंदाजपत्रकाच्या बैठकीमध्ये बोडुकच्या वाट्याला नकारघंटाच यायची.

हे सर्व वाईट झाले तरी, आर्थिक नुकसान व उद्योगातील अडथळे यापेक्षा आमच्या फ्रँचाइझी विस्तार कार्यक्रमाला बसलेली खीळ अधिक गंभीर होती. आगीच्या वेळी पाच नव्या लीज प्रकरणांवर सह्या झालेल्या होत्या. त्यांना भाडे

देण्यासाठी मी बांधील होतो; त्यामुळे एकीकडे आम्ही पैसे वाचविण्यासाठी व आगीमुळे झालेल्या नुकसानीची भरपाई करण्यासाठी उद्योगातील खर्च कमी करत होतो, काटकसर करत होतो; तर दुसरीकडे आमच्या इतिहासातील तोपर्यंतच्या सर्वांत मोठ्या विस्तारीकरणाच्या योजनेवरही खर्च करत होतो. आमचे स्टोअर्स जवळजवळ दुप्पट होणार होते. काही कर्मचारी (विद्यमान व्यवस्थेतील) कमी करत होतो, तर नव्या स्टोअर्ससाठी नवी भरतीही करत होतो.

या नव्या स्टोअर्समधून धंदा लवकर मिळू लागेल आणि त्याद्वारे आमची रॉयल्टी लवकर चालू होईल, यासाठी फ्रँचाइझी म्हणून मला या क्षेत्रातील प्रशिक्षित लोक पाहिजे होते. ॲन आर्बरमधले आमचे स्टोअर सांभाळणारा जेन बेल्कनॅप हा माझा पहिला उमेदवार होता. मला हे माहीत होते की, तो व त्याची मैत्रीण बेकी ब्लॅकबर्न हे परस्परांशी चांगले बांधील होते. ती ईस्टर्न परिसरातील महाविद्यालयात विद्यार्थिनी होती, शिवाय स्टोअर अर्धवेळ सांभाळत होती. मी अंदाज केला की, लग्न झाल्यावर ते जोडपे आमच्या डॉमिनोजच्या फ्रँचाइझीपैकी एक उत्तम फ्रँचाइझी होऊ शकेल. मी त्यांना सांगितले की, ते स्टोअर विकत घेण्यासाठी मी त्यांना मदत करीन. मग त्यांनी ती संधी दवडली नाही. मी एल्डॉन हफ्फ नावाच्या यंत्र-उपकरण पुरवठादाराकडून २५०० डॉलर्स उसने घेतले. त्याची स्वत:ची अर्थपुरवठा करणारी कंपनी होती. जेनने मात्र महिना ८४४.१९ डॉलर्स या दराने ते पैसे परत करायचे मान्य केले. नवे स्टोअर उघडणाऱ्याच्या दृष्टीने ती रक्कम थोडी मोठीच होती; पण मला विश्वास होता की, तो ती मिळवू शकेल.

मग आम्ही फ्रँचाइझीचा करार केला; पण तो कर्जाचा व्यवहार केवळ तोंडी बोलीवर व हस्तांदोलन करून झाला होता.

जेनने त्याआधी तीन वर्षे आमच्याबरोबर कामाला सुरुवात केली होती. तो दिवस मी कधी विसरणार नाही, ज्या दिवशी त्याने नोकरीसाठी अर्ज दिला अन् तो मुलाखतीला आला. त्याने सांगितले की, त्याला जॅकसनमध्ये पिझ्झा बनवण्याचा अनुभव आहे. तसा तो कृश प्रकृतीचा होता. त्याच्या उजव्या हाताला मोठे प्लॅस्टर होते. एका जिन्यावरून पडल्याने त्याच्या हाताला फ्रॅक्चर झाले होते. मला त्याची दया आली अन् त्याला नाकारणे जड गेले; पण त्याला नोकरीवर घेण्यात खरे तर काही अर्थ नव्हता. आमचे काही फार चांगले चालले नव्हते. तरीही मी पिझ्झा करणाऱ्या एकाला कामावर घेत होतो, ज्याला साधा पिझ्झा करणे शक्य नव्हते. मी त्याला ऑर्डर घेण्यासाठी फोनवर बसवले; पण त्याला डाव्या हाताने नीट लिहिता येत नव्हते. पुढे लवकरच त्याचा हात बरा झाला आणि अल्प काळात तो सर्वतोपरी 'पिझ्झा मॅन' झाला.

मी बेल्कनॅपबरोबरच्या फ्रँचाइझी कराराला रूप देत होतो, तोच मला व्हरमाँटमधला

माझा मित्र स्टीव्ह लिटव्हिलर याचा फोन आला. तो तिथे शाळेत शिक्षक म्हणून काम करत होता; पण त्यात त्याचे नीट भागत नव्हते. ''ते कंटाळवाणे काम आहे आणि पगारही बेताचाच आहे.'' तो म्हणाला. ''त्यापेक्षा पिझ्झा ड्रायव्हर म्हणून मला जास्त पैसे मिळत होते. माझ्या मनात इथे डॉमिनोज स्टोअर उघडावे, असे आहे. ते चालू करण्यास मला मदत करणार का? पण माझ्याकडे पैसा नाही.''

खरेतर मला व्हरमाँटसारख्या दूरच्या ठिकाणी फ्रँचाइझी देण्यात अजिबात स्वारस्य नव्हते; पण मला स्टीव्ह आवडला होता. मी त्याच्यावर पूर्ण विश्वास ठेवला. म्हणून मी म्हणालो, ''नक्कीच! स्टीव्ह, मी तुला या धंद्यात आणतो.'' आम्ही परस्परांशी पत्रव्यवहार करून या धंद्यात येण्यासाठी त्याने काय काय करणे आवश्यक आहे, याविषयी माहितीची देवाण-घेवाण केली; पण त्याला ते सर्व जुळवणे अवघड जात होते. असे दिसले की, त्याला तिथे योग्य जागा नव्हती. त्याला बर्लिंग्टनमधील व्हरमाँट विद्यापीठाजवळची जागा हवी होती. शेवटी मी तिथे विमानाने जायचे व त्याला मदतीचा हात द्यायचे ठरवले. बर्लिंग्टनला पोहोचणे तसे अवघड असते आणि खराब हवामानामुळे माझी फ्लाइटही रद्द झाली.

मी स्वत: हवाई उड्डाणाचे प्रशिक्षण घेत होतो, कारण मला लान्सिंगमधल्या आमच्या स्टोअरकडे नेहमी जायला लागायचे. मला वाटायचे की, तिथे १२० मैलांचे जाणे-येणे करण्यात भरपूर वेळ जातोय. मी सेसना-१७२ या छोट्या आकाराच्या विमानखरेदीत पैसे घातले होते. ते घेऊन देण्यात एल्डॉन हफ्फ नावाच्या तज्ज्ञ वैमानिकाने मला मदत केली होती आणि ते ॲन आर्बर विमानतळावर पडून होते.

म्हणून मी मनाचा निश्चय केला की, नेहमीच्या एअरलाइन्सची फ्लाइट रद्द झाली म्हणून माझे बर्लिंग्टनला जाणे रद्द व्हायचे कारण नाही. मी माझ्या सेसनामध्ये बसेन व सहज उड्डाण करून तिथे जाईन. मी ही सत्य स्थिती बाजूला सारली की, माझ्याकडे हवाई उड्डाणचालकाचा शिकाऊ परवाना आहे आणि असे विमान मी एकट्याने फक्त एकदाच चालवले आहे. पगार देऊन वैमानिक ठेवणे किंवा काही कामासाठी ठेवणे, हे विचाराच्याही पलीकडचे होते; कारण ते कंपनीला परवडण्यासारखे नव्हते. शिवाय माझ्या क्षमतेवर माझा पूर्ण विश्वास होता. अर्थात, हे अधिक चांगले झाले असते की; त्या विमानातील सर्व यंत्रे/उपकरणे मला नीट हाताळता किंवा वाचता येत असती अथवा रेडिओ कसा वापरायचा त्याचे ज्ञान असते, तर! पण तसे काहीच नव्हते. मग मी विचार केला, 'काय बिघडतंय दिवस निरभ्र आहे, आकाशात ढग नाहीत; त्यामुळे मला जमिनीवरच्या ठळक खुणा दिसतील अन् काही समस्या उद्‌भवणार नाही.'

माझ्या कार्यालयातील माझ्या कक्षातील भिंतीवर यूएसएचा मोठा नकाशा

आहे, त्यावर मी जाणार असलेला उड्डाणाचा मार्ग स्पष्ट दिसत होता. मी लेक एरियाचा उत्तरेकडचा किनारा पकडेन, तिथून बफेलो गाठेन; मग लेक ओन्टारिओच्या दक्षिण किनाऱ्याच्या कडेकडेने सेंट लॉरेन्स नदीपर्यंत जाईन– मग पूर्वेकडे पर्वत पार करून मी लेक चॅपलेन गाठेन आणि ते पार करून बर्लिंग्टनला जाईन.

मी विमानतळाकडे जाताना एका पेट्रोल पंपावर थांबलो व यूएसएचा रस्त्याचा नकाशा घेऊन पुढे निघालो. मी असा विचार केला की, यदाकदाचित मला लेक ओलांडताना काही समस्या आली, तर मी हायवे पकडून पुढे जाईन. अशा सर्व पूर्वतयारीने मी सकाळच्या कोवळ्या उन्हातून निघालो. मी माझ्या उड्डाणाचा नकाशा विमानतळावर सादर केला नाही. कारण असे काही करायचे असते, हेच मला माहीत नव्हते आणि तसे पूर्वी मी कधी केले नव्हते; त्यामुळे तिथे मी कुठे जातोय, हे विचारायलाही कोणी नव्हते.

एकदा उड्डाण केल्यावर, मी थोडा घाबरलो. खाली लेक एरिया पसरला होता; पण मी बर्लिंग्टनला जायचा निश्चय केला होता. मात्र, जसजसा मी बफेलोच्या जवळ आलो तसतशी माझी अस्वस्थता वाढली. कारण ढग वाढू लागले होते आणि मला वर-खालचे काहीच दिसत नव्हते. मी विमानाचे नाक वरती करून विमान कमी उंचीवरून नेण्याचा प्रयत्न केला; पण ढग जणू जमिनीपर्यंत पसरले होते; त्यामुळे काहीच दिसत नव्हते. आता मात्र मी घामाघूम झालो. मी रेडिओ चालू केला आणि मला माहीत असलेल्या एका फ्रिक्वेन्सीवर तो चालविण्याचा प्रयत्न केला– तिचे नाव युनिकॉम. मला त्यावर कोणी मिळेल, अशी आशा नव्हती. कारण ती वापरली जाते अनियंत्रित क्षेत्रात; पण माझ्या हाकेला त्यावर उत्तर आल्याने मी थोडा सावरलो. मी रेडिओसंबंधीची माझी समस्या सांगितली; मग त्यावरच्या आवाजाने कुठले बटण दाबले असता विमानतळावरील टॉवरशी संपर्क साधता येईल, ते सांगितले. तसा संपर्क मग प्रस्थापित झाला आणि मी माझी समस्या सांगितली. तिथल्या नियंत्रकाचा त्यावर विश्वास बसेना. त्याचा आवाज सावध व थंड झाला. त्याने मला उत्तरेकडे वळून नायगारा धबधब्याच्या बाजूला जायला सांगितले. तिथे ढग कमी असतील, असेही तो म्हणाला.

हे म्हणजे एखाद्या रानटी हंसाला पळून पकडण्यासारखे होते अन् मी म्हणजे जणू तो हंस होता! मात्र, बराच वेळ तसे त्या दिशेने उड्डाण केल्यावर– मला ते अनेक तासांसारखे वाटले– मला त्या ढगात एक मोकळी जागा सापडली अन् खाली धरतीमाता जणू मला कुशीत घ्यायला तयार होती. मात्र, जेव्हा रेडिओवरील संपर्काने सांगितले की, वारा ४७ नॉट वेगाचा आहे. मला अद्यापही समस्या होत्या. मला फक्त इंजिन जवळजवळ बंद करून कसे उतरायचे, ते माहीत होते. तो म्हणाला, ''तुझे बरोबर आहे. ही समस्या आहे. जर तू इंजिन थांबवलेस, तर वारा

तुला लेकवर घेऊन जाईल.'' त्याने संथपणे माझ्याशी संवाद चालू ठेवला– मी किती थ्रॉटल वापरावे व विमानाची उंची कशी सांभाळावी वगैरे. मी मग कांगारू पद्धतीने तळावर उतरलो. तिथे एक फायर फाइटर व ॲम्ब्युलन्स तयार होती. तिच्याजवळ जाऊन थांबलो. जणू ते विमानाचे तुकडे गोळा करण्यासाठीच सज्ज होते! मी विमानाबाहेर पडलो, मग बसने बर्लिंग्टनला गेलो.

उरलेली सहल यशस्वी झाली. मी व स्टीव्हने स्टोअरकरता एक योग्य जागा शोधली. ते फार सोपे नव्हते, कारण आम्ही बघितलेल्या बहुतेक इमारती पुरातन होत्या. त्या भागातील पद्धत होती– जागा किमान १० वर्षांच्या कराराने भाड्याने द्यायची. हे मला थोडे अवघड वाटले. माझा विचार होता– आता घेतलेली कुठलीही जागा तात्पुरती असेल, म्हणून मी त्या घरमालकालाही प्रत्येक वर्षाचा करार निराळा आणि त्यात नूतनीकरणाची तरतूद असावी या पद्धतीने करण्यास विनवले.

मात्र, पुढे जे घडले त्याप्रमाणे स्टीव्ह तिथेच राहिला. मी त्याच्याकरता सर्व यंत्रे/उपकरणे आमच्या पुरवठादाराला ऑर्डर देऊन पुरवली. त्याचे नाव एल्डॉन हफ्फ. ती इथून तिथे पोचती झाली.

परत येताना मी व्यापारी विमानवाहतुकीच्या फ्लाइटने आलो. आमच्या एका पायलटचे लायसेन्स असलेल्या ड्रायव्हरने नायगारा फॉल्स येथे जाऊन ते आमचे विमान परत आणले. त्यानंतर थोड्याच दिवसांत एप्रिल १९६९ मध्ये मी आणखी एका फ्लाइटच्या थरारनाट्यात अडकलो. मात्र, या खेपेला एक अनुभवी पायलट विमाननियंत्रण करत होता.

मिडवेस्टमधील बहुतेक सर्व विद्यापीठ परिसरात फ्रँचाइझीद्वारा आमचे पिझ्झा स्टोअर्स चालू करण्याच्या प्रयत्नात मी व डेव्ह किलबी होतो. मला त्या सर्वांची विद्यार्थीक्षमता व वसतिगृहक्षमता याची पूर्ण माहिती होती. म्हणून आम्ही त्यांची डॉमिनोजच्या दृष्टीने संभाव्य उत्तम धंद्याच्या निकर्षाची यादी केली. मग अत्यंत गांभीर्याने अधिक पाहणी करण्यासाठी त्या भागात अधिक फेऱ्या मारल्या.

आमचे पहिले लक्ष्य होते, इंडियानाच्या लाफाएटेमधील पर्ड्यू विद्यापीठ. यात प्रामुख्याने विद्यार्थ्यांची बहुसंख्येने भरती होती. आम्हाला स्टोअरकरता सुयोग्य स्थान शोधायचे होते; शिवाय वसतिगृहात पिझ्झाची डिलिव्हरी देण्याची परवानगी असेल ना, हे पाहायचे होते. तिथे स्पर्धक कोण आहेत आणि त्यांच्या किमती काय आहेत, हेही जाणून घ्यायचे होते. शेवटी योग्य जागेच्या मालकाशी भाडेकरार करता येईल ना, हे पाहायचे होते.

आमच्या विमानाने आम्हाला या पाहणी दौऱ्यावर नेण्याचे एल्डॉन हफ्फने मान्य केले होते; पण तो काही कारणाने येऊ शकला नाही. मग माझा विमानोड्डाणाचा प्रशिक्षक– जो युनायटेड एअरलाइन्समध्ये पायलट होता– त्याने आमचे विमान

चालवायचे मान्य केले. त्या वेळी टेरी व्हॉइसही आमच्या कामात होता. त्यात पानगळीच्या मोसमात महत्त्वाची कामगिरी देण्याच्या उद्देशाने आम्ही त्याला ईस्ट लान्सिंगमधून यपसिलांटीमध्ये बदली करून आणले होते. ती कामगिरी होती आमच्या फ्रँचाइझी देण्याच्या योजनांच्या मोठ्या भरारीची, काही काळापुरती. उन्हाळ्याच्या मंदीच्या काळात आम्ही त्याला आमचे ॲन आर्बरचे स्टोअर सांभाळण्याची जबाबदारी दिली होती; पण पर्ड्यू विद्यापीठाची ही सफर त्याच्या भावी जबाबदारीच्या दृष्टीने उपयुक्त ठरली असती, म्हणून त्यालाही आम्ही सोबत घेण्याचे ठरवले.

ॲन आर्बरमध्ये कितीही काळ राहिलेल्यांना एक गोष्ट माहीत असते. ती म्हणजे, पानगळीच्या शेवटापासून वसंत ऋतूच्या शेवटच्या पर्वापर्यंत त्या भागात बर्फाची जोरदार वादळे होण्याची शक्यता असते, ज्यामुळे झाडे उन्मळून पडतात. विजेचे खांब भुईसपाट होतात. त्या पर्ड्यूला जाण्याच्या सुमारास अशा संभाव्य वादळाची शक्यता वर्तवली जात होती. आम्हाला टेक-ऑफ घ्यायला जेव्हा परवानगी मिळाली, त्या वेळी त्याची तीव्रता नगण्य होती. आम्हाला वाटले की, उड्डाण केले व ढगांच्या वर गेलो की, आम्ही सुरक्षित असू; पण आम्ही उड्डाण केले व पश्चिमेकडे निघालो, तोवर विमानाच्या पुढच्या काचेवर बर्फाचे थर जमू लागले. अर्थात, विमानाच्या पंखांवरही बर्फाचे थर होते आणि त्या वैमानिकाची सर्व कसरत आम्हाला हवेत सुरक्षित ठेवण्याची होती. मग त्याने रेडिओद्वारा संपर्क साधून इमर्जन्सी लँडिंगची परवानगी मागितली.

"नाहीऽ, नाहीऽऽ" मी ओरडलो, "आपण यावर मात करू शकतो." आणि त्या पुढच्या खिडकीच्या काचेवर मुठीने मारून बर्फ खाली पाडण्याचा मी प्रयत्न करू लागलो.

वैमानिकाने माझी ती कृती थांबविण्याचा आदेश दिला. तसा तो त्यावेळी त्या विमानाचा प्रमुख होता. मला वाटले, घाबरून त्याला हृदयविकाराचा झटका तर येणार नाही? मग मी शांत बसून राहिलो. आम्ही टेकुमसेह विमानतळावर उतरायचा प्रयत्न केला; पण ते जमले नाही. मग आम्ही विल्लो रन एअरपोर्टच्या दिशेने झेप घेतली. आता ते बर्फाचे वादळ अधिकच तीव्र झाले होते. उपकरणांचे काम थंडावले आणि वारा आम्हाला असा फिरवत होता की, जणू आम्ही एखाद्या मिल्कशेकच्या मिक्सरमध्येच फिरतो आहोत! वैमानिकाला काचेतून काही दिसत नव्हते; पण बाजूच्या खिडक्यांतून थोडेफार दिसत होते. मग मी व किलबीने एकेक बाजू धरली आणि आम्हाला जे दिसत होते, त्याचे आम्ही आळीपाळीने धावते वर्णन करत राहिलो. जेव्हा विमानतळाच्या धावपट्टीवरचे दिवे दिसू लागले, तेव्हा आम्ही ते किती जवळ आहेत आणि विमान डावी किंवा उजवीकडे कसे वळवायला हवे, हे सांगू शकलो. त्या परिस्थितीतही त्याने ते विमान त्या धावपट्टीवर सुरळीतपणे

उतरवले. आम्हाला विमानातून बाहेर येताना बर्फाचे तुकडे फोडून काढावे लागले. तिथे त्यांचा कठीण थर जमला होता.

या प्रसंगामुळे त्या विद्यापीठ परिसराची पाहणी करण्याचा आमचा कार्यक्रम उन्हाळ्यापर्यंत पुढे ढकलावा लागला. आम्हाला वाटले की, जेव्हा विद्यार्थी तिथे राहायला येतात, त्या वेळी जाणे योग्य होईल. कदाचित आमचा काही महत्त्वाचा तपशील मिळाला नसता, पण त्यानंतर थोड्याच दिवसांत मला आणखी एका विमानसाहसातून जावे लागले. त्या वेळी मी वैमानिक होतो.

त्या उन्हाळ्यात एल्डॉन हफ्फला भेटण्यासाठी मी विमानाने पाँटिॲकला गेलो. परत येताना पुन्हा एकदा ढग खालीपर्यंत आलेले पाहिले. दृश्यमानता फारच मर्यादित होती. मी विमान शक्यतो खाली आणण्याचा प्रयत्न केला... पण माझे त्यावरचे नियंत्रण ढिले पडले, ते गिरक्या घेऊ लागले. मी नियंत्रणाच्या दांडीवर जोर लावून दाब दिला; पण काही परिणाम झाला नाही. खाली पाहिले, तर नांगरलेली शेते जवळजवळ येऊ लागली होती! मला कळून चुकले की, आता प्रार्थनेशिवाय दुसरे काही करणे शक्य नाही. मी सर्व नियंत्रणे थांबवली, माझे डोळे मिटले आणि माझ्या हनुवटीखाली हात जोडून घेतले...

''हे आकाशातील बापा, मला मदत कर'' मी पुटपुटू लागलो आणि मला जाणवले की, काही आश्चर्यकारक बदल घडतोय. गिरक्या थांबल्या आणि विमान परत समपातळीवर पुढे उडू लागले. देवाचे आभार मानत मी ते धावपट्टीवर उतरवण्यासाठी खाली आणू लागलो. त्यावेळी शपथ घेतली की, जेव्हा जेव्हा हवामानाच्या समस्या असतील त्या-त्या वेळी विमान उडवणार नाही.

माझ्या प्रशिक्षकाने माझे हे वक्तव्य ऐकले आणि त्याने होकारार्थी मान हलवून म्हटले, ''तू अगदी योग्य तेच केलेस. गिरक्या घेत असलेल्या विमानाला परत नियंत्रणात आणायचे असेल, तर त्यावरची सर्व नियंत्रणे सोडावीत. विमान आपले नाक खाली करील आणि पंख परत वर उडवण्यासाठी उठाव देईल; मग ते वळणावर येईल.''

नंतर कोणीतरी मला सांगितले की, सेसना-१७२ प्रकारचे विमान तशा प्रचंड गिरक्या घेत असताना व्यवस्थित खाली येईल, हे अशक्य आहे. मला वाटते, माझ्या प्रार्थनेनेच योग्य ते काम केले.

त्या विमानाबद्दलच्या माझ्या अनुभवाची एक थोडीशी दुःखद आठवण आहे. त्यानंतर थोड्याच दिवसांत मी ते विकून टाकले. नंतर काही कालावधीतच ते बर्फाच्या वादळामुळे लेक एरियामध्ये कोसळले. त्यात बसलेल्या एका कुटुंबातील चौघांचाही मृत्यू झाला.

त्या उन्हाळ्यात डॉमिनोजच्या मुख्य कार्यालयात कामाची लगबग बरीच

वाढली होती. यपसिलांटीमधल्या ज्या कोणाकडे बऱ्यापैकी पैसा होता, त्यांना एक तर कंपनीचे समभाग घ्यायचे होते किंवा फ्रँचाइझी. आपल्याला लोक असे पैसे देण्याची तयारी दाखवतात; त्यामुळे येणारी भावना हृदयस्पर्शी होती. मी काही समभाग विकण्याचे नाकारले; पण फ्रँचाइझीबद्दलची आखणी करण्यात मी व किलबी गुंतलो होतो. त्यात गुंतवणूकदारांना २५ टक्के समभाग किंवा भागीदारी घेण्याची तरतूद आम्ही करत होतो.

त्या वेळी देशभरात फ्रँचाइझीचा ज्वर उफाळून आला होता आणि आमची वाढ ही त्याचीच लक्षणे होती. मॅकडोनल्ड व केंटुकी फ्राइड चिकनची नक्कल अनेकांनी केली होती. अनेक प्रकारची प्रसिद्ध माणसे... जसे– 'ब्रॉडवे जो' नमाथ, द न्यू यॉर्क जेट्स, क्वार्टर बॅकपासून मिनिपर्ल– नॅशव्हिलेच्या ग्रँड ओली ऑप्रेची राणी– हे सर्व अनेक साखळी रेस्टॉरंट्सला आपापली नावे देण्यात आघाडीवर होते. टीव्हीच्या जॉन कॉरसनने 'हिअर इज जॉनीज' नावाची खाद्यपदार्थांची साखळी दुकाने पुरस्कृत केली होती, तर बेसबॉलचा तारा मिकी मॅटल 'कंट्री कुकिंग' या साखळी रेस्टॉरंटच्या मागे ठाम उभा होता. रॉकी ग्राझिआनो नावाच्या बॉक्सरने त्याच्या 'पिझ्झा रिंग' नावाच्या स्टोअर्सची भरपूर प्रसिद्धी केली होती.

व्यावसायिक मासिकांतून फ्रँचाइझी देण्याबाबत भरपूर जाहिराती येत होत्या आणि यूएस न्यूज अँड वर्ल्ड रिपोर्टने असे लिहिले की, आपला स्वत:चा एक उद्योग-व्यवसाय असावा, या अमेरिकन लोकांच्या दीर्घकाळ पाठपुरावा केलेल्या स्वप्नांच्या पूर्तीसाठी ती संधी चालून आलेली होती. मासिकात पुढे असेही म्हटले होते की, अमेरिकेतील किरकोळ विक्रीच्या उद्योग-व्यवसायात फ्रँचाइझिंग हा नवा उद्योग क्रांती घडवून आणत होता.

माझ्या दृष्टीने ही भरभराट म्हणजे एक कृपाच होती. आम्ही नुकतेच त्या आगीच्या दुर्घटनेतून सावरलो होतो आणि आता या फ्रँचाइझिंगमधल्या तेजीचा फायदा उठवायला सज्ज होत होतो.

मात्र, त्या पानगळीच्या मोसमात आमच्या स्टोअर विस्तारीकरणाच्या योजनेला पुढे रेटण्यापूर्वी आम्हाला काही समस्या निपटून काढायच्या होत्या. एक म्हणजे, आमचे हिशेब. आम्हाला अजूनही आमचे ठोक ताळेबंद तयार करणे जमत नव्हते. शिवाय आमची कोठीघरं म्हणजे गबाळेपणाचा एक नमुनाच होता. स्टोअर्स खाद्य पदार्थांच्या दर्जाविषयी ओरडत होती. तसेच कोठीघरातून त्यांना जी सेवा मिळत होती, त्याबद्दलही. जेवढे पदार्थ स्टोअर्समध्ये पोहोचवले जात होते, जवळजवळ तेवढेच चोरीलाही जात होते. आमचा कारभार तोट्यात चालला होता. कर्जाचा बोजाही वाढत होता. त्यातून खूप जास्त नफा व्हावा अशी माझी अपेक्षा नव्हती; पण त्यामध्ये वाढ व्हावी, सुधारणा व्हावी यासाठी लागेल तेवढा पैसा तरी

मिळावा, ही आमची माफक अपेक्षा होती. नाही तर आम्ही त्या कर्जाच्या साखळदंडात अडकून पडलो असतो.

आमच्या कोठीघरातील समस्यांच्या उकलीचा भाग ठरणारा माणूस आम्हाला ऑगस्ट महिन्यात मिळाला. त्याचे नाव माइक पॉल. मार्गीने माझी त्याच्याशी ओळख करून दिली. त्याने मार्गीबरोबर यपसिलांटी बँकेत आमच्या पगारपत्रकांच्या हिशेबाचे काम केले होते. त्याच्या शांत पण कार्यक्षम कार्यपद्धतीने मार्गी प्रभावित झाली होती. त्याने ईस्टर्न मिशिगन विद्यापीठातून व्यवसाय व्यवस्थापन विषयाचा विशेष अभ्यास पूर्ण केला होता; पण वर्गातील अभ्यासाला कंटाळून थोड्याशा उतावीळपणानेच पुढचा अभ्यास सोडून दिला होता. मी त्याची मुलाखत घेताना असे पाहिले की, त्या बँकेत काम करताना त्याला डॉमिनोज व अन्य अनेक छोट्या उद्योगांच्या अंतर्गत कारभाराची चांगली जाण आली होती; त्यामुळे मी प्रभावित झालो आणि त्याला किलबीकडे पाठवले. त्याने त्याला कामावर घेतले व प्रशिक्षणासाठी आमच्या एका स्टोअरमध्ये पाठवले. प्रत्येक प्रकारच्या कामात एक आठवडा याप्रमाणे ५ आठवड्यांत त्या स्टोअरमधल्या सर्व उपविभागांतील कामाची त्याला माहिती व्हावी, अशी योजना होती. तिसऱ्या आठवड्याच्या शेवटी तो गोंधळलेल्या स्थितीत माझ्या मुख्य कार्यालयात आला. तो म्हणाला, ''मी घेतलेला निर्णय योग्य होता की नाही, ते कळत नाही.'' त्याने जेव्हा बँकेतील नोकरी सोडून इथे येण्याचे ठरवले; तेव्हा अशी अपेक्षा केली नव्हती की, इथे कणकेचे पीठ मळत बसून त्याचे गोळे करण्यात वेळ घालवायचा आहे. बँकेतील पगारापेक्षा त्याला ४० टक्के अधिक पगार मिळत होता; पण त्याची अपेक्षा अधिक जबाबदारीचे काम मिळावे, अशी होती. मी त्याला थोडा धीर धरण्याविषयी सांगितले आणि त्याला आव्हानात्मक वाटेल असे काम त्याच्यासाठी देऊ, असे आश्वासनही दिले. मग मी आणि किलबीने त्याबाबत चर्चा केली अन् ठरवले की, ते प्रशिक्षण संपले की त्याने कोठीघराचा ताबा घ्यावा.

एकदा तसे ठरल्यावर आणि माइकने तिथे काम चालू केल्यावर, तो करत असलेल्या कामाच्या मानाने जास्त पगार मिळतोय, अशी कुरकुर त्याने कधीही केली नाही. प्रथम त्याने तिथल्या कर्मचाऱ्यांना ते कसे काम करतात, ते दाखवायला सांगितले. ते दाखवणे म्हणजे खरे तर एका आंधळ्याने दुसऱ्या आंधळ्याला काही दाखवण्यासारखे होते; पण लवकरच त्याने तिथल्या कामावर पकड मिळवली, समस्या काय आहेत त्या शोधून काढल्या; मग त्या निपटून काढण्यासाठी तत्परतेने पावले उचलली. त्याने निम्म्याहून अधिक कर्मचाऱ्यांना कामावरून दूर केले. जे राहिले, त्यांना कामे व्यवस्थित करायला भाग पाडले. त्यांना टोपी व कमरेचे मलवस्त्र बांधणे सक्तीचे केले आणि त्यांची नखे नीट कापलेली व स्वच्छ आहेत

ना, हे पाहण्यासाठी आकस्मिक तपासणीची पद्धत चालू केली. त्याच्या या साध्यासुध्या पण आवश्यक शिस्तीला कर्मचाऱ्यांनी किती सकारात्मक प्रतिसाद दिला हे पाहणे, ही समाधानाची बाब होती. खाद्यपदार्थांच्या दर्जाविषयीच्या तक्रारी विरून गेल्या, तोटा कमी होत गेला. माइक पॉलने तिथे काम केलेल्या सात महिन्यांत त्या कोठीघरातील वातावरण निरोगी व चैतन्यपूर्ण होते. माइकच्या या यशाचे थोडेफार श्रेय डेव्ह किलबीकडेही जाते. किलबीच्या कार्यपद्धतीबाबत मला कौतुक वाटायचे. तो एक अत्यंत उत्तम संघटक होता. तो नेहमी एक नोंदवही घेऊन त्यात करावयाच्या कामाची नोंद व यादी करत असे. ते-ते काम पूर्ण झाले की, तो त्यावर रेघ मारायचा आणि पुढच्या कामाकडे वळायचा.

आमच्या अनेक लोकांनी त्याच्या त्या कार्यपद्धतीचे अनुकरण केले– अर्थात, त्यात मीही होतो. मी नेहमी, 'करावयाच्या कामाची' यादी करत असे आणि माझी ध्येयेही लिहीत असे; पण ती तितकीशी संघटित पद्धतीने नव्हे. मी त्यासाठी पेपर नॅपकिन्स किंवा पाठकोरे कागद वापरायचो. कधीकधी तर अगदी रद्दीतला थोडासा कोऱ्या कागदाचा कपटाही! तोपर्यंत मला वाटायचे की, बांधेसूद पॅड्सची किंमत फार असते, म्हणून मी वापरू नयेत; पण पुढे मीही किलबीची पद्धत अनुसरणे चालू केले.

अर्थात, त्याने विकसित केलेल्या सर्वच कागदी पद्धतींशी मी सहमत नव्हतो. तक्ते व भला मोठा पत्रव्यवहार करण्याच्या त्याच्या खास आवडीमुळे मी काळजीत पडायचो, जेव्हा तो अर्धा वेळच कार्यालयात यायचा; पण पुढे त्याने स्टोअर एका व्यवस्थापकाकडे सोपवले आणि तो पूर्ण वेळ आमच्याकडे आला, तेव्हा त्याची ही आवड आणखी वाढतच गेली. त्याने अनेक प्रकारचे व्यावसायिक तक्ते व कार्यालयातील सामग्री मागवली. तो कंपनीचे लेटरहेड वापरू लागला. मी तसे कधीही वापरले नाही. तो लेखनिकाला नेहमी तोंडी पत्रे सांगायचा आणि बाहेर जाणाऱ्या पत्रांच्या प्रती व्यवस्थित फाइलमध्ये लावून ठेवायचा. याउलट, माझ्याकडे फाइलचे फोल्डर नव्हते. त्याने अनेक टंकलेखक (टायपिस्ट) कामावर घेतले. मग त्यांपैकी प्रत्येकाच्या टेबलावर कागदांचे ढीग व फायलींचा पसारा असायचा. त्यामागे ते दबून जायचे. मला हे विचित्र वाटायचे.

किलबीच्या या कल्पनेशीही मी सहमत नव्हतो की, स्टोअर्समधील व कार्यालयातील कर्मचारी यात व्यवस्थापकीय दर्जाचे टप्पे किंवा पायऱ्या असाव्यात. आमच्या विस्तारीकरणाच्या आराखड्यात त्याच्या आखणीप्रमाणे आमच्या कार्यालयात किमान सहा कर्मचारी हवे होते. याचा अर्थ, आमच्या कार्यालयाला आहे त्यापेक्षा मोठी जागा असणे आवश्यक होते. मात्र, या नव्या व्यवस्थेबाबत किलबी आग्रही होता. शिवाय तो माझ्या वाढीच्या आकड्याने उल्हसित झाला होता. आमची खात्री पटली

होती की, आमची योजना यशस्वी होईल. मी माझा ३१ वा वाढदिवस साजरा केला होता आणि मी जरी त्या वेळी दशलक्षाधीश (मिल्यनेअर) नव्हतो, तरी मला खात्री होती की, ज्या पद्धतीने वाढ होत होती, ती पाहता, मी वर्षाच्या आतच त्या चौकटीत जाईन.

किलबीचे व्यवहारचातुर्य काटेकोरपणे पाहिले, तर मी राबणारा माणूस होतो. मी जर एखाद्या स्टोअरमध्ये गेलो आणि तिथे एखादी गोष्ट मला योग्य पद्धतीने होताना दिसली नाही तर मी रागाने लालबुंद व्हायचो, माझा राग अनावर व्हायचा. डेव्ह थोडा धोरणी होता. तो मला म्हणायचा, "सगळ्यांसमोर स्टोअरमध्ये कोणाला रागावून बोलू नकोस. एका बाजूला घेऊन काय बोलायचे, ते बोल." पण दुर्दैवाने त्याच्या या धोरणी स्वभावाचा फायदा आमच्या अनेक स्टोअर व्यवस्थापकांनी घेतला नाही, कारण त्याच्या आणि त्यांच्यामध्ये अनेक व्यवस्थापकीय टप्प्यांची दरी होती.

त्या पानगळीच्या मोसमात मिशिगनमध्ये बेसबॉलचे वेड चांगलेच फोफावले होते. टायगर्सना पदक मिळाले आणि त्यांनी जागतिक स्पर्धेत सेंट लुईस कार्डिनल्स–वर आघाडी मिळवली. मला याचे बरे वाटले की, मी टायगरच्या टीममधल्या काही उत्तम खेळाडूंना आमच्या काही स्टोअर्सच्या उद्घाटनाला बोलावण्याचा करार त्या वेळी केला होता. ती एक पोट ढवळून टाकणारी शृंखला होती. डेट्राइटर २ विरुद्ध १ ने पिछाडीवर होते. कार्डिनलचा पिचर बॉब ग्रिबसन हा जणू अजिंक्य होता. आमच्या पट्टीचा पिचर डेन्नी मॅकक्लाइन– ज्याने त्या वर्षी ३१ सामने जिंकले होते– काही करू शकेल, असे वाटत नव्हते. ग्रिबसनने चौथ्या सामन्यात १० विरुद्ध १ ने आम्हाला हरवले. मग डेट्रॉइटला पुढच्या दोन जिंकता आल्या आणि सेंट लुईसमध्ये १० ऑक्टोबर १९६८ रोजी गुरुवारी डावखुरा मिकी लोलिच ग्रिबसनच्या विरुद्ध सातव्या महत्त्वाच्या सामन्यात गेला. त्या साखळीत दोन्ही पिचरनी २-२ सामने जिंकले होते आणि ग्रिबसन– ज्याने गेल्या वर्षी बोस्टनविरुद्ध कार्डिनलला जागतिक स्पर्धेत जागतिक विजेतेपदाकडे नेले होते– सलग सात वेळा जागतिक स्पर्धेच्या अजिंक्यपदावर होता. असे वाटले, संबंध जग तो सामना पाहण्यासाठी डोळे लावून बसले आहे. जेव्हा टायगरने सामना जिंकला; तेव्हा मी माझी कल्पना लढवली की, ते खेळाडू परत येतील तेव्हा त्यांना डेट्रॉइट मेट्रो एअरपोर्टवर गरम-गरम पिझ्झा भेट द्यावेत.

या कल्पनेने आमच्या मुख्य कार्यालयातील सर्वचजण जणू भारले गेले होते. माझ्या तोंडून शब्द बाहेर पडतात न पडतात तोच– त्यांनी त्याची व्यवस्थाही करून टाकली होती. आम्ही सुमारे १०० पिझ्झा तयार केले, त्यांवर विविध प्रकारची टॉपिंग्ज होती. मग ते सहज हलवता येतील अशा गरम पेट्यांत (हॉट बॉक्सेस)

ठेवण्यात आले. जाता-जाता सांगतो– अशा गरम पेट्यांची कल्पना मीच प्रथम पिझ्झा उद्योगात राबवली. तिचा जनक अल् व्हिट याने ती मला एका प्रदर्शनात दाखवली. मी ती त्याच वेळी ५० डॉलर्सना घेतली आणि मग वापरात आणली. नंतर तशा भरपूर पेट्या आम्ही खरेदी केल्या आणि मग व्हिटची कंपनी मोठी झाली. तशा हजारो पेट्या त्यांनी विकल्या.

असो. कसेही असले, तरी आम्ही जेव्हा एअरपोर्टवर पिझ्झा घेऊन निघालो; तेव्हा ते गरम आहेत की थंड याची आम्हाला काळजी नव्हती; पण आम्ही तिथे पोहोचू की नाही याचीच चिंता आम्हाला पडली. आम्ही यपसिलांटी गावाच्या बाहेर पडलो आणि पाहतो तो– प्रचंड ट्रॅफिक जॅम! गाड्या एकमेकांना खेटून उभ्या होत्या. ज्या प्रवासाला नेहमी २० मिनिटे लागतात, त्याला त्याच्या दुपटीहून अधिक वेळ लागणार होता. मग एअरपोर्टपासून एक मैलावर असताना आमची गाडी पूर्णत: जॅममुळे थांबली. रेडिओवरील बातम्यांतून प्रवासी बाहेर पडायच्या एअरपोर्टच्या बाजूला जाणे अशक्य आहे, असेच सांगितले जात होते. असे दिसत होते की, त्या टायगर टीमच्या स्वागताला त्या भागातील प्रत्येक नागरिक तिथे धाव घेत होता.

डेव्ह किलबी म्हणाला, ''किती दुर्दैवाची गोष्ट आहे– हे सर्व पिझ्झा आता वाया जाणार, असे दिसते!'' मी जाहीर केले, ''चल, आपण सरळ हे विकून टाकू या.''

आणि आम्ही तसेच केले. आमच्यापैकी प्रत्येकाने आपल्या हातात मावतील तेवढे पिझ्झा बॉक्सेस घेतले आणि त्या ट्रॅफिकमध्ये अडलेल्या गाड्यांपाशी जाऊन विकणे चालू केले. आम्ही सर्व पिझ्झा विकू शकलो आणि ते विकताना एवढी मजा आली की, त्या खेळाडूंची भेट झाली नाही याचे आम्हाला काही वाटले नाही.

जेव्हा परत महाविद्यालयांची सत्रे चालू झाली, तेव्हा नाट्यमयरीत्या आमच्या बाराही स्टोअर्समधील विक्री वाढत गेली– अगदी क्रॉस स्ट्रीटवरच्या स्टोअरमधलीही, जे आता त्या आगीच्या प्रकरणातून स्वच्छ केले जाऊन नव्याने कामाला तयार झाले होते. कंपनीत प्रचंड उत्साह होता. ऑक्टोबरपर्यंत आमची सर्व देणी भागवली गेली होती आणि आता आम्ही आमचा विस्ताराचा कार्यक्रम राबवण्यास सज्ज झालो होतो.

आम्ही विकसित केलेली फ्रँचाइझीची पद्धत लघुगुंतवणूकदारांना आकर्षित करणारी होती. आम्ही अशा स्टोअर्समधील २५ टक्के भागीदारी १५०० डॉलर्सच्या रोख रकमेच्या बदल्यात देत होतो. उरलेले १५००० डॉलर्स मी, माझी पत्नी मार्गी व आमचा एक उपकरण विक्रेता बर्नी मॉरिन उचलत असू. त्यासाठी वेस्टिंग हाउस क्रेडिट कॉर्पोरेशन आम्हाला अर्थसाह्य पुरवीत असे. प्रत्येक फ्रँचाइझीमधला १/२

भाग नगद गुंतवणूकदारांकडे असे, तर १/४ भाग डॉमिनोजकडे; शेवटचा चौथा भाग व्यवस्थापकीय मालकाकडे जात असे. व्यवस्थापकीय मालकाला रोख पैसे द्यावे लागायचे नाहीत; पण त्याला त्याचा १/४ नफा तोपर्यंत मिळणार नसे, जोपर्यंत स्टोअरला किमान ६००० डॉलर्स नफा होणार नाही. डॉमिनोजतर्फे सर्व यंत्रे, उपकरणे पुरवली जात. शिवाय व्यवस्थापकीय मालकाला प्रशिक्षणही दिले जाई. आमच्या सेवेकऱ्यांना– फ्रँचाइझीला सर्व गल्ला जमेल त्याच्या ५.५ टक्के मिळणार असायचे. हे फार मोठे वाटत असेल; पण आम्ही दिलेल्या सर्व सेवांचा विचार करता, आम्ही त्यातून जमाखर्चाची केवळ तोंडमिळवणी करू शकत होतो.

या नव्या पद्धतीचे पहिले स्टोअर अथेन्स ओहिओमधल्या ओहिओ विद्यापीठात उघडले गेले. एका जुन्या पेट्रोल पंपाचे रूपांतर टेरी व्हॉइस आणि लेस्टर हेडलेने स्टोअरमध्ये केले होते. किलबीने हेडलेकडे तिथे राहून तिथल्या व्यवस्थापकाला प्रशिक्षण देण्याची कामगिरी सोपवली होती. मला हेडले आवडायचा. तो आमच्या डॉमिनिक स्टोअरच्या परिसरातच लहानाचा मोठा झाला आणि शाळेत असतानाच त्याने माझा ड्रायव्हर म्हणून काम केले. पुढे तो पिझ्झा-मेकर व व्यवस्थापक झाला.

त्या स्टोअरकरता आमच्याकडे गुंतवणूकदार होते आणि हेडलेने अल्पावधीतच तिथल्या व्यवस्थापकाला प्रशिक्षित केले. काही आठवड्यांतच ते स्टोअर भरभराटीस आले. त्या विद्यापीठातला पिझ्झाविक्रीचा ३/४ धंदा त्यांनी आपल्याकडे वळवला. मग हेडले कोलंबसला जाऊन तिथे नव्या स्टोअरसाठी ओहिओ स्टेट विद्यापीठ परिसरातील जागा शोधायच्या प्रयत्नासाठी मोकळा झाला.

मी फारच खूश झालो. आखणीप्रमाणे सर्व गोष्टी अगदी अचूक होत होत्या. आम्ही आणखी स्टोअर उघडण्यासाठी जलद पावले उचलली– फारच जलद. जसे नंतर पाहिले तसे. आमची वाढ म्हणजे पतंगाने थेट आकाशात भरारी घ्यावी तशी सरळ उभी होती; पण ती त्या पतंगाप्रमाणे खाली येऊन थेट जमिनीवर आदळल्यासारखीही झाली. दोन व्यवस्थापकीय निर्णयांमुळे आम्ही कोसळलो. दोन्हीही तसे काळजीपूर्वक ठरवलेले होते आणि आमच्या सल्लागारांचाही त्याला पूर्ण पाठिंबा होता; पण दोन्हीही पूर्णत: चुकीचे निघाले.

आमची पहिली चूक होती ती– केवळ विद्यापीठीय परिसरातच स्टोअर असण्यावर लक्ष केंद्रित करणे. त्या वर्षी आमची टीम विविध १८ विद्यापीठ परिसरात गेली व फक्त अथेन्स ओहिओमधील जागाच निश्चित करू शकली.

इतर ठिकाणांपेक्षा या परिसरात योग्य जागा मिळणे फार अवघड असते. असे परिसर पुरेसे विकसित नसतात आणि त्यांना बरीच मागणी असते; पण मला नेहमी वाटायचे की– जर थोडे नीट काम केले, तर एखादी मोक्याची जागा मिळणे अवघड नाही. त्यासाठी वेळ द्यायला हवा, त्या परिसरातील नागरिकांशी बोलायला

हवे आणि त्या परिसरातील वाहतुकीचा अंदाज घ्यायला हवा.

माझा सिद्धान्त असा होता की– जागा विद्यापीठ परिसराच्या पिछाडीला असावी, जिथे बहुतांश वसतिगृहे असतात. याउलट, पुढील बाजूस किराणा मालाची व अन्य किरकोळ विक्रीची दुकाने असतात. बहुतेक वेळा मागच्या बाजूस कोणतीही दुकाने नसायची, असलीच तर मक्याची होती. मी अशा जागेच्या शोधात असायचो, जिथे तसा धंदा फारसा नाही; पण व्हायची शक्यता अधिक आहे.

जागा पाहणाऱ्या टीमला माझी ही तर्कसंगती कितपत समजली, मला माहीत नाही. काहीही असले, तरी त्यांना तशी कोणतीच ठिकाणे सापडली नाहीत. मग आम्ही नागरी वस्तीतील जागा निश्चित करण्याच्या मागे लागलो, विद्यापीठ परिसरातील स्टोअर्सच्या पाठिंब्याशिवायच.

आमची दुसरी व्यवस्थापकीय चूक होती ती– जलद वाढ लादायची, ज्यामुळे आमची आर्थिक परिस्थितीही सुधारेल आणि डॉमिनोजचे रूपांतर लिमिटेड कंपनीत करता येईल.

ही कंपनी पब्लिक लिमिटेड करायची कल्पना माझ्या मनात तेव्हापासून घोळायला लागली, जेव्हा एप्रिल १९६५ मध्ये मोठा गाजावाजा करून मॅकडोनल्डने देशभरातील प्रसिद्धीच्या झोतात तसे केले. मी मेजवानीच्या समारंभात रे क्रॉसला हे सांगताना ऐकले होते की– तो, त्याची सेक्रेटरी जून मार्टिनो आणि त्याचा उजवा हात हॅरी सोन्नेबॉर्न हे कंपनी पब्लिक लिमिटेड झाल्यावर एका रात्रीत कसे दशलक्षाधीश झाले होते.

आम्हालाही तशी शक्यता खुणावत होती, आकर्षक वाटत होती; पण मला तोपर्यंत त्यात असलेले तोटेच खूप आहेत हे कळले नाही; जोपर्यंत मी त्याचा तोंडाने घास घेतला नाही.

९

माझ्या दृष्टीने १९६९ या वर्षाची सुरुवात माझ्या आयुष्यातील सर्वांत आनंददायी होती. यपसिलांटीमधल्या उद्योजक-व्यावसायिकांच्या वर्तुळात माझी ओळख 'वंडर बॉय'– आश्चर्यकारक मुलगा– अशी होऊ लागली होती. डॉमिनोजने राखेतून फिनिक्स पक्ष्यासारखी भरारी घेतली होती. त्या भागातल्या सेवाभावी संस्था, क्लब्जमधून व्याख्याने देण्यासाठी मला निमंत्रणे येत होती. भोजनाच्या वेळेच्या या व्याख्यानांचा विषय बहुधा असायचा तो आम्ही राबवलेला फ्रँचाइझीचा प्रयोग आणि त्याचे जमिनीतून येणाऱ्या एखाद्या बीजासारखे यश.

त्यातला आश्चर्यकारक भाग म्हणजे, मी बोलायचो ते सर्व खरे असायचे. त्या अग्निदिव्यातून कठीण परिस्थितीवर मात करून आम्ही पुन्हा प्रस्थापित झालो, तेही अधिक ताकद मिळवूनच! आमचे उद्दिष्ट होते– दर आठवड्याला एक नवे स्टोअर उघडायचे आणि आम्ही ते गाठतही होतो– अगदी आठवड्यामागून आठवडे. आमचे आता सुमारे डझनभर स्टोअर्स कार्यरत होते व अन्य डझनभर स्थापनेच्या विविध टप्प्यांत.

आम्ही दर्शवलेल्या वाढीच्या चित्रात आमचे स्टोअर्स संबंध देशभर पसरलेले दिसत होते. त्या हिशेबाने १९८५ मध्ये आम्ही दर्शवलेला आमच्या कंपनीचा आकार अपेक्षेपेक्षाही अधिक मोठा दिसत होता. आमच्या भावी कंपनी-रचनेत २१ उपाध्यक्ष (व्हाइस प्रेसिडेंट) असतील, असे दर्शवले होते आणि आम्ही तेवढे मोठे

होऊ, याबाबत मला अजिबात शंका नव्हती.

आम्ही हळूहळू अधिकाधिक व्यावसायिक बनत होतो. 'पेप्पेरोनी प्रेस' हे आमचे मासिक आता अधिक देखणे झाले होते आणि आमच्या स्टोअर्सच्या व्यवस्थापकीय मालकांकरता आम्ही पाच आठवड्यांचा एक प्रशिक्षण कार्यक्रम राबवत होतो. त्यात त्यांच्या अपेक्षित कामाची आणि आमच्या उद्योगाची सविस्तर माहिती दिली जात होती. आम्ही एक सल्लागार मंडळही नेमले होते. त्याची बैठक दर आठवड्याला व्हायची.

आम्ही पब्लिक लिमिटेड कंपनी काढण्यासाठी नेमलेले ब्रोकर्स आमच्या संभाव्य वाढीच्या शक्यतेने उल्हसित झाले होते; पण त्यांनी यावर भर दिला की, पब्लिक लिमिटेड होण्यापूर्वी आम्ही आमच्या व्यवसायाचा पाया मजबूत केला पाहिजे. मूलतः याचा अर्थ होता– आम्हाला आमची वाढ व नफ्याचे प्रमाण यात उत्तम कामगिरी प्रस्थापित केली पाहिजे; पण त्याचबरोबर आणखीही काही बदल करणे आवश्यक होते. उदाहरणार्थ, हिशेबाचे काम पब्लिक चार्टर्ड अकाउंटंटकडे देणे, हिशेबाचे संगणकीकरण करणे, व्यवस्थापन पदवीधरांची भरती करून व्यापक व्यवस्थापन करणे.

आम्ही ॲन आर्बर बँकेकडे ४ लाख डॉलर्सच्या क्रेडिटचा प्रस्ताव सादर केला. त्यातून आमच्या वाढीच्या कार्यक्रमाला गती मिळाली असती. त्यात डेट्रॉइटमध्ये ४० स्टोअर्स उघडणे– आणि तीही कृष्णवर्णीयांच्या मालकीची, कृष्णवर्णीय कर्मचारीच असलेली असावीत– असाही प्रस्ताव होता.

आमच्या सल्लागार मंडळाचा एक सदस्य होता व्हिक्टर ओलेसन. तो त्या वेळच्या देशातील सर्वांत प्रथितयश अशा 'बेल्स, रिच, ग्रीन आयएनसी' या कंपनीत जाहिरात विभागाचा अधिकारी होता. त्याने मला सांगितले की– जर मला या सर्व ब्रोकर्स व एजंटांशी व्यवहार करायचा असेल, तर मला माझी वैयक्तिक प्रतिमा सुधारायला हवी. मग मी उधारीवर उत्तम प्रतीचे तीन सूट विकत घेतले. मार्गीने त्याच्या दुप्पट रकमेचे असे उंची कपडे घेतले. असे वाटले नाही की, आम्हाला नवी स्प्लेंडर गाडी परवडेल आणि तेही खरेच होते.

खरेतर माझ्या वैयक्तिक चांगले दिसण्यापेक्षा मी जास्त काळजी करत होतो ती आमच्या डिलिव्हरी व्हॅन्स अधिक चांगल्या कशा दिसतील याची. आमच्या कंपनीच्या मालकीच्या तशा ७५ गाड्या होत्या. बहुतांश जुन्या फोक्सवॅगन्स व फोर्ड बनावटीच्या आणि त्यातल्या निम्म्या तरी मोडीत काढण्याच्या स्थितीत होत्या. आम्ही अमेरिकन मोटर्सकडे नव्या कोऱ्या ८५ जव्हेलिन मोटारगाड्यांकरता मागणी नोंदवली. त्या सर्व लाल, पांढऱ्या व निळ्या रंगात रंगवलेल्या असणार होत्या. मला या नव्या गाड्यांचा अभिमान वाटत होता. आमच्या स्टोअर्सपुढे तशी गाडी

उभी असणे आम्हाला प्रोत्साहित करणारे होते.

एका ब्रोकरने सांगितले की, आम्ही आमच्या कायदेविषयक कामाचे प्रतिनिधित्व लॅरी स्पर्लिंग या एका व्यक्तीऐवजी डेट्रॉइटमधील एखाद्या मोठ्या कायदेविषयक कंपनीला द्यावे. लॅरीने ते मान्य केले. मी करत असलेले फ्रँचाइझींचे करार समान शर्तींचे नसल्यामुळे तोही थोडा अस्वस्थ झाला होता; त्यामुळे त्याला संभाव्य कायदेशीर गुंतागुंतीचा अभ्यास करण्यासाठी वेळ नव्हता. डॉमिनोजच्या वाढीच्या योजनेतून त्याला दूर करण्याचे मला दु:ख होत होते; कारण तो केवळ उत्तम मित्र नव्हता, तर आमच्या चांगल्या कामगिरीचा एक संचालकही होता. मी रात्री स्टोअरला भेट देत असताना नेहमी त्याच्या कार्यालयापाशी थांबायचो आणि पाहायचो की, तो तिथे काम करत असायचा. आम्ही अनेक विषयांवर– त्यातले कित्येक आमच्या कामकाजाशी संबंधित नसायचे– चर्चा करायचो. स्पर्लिंग ही अशी एकच व्यक्ती होती की, त्याच्याबरोबर विविध विषयांवर– जसे धर्म आणि राजकारण यावर– चर्चा करणे आनंददायक असायचे. माझा रोमन कॅथॉलिक पंथ व त्याची ज्युईश पार्श्वभूमी यात खूप फरक होता. माझी रिपब्लिकन पक्षाशी सुसंगत मते ऐकून तो रागाने स्वत:चे हात चावायचा. एक लिबरल म्हणून मी त्याची चेष्टा करायचो; पण मला वाटत नाही की, इतर लोकांचे उपभोगमूल्य व जीवनाची महत्त्वाची मूल्ये याविषयी आमच्यामध्ये मतांतर होते. आमचा दोघांचाही सुवर्णमध्यावर विश्वास होता, जरी आम्ही त्याच्याकडे विरुद्ध दिशेने येत असू.

आमच्या ब्रोकरची आमच्या कामातील व्यावसायिक गुणश्रेष्ठतेसाठीची सूचना होती की, आम्ही आमचे हिशेब संगणकीकृत ठेवावेत. मग आम्ही ते काम करण्यासाठी एका कंपनीला कंत्राट दिले. त्यांनी आमच्या स्टोअर्सची मालकी, हिशेबपत्रे द्यायचे काम चालू केले. त्याच्या जोडीलाच कितीतरी महिने आम्ही हाताने लिहिलेले हिशेबही करत होतो; पण त्यांत कधी मेळ बसल्याचे दिसत नव्हते. मग आम्ही सर्वच हिशेब संगणकीकृत ठेवून पाहिले, पण काही संगणकीय बिघाडामुळे आमचे सर्व हिशेब गायब झाले.

त्यामुळे आमचे हिशेब गाळात गेले. रॉबर्ट बोडुक हा एक चांगला नियंत्रक होता; पण त्याने नोकरी सोडली, मग मी एकामागून एक असे अनेकांना त्या कामासाठी घेतले; पण त्यापैकी कुणीही मला अद्ययावत आकडेवारी काढून देऊ शकला नाही. ही आकडेवारी गुंतवणूकदार मध्यस्थांना दाखवण्यास नेणे गरजेचे होते. हे मध्यस्थ माझ्याबरोबर पेयपान व भोजनासाठी यायचे. या सर्व काळात मी डेट्रॉइटला या मध्यस्थांकडे आमच्या योजना किती मोठ्या आहेत, हे सांगत होतो अन् इकडे आमचे हिशेब मागे पडत चालले होते.

आम्ही स्टोअरचा विकास व व्यवस्थापनासाठी सहा शहरांत विभागणी केली

होती. ॲन आर्बर, यपसिलांटी, फिंट, कालामाझू, डेट्रॉइट, टोलेडो आणि कोलंबस या प्रत्येक ठिकाणी एक सरव्यवस्थापक (जनरल मॅनेजर) नेमला होता. कालामाझू भागाचा प्रमुख होता माइक ग्लान्स आणि वेस्टर्न मिशिगन विद्यापीठ परिसरातील स्टोअरविषयीचा त्याचा अनुभव म्हणजे, त्यापैकी प्रत्येकाला येत असलेल्या अनुभवांचा नमुना होता. आम्ही जागेसाठी भाडेकरार केल्यावर महिनोन्‌महिने उलटले तरी ते स्टोअर रिकामे राहिले होते. गुंतवणूकदारांना आकर्षित करण्यासाठी ग्लान्सने अगदी उत्तम प्रयत्न करूनही शेवटी तो एक व्यवस्थापकीय मालकाचा संच घेऊन आला, पण ती नवरा-बायकोची जोडी होती. अल् आणि मेरी मॉरिसन. त्या वेळेपर्यंत बाकी गुंतवणूकदारांनी माघार घेतली होती. जेव्हा कालामाझूचा अहवाल 'ते स्टोअर अद्याप सुरू नाही', असा यायचा; त्या वेळी माझ्या रागाचा पारा चढायचा. त्या ऑगस्टमध्ये मी व मार्गी आमच्या तिसऱ्या बाळाची वाट पाहत होतो आणि त्याच्या जन्मापूर्वी कालामाझूमध्ये स्टोअर उघडायचे याबाबत माझा दृढनिश्चय झाला होता. मी ग्लान्सला सांगितले की, त्याने ते स्टोअर उघडले तर मी त्याच्यासाठी त्यातील १/४ भागीदारी घेईन. मग आम्ही मॉरिसनबरोबर एका कॉर्पोरेशनची स्थापना करू. तो तयार झाला व आम्ही 'TAMM Inc'ची स्थापना केली. ही चार अक्षरे म्हणजे टॉम, अल, माइक आणि मेरीच्या नावामधली आद्याक्षरे होती. ती फारच चुरशीची शर्यत होती, शेवटी त्यात मार्गीचा विजय झाला. दि. १५ ऑगस्टला आमची तिसरी मुलगी मॅगीचा जन्म झाला. मॉरिसननी एका आठवड्यानंतर २२ ऑगस्टला ते स्टोअर उघडले. आता मला नक्की सांगता येणार नाही– त्या दोघांपैकी कोणाचा जन्म अधिक अवघड होता!

बर्नी मॉर्टिन हा बहुतेक स्टोअर्समधली यंत्रसामग्री व उपकरणे बसवायचा; त्याला वाटले की, ती बसविण्यासाठी मॉरिसन कालामाझूला गेला त्या वेळेसारखी सर्व काही तयारी असेल; पण तिथे अद्याप नळाचा जोड आला नव्हता. मग मॉरिसनने उद्घाटनाच्या दिवशी शेजारच्या घराच्या बागेतील नळाला जोड देऊन पाणी घेण्याची व्यवस्था केली. त्यांनी ड्रायव्हर म्हणून नेमलेला तरुण त्या दिवशी आलाच नाही. मग त्या पहिल्या रात्री माइक ग्लान्सनेच पिझ्झा घरपोच देण्यासाठी अनेक फेऱ्या मारल्या.

त्या स्टोअरबाबत मी थोडासा निराश झालो होतो. मला वाटले, तिथे आठवड्याला किमान ८००० डॉलर्सची विक्री होईल. मला आठवते तसे मिशिगनमधल्या त्या भागातल्या शाळा सुरू झाल्यावर ती विक्री ६००० डॉलर्सपर्यंत गेली. निवासी भागातल्या एखाद्या स्टोअरने त्याच्या निम्मी विक्री केली तरी मला आनंद झाला असता.

निवासी भागातल्या स्टोअर्सबाबतच्या अनुभवाचे एक उदाहरण म्हणजे आमचे

कोलंबसमधले स्टोअर. तिथे लेस हेडले हा सरव्यवस्थापक होता. विद्यापीठ परिसरातील त्याच्या दोन स्टोअरचे काम चांगले होते; पण त्या निवासी भागातले त्याचे पहिले स्टोअर तोट्यात होते. एक दिवस लेसने मला फोन करून सांगितले की, यापुढे ते स्टोअर तो चालवणार नाही.

"टॉम, तुला माहीत आहे की, इथे कोलंबसमध्ये २८४ पिझ्झा शॉप्स आहेत. ते स्पघेटी व अन्य खाद्य पदार्थही विकतात. जेव्हा आम्ही ग्राहकांना सांगतो की, आम्ही फक्त पिझ्झा विकतो; तेव्हा ते हसतात आणि फोन खाली ठेवतात."

"सध्या तुझी विक्री किती आहे, लेस?" मी विचारले.

"ते ऐकणे तुला आवडणार नाही." –लेस.

"काही हरकत नाही, तू सांगच." –मी.

"गेल्या आठवड्यात आम्ही ४०० डॉलरची विक्री केली." –लेस.

माझा प्रतिसाद काय होता, हे मी इथे सांगू शकत नाही.

डॉमिनोज स्टोअरची एवढी कमी विक्री आम्ही कधी पाहिली नव्हती; पण इतर निवासी भागांतील स्टोअर्सची कहाणी यापेक्षा निराळी नव्हती. कमी विक्रीबरोबरच आम्हाला तिथे जाहिरातीसाठीही भरपूर खर्च करावा लागत होता. विद्यापीठ परिसरात आमचे हक्काचे गिऱ्हाईक असायचे. परिसर नियतकालिक विद्यार्थी वाचायचे व त्यात जाहिरात करणे स्वस्त होते; पण आमचे अशा परिसरातील जाहिरातीचे मुख्य साधन होते तेथील ग्राहकांकडून होणारा तोंडी प्रचार (वर्ड ऑफ माउथ).

इतर सर्वसाधारण नागरिकांना आमच्या पिझ्झ्याबाबत आवाहन करणे, ही एक निराळीच खेळी असायची. तिथे मोठ्या वृत्तपत्रातून जाहिरात करावी लागायची. ते बरेच खर्चिक काम होते आणि त्यातून आमच्या संभाव्य ग्राहकांपर्यंत निश्चित पोहोचण्याची हमी नसायची. सन १९६९ च्या पहिल्या १० महिन्यांत आम्ही ३२ स्टोअर्स उघडले, त्यांतले बहुतेक निवासी भागात होते. त्यांपैकी काहींनी आठवड्याला ६०० डॉलर्सचा धंदा केला. माझा त्यावर विश्वासच बसेना. आम्ही त्यात पैसा ओतत राहिलो तो, ते लवकरच स्वयंपूर्ण होतील या आशेवर; पण ते फारच दुर्बल होते. आम्ही त्यांची बिले-पगार वगैरे भागवत होतो तसेच खाद्यपदार्थही पाठवत होतो; पण त्याचे पैसेही आम्हाला वेळेवर व पूर्ण मिळत नव्हते. थकबाकी वाढत चालली होती.

ऑगस्टअखेरीसही मला वाटत होते की, आम्ही परिस्थिती काबूत आणू; पण तसा पूर्ण आत्मविश्वास मला नव्हता, अन्य कुणालाही तसा नव्हता. आमचे काही अधिकारी अशी शिफारस करत होते की, आम्ही आमच्या पदार्थांच्या यादीत पिझ्झाखेरीज अन्य काही पदार्थांचा समावेश करावा, शिवाय स्टोअरमध्ये बसूनच पिझ्झा खाण्यासाठी टेबलांची व्यवस्था करावी. टेरी व्हॉइस अशी तरफदारी करण्यात

आघाडीवर होता; पण असे काही करायचे नाही, याबाबत मी ठाम होतो.

एक दिवस टेरी माझ्या कार्यालयात आला आणि मला म्हणाला की, तो त्याच्या वडिलांच्या मदतीने एक पिझ्झा कंपनी स्थापन करणार आहे; त्यासाठी नोकरी सोडणार आहे. मी म्हणालो, ''तू सोडून जातोयस, याबद्दल मला वाईट वाटतंय. मी तुला सुयश चिंतितो. इथे जे घडतंय, त्याबाबतचे तुझे नैराश्य मी जाणतो; पण हेही दिवस जातील अन् आमचे इथे चांगले चालेल.''

माझा खरेच यावर विश्वास होता आणि झालेही तसेच; पण मी त्यावेळी फार दीर्घकालीन भविष्याकडे पाहिले नाही आणि झाले ते साधेसुधे नव्हते, चांगलेच अवघड होते.

आम्ही माइक पॉलला कोठीघरातून बाहेर आणले अन् त्याला टोलेडो क्षेत्राचा सरव्यवस्थापक केले. ऑक्टोबरमध्ये त्याने मला त्याच्या क्षेत्रातील सहामाही कामाचा अहवाल दिला, तो संपूर्णतः निराशाजनक होता.

तो लिहितो, 'टोलेडो क्षेत्रातील स्टोअर्स ही मोहीम आपली आहे. मी १८५ दिवस सतत राबत होतो; पण अद्यापही मला परिस्थिती नियंत्रणात आणता आलेली नाही आणि ती सुधारेल याची काही खात्रीही माझ्याकडे नाही. ॲन आर्बर आणि यपसिलांटी क्षेत्रात डॉमिनोजचं नाव जेवढं लोकांना माहीत आहे तेवढं इथं नाही; त्यामुळे आपण इथे येऊन लवकरच स्थिरस्थावर होऊ, ही आपली समजूत चुकीची ठरते आहे. मी व्यवस्थापकांना कामावर घेतो आणि त्यांना आपल्या यपसिलांटीमधल्या स्टोअरमध्ये आठवडाभर प्रत्येक रात्री प्रशिक्षण देतो. त्यासाठी त्यांना मी रोज मोटारने टोलेडोहून घेऊन येतो. जेव्हा ते प्रशिक्षण संपवतात, तेव्हा पिझ्झाच्या व्यवसायाबाबत त्यांच्यात उदंड उत्साह निर्माण झालेला असतो; पण इथे काही धंदा होत नाही, हे पाहून आठवडाभरात ते नाराज होतात अन् नोकरी सोडून जातात; त्यामुळे बहुतेक वेळा मलाच दोन्ही स्टोअर्सचे व्यवस्थापन पाहावे लागते.'

पुढे मोठी अडचण निर्माण होईल, अशी संभाव्य जाणीव दिली होती, तरीही कळत-नकळत लिगन हा बाउलिंग ग्रीन स्टेट विद्यापीठ परिसरात धंदा उभारण्यासाठी प्रयत्न करत होता. डॉमिनोजमधल्या माझ्या बऱ्याच अनुभवांची माहिती मी त्याला दिली होती. तो यपसिलांटीला आला होता आणि मी त्याला आमची कार्यपद्धती प्रत्यक्ष दाखवली होती. मला त्याला मदत करायची इच्छा होती. कारण माझ्या बाजारपेठ संशोधनाच्या प्रवासात मी ज्या ३७० हून अधिक पिझ्झा व्यवसाय करणाऱ्यांना भेटलो होतो, त्यात मला प्रश्न विचारणारा तो पहिलाच निघाला होता. जेरीने पिझ्झा अचूक घरपोच देण्याबाबत लक्ष केंद्रित करण्याचे महत्त्व हेरले होते; त्यामुळे त्याची विक्री गगनाला भिडली.

त्यामुळे जेव्हा माइक पॉलने त्याच्या बाउलिंग ग्रीनमध्ये स्टोअर उघडले– जे

त्याचा धंदा सर्वांत अधिक होणारे स्टोअर होईल, अशी अपेक्षा होती– पहिल्या आठवड्याला सुमारे १५०० डॉलर्सच्या विक्रीच्या वेळी त्याला दिसले की, जेरी लिसने तिथे आधीच आपले बस्तान बसवले आहे आणि तो तिथे मोटारगाड्या भरभरून पिझ्झा विकतोय. माइककडून बाउलिंग ग्रीन क्षेत्रातील आठवड्याच्या विक्रीचे अहवाल येताक्षणीच– सुमारे १७०० डॉलर्स विक्रीचे– जे विद्यापीठ परिसरातील सर्वांत नीचतम होते– मी त्याला फोन करून काय चुकतेय, ते विचारले. तो म्हणाला, "हे तुझा मित्र जेरी लिसमुळे होत आहे." मग त्याने मला तिथली स्पर्धा किती तीव्र आहे ते सविस्तर सांगितले. ती खरोखरच तशी होती. त्या बाजारपेठेवर लिसची घट्ट पकड होती. ती शिथिल करण्यासाठी काहीतरी आगळेवेगळे करायला पाहिजे होते.

तो म्हणाला, "मला वाटते, आपण एक मोठा उद्‌घाटन सोहळा करू अन् फुकट पिझ्झा वाटू. तुला कसे वाटते?"

मी म्हटले, "ही कल्पना चांगली दिसते."

पण पिझ्झाचा धंदा म्हणजे बेसबॉल किंवा फुटबॉलच्या सामन्यासारखा आहे. तुमची एखादी चूकही सामना गमवायला कारणीभूत होते. तेच इथेही होते. माइकने त्या उद्‌घाटन समारंभाच्या प्रसंगाची भरपूर आखणी केली. त्याने यपसिलांटीहून जादा भट्ट्या आणल्या आणि मी तिथे पिझ्झा करायला आमचा चांगला पिझ्झा मेकर गटही घेऊन गेलो. तो महान दिवस जसजसा जवळ येत होता तसतसा त्याने जादा जाहिरातींचा उपक्रम राबवला, आपल्या त्या स्टोअरवर भला मोठा बोर्डही लावला. दुर्दैवाने तो बोर्ड बसवण्याचे काम नीट झाले नाही; त्यामुळे छताला भोके पडली. त्या उद्‌घाटन समारंभाच्या आदल्या रात्री तिथे भरपूर पाऊस झाला आणि त्या छतातून पाणी गळून आत आले. दुसऱ्या दिवशी त्याच्या लोकांनी स्टोअर उघडून पाहिले, तर आत गुडघाभर पाणी होते! स्टोअरचे लोक एकीकडे पाणी उपसून काढत होते; तर दुसरीकडे फोनवरून एकामागून एक ऑर्डर्स येत होत्या, त्या उद्‌घाटन समारंभाच्या फुकट पिझ्झ्यासाठी! त्या पुरवण्यात होणाऱ्या दिरंगाईतून त्यांना डोके वर काढता आले नाही. त्या जाहिरातीमुळे त्या परिसरात डॉमिनोजचे नाव चांगलेच पसरले; पण आम्हाला पाहिजे तसे नाही. अशी फुकट पिझ्झा देण्याच्या योजनेची ती सुरुवात होती व अखेरही! त्यानंतर आम्ही कधीही अशी योजना राबवली नाही.

मात्र, अशा एखाद्या अपयशामुळे आम्ही नाउमेद होणारे नव्हतो. त्यापेक्षाही गंभीर प्रश्नांना आम्हाला तोंड द्यावे लागले. उदाहरणार्थ, गुंतवणूकदार विचारू लागले की, त्यांच्या गुंतवणुकीवर त्यांना थोडा तरी परतावा कधी मिळायला लागणार? त्यापैकी कित्येकजण यपसिलांटीमधले जेसीजचे सदस्य होते. ते डेव्ह

किलबीच्या विक्रीच्या अंदाजाने जणू भुरळून गेले होते. डेव्ह आणि पूर्वीचा एक स्थावर मालमत्तेचा विक्रेता डग नादेउ– ज्याला डेव्हने कामावर घेतले होते– ही एक परिणामकारक विक्रेता टीम होती. गुंतवणूकदारांना वाटले– ते एका रात्रीत दशलक्षाधीश होणार, तेही डॉमिनोजच्या १/४ भागीदारीने. काहींनी एकापेक्षा अधिक स्टोअरमध्ये गुंतवणूक केली होती. गॉर्डन वॉलेस किंवा अन्य मार्गाने श्रीमंत असलेल्या गुंतवणूकदाराने १० स्टोअर्समध्ये गुंतवणूक केली होती. जेव्हा गुंतवणूकदारांमधील अस्वस्थतेच्या अफवा माझ्या कानांवर आल्या, तेव्हा मी त्यांना एका बैठकीला बोलावले. त्यांच्यासमोर सर्व परिस्थिती मांडली. सत्यस्थिती अशी होती की, त्यांच्या मालकीच्या कित्येक स्टोअर्सची सर्व देणी आम्हीच भागवत होतो. प्रत्येक स्टोअर आमचे सरासरी ३०००० डॉलर्स देणे लागत होते; पण त्यामुळे समस्या लगेच विरून जाणार नव्हती. जसजसा मी ते बोलत होतो तसतसा त्यांच्या डोळ्यांतला आशेचा किरण नाहीसा होत असलेला मला जाणवत होते.

आमच्या सरव्यवस्थापकांपैकी बहुतेकजण– जे आमचे बलस्थान होते– त्यांना ज्या छळाला तोंड द्यावे लागत होते, तसाच मीही त्यातून गेलो होतो. देणी वाढत होती आणि ती भागवायला पैशांची आवक नव्हती; त्यामुळे त्यांच्या होणाऱ्या मन:स्थितीची मला कल्पना होती.

डॉमिनोजची देणी त्यांच्या देणेकऱ्यांच्या यादीत शेवटची होती, याबद्दल मी त्यांना दोष देत नव्हतो. काही देणी देणे भागच होते– जसे कर व अन्य सेवांची देणी. नाही तर त्यांना स्टोअर्सचे दरवाजे उघडता आले नसते; पण ते आमची देणी देत नसल्याने आम्हाला आमच्या कंपनीची देय देणी डोंगरासारखी वाटत होती. त्यातून शेवटी आमच्यावर काही दावेही दाखल झाले.

आमच्या समस्यांचे एक कारण म्हणजे, आमचा हिशेब ठेवण्याच्या पद्धतीतील गोंधळ हे होते. आम्ही आमच्या ४० स्टोअर्सकरता प्रत्येकी एकेक चेकबुक ठेवले होते; पण जेव्हा संगणकावरील ती आकडेवारी आणि अन्य तपशील पुसले गेले, तेव्हा आम्हाला हे कळेना की– कुणाकडून किती येणे आहे व किती देणे आहे अन् कुणाचे किती दिले व किती राहिले! आम्ही जादा माणसे भरती करून ते अद्ययावत करायचा प्रयत्न केला. नोव्हेंबर १९६९ पर्यंत आमच्या कार्यालयात या कामासाठी २९ माणसे काम करत होती. तिथे माणसांची गर्दी प्रचंड वाढली. मग कार्यालयासाठी मोठी जागा घेण्याशिवाय पर्याय उरला नाही. अशी एक सोईस्कर जुनी इमारत आम्हाला यपसिलांटीमध्ये सापडली. ती ग्राव्हेल रोडवरच्या एका जुन्या फॅक्टरीची होती. ती दुसऱ्या महायुद्धातून भंगार म्हणून आणलेल्या पत्र्यांतून बनवलेली होती. ती काही चांगली नव्हती; पण आमच्याकडे पर्याय नव्हता.

मात्र, असे करूनही वाईट बातम्यांचा ओघ काही थांबत नव्हता. आम्ही आमचे

विम्याचे हप्ते वेळेवर देऊ शकत नव्हतो आणि विक्रीकर भरण्याचे थांबले होते. असे पूर्वी कधीही झाले नव्हते. आमचे चेक न वटता परत येत होते. डॉमिनोजचे चेक स्वीकारायला किंवा वटवायला बँका तयार नव्हत्या आणि हा सर्व त्रास त्या निवासी क्षेत्रातील स्टोअर्समुळे निर्माण झाला होता. कारण तिथे धंदाच होत नव्हता.

यापूर्वीही मी आर्थिक अडचणीत होतो; पण या इतका कधीच नाही. मी स्वत: राबूनही परिस्थितीत फार सुधारणा होणार नव्हती. आम्हाला कोठेही यापेक्षा काटकसर करणे शक्य नव्हते. मी व मार्गी अगदी साध्या पद्धतीने राहत होतो. मी आठवड्याला फक्त २०० डॉलर उचल घेत होतो आणि त्यातलेही बरेचसे चेक्स न वटता तसेच पडून राहत होते.

वाईट गोष्टी एकामागून एक कशा येत राहतात, याचे आणखी एक उदाहरण म्हणजे, आमच्या नियंत्रकाकडे कराच्या रकमेचा एक चेक पाठवला. त्यात चूक होती. ४०००० डॉलर्सचा चेक पाठवण्याऐवजी त्याने ४००० डॉलर्सचा पाठवला. ही गोष्ट पुढचा कर देण्याची वेळ येईपर्यंत आमच्या लक्षात आली नाही. तोपर्यंत पुढच्या तिमाहीचा कर भरण्याची वेळ झाली होती आणि आम्हाला पूर्वीची उरलेली रक्कम व नव्या तिमाहीची रक्कम एवढा कर भरणे अशक्य झाले. आम्हाला दंड होऊ लागला, देय रकमेवर व्याज चालू झाले आणि मग हे सर्व चुकते करण्यात आम्ही फारच मागे पडलो.

गोष्टी इतक्या अंधकारमय वाटत होत्या की, त्या वर्षी कंपनीची ख्रिसमस पार्टी करण्याचीही इच्छा मला राहिली नाही. मला आठवते तसे– यापूर्वीच्या अशा पार्टीच्या वेळी आम्ही एखादी नवी झेप घ्यायच्या तयारीत असायचो आणि तशी घोषणा तिथे व्हायची. पानगळीच्या मोसमातला मोठा धंदा तोपर्यंत झालेला असायचा अन् आम्ही नवी मोठी झेप घ्यायला सरसावलेलो असायचो; पण या वर्षी तसे काही नव्हते. मला अगदी हताश झाल्यासारखे वाटत होते. विद्यार्थी ख्रिसमसच्या सुट्टीसाठी घरी जात होते याचे मला जणू वाईट वाटत होते, कारण त्यामुळे आमचा धंदा चांगलाच मंदावला होता.

शेवटी डेव्ह किलबीने त्याच्या नव्या घेतलेल्या घरात ती पार्टी आयोजित केली. मला त्यात काहीही मजा लुटता आली नाही. मी जणू बधिर झालो होतो, जसा पूर्वी एकदा झालो होतो. तेव्हा मला वाटले होते की, गिलमोरच्या दिवाळखोरीमुळे मला डॉमिनोज गमवावे लागणार.

सुट्टीनंतर कर खात्याकडून पैसे भरण्याबद्दलचा दबाव वाढत चालला, म्हणून मी प्रथमच डॉमिनोजमधला माझा काही भाग विकायचा विचार केला, जो पूर्वी कधी मनातही आणला नव्हता. ज्या माणसाने मला माझे समभाग त्याला विकायचा माझ्यावर मोठा दबाव आणला, तो होता डॅन 'पंक' क्विर्क. त्याच्या कुटुंबाच्या

मालकीची पेनिन्शुला पेपर कंपनी होती. तो त्या वेळचा यपसिलांटीमधला सर्वांत मोठा धंदा होता. एके काळी त्याने मला प्रतिशेअर १० डॉलर देण्याची तयारी दाखवली होती; आता मी तो ७ डॉलरलाही द्यायला तयार होतो, कारण कर खात्याचा दबाव वाढला होता आणि मला पैशांची निकड होती. त्या कुटुंबाने सुमारे ३०००० डॉलर्स किमतीचे समभाग विकत घेतले, त्याचा काही भाग यपसिलांटी बँकेचा अध्यक्ष जॉर्ज इलियट याच्या वाट्याला आला. पंक क्विर्क हा बँकेच्या संचालक मंडळावर होता. गॉर्डन वॉलेसने २०००० डॉलर्सचे समभाग घेतले. या २०००० डॉलर्समुळे कर खात्याची देणी भागवणे शक्य झाले. जरी त्याने पूर्ण देणी भागली नाहीत, तरी त्यामुळे धंदा बंद पडण्याचे तरी वाचले.

मला वाटले की, कर खात्याचे देणे दिल्याने आमचा भार हलका होईल आणि आमची परिस्थिती सुधारेल; पण आमचे अनेक स्टोअर्स तोट्यात चालले होते आणि हे म्हणजे पायाखालची वाळू सरकल्यासारखे होते. त्यातून बाहेर पडायचा मार्ग दिसत नव्हता. खरेतर गेल्या उन्हाळ्यापासून असे काही होणार, ही जणू काळ्या दगडावरची रेघ होती आणि आता मला त्याकडे दुर्लक्ष करणे परवडण्यासारखे नव्हते. आम्हाला काही स्टोअर्स बंद करणे आवश्यक होते आणि आमच्या काही लोकांना तात्पुरता निरोप देणे भाग होते. असे काही करणे मला आवडत नव्हते; पण आमच्याकडे दुसरा पर्यायही नव्हता.

आमच्याबरोबर त्या वेळी जे-जे फ्रँचाइझी होते, त्यांच्याकडे या परिस्थितीत सांगण्यासारख्या अनेक गोष्टी होत्या. मी त्यांचा कायम ऋणी राहीन. जसे हॅरॉल्ड मिशेल, स्टीव्ह लिटव्हिलर आणि बॉब वॅटसन– जे अशा कठीण परिस्थितीतही माझ्याबरोबर राहिले. शिवाय माइक पॉलसारख्या काहींनी माझ्याशी पूर्ण निष्ठा ठेवली. एक वेळ अशी आली की, ओहिओमधील बँक माइकचे पगाराचे धनादेश वटवायलाही तयार नव्हती. मग तो ते पोस्टाने त्याच्या आईकडे पाठवायचा, ती मग तिच्या बँकेत ते वटवायची आणि त्याला पैसे पाठवायची.

डेव्ह किलबीने असा प्रस्ताव मांडला की, तो फ्लोरिडात जाईल आणि तिथे एरिया फ्रँचाइझी म्हणून काम करून तिथे डॉमिनोजचा पाया रचेल. त्या वेळी ती कल्पना चांगली वाटली, कारण त्याचा पगार देण्याची तशीही माझी परिस्थिती नव्हती आणि तो मला परवडलाही नसता.

मी माझ्या टेबलावर बसून, आकडेमोड करून कित्येक दिवस मला एकूण किती कर्ज आहे याचे गणित मांडत होतो, पण हे सांगणे सोपे नव्हते. आमच्या चार्टर्ड अकाउंटंटच्या फर्मने आम्हाला रामराम ठोकला होता, कारण आम्ही त्यांना काही देण्याच्या परिस्थितीत नव्हतो– पण माझ्या आकडेवारीप्रमाणे ती रक्कम सुमारे १५ लाख डॉलर्सची होती. मी आता उलट्या प्रकारे दशलक्षाधीश झालो

होतो, हे फारच अवमानकारक होते.

पण लवकरच मला हेही कळले की, मला आता अपमान या शब्दाचा अर्थ किती व कसा आहे, हे कळणार होते. त्याची सुरुवात झाली ती यपसिलांटी बँकेच्या अध्यक्षांच्या फोनमुळे. त्यांनी आम्हाला डिलिव्हरी कार घेण्यासाठी ८०००० डॉलर्सचे कर्ज दिले होते. मी त्याला सांगितले की, मी आता एका महत्त्वाच्या बैठकीत आहे आणि ती संपल्यावर फोन करीन. तो माझ्यावर जणू बरसलाच! त्याने मला ताबडतोब त्याच्या कार्यालयात येण्यासाठी फर्मावले.

एका वर्षाच्या आत यपसिलांटीचा हा 'आश्चर्यजनक मुलगा' एक 'गावंढळ मूर्ख' झाला होता.

१०

दि. १ मे १९७० रोजी माझे डॉमिनोजवरचे नियंत्रण संपुष्टात आले. मला अपेक्षा होती की, आमची कंपनी दुसऱ्या एखाद्या कंपनीत विलीन करावी. मी याबाबत डेट्रॉइटच्या सबमरिन सँडविच साखळी दुकानाशी– तिचे नाव– 'मि. टोनीज'– बोलणे चालू केले. त्यांना डॉमिनोज खरेदी करण्यात बरेच स्वारस्य होते. माझे कर्मचारी डॉमिनोजच्या भवितव्याच्या विचाराने आधीच घाबरलेले होते आणि मला त्यांना विनाकारण घाबरवायचे नव्हते; त्यामुळे मि. टोनीजचे प्रतिनिधी रात्री आमचे स्टोअर बंद झाले की यायचे व आमची हिशेबाची कागदपत्रे पाहायचे. त्यांचा उत्साह पाहता, आम्ही त्यांच्याशी काही करार करू, अशी खात्री मला वाटत होती; पण शेवटी ते काही ठोस प्रस्ताव द्यायच्या विचारात होते. त्याच वेळी त्यांच्या वकिलाने मला दिवाळखोरीचे दुष्परिणाम या विषयावर प्रवचन देणे चालू केले आणि शेवटी केवळ १०००० डॉलर्समध्ये आमची कंपनी खरेदी करण्याचा प्रस्ताव त्यांनी मांडला. मी चाट पडलो. त्यांना वाटले, मी आता चांगलाच अडचणीच्या पकडीत सापडलोय, तर त्याचा फायदा घ्यावा. त्यांची योजना काहीही असो– ती काही चालली नाही. त्यांनी दाखवलेल्या स्वारस्याबद्दल मी त्यांचे आभार मानले अन् सांगितले त्यापेक्षा मला 'एकला चलो रे'प्रमाणे वागणे योग्य वाटते. तो निर्णय योग्य ठरला, कारण १९८२ मध्ये मि. टोनीज कंपनी स्वत:च दिवाळखोरीत गेली.

विलीनीकरणासाठी काही भागीदार शोधण्याचा प्रयत्न मी करू शकलो असतो,

पण मी मि. टोनीजशी चर्चा करत होतो, त्या वेळी आमची यपसिलांटीमधील बँक तिचे आमच्या कंपनीतले पैसे सुरक्षित ठेवण्याच्या योजनेचा विचार करण्याच्या प्रयत्नात होती. ते मला प्रथम कळले; जेव्हा पंक क्विर्कने मला सुचवले की, मी एका स्थानिक व्यावसायिकाशी – केन हेवलिनशी – चर्चा करावी. त्याने अशा अडचणीत आलेल्या कंपन्या पुन्हा सुस्थितीत आणण्याच्या कामात भरपूर पैसे मिळवलेत. ''तो अत्यंत चाणाक्ष आहे आणि तो माझ्या मते, तुला या अडचणीतून बाहेर काढेल.'' मी म्हणालो की, जो कोणी मला मदत करायची शक्यता आहे, अशा कोणाशीही चर्चा करायची माझी तयारी आहे.

आमच्या प्राथमिक चर्चेनंतर हेवलिनने असा प्रस्ताव मांडला की, आम्ही दोघांनी एक करार करावा आणि त्याआधारे डॉमिनोजमध्ये माझे उरलेले सर्व समभाग त्याच्या नावे करावेत, नंतर ते एका विश्वस्त निधीत ठेवून द्यावेत. तो पगार न घेता कंपनी चालवेल आणि कर खात्याची आमची देणी भागविण्यासाठी तो कर्ज देईल. त्याच्या बोजापोटी काही मालमत्ता त्याच्याकडे गहाण ठेवून घेईल. दोन वर्षांनंतर माझे ४९ टक्के समभाग परत मिळतील आणि तो कंपनी आपल्या नियंत्रणाखाली घेईल. मध्यंतरीच्या काळात मी 'प्रेसिडेंट' हे स्थान कायम ठेवेन, पण मला कोणतेही अधिकार असणार नाहीत. मला ही कल्पना कधीच आवडली नाही; पण मी असा विचार केला की, काही नसण्यापेक्षा थोडे गेलेले परवडले. बँकेच्या संचालक मंडळाचा हेवलिनवर विश्वास होता आणि त्यामुळे मी या व्यवस्थेला तयार झालो.

मी जेव्हा मार्गीला या व्यवस्थेबद्दल सांगितले, तेव्हा तिने सहानुभूतीपूर्वक त्याला संमती दिली आणि मला आश्वासन दिले की, तिच्या परीने ती आहे त्यात मला पूर्ण सहकार्य करील. जेव्हा मी तिला सांगितले की, पूर्वीप्रमाणेच आठवड्याला २०० डॉलर्स पगार घेत राहीन, तेव्हा ती हसली अन् थोड्याशा चेष्टेच्या स्वरात म्हणाली, ''अरे वा! छान!'' तिच्या टेबलाच्या ड्रॉवरमध्ये असे २० चेक्स न वटवता तसेच पडून होते. या क्षणी त्यांना काही किंमत नव्हती.

हेवलिनबरोबरची ही व्यवस्था म्हणजे एक प्रकारे थोडासा दिलासा वाटला; त्यामुळे दिवाळखोरी चुकली, जी माझ्याखेरीज इतर सर्वांना अटळ वाटत होती. मग देणेकऱ्यांचा माझ्यावरील दबाव कमी झाला. त्याआधी काही आठवडे आमच्या तीन प्रमुख पुरवठादारांनी– एन. लिऑन अँड सन्स– जो आमचा प्रमुख खाद्यपदार्थ पुरवठादार होता आणि दोन बॉक्सचे निर्माते– बे कोरुगेटेड आणि ट्रायाड कंटेनर– यांनी एकत्र येऊन माझ्याशी संपर्क साधला होता. देणेकऱ्यांच्या बैठकीच्या निमित्ताने त्यांच्याबरोबर त्यांचा वकील होता. त्याने मला जणू कोळशावर भाजून काढले. मी त्यांना दोष देऊ शकत नव्हतो. मी त्यांचे एकूण १,५०,००० डॉलर्स देणे लागत

होतो आणि त्याबाबत मी काय व्यवस्था करणार आहे, हे जाणून घेण्याचा त्यांना पूर्ण हक्क होता. अर्थात, ती रक्कम मी एकूण देय रकमेच्या काही अंशच होती. त्याआधी विक्रीकर खाते आणि मालमत्तेच्या बदल्यात कर्ज देणाऱ्यांची देणीही महत्त्वाची व मोठी होती. ती देणे प्राधान्यतेचे होते. त्यानंतर या तिघांच्या देण्याचा क्रमांक आला असता.

मी त्यांना एवढेच सांगू शकलो की, तोट्यात जाणारे स्टोअर्स आम्ही बंद करीत आहोत, कर्मचारी कमी करत आहोत आणि कंपनी व्यवस्थापनाची पुनर्रचनाही करत आहोत. या सर्वांमुळे खर्चाची बाजू कमी होईल. मी त्यांना असे आश्वासन दिले की, त्यांच्या देय रकमेतील अगदी शेवटची पेनीही दिली जाईल आणि डॉमिनोज या दिव्यातून तरून जाईल.

त्यांनी माझ्याबरोबर आमचे हिशेब ठेवणारे जेरी कोलस्सा यांच्याकडे येण्याचे मान्य केले, त्याबद्दल मी त्यांना श्रेय देतो. बैठकीपूर्वी जेरीने एन्. लिऑन अँड सन्सचा प्रेसिडेंट आर्म लिऑन याच्याशी माझ्याविषयी बोलणे केले आणि त्याला सांगितले, "तुम्हाला माहीत आहे का, या माणसाच्या घरात काहीही फर्निचर नाही!" आणि ते खरे होते. मार्गी व माझ्याकडे फक्त स्वयंपाकाचे एक टेबल व थोड्या खुर्च्या, आमचे बिछाने एवढेच होते. मी एक जुनाट डिलिव्हरी कार वापरत होतो. नंतर कळले की– आर्म व इतर त्या बैठकीला आले होते, ते अशा संशयाने की, मी त्यांचे देय पैसे माझ्या आरामदायी जीवनशैलीसाठी वापरतोय आणि मजा करण्यासाठी उडवतोय! ते परत जाताना असे पाहून गेले की, त्यांच्या हिताचे रक्षण करण्यासाठी मी सर्व प्रकारे प्रयत्न करतोय; त्यांना ते पटले. माझ्याइतक्या किरकोळ मेहनतान्यात डॉमिनोजमध्ये कोणी काम करणार नाही. मी त्यांना आवर्जून असे सांगितले की, कंपनीची स्थिती पूर्वपदावर आणण्यासाठी मी सर्वतोपरी प्रयत्न करून वेळ निभावून नेईन.

मला आशा होती की, आमची कंपनी पूर्वपदावर आणण्यासाठी हेवलिनबरोबरची व्यवस्था उपयोगी पडेल, तसेच कर्जफेड करण्यासाठीही; पण तशी ती झाली नाही. मला १२ कॉर्पोरेट स्टोअर्सच्या व्यवस्थापनावर देखरेख करण्याची जबाबदारी देण्यात आली. मी या व्यवस्थेचे स्वागत केले, कारण त्यामुळे माझ्या आवडीच्या कामात मला गुंतता आले असते; तसेच कणीक मळण्याचे आणि गर्दीच्या वेळी अन्य मदत करण्याचे कामही करणे मला शक्य होते. मी त्यासाठी नियमितपणे ओहिओला जाऊ लागलो आणि तिथल्या स्टोअर्सची पाहणी करू लागलो. या प्रवासात खर्च कमी करण्यासाठी मी गाडीतच झोपत असे.

लेस हेडले त्याचे ओहिओतले उरलेले दोन स्टोअर्स चालू ठेवायची धडपड करत होता. परंतु तो मेच्या अखेरीस माझ्याकडे आला आणि यापुढे त्याला काम

चालू ठेवणे शक्य नसल्याचे त्याने सांगितले.

तो म्हणाला, "माझी सर्व ऊर्जा संपली आहे. मी गेले कित्येक महिने आठवड्याला १०० तास काम करत आहे. आज सकाळी या टेबलावर माझ्या बायकोने लिहून ठेवलेली चिठ्ठी मला मिळाली. तिने तिला व मुलांना यपसिलांटीला परत नेण्याची विनंती केली होती. मी तसे करणार आहे. मला नोकरी सोडणे भाग आहे. मला माफ कर."

यावर मी काय बोलणार? आमचे अनेक उत्तम कर्मचारी व अधिकारी आम्ही आधीच गमावले होते आणि त्याचे दु:खही जणू न जाणवण्याइतका बधिरपणा माझ्या संवेदनक्षमतेत आला होता. म्हणून मी मान हलवली आणि त्याला शुभेच्छा देण्यासाठी काहीतरी हलकेच पुटपुटलो.

हेवलिनने त्याचा प्रतिनिधी म्हणून नोकरीला घेतलेल्या माणसाने आमचे कोठीघर पुन्हा नीट व्यवस्थित करण्यासाठी प्रयत्न केले. त्याला इतर कामापेक्षा या प्रकारच्या कामाची अधिक माहिती असावी. मात्र, ते कोठीघर स्टोअर्सना सेवा पुरवण्याचे ठिकाण आहे असे न समजता, ते नफा मिळवण्याचे एक केंद्र आहे, असे समजून तो तसे हाताळू लागला; त्यामुळे आमच्या फ्रँचाइझींना अनेक समस्या निर्माण झाल्या. हेवलिनच्या माणसाने त्या कोठीघराच्या कार्यपद्धतीत काही सुधारणा जरूर केल्या, त्याला उत्पादनाची पार्श्वभूमी होती; पण फ्रँचाइझींबरोबर व्यवहार करताना मानवी संबंध कसे ठेवावेत याची जाण नव्हती आणि तोच तर आमच्या उद्योगाचा मोठा भाग होता. याचा परिणाम म्हणजे, फ्रँचाइझींबरोबर त्याचा नीट संवाद होऊ शकला नाही; त्यामुळे तसेच कोठीघरातील पदार्थांच्या किमती वाढल्यामुळे तक्रारींचा ओघ सुरू झाला.

तत्पूर्वी फ्रँचाइझींबाबत काही समस्या नव्हती; पण त्यांचा डॉमिनोजशी कमी झालेला सुसंवाद-संपर्क व कोठीघराच्या नव्या धोरणामुळे त्यांची होत असलेली अवघड परिस्थिती यामुळे त्यांनी त्यांचे हितसंबंध सांभाळणारी एक असोसिएशन स्थापन केली. त्यांनी कॉर्पोरेशनविरुद्ध अविश्वास व्यक्त करण्यासाठी कायदेशीर अविश्वास ठराव किंवा प्रस्ताव आणण्याची प्रक्रिया चालू करण्याचे ठरवले. त्यापैकी बहुतेकांनी रॉयल्टी देणे बंद केले व आमचे कोठीघर वापरणेही.

मधल्या काळात मी ज्या कॉर्पोरेट स्टोअर्सची देखभाल करत होतो, ते सक्षम होऊ लागले आणि मी माइक पॉलला, त्याने प्रवासी व्यवस्थापक बनून त्यांची कामे परत व्यवस्थित चालतील असे पाहावे, असे सांगितले. मला वाटले की, पैशांचा ओघ वाढवण्यासाठी एकेक पाऊल उचलणे जास्त योग्य ठरेल.

आम्ही कोलंबसमध्ये नवे कॉर्पोरेट स्टोअर उघडल्यानंतर थोड्याच कालावधीत हेवलिन माझ्याकडे आला आणि त्याने आपला करार संपुष्टात आणण्याचा त्याचा

विचार मला सांगितला. मी त्याला म्हटले, ''ठीक आहे, छान!'' त्याने असा विचार केला, यापेक्षा माझ्या दृष्टीने अधिक आनंदाचे काय असणार? दि. २२ मार्च १९७१ रोजी आम्ही परस्परांचा निरोप घेतला. त्याने असा प्रस्ताव मांडला की, तो माझे समभाग मला परत करील आणि आमचे क्रॉस स्ट्रीट स्टोअर आपल्याकडे घेईल– तिथली स्थावर मालमत्ता आणि व्यवसाय एका फ्रँचाइझी व्यवस्थेकडे सोपवून ते सुमारे ६०००० डॉलर्सला गहाण ठेवेल. त्या स्टोअरमधून मिळणाऱ्या नफ्यातून कर्जाचे हप्ते फिटतील आणि मी त्याबाबत तेव्हा समाधानी होईन, जेव्हा मला ते स्टोअर परत मिळेल.

अर्थातच हेवलिनला त्या क्रॉस स्ट्रीट स्टोअर्सवर ताबा ठेवायचा होता, तो बँकेला संरक्षण देण्यासाठी; कारण मी दिवाळखोरीत जाणार, असे तो गृहीत धरून चालला होता. दुर्दैवाने इतरही अनेक धनकोंना तसेच वाटले. तो गेल्यावर ते भयभीत झाले आणि त्यांना शांत करता-करता माझी दमछाक झाली. मी त्यांना सत्य सांगितले. मला त्यांचे सर्व पैसे अगदी शेवटच्या डॉलरपर्यंतचे द्यायचेच होते, तशी माझी योजना होती आणि मी ते सरळ मार्गाने करीन. कोणी जास्त आवाज उठवला, तर त्याला घाबरून मी झुकते माप देणार नाही.

मला कोणाचीही परतफेड लगेच चालू करणे शक्य नव्हते; पण ज्यामुळे आमच्या स्टोअर्स व कोठीघराचे दरवाजे उघडे राहतील, हे प्रथम पाहणे मला आवश्यक वाटत होते– ते म्हणजे भाडे, कर व चीज– जे पुढच्या दिवसाचा पिझ्झा बनवायला जरुरीचे होते.

माझ्या या प्रस्तावाला बहुतेक धनकोंनी सकारात्मक प्रतिसाद दिला. नियंत्रण पुन्हा माझ्याकडे आल्यामुळे मी उल्हसित झालो आणि मला वाटले, यामुळे फ्रँचाइझीही खूश होतील. मी त्यांना नेहमी असे बोलताना ऐकले होते– ''डॉमिनोज तसे राहिले नाही, जसे मोनाघन चालवत होता.'' माझा विश्वास होता की, त्यांना हे माहीत आहे की मी त्यांना नेहमी चांगली वागणूक दिली होती आणि आमचे पूर्वीचे मैत्रीपूर्ण संबंध परत प्रस्थापित होतील.

मी किती चुकीचा होतो– त्यांनी तो दावा दाखल करण्याचा दबाव कायम ठेवला. जेव्हा त्यांनी दाखल केलेल्या दाव्याची नोटिस मला मिळाली, तेव्हा मी माझ्या टेबलावर डोके ठेवून मनसोक्त रडलो.

त्या दाव्यासंबंधी पसरलेल्या अफवा आश्चर्यकारक होत्या. त्यामागे तिहेरी नुकसानीसंबंधी चर्चा होत होती, ज्यामुळे प्रत्येक फ्रँचाइझीला प्रचंड रक्कम मिळाली असती. माझ्या कानांवर आलेला एक आकडा होता तो– प्रति फ्रँचाइझी ९०००० डॉलर्सचा. हे सर्व मूर्खपणाचे होते. कारण जरी न्यायालयाने तसा निकाल दिला असता तरी तसे देण्यासाठी कंपनीकडे एक छदामही नव्हता. जरी दिवाळे काढले

असते, तरी धनकोंनाही फार काही मिळाले नसते; मग फ्रँचाइझी तर बाजूलाच राहिले. कारण आमच्याकडे मालमत्ता होती ती फक्त भरपूर वापरलेल्या डिलिव्हरीच्या मोटारगाड्यांची. त्या विकल्या, तर खरेदी किमतीच्या निम्मी रक्कमही हातात आली नसती. काही फ्रँचाइझी म्हणाले, ''आम्ही कंपनीवर दावा लावलाय, वैयक्तिकरीत्या तुमच्यावर नाही.'' पण माझ्या दृष्टीने हा फरक काल्पनिकच होता.

परिस्थिती आणखी खराब म्हणजे किती? तर, आमच्या कायदेविषयक सल्लागार कंपनीनेच आमच्यावर दावा लावला होता आणि त्यांनी आम्हाला मिळणाऱ्या सर्व रॉयल्टीवर हक्क सांगितला होता. हे म्हणजे, आमचा गळा दाबण्यासारखेच होते. कारण आमचे फ्रँचाइझी आमची रॉयल्टी देणे कसे चुकवता येईल याची संधीच शोधत होते. शेवटी मी त्या कंपनीशी सविस्तर बोलणे केले, त्यांना सत्य परिस्थिती सांगितली. आमच्या धनकोंबाबत ज्या पद्धतीने आम्ही परिस्थिती हाताळली, तशीच याबाबतही हाताळली.

मी मुख्य कार्यालयातील कर्मचारी मोठ्या संख्येने कमी केले. शेवटी फक्त ईस्टर लँग, मार्गी व मीच उरलो. मला कार्यालय नेहमीच गर्दीने भरलेले दिसायचे, कारण आमचे धनको आमच्याकडे सारखेच यायचे. दावे मोठ्या गठ्ठ्यात यायचे. अनेक शासकीय पर्यवेक्षक येत राहायचे. विक्रीकर खातेही मागे लागलेच होते. शासकीय कर खाते आमच्या मागे होतेच. त्यांनी आमच्यावर १८००० डॉलर्स थकबाकीची नोटिस काढली होती. मी स्टीव्ह लिटव्हिलरकडून पैसे उसने घेऊन थोडा दंड भरला. मी फक्त त्याला फोन केला आणि काही पैशाची गरज आहे, असे सांगितले. मग त्याने विचारले किती आणि मी म्हटले– १०००० डॉलर्स. तो म्हणाला, ''ठीक आहे. मी चेक पाठवतो.'' बस, एवढेच! त्याने हमीपत्र घेतले नाही की पोचपावती. मी त्याला सांगितले की, हे पैसे भावी रॉयल्टीच्या येण्यात मी वळते करीन. हा एक आजपर्यंत न पाहिलेला मित्रत्वाचा अत्युच्च प्रसंग मी अनुभवला. बाकी शासनाला द्यायचे पैसे मी आमच्या एका पुरवठादाराकडून उसने घेतले आणि आमचा इलिनॉइसमधल्या स्टोअर्सचे ५१ टक्के समभाग तिथल्या स्टोअर चालकाला– त्याचे नाव टॉम ॲहलर्स– विकून बाकीचे पैसे उभे केले.

नेमलेल्या मध्यस्थांनी जप्तीचे कागद आणावेत, कार्यालयात सापडेल ती वस्तू जप्त करावी– जसे टाइपरायटर्स, आकडेमोडीची यंत्रे, हिशेबाच्या नोंदवह्या. एक दिवस जेव्हा ईस्टर लँगने मला एक चेक दिला, त्या वेळी असाच एकजण ज्याच्या पँटला पिस्तूल लटकावलेले होते– आला आणि ते पिस्तूल माझ्यावर रोखून म्हणाला, ''मी तो चेक घेणार आहे.''

''नाही, तुला देणार नाही'' असे म्हणत मी तो फाडून टाकला.

''ठीक आहे. मग मी तो दारातला ट्रक घेऊन जाईन.'' त्याने धमकी दिली.

त्याने तसे केले आणि मला त्याला थांबवणे शक्य झाले नाही. मग मी त्या धनकोच्या वकिलांना फोन केला अन् तो ट्रक परत मिळविण्याची व्यवस्था केली.

अशा प्रकारच्या प्रसंगाने मी भडकून जात असे; पण मला ते थांबवणे शक्य होत नसे. फ्रँचाइझींचा अविश्वासाचा दावा हा आणखी एक विषय होता. मित्रांशी लढा द्यायचा मी तिरस्कार करतो; पण या प्रकरणात माझ्यापुढे दुसरा मार्गच नव्हता. मी डेट्रॉइटच्या डायकेमा अँड गॉसेट या कायदेविषयक सल्लागार कंपनीला माझे कायदेविषयक काम करण्यास सांगितले आणि त्यांनी एक तरुण वकील रॉबर्ट सीमोर माझी प्रकरणे हाताळण्यासाठी दिला.

जेव्हा सीमोर कायदेविषयक प्रकरण हाताळत होता, तेव्हा मी स्वत:च फ्रँचाइझींकडे गेलो व त्यांना माझी परिस्थिती समजावून सांगितली. मी त्यांना पटवून दिले की, डॉमिनोज आर्थिक अडचणीतून सहीसलामत तग धरेल, बाहेर येईल आणि माझ्याशी लढा देण्याऐवजी मला मदत करणे त्यांच्या दृष्टीने श्रेयस्कर होईल. ही एक कष्टदायक प्रक्रिया होती, पण तीन वर्षांत एकामागून एक त्या सर्वांनी आपले दावे मागे घेतले. त्यांपैकी काहींनी डॉमिनोजबरोबरचा फ्रँचाइझी करार परस्परसंमतीने रद्द केला. मी ती स्टोअर्स भली मोठी रक्कम देऊन कंपनीची करून घेतली; पण तसे करणे एका दृष्टीने योग्य ठरले.

माझ्या मते, शेवटी आम्ही अवलंबलेल्या मार्गामुळे डॉमिनोजची फ्रँचाइझी पद्धत अधिक सक्षम झाली. या बाहेर पडणाऱ्यांत शेवटी होता चक ग्रे. त्याने आम्हाला सोडले आणि स्वत:चीच पिझ्झा पुरवणारी कंपनी काढली. अर्थात, आमचे हे परस्परांपासून दूर जाणे सुखकारक नव्हते.

मला वाटू लागले की, मी दुहेरी जीवन जगत आहे. दिवसा मी मोहमद अली या बॉक्सरसारखा येणाऱ्या धनकोच्या माणसाशी जणू ठोसाठोसी करत होतो. ते आले की, आवळलेल्या मुठीमुळे माझे हात बधिर व्हायचे, ते त्यांना सर्व स्पष्टीकरण देताना; पण रात्री मी बाहेर पडून मिशिगन व ओहिओ राज्यातील स्टोअर्सना भेट देत असे आणि काही आठवड्यांच्या सातही रात्री माझे एक आवडते थांबण्याचे ठिकाण होते– ॲन आर्बरमधील डिक म्युल्लरचे स्टोअर. मला डिकचे खास कौतुक वाटायचे. कारण जेव्हा १९७० मध्ये मंदीच्या काळात डॉमिनोज अगदी गाळात होती– जेव्हा हेवलिन व त्याची माणसे कारभार सांभाळत होती– तेव्हा तो मला भेटायला त्याच्या रविवारच्या साध्यासुध्या कपड्यात आला होता. त्याने विचारले की, त्याला आमची फ्रँचाइझी मिळेल का? माझा त्यावर विश्वासच बसेना. कारण त्या वेळी डॉमिनोज म्हणजे चेष्टेचा विषय होता. आमची अनेक स्टोअर्स बंद झाली होती. त्यांच्या दारावर कायदेशीर सरकारी नोटिस होती की– ही यू.एस. सरकारची मालमत्ता आहे आणि अशा वेळी हा तरुण ४४०० डॉलर्सचा चेक घेऊन आला

होता आणि ते पैसेही त्याने आपल्या पालकांकडून उसने घेतले होते व तो फ्रँचाइझी मिळवण्याच्या धडपडीत होता.

मी जेने बेल्कनॅपशी फोनवर बोललो– तो म्हणाला व त्याने संकेत दिला की, डिक हा एक उत्तम स्टोअरचालक होऊ शकेल. मग आम्ही तो फ्रँचाइझी करार केला. म्युल्लर आता विनोदाने म्हणतो की, त्याने इतक्या आंधळेपणाने तो करार केला होता की, ज्या कंपनीशी तो करार करतोय, ती कशा प्रकारची आहे हे पाहण्याची फिकीरही त्याने केली नाही. त्याला थोडीफार माहिती होती ती, तो माझा ड्रायव्हर म्हणून काम करतानाच्या वेळेची आणि नंतर बेल्कनॅपमध्ये व्यवस्थापक म्हणून काम करत होता त्या वेळेची; पण त्याला हा पिझ्झाचा व्यवसाय आवडला होता आणि कदाचित त्याच्या यशाचे रहस्य हे शेवटचे त्याचे आवडीचे काम करण्यात दडलेले होते.

मी म्युल्लरला आमच्या एका बंद पडलेल्या स्टोअरमधील यंत्रे/उपकरणे दिली. त्यात काही डिलिव्हरीच्या मोटारगाड्याही होत्या. त्याला स्टोअरचा जम बसवण्यास थोडा वेळ लागला. कारण तो ॲन आर्बरच्या निवासी भागात होता. त्याचा अनुभव होता तो विद्यापीठ परिसरातील मोठ्या प्रमाणावरील उलाढालीच्या धंद्याचा. मी तिथे आठवड्यातून ३-४ वेळा जायचो आणि त्याला मदत करायचो. धंदा कसा वाढवावा याच्या काही सूचना त्याला द्यायचो. तसेच खर्च कसा कमी करावा आणि कर्मचाऱ्यांना कसे हाताळावे, याबाबतही; पण बरेच वेळा चर्चा व्हायची ती वर्षात जेव्हा एक लाख डॉलर्स उत्पन्न होईल, तेव्हा काय करावे याची. मला त्याच्या विचारांचा कल ताजातवाना करणारा वाटायचा. कारण त्याने कधीही 'आपण यशस्वी होऊ का?' अशी शंका उपस्थित केली नाही.

त्याच्या दृष्टीने यश हे केवळ वेळ व प्रयत्नांचे फलित होते. मग मिळणारे पैसे कसे खर्च करावेत, त्याबद्दल आम्ही बोलायचो, कशा प्रकारची घरे घेणार याविषयी बोलायचो, कुठल्या प्रकारची गाडी चालवणार त्याविषयी गप्पा मारायचो आणि सुट्टी घालवण्यासाठी कोणत्या चांगल्या जागी जाणार त्याची योजना आखायचो. खरेतर ही परस्परांची स्वप्ने होती आणि मला म्हणजे दिवसभराच्या धनकोंच्या ससेमिऱ्याच्या वैतागातून मिळणारा तो मानसिक विसावाच वाटायचा.

म्युल्लरची आणखी एक गोष्ट मला आवडली. ती म्हणजे, ग्राहकसेवा उत्तम देण्याबाबतची त्याची समर्पित वृत्ती. बेल्कनॅपने त्याला चांगले तयार केले होते. एकदा मी त्याच्या स्टोअरमध्ये असताना एक माणूस घाईघाईने स्टोअरमध्ये आला आणि त्याने मोठ्या पिझ्झाची किंमत विचारली. त्याच्या गाडीत त्याचे कुटुंबीय बसले होते आणि डिकने जेव्हा ज्याला किंमत सांगितली, तेव्हा तो नकारार्थी मान हलवत परत फिरला. डिकने मला स्टोअरवर लक्ष ठेवायला सांगितले, तो

त्याच्यापाठोपाठ धावतच ऑर्डरची नोंदवही व पेन घेऊन गेला. तो गाडीजवळ जाऊन त्या माणसाशी व त्याच्या बायकोशी सुमारे पाच मिनिटे बोलत होता. तो परत आल्यावर मी त्याला विचारले, ''काय, ऑर्डर मिळाली का?'' तो म्हणाला, ''तुझे अगदी बरोबर आहे– मला ऑर्डर मिळाली. त्यांना काही लहान मुले आहेत. त्यांना थोड्या जास्त जाडीचा पण छोट्या आकाराचा पिझ्झा पाहिजे होता. मुलांना फक्त पेप्पेरोनी हवे होते. मग मी त्यांना सुचवले की, त्यांनी अर्धे पेप्पेरोनी घ्यावे. अर्धे सॉसेज व मश्रुम्स घ्यावेत आणि ते सर्वांमध्ये वाटून घ्यावे.''

एका वर्षानंतर म्युल्लरने स्टोअरची विक्री प्रतिहप्ता १२०० डॉलर्सवरून २२०० डॉलर्सपर्यंत नेली; पण तो अस्वस्थ होत होता. त्याने मिशिगन विद्यापीठातील अभ्यास अर्धवट सोडला होता, आता त्याला तो पूर्ण करायचा होता. म्हणून त्याने ईस्ट लान्सिंगमधील मिशिगन लेस विद्यापीठाच्या रेस्टॉरंट विद्यालयात नाव दाखल केले. तो तिथे जायचा आणि फावल्या वेळात स्टोअर चालवायचा; पण ते ठीक चालले नाही. धंदा खाली गेला आणि मग त्यात दुसऱ्या सहामाहीची विद्यालयाची फी देणेही परवडेना. त्याने सैन्यात प्रवेश करायचा प्रयत्न केला; पण वजन जास्त आहे, या कारणामुळे त्याला प्रवेश नाकारण्यात आला. मग त्याने माझ्याकडे कबूल केले की, तो आता वैफल्यग्रस्त झाला आहे. त्याने तक्रार केली की, ॲन आर्बरमधल्या त्याच्या स्टोअरच्या आसपास आता डॉमिनोजचे अनेक स्टोअर्स निघालेत; त्यामुळे त्याला वाढीला वाव नाही.

मधल्या काळात माझ्याकडे कोलंबसमधले थोडे डळमळीत अवस्थेतले एक स्टोअर होते. माइक पॉलने ते उघडले होते, पण आता त्याला आणि त्याच्या बायकोला यपसिलांटीमध्ये स्थायिक होऊन कौटुंबिक जीवन चालू करायचे होते. माइकला विद्यापीठ परिसराच्या उत्तरेच्या बाजूला एखादे पिझ्झा स्टोअर विकत घ्यायचे होते व मलाही तसे व्हावे असे वाटत होते; त्यामुळे मला कोलंबसमधील स्टोअरची काही व्यवस्था लावणे भाग होते. बॉब कॉटमन आता सैन्यातून बाहेर पडला होता आणि तो शिक्षणासाठी कोलंबसमध्ये येत होता. मी त्याला तात्पुरती व्यवस्था म्हणून अर्धवेळ काम करून कोलंबस तसेच लँकेस्टर, झानेसाव्हिल्ले व बाउलिंग ग्रीनमधील स्टोअर्सच्या देखरेखीचे काम दिले. त्याला त्याचा अभ्यासक्रम पूर्ण करण्यासाठी त्याची ताकद लावायची होती.

माझ्या लक्षात आले की, म्युल्लर ओहिओतला आहे. त्याचे कुटुंबीय क्लीव्हलँडमध्ये राहत होते. मला वाटले की, त्याला तिथे जाणे आवडेल. म्हणून मी त्याला असे सुचवले की, ॲन आर्बरमधल्या स्टोअर्समधील त्याच्या ४९ टक्के भागीदारीच्या बदल्यात त्याने तेवढीच भागीदारी कोलंबसमधील स्टोअरमध्ये घ्यावी. मला माहीत होते की, तो त्या जागेचा धंदाही चांगला वाढवेल. त्यावेळी ते स्टोअर थोडे गचाळ

अवस्थेत होते; पण ते विद्यापीठातील परिसरात होते व धंदावाढीला तिथे चांगला वाव होता. डिकला त्यात स्वारस्य होते, पण मी त्याला म्हटले की, माझा विचार आहे की, कोलंबसला जाण्यापूर्वी त्याने हा करार पूर्ण करावा.

"तू जर स्टोअर प्रथम पाहिलेस, तर तू कदाचित ते खरेदी करणार नाहीस." मी आवंढा गिळत म्हटले.

"मला नाही वाटत डॉमिनोज स्टोअर एवढे खराब दिसत असेल!" तो म्हणाला.

"डिक, ते खरोखरच इतके चांगले दिसत नाही." मी म्हणालो.

"त्या जागेत किती भट्ट्या आहेत?" त्याने विचारले.

"तिथं चार भट्ट्या आहेत." मी सांगितले.

"तिथे कूलर आहे का?" –डिक.

"तिथे तुझ्याकडे आहे तसाच वॉकशन कूलर आहे." –मी.

"तिथे किती धंदा होतो?" –डिक.

"तिथे सध्या ६०० डॉलर प्रतिहप्ता धंदा होतो." –मी.

"अरे वा! प्रतिहप्ता २२०० डॉलर्सचा धंदा करणाऱ्या स्टोअर्सच्या बदल्यात तू माझ्या गळ्यात प्रतिहप्ता ६०० डॉलर्सचा धंदा करणारे स्टोअर्स घालतोस काय?" –डिक.

"ते बरोबर आहे; पण ते ६०० डॉलर्स उन्हाळ्यातले आहेत." मी म्हणालो. "एकदा तू स्टोअर चालवायला घेतलेस की, त्यातून मिळणारा नफा तू इतर स्टोअर वाढवायला वापरू शकतोस. संपूर्ण कोलंबस शहर तुझ्यासाठीच आहे."

माझ्या लक्षात आले की, मी देऊ केलेल्या व्यवहारात त्याचे स्वारस्य वाढते आहे; पण मी करारात आणखी एक तरतूद घातली, "तू जे विकत घेतो आहेस ते संभाव्य धंद्याचे गणित आणि मी ते तुला केवळ १०००० डॉलर्सला देऊ करतोय." त्यावर त्याने एक दीर्घ श्वास घेतला, पण तो नंतर त्याला कबूल झाला. त्याने त्या कोलंबसमधल्या स्टोअरच्या नफ्यातून ते १०००० डॉलर्स द्यायचे मान्य केले. आम्ही त्या कराराद्वारे हातमिळवणी केल्यावर काही दिवसांनी मला डिकचा फोन आला. तो म्हणाला, "तू जेव्हा सांगितलेस की, ते स्टोअर खराब आहे; तेव्हा त्याच्यावर विश्वास ठेवायला हवा होता. तिथे धंदा एवढा कमी आहे की, तिथला व्यवस्थापक संध्याकाळी स्टोअरपुढे बसून गिटार वाजवत असतो. जागा रिकामी करून मिळावी म्हणून घरमालकाने नोटिस बजावली आहे. कारण घरभाडे थकले आहे. कार कंपनीने दोन गाड्या परत नेल्या आहेत."

तो म्हणाला, "तुमच्या कोठीघरातून मला खाद्यपदार्थ मिळायला हवेत. आम्ही बिल न दिल्यामुळे त्यांनी पुरवठा बंद केला आहे." मी त्याची काळजी घेण्याचे

वचन दिले आणि पुढे बोलणार होतो तेवढ्यात तोच म्हणाला, ''आणि हो टॉम, तू म्हणालास की, स्टोअरमध्ये चार भट्ट्या आहेत, ते बरोबर आहे; पण तू हे सांगायचे विसरलास की, त्यांच्यावर धूर व गरम हवा जाण्यासाठी चिमणी नाही. तिथे इतके गरम होते की, उभे राहवत नाही. आणि हो, मी हेही सांगतो, तो कूलर काम करत नाही.''

मला त्याच्या या समस्यांबाबत सहानुभूती होती; पण मला खात्री होती की, तो त्यावर मात करील, त्या व्यवस्थित हाताळेल आणि त्याने तसेच केले. तीन महिन्यांतच त्या स्टोअरचे साप्ताहिक उत्पन्न ७००० डॉलर्स झाले आणि त्याने सर्व कर्ज फेडले होते. मग त्याने एक जुने गॅरेज भाड्याने घेतले व तिथे दुसरे स्टोअर उघडले आणि या दोन्हींतील नफ्यामधून तिसरे मग चौथे, असे १० स्टोअर व्हायला फार वेळ लागला नाही. मग त्याने 'ओहिओ पिझ्झा एंटरप्रायझेस आयएनसी' नावाने कंपनी स्थापन केली.

डिककडे होती तशी ऊर्जा लवकरच डॉमिनोजच्या सर्व कार्यपद्धतीत सळसळू लागली व त्याने कंपनीला नवसंजीवनी दिली. आम्ही आगेकूच करत होतो, पुन्हा नवे स्टोअर्स उघडत होतो. न्यू इंग्लंडची भूमी आम्हाला खुणावत होती. लिट व्हिलरने व्हरमाँटमधल्या त्याच्या हद्दीत पाच स्टोअर्स उघडले होते, तर फ्लोरिडामध्ये डेव्ह किलबीही चांगलाच सरसावला होता. सन १९७१ च्या शेवटी सहा राज्यांमध्ये आमचे ३४ स्टोअर्स झाले होते. माझ्या कल्पनाशक्तीला भरारी देण्याची क्षमता आता माझ्यात पुन्हा आली होती.

जॉन कॅरेल हा आमच्या ईस्ट लान्सिंगमधल्या स्टोअरमध्ये १९६७ मध्ये त्याचा एमबीएचा अभ्यास करता-करता काम करत होता. त्याने हॉटेल व रेस्टॉरंट मॅनेजमेंटमधला अभ्यासक्रम पूर्ण केला होता, तो मिशिगन स्टेट विद्यापीठातून. मे १९७० मध्ये एक दिवस तो माझ्या कार्यालयात आला आणि त्याने 'एखादी नोकरी मिळेल का?' अशी विचारणा केली. त्याचा कंपनीशी दोन वर्षे संपर्क नव्हता आणि तो काही काळ टेक्सासमधल्या शाळेत शिक्षकाचे काम करत होता.

त्याने मला विचारले की, मी आजारी वगैरे होतो का? मला वाटते, मी आजाऱ्यासारखा दिसत असावा. त्याने याआधी मला पाहिले, तेव्हापासून माझे वजन ३० पौंड कमी झाले होते. मी त्याला सांगितले की, मी आजारी वगैरे नाही, पण मला काही समस्या होत्या. मग मी त्याला जे घडले होते, ते सांगितले. ती आग, मग त्यातून बाहेर येणे, वाढ, मग धंद्यात खोट व मग कंपनीवरचे नियंत्रण जाणे– वगैरे सर्व. मी त्याला सांगितले की, ईस्ट लान्सिंगमधल्या ट्रोब्रिज स्टोअरमध्ये आम्हाला एका व्यवस्थापकाची गरज आहे. पूर्वी तो टेरी व्हॉइसबरोबर तिथे काम करू लागला व चांगला यशस्वी झाला आहे. ते उघडल्यानंतर दुसऱ्याच आठवड्यात

त्याची विक्री ६००० डॉलर्स झाली (१९८६ च्या दराने ३०००० डॉलर्स).

खरेतर त्या स्टोअरमधील आमची गुंतवणूक वर्षातच वसूल झाली; त्यामुळे ती जागा मोक्याची आहे, हे लक्षात आले होते; पण नंतर तो धंदा घसरला, कारण तिथे चांगला व्यवस्थापक नव्हता. जॉनने तिथे जायचे कबूल केले; पण तो म्हणाला, त्याच्याकडे राहण्यासाठी भाड्याने जागा घ्यायला पैसे नाहीत. त्याला काही पैसे उसने मिळतील का? माझ्याकडे फक्त माझ्या पगाराच्या चेकचे २२० डॉलर्सच होते. म्हणून मी त्याला तेवढे पुरतील का, असे विचारले.

"नक्कीच! ते छान होईल." तो म्हणाला.

मग मी त्याच्या नावे चेक दिला. मी म्हटले, "तू ईस्ट लान्सिंगमध्ये रविवारी येशील, अशी मला खात्री आहे. कारण मी त्यासाठी तुला द्यायचे पैसे बायकोकडून उसने घेणार आहे."

कॅरेलने नंतर मला त्या प्रसंगाची आठवण करून दिली व सांगितले की, मार्गीने त्याला व त्याच्या बायकोला खास आभाराचे पत्र लिहिले की– त्यांनी ते भाड्यासाठी उसने दिलेले पैसे १२ हप्त्यांत परत केले होते. ते पैसे कधी परत मिळतील, अशी आशा मार्गीला नव्हती.

कॅरेलला ते स्टोअर ऊर्जितावस्थेत आणण्यासाठी फार वेळ लागला नाही अन् तसे झाल्यावर मी त्याला संपूर्ण लान्सिंग क्षेत्राचा पर्यवेक्षक म्हणून नेमले. त्याने चांगले निकाल दाखवून दिले, त्याबद्दल मी त्याला खास बढतीही दिली. त्यातून एक सिद्ध झाले की– कंपनी सर्जनशील तेव्हाच होते, जेव्हा तिथले कर्मचारी व अधिकारी उद्योजकतेने भारलेले, स्वतंत्र व्यक्तिमत्त्वाचे असतात.

जानेवारी १९७१ च्या एका रविवारच्या मध्यरात्री मी कॅरेलला फोन करून 'आज धंदा कसा झाला?' म्हणून विचारले.

"तितकासा चांगला नाही." तो म्हणाला.

"का बरे?" –मी.

"कारण मला बढती मिळाल्यामुळे अभिनंदनाचे भरपूर फोन आले; त्यामुळे फोन सारखा एंगेज लागत होता."

मी रागावलो. ग्राहकांना स्टोअरपासून दूर राहावे लागणे, ही कल्पना मला आवडायची नाही. डॉमिनोज कधी आपल्या ग्राहकांना अशी वागणूक देत नाही. शिवाय फोन बंद करायला लागणे याचा अर्थ व्यवस्थापकाने कामाचे वेळापत्रक नीट बसवले नाही आणि त्याबाबत मी आग्रही असतो. मला काय वाटते ते कॅरेलला मी स्पष्ट शब्दांत सांगितले. त्याने मनापासून माफी मागितली. मग त्याने सांगितले की, त्या दिवशी त्याने ३५०० डॉलर्सचा गल्ला जमवला होता. मी पुन:पुन्हा विचारले, एका दिवसात ३५०० डॉलर्स? हा आकडा गगनाला भिडणारा होता.

असे काय केले की, त्यामुळे हे घडले?

त्याने सांगितले की, त्या दिवशी त्याने वृत्तपत्रात मोठी जाहिरात दिली व रेडिओवरही! त्यात त्या दिवसाचे नाव 'सुपर संडे' ठेवले आणि १२ इंची पिझ्झा १ डॉलरला देण्याचे जाहीर केले. त्याला विश्वास होता की, कितीही झुंबड उडाली तरी त्याला तोंड देणे शक्य होते. कारण त्याच्याकडे 'बिग रेड' ही फिरती प्रचंड मोठी भट्टी होती; पण जर काही गडबड झालीच, तर पर्याय म्हणून त्याने बाहेरच्या बाजूला पार्किंगमध्येही आणखी एक भट्टी तयार ठेवली होती. त्याने कोठीघरातून जादा खाद्यपदार्थ मागवले आणि सर्व ड्रायव्हर्स व काही जादा कर्मचारी. लोकांचा लोंढा आला, तर तोंड द्यायला पुरतील एवढे!

तो म्हणाला, ''स्टोअर उघडल्यावर पहिल्या तासात एकही फोन आला नाही. मी घाबरलो. मला वाटले, आपल्या योजनेचा फज्जा उडणार. मग दुपारी ५.४० वाजता एकदम झुंबड उडाली. एवढी गर्दी मी कधी पाहिली नव्हती. नंतर विचार केला तेव्हा जाणवले की, हा सुपर संडेचा घाट आपण योग्य वेळी घातला. त्या वेळी हे लक्षात आले नाही की, त्याच दिवशी सुपरबॉल गेमही होती! मी म्हणालो, ''जॉन, मला तुझा अभिमान वाटतो. सुपर संडे ही एक भन्नाट कल्पना आहे. आपण पुढच्या वर्षीही राबवू.''

सन १९७१ च्या ख्रिसमसला डॉमिनोज आपल्या तेजीच्या पूर्वपदावर आले होते आणि आम्ही त्याचा आनंद लुटला.

१९७२ च्या जानेवारीत मी गेल्या दोन वर्षांत आम्हाला अनुभवास आलेल्या व कंपनीत घडलेल्या विविध घटनांचा आढावा घेतला आणि कंपनीला या दिव्यातून का जावे लागले, त्याचाही विचार केला. आमच्या चुकांचे मी विश्लेषण केले आणि परत असे घडू नये, म्हणून काही ध्येयनिश्चिती केली.

पहिली व सर्वांत गंभीर चूक आम्ही केली– ती म्हणजे, प्रशिक्षण नसलेल्या नवख्या व्यवस्थापकांना स्टोअर्समध्ये थेट पाठविले. आम्हाला वाटले की, आम्ही एक तातडीचा प्रशिक्षण कार्यक्रम करू आणि देखरेखीत वाढ करू; पण अनुभवाला पर्याय नसतो. पिझ्झा करण्यात पहिली गोष्ट म्हणजे मोठे कसब लागते. तसेच व्यवस्थापकाला अनेक गुंतागुंतीचे प्रश्न हाताळावे लागतात. जसे– पिझ्झाची डिलिव्हरी व स्टोअर्सचे व्यवस्थापन; त्यामुळे मी नोंद केली की, डॉमिनोजची पहिल्या क्रमांकाची प्राधान्यता– आज व भविष्यातही– हे भरती प्रशिक्षण व स्टोअर्सच्या व्यवस्थापकांना प्रोत्साहित करणे.

आमची दुसरी चूक होती क्षमतेपेक्षा जास्त विस्तार. मी अशी प्रतिज्ञा केली की, यापुढे केवळ विस्ताराकरता म्हणून विस्तार करायचा नाही. आम्हाला वाढ हवी आणि आम्ही ती करणारच; पण वाढ व विस्ताराकरता चांगले कारण हवे. नाही

तर नुसती स्टोअर्समध्ये भर टाकत राहायची आणि उत्पन्न वाढते कधी, हे पाहत राहायचे; हे नको. स्टोअरचे काम परस्परांना पूरक हवे. उदाहरणार्थ, जर शहरात आमचे एक स्टोअर असेल तर उत्तम; पण आमच्या पहिल्या स्टोअर्सपासून २-३ मैल दूर आम्ही दुसरे स्टोअर उघडले, तर पहिल्यातील विक्री नेहमी सुधारते. अशा प्रकारच्या वाढीला आम्ही खतपाणी घातले पाहिजे; पण पहिले स्टोअर उत्तम प्रकारे स्थिरस्थावर झाल्याशिवाय त्याच क्षेत्रात दुसरे स्टोअर उघडायचे नाही, हे पथ्य पाळायला हवे. स्थैर्य येण्यासाठी आठवड्याचा गल्ला किमान २००० डॉलर्सचा हवा. त्या दिवसात स्टोअर नफ्यात येण्यासाठी तो लक्ष्यबिंदू होता. सुनियोजित विस्तार या कल्पनेचा आधार घेऊन मी १९७२ चे माफक उद्दिष्ट ठेवले ते २० नवे स्टोअर्स उघडायचे; त्यामुळे आमच्या स्टोअर्सची संख्या ५४ झाली असती.

आणखी एक चूक म्हणजे, आमच्या मध्यवर्ती कार्यालयात गरजेपेक्षा जास्त लोकांची भरती. मी निश्चय केला की, तिथे गरजेपेक्षा जास्त लोकांची भरती करायची नाही आणि उच्चपदस्थ तर अगदी मोजून-मापूनच ठेवायचे. लालफितीचा कारभार दूर करणे तितकेसे सोपे नव्हते; पण मी बघितले की, तिथे असलेल्या २९ जणांनी केवळ कागदपत्रांचे काम पाहणे, हे निरुपयोगी होते. मी फक्त हिशेबाचे रेकॉर्ड ठेवले, कारण ते 'अंकल सॅम' म्हणजे सरकार आम्हाला ठेवायला भाग पडत होते असे. एका फाइलमध्ये प्रत्येक स्टोअरचे कायदेविषयक दस्तऐवज जसे– भाडेकरार व अन्य प्रकारचे करार. आमच्या स्टोअर्सच्या क्षेत्रातून माझ्या या निर्णयाला उत्तम प्रतिसाद मिळाला. ज्या पद्धतीने मध्यवर्ती कार्यालयात बदल होत होते, ते पाहून ते खूश झाले. समस्या आल्या, तर कागदी घोडे न नाचवता आम्ही त्या ताबडतोब सोडवत होतो.

शेवटची आणि माझ्या दृष्टीने मारक चूक होती– ती म्हणजे, योग्य वेळी सर्व आर्थिक व्यवहारांची आकडेवारी व तक्ते मिळतील याची खात्री न करणे.

जिथून मी त्या वर्षाची सुरुवात करायला बसलो, तिथून पाहिले तर असे लक्षात आले की, डॉमिनोजने आपल्या क्षमतेचा फारच कमी वापर केला आहे. मला माहीत होते की, आमच्याकडे देशातील सर्वांत उत्तम चालणारा पिझ्झेरिया होता.

आमच्या स्पर्धकांनाही ते मान्य करावे लागले असते. आर्थिक वर्तुळात त्याविषयी चांगले मत तयार झाले नव्हते; पण तीही परिस्थिती आम्ही बदलू शकत होतो.

आमच्या कंपनीतील प्रत्येक अधिकारी व पर्यवेक्षकाने माझ्याबरोबर मुख्य निश्चय करावा, असे मी पाहणार होतो. तो म्हणजे, स्टोअर्सना भेट देणे. तुम्हाला जे पाहिजे ते तोपर्यंत मिळत नाही, जोपर्यंत तुम्ही पाहणी करत नाही. तुम्ही जेव्हा टेलिफोनवरून प्रश्न विचारता, तेव्हा तुम्हाला आवडतील अशीच उत्तरे ऐकायला

मिळतात; पण जर स्वत: स्टोअरला प्रत्यक्ष भेट दिली, तर तुम्हाला मन:पटलावर हजारो ठसे ठेवता येतात आणि त्यातले बरेच 'काय सुधारणा करायला हवी?' यासंबंधीचे असतात. जेव्हा स्टोअर सुरळीत चालू असते, तेव्हा तिथली भेट म्हणजे वेळेचा अपव्यय, असे वाटते; पण त्या स्टोअरला भेट देणे काही महिने थांबवा आणि पाहा– ते दर्जात वेगाने खाली गेलेला असेल. मी अनुभवाद्वारे अत्यंत कठोर परिस्थितीत हा धडा घेतला.

एकाहून अधिक वेळा मी स्टोअरला भेट दिल्यावर पाहिले की, तिथली परिस्थिती इतकी खराब होती की, तिथल्या व्यवस्थापकाला नोकरीवरून तत्काळ कमी करावे लागले. अशा एका भेटीच्या प्रसंगी, माझ्याबरोबर नॉर्थ अमेरिकन पिझ्झा असोसिएशनचे अध्यक्ष व तिचे प्रशासक डॉम सिक्कारेली होते. ते गाडीत बसले होते; कारण माझा विचार होता– स्टोअरमध्ये चक्कर मारावी, हाय-हॅलो करावे, सर्वत्र नजर टाकावी आणि निघून जावे. त्याला वाटलेल्या आश्चर्याची तुम्ही कल्पनाच करा, जेव्हा मी त्याला म्हटले– "जरा आत या, इथे फोनजवळ बसा व ऑर्डर्स घ्या. मी पिझ्झा करतो व भट्टीकडेही पाहतो. मी आत्ताच माझ्या व्यवस्थापकाला तडकाफडकी कामावरून काढून टाकले आहे." आम्ही तिथे रात्री बराच वेळ काम केले आणि आम्ही स्टोअर बंद करतेवेळी सिक्कारेली मला म्हणाला, "मला वाटते, या पिझ्झाच्या धंद्याविषयी मी वर्षभर असोसिएशन चालवून जेवढी माहिती मिळाली नाही, ती आज मला एका रात्रीत मिळाली."

माझ्या उद्दिष्टांच्या यादीच्या शेवटी १९७२ मध्ये मी एक नोंद करून ठेवली. त्यात माझे तंत्रज्ञान व नवा निर्धार व्यक्त केला होता. तो असा– 'माझा विश्वास आहे की, ज्या धंद्याची आम्हाला पूर्ण माहिती आहे, त्याच धंद्यावर आम्ही लक्ष केंद्रित केले पाहिजे. तो धंदा म्हणजे, पिझ्झा स्टोअर्स चालवण्याचा. ज्या क्षेत्राविषयी आम्हाला काहीही माहीत नाही, त्या क्षेत्राच्या वाटेला जायचे नाही.'

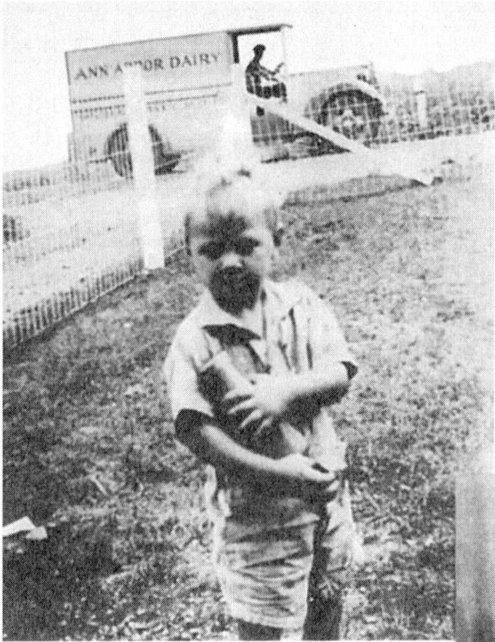

पिझ्झाची वर्दी पोहोचवण्यापूर्वी बराच काळ आधी मी चॉकोलेट मिल्क घरी आणले.

माझा भाऊ जिम (डावीकडे) आणि मी

३ वर्षांचा मी माझ्या वडिलांबरोबर

मरीन कोअरमध्ये असण्याचा मला फार अभिमान वाटायचा.

मिशिगन राज्यातील जॅक्सन येथील सेंट जोसेफचे अनाथालय. त्याचे वास्तुशिल्प मला फार आवडायचे; पण माझ्या तिथल्या (बंदी) वासाचा मी तिरस्कार करायचो.

ऑगस्ट १९८३ मध्ये सिस्टर बेरार्डा आणि मी. ती माझे प्रेरणास्थान होती.

या सर्वांची सुरुवात येथून झाली. यपसिलांटीमधील मूळचे डॉमि-निक्स पिझ्झा स्टोअर.

यपसिलांटीच्या क्रॉस स्ट्रीटवरील आमचे पिझ्झा स्टोअर. त्यामागच्या घरात असलेले आमचे मध्यवर्ती कार्यालय तिथे लागलेल्या आगीत जळून खाक झाले.

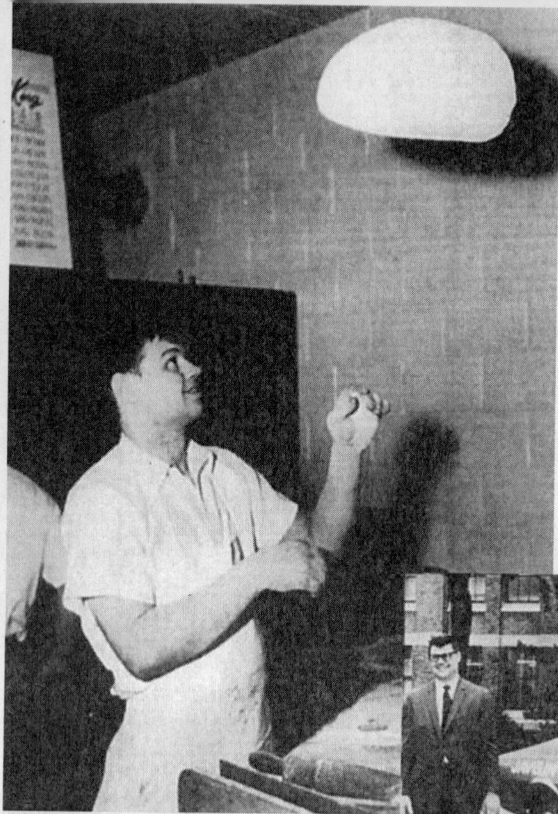

डॉमि-निक्स पिझ्झा किंगमध्ये १९६२ साली पिझ्झा बेस हवेत उडवताना.

अमेरिकन मोटार कॉर्पोरेशनकडून आम्ही डॉमिनोजसाठीचा मोटारगाड्यांचा ताफा खरेदी केला.

१९८० साली ॲमस्टार वि. डॉमिनोज पिझ्झा हा खटला चालू असताना 'पेप्पेरोनी प्रेस'करिता हा खास फोटो घेतला.

डॉमिनोज फार्म्सवरील आमच्या नव्या कार्यालयातील काही दृश्ये.

डॉमिनोज फार्म्सवरील गोल्डन बीकन टॉवर्स आणि लांब पण बैठ्या अशा आमच्या कार्यालयाच्या इमारती.

'मॅककॉर्मिक हाऊस'चा आराखडा

१९३४ ड्युएसेनबर्गबरोबर टायगर स्टेडियममध्ये मी

१९८४ च्या वर्ल्ड सिरीजमधील अंतिम विजय शॅम्पेनच्या साहाय्याने साजरा करताना जिम कॅम्पबेल, श्री. फेट्झर आणि मी.

मी जेव्हा जेव्हा माझे समुपदेशक व आमच्या संचालक मंडळाचे बहुमोल सदस्य श्री. युजिन पॉवर यांच्याबरोबर असतो, तेव्हा तेव्हा मी नेहमीच नवीन काहीतरी शिकतो.

माझ्या तरुण होन्डुरान मित्रांबरोबर. फादर एनरिकच्या मिशनला मी भरपूर पाठिंबा व आधार देतो, कारण अशा तरुणांना त्यांच्या जीवनात अधिक चांगली संधी द्यावी असे वाटते.

आमच्या विवाहाच्या दिवशी मी आणि मार्गी.

मे १९८० मधील बार्बाराच्या फर्स्ट होली कम्युनियनमध्ये मोनाघन कुटुंबीय.

११

डॉमिनोजच्या व्यवस्थापकांपुढे १९७२ च्या सुरुवातीला मांडलेली उद्दिष्टे आम्ही गाठूच, असा मला विश्वास होता. मला माहीत होते की, आमची कार्यपद्धती कृतिशील आहे. आम्ही जर पाठपुरावा केला, तर आम्ही निश्चितच यशस्वी होऊ; पण माझ्या मोहिमेतील ती एक लढाई होती. त्याहीपेक्षाही अवघड आणि प्रत्येक बाजूने विचार केला तर अत्यंत महत्त्वाची बाब माझ्या दृष्टीने होती– ती म्हणजे, आमच्या बँकर्सचा विश्वास आणि आदर संपादन करणे आणि तसाच तो सर्वसाधारणपणे व्यावसायिकांच्या वर्तुळातही.

मात्र, जोपर्यंत आमची सर्व कर्जे फिटत नाहीत, धनकोंचा ससेमिरा संपत नाही; तोपर्यंत आमची प्रतिमा सुधारणे शक्य नव्हते. त्या आघाडीवर मात्र फारशी प्रगती झाली नव्हती. आमच्या धनकोंच्या मागण्यांनी मला पार जखडून टाकले होते. प्रत्येक सरत्या महिन्याबरोबर त्या देण्यांचा दबाव कमी होत होता; पण तो यामुळे की, बऱ्याच धनकोंनी आमचे येणे मिळण्याची आशा सोडून दिली होती आणि ते पैसे बुडितखाती टाकले होते. त्यांनी होरा बांधला की, पैसे मिळण्याची सुतराम शक्यता नाही. मात्र, त्यांचे ते विचार खोटे पाडण्याचा माझा निश्चय होता.

मधल्या काळात बाहेर स्टोअर्समध्ये मनोबल सुधारत होते. ईस्ट लान्सिंगमधल्या त्या सुपर संडेच्या योजनेमुळे सर्वांचे मनोधैर्य वाढले होते. या खेपेस कॅरोलने आगाऊ प्रसिद्धीचा उपक्रम अधिक चांगला राबवला. आम्ही आमच्या काही फ्रँचाइझींना–

जसे– बॉब कॅरसन, बेलनॅस आणि मॉरिसन्स– त्यासाठी खास निमंत्रित केले आणि त्यांना तेथील गर्दीला तोंड द्यायच्या कामालाही लावले. तुम्ही काही 'पिझ्झामॅन्स'ना एकत्र करा, त्यांच्या नसानसांतून रक्ताऐवजी सॉस वाहतोय अशी कल्पना करा; मग पाहा– तुम्हाला पिझ्झामॅनचे स्वर्गाचे दार उघडण्याचे स्वप्न पूर्ण झालेले दिसेल.

त्या दिवशी ३७ ड्रायव्हर्स वर्दीवर होते आणि डॉमिनोजच्या शॉपमध्ये रॅपिंगचा एवढा मोठा ढीग त्यापूर्वी मी कधी पाहिला नव्हता. मश्रुम्सनी प्लॅस्टिकचे दोन मोठे बॅरल्स भरले होते. कॅरेलने शेजारचे ड्रायक्लीनिंगचे एक शॉप तात्पुरते वापरायला घेतले होते. त्यात पिझ्झा बॉक्सेस आणि इतर माल ठेवायची सोय केली होती. पुन्हा एकदा आम्ही पार्किंग क्षेत्रात स्टँडबाय म्हणून एक भट्टी ठेवली होती आणि ती आम्ही रात्रभर वापरलीही!

त्या दिवशी बोलावलेल्या पाहुण्यांत समावेश होता– तो म्हणजे, नॉर्थ अमेरिकन पिझ्झा असोसिएशनचे टॉम सिक्कारेली यांचा. त्या दिवशी तिथे झालेल्या धंद्याच्या उलाढालीने तो चाटच पडला. त्या दिवशी ताशी १००० या हिशेबाने विनाथांबा पाच तासांत ५००० पिझ्झा तयार केले. पहिल्यांदाच आम्ही बिग रेड भट्टीचे १० ही ट्रेज संपूर्ण भरले, शिवाय बाहेरच्या भट्टीतही पिझ्झा बनवले. आम्ही जणू त्यांचा कारखानाच काढला होता. जे घडतंय, ते पाहून सिक्कारेली एवढा उल्हसित झाला की, त्याने वृत्तपत्रांना तारेने पाठविण्यासाठी तिथल्या तिथेच एक वार्तापत्र तयार केले आणि ते असोसिएट प्रेस व युनायटेड प्रेस इंटरनॅशनलकडे पाठवून दिले. त्यांनी ते घेतले अन् दुसऱ्या दिवशी देशभरातील अनेक वृत्तपत्रांत आम्ही त्या दिवशी निर्माण केलेल्या पिझ्झांच्या वादळी लाटांविषयी भरभरून लिहिले गेले.

त्या सुपर संडेच्या दिवशी सिक्कारेलीच्या उत्साहाने सल्ला-मसलतीची व्यवस्था निर्माण झाली. आम्हाला सल्लागार नेमणे परवडण्यासारखे नव्हते; त्यामुळे ती व्यवस्था अनौपचारिक राहिली– मी त्यांना आठवड्याला १५० डॉलर्स दिले व काही उपयोगी मूल्याच्या गोष्टी वेळोवेळी दिल्या. जसे– वापरलेली गाडी. तो पिझ्झा असोसिएशनचे नियतकालिक प्रसिद्ध करत होताच (ते आता बंद पडले आहे), त्यामुळे त्याला आमच्याकरता 'पेप्पेरोनी प्रेस' हे आमचे नियतकालिक चालवणे सोपे होते. त्याने आपल्या पत्नीच्या मदतीने त्यावर काम केले. ती व्यंगचित्रकार होती. पुढे त्याने जुलै १९७२ मध्ये यपसिलांटीमधील हॉवर्ड जॉन्सन मोटेलमध्ये आमच्या फ्रँचाइझीची पहिली परिषद भरवली. आज आमच्या परिषदा जेवढ्या भव्य प्रमाणावर होतात, त्या पाहता ती परिषद फारच लहान होती; पण ती कंपनीच्या चैतन्याने व धंदा सुधारण्याच्या दुर्दम्य आकांक्षेने भारलेली होती.

त्यापैकी एक सुनियोजित वक्ता होता डिक म्युल्लर. त्याने टप्प्याटप्प्याने राबवलेली कुपन्सची मोहीम – जी त्याने ओहिओ स्टोअर्समध्ये राबवली– कशी

यशस्वी केली, ते सांगितले. आमची इतरही काही व्यवसायविषयक सत्रे होती; पण मी याची खात्री करून घेतली की, तिथे मौजमजाही असेल. त्यासाठी मी काही सनसनाटी कल्पना राबवल्या. जसे– आमच्या फ्रँचाइझीपैकी सर्वांत जलद पिझ्झा करणारा कोण आहे, हे पाहिले. जेने बेल्कनॅपने ३८ सेकंदांत पिझ्झा तयार करून पहिला क्रमांक पटकावला.

मी त्या परिषदेत बीजभाषण दिले आणि अशा प्रसंगी मी नेहमी आजतागायत करतो, त्याप्रमाणे त्याही परिषदेत मी ३० मिनिटांत पिझ्झा घरपोच देण्यावर भर दिला. मला हे ३० मिनिटांत घरपोच पिझ्झाचे प्रमाण सबंध देशाकरता समान करायचे होते. "जेव्हा जेव्हा तुम्ही फ्रँचाइझी भविष्यात माझ्याविषयी विचार कराल, तेव्हा तुम्ही मला माझ्या आद्याक्षरांवरून ओळखले पाहिजे– ते म्हणजे TSM; पण ते या क्रमाने– TMS. ज्याचा अर्थ आहे– थर्टी मिनिट सर्व्हिस!" मी म्हणालो. त्यानंतर अपेक्षेप्रमाणे तिथे हास्याचा गडगडाट झाला. मी ३० मिनिटांच्या सेवेवर भर देतो, हे त्या सर्वांना माहीत होते, तसेच त्यांनी माझ्या तोंडून नेहमी ऐकलेही होते; पण काही फ्रँचाइझी त्यांच्या स्टोअरमध्ये त्यांच्या कर्मचाऱ्यांकडून ३० मिनिटांत घरपोच सेवेचा आग्रह धरण्याबाबत थोडे ढिले होते. मला हा संकेत द्यायचा होता की, मी जे म्हणतो त्यात काही अर्थ आहे आणि माझा आग्रहही! माझ्या अशा ठाम बोलण्याला सकारात्मक प्रतिसाद मिळाला. खरेतर सामावून घेतलेली मूल्ये व उद्दिष्टे यांचे तत्त्वत: पालन करण्याचे आश्वासन देऊनच तिथली चर्चासत्रे संपली. आमच्याविरुद्ध केलेल्या अविश्वासाच्या ठरावाने निर्माण झालेली दरी भरून निघण्यास हे उपयुक्त ठरले. मग मी ठरवले की, दरवर्षी नियमितपणे अशी परिषद भरवायची.

या परिषदेनंतर दोन महिन्यांनी मी कंपनीच्या चैतन्याला आणखी उठाव दिला तो कंपनीच्या नावात परत पिझ्झा शब्द आणून! मला हे कळून चुकले होते की, तो गाळणे ही मोठी चूकच झाली होती. मी आमच्या कंपनीचे नाव १९६९ मध्ये डॉमिनोजमध्ये बदलण्याचे ठरवले होते. कारण आमच्या मध्यस्थांना वाटत होते की, आमच्या नावात पिझ्झा शब्द असणे कमीपणाचे होते; विशेषकरून ज्या कंपनीला पब्लिक लिमिटेड व्हायचे आहे, तिला; पण मला त्या जोपासलेल्या नावाबद्दल फारच सहानुभूती होती. आता तो मला मानाचा, तोऱ्याने मिरवण्याचा शब्द वाटत होता. म्हणून १४ सप्टेंबर १९७२ रोजी आम्ही आमच्या कंपनीच्या आर्टिकल्स ऑफ असोसिएशनमध्ये बदल करण्यासाठी अर्ज दाखल केला. यापुढे मला स्वत:ला 'पिझ्झा मॅन' म्हणवून घेण्यासाठी कोणाची पर्वा करायचे किंवा मान खाली घालायचे काही कारण नव्हते. मला तसे म्हणवून घेण्यात अभिमान वाटतो आणि डॉमिनोज ही पिझ्झा कंपनी आहे, याचाही अभिमान वाटतो.

जेव्हा नावातील बदल संमत करण्यात आला; तेव्हा आम्ही देशाच्या पेटंट कार्यालयात 'डॉमिनोज पिझ्झा आयएनसी' हा आमचा ट्रेडमार्क करण्यासाठी अर्ज केला. त्यावर दोन वर्षे काहीच निर्णय झाला नाही आणि धंद्याच्या व्यापात मी हे सर्व साफ विसरून गेलो. जेव्हा आमची नोटिस पेटंट कार्यालयातून अधिकृत गॅझेटमध्ये प्रसिद्ध झाली, तेव्हा आमच्या ॲमस्टार कॉर्पोरेशनबरोबर कायदेविषयक वाद चालू झाला. मला वाटू लागले की, ट्रेडमार्क हा शब्द मी कधी ऐकला नसता तर बरे झाले असते. ॲमस्टारने ते त्यांच्या 'डॉमिनोज शुगर' या त्यांच्या उत्पादनाच्या ट्रेडमार्कचे उल्लंघन केल्याचा आरोप करून आम्हाला न्यायालयात खेचले. मग एक न्यायालयीन लढाई पाच वर्षे चालत राहिली. आमच्या डॉमिनोजच्या इतिहासातील ती सर्वांत कठीण पाच वर्षे ठरली.

कंपनीत १९७२ मध्ये आणखी एका नावात बदल झाला. आमच्या कोठीघराला 'कॉमकॅप'ऐवजी 'डॉमिनोज पिझ्झा कॉमिस्सरी आयएनसी' असे नाव ठेवण्यात आले आणि मला ती एक व्यक्तिगत पिछाडीकडे नेणारी गोष्ट वाटली.

कॉमकॅप हे नाव आमच्या फ्रँचाइझींसमोर आमच्या कोठीघराची प्रतिमा अधिक ठळकपणे राहावी म्हणून केलेल्या धोरणात्मक निर्णयाचा एक भाग होता. कोठीघराबाबत एक नवी कोरी पाटी करून काहीतरी नवे व आगळेवेगळे करायचे होते. मी अशा कल्पनेने भारलो होतो की, शारीरिकदृष्ट्या अपंगांना तिथे कर्मचारी नेमून कामाची संधी द्यावी. काही कामे– जसे– पिठाची पोती उचलणे किंवा अन्य जड वस्तू हलवणे यांना शारीरिक ताकद आवश्यक होती; पण बौद्धिक नाही. इतर कामांत बौद्धिक कसब आवश्यक असायचे; पण शारीरिक नाही. कसबात यापैकी योग्य अशा अपंगांना यापैकी योग्य ती कामे देण्याच्या कल्पनेने मी भारावून गेलो होतो. उदाहरणार्थ, आम्ही शारीरिकदृष्ट्या अपंगांना बौद्धिकदृष्ट्या अपंगांवर देखरेख ठेवण्याचे काम देऊ शकलो असतो, म्हणून मी 'कॉमकॅप' या नावाला पसंती दिली होती. त्यातले कॅप हे हॅन्डिकॅपसाठी होते.

या संकल्पनेने आमच्या कॉर्पोरेट धोरणाला काही अर्थ आला, कारण मला या कोठीघराच्या धंद्याने आपले मुख्य काम– म्हणजे पिझ्झा तयार करणे व पोचवणे– त्यापासून आपले लक्ष विचलित करू नये, असे अपेक्षित होते. म्हणून मी कॉमकॅप ही डॉमिनोजपासून स्वतंत्र अशी रचना ठेवली होती व ती अपंगांनी चालवावी, असे ठरवले होते. मी त्यांना कॉमकॅपचे समभाग देणार होतो आणि कंपनीतील त्यांच्या अशा गुंतवणुकीमुळे त्यांची तिथली कामगिरी अधिक कार्यक्षम व उत्पादक होईल, असे मला वाटत होते. त्यांच्या व्यवस्थापनातील नियंत्रणामुळे त्यांना पुरेसे स्वातंत्र्य व नोकरीची शाश्वती मिळेल, असेही मला वाटले होते.

ही कल्पना भव्य होती; पण नंतर मला आठवते तसे– त्याची योग्य वेळ

आली नव्हती. कोठीघराच्या प्रमुखांनी आमच्या या आखणीची योग्य ती अंमलबजावणी केली नाही. आम्ही काही ५-६ अपंगांना नोकऱ्या दिल्या; पण त्यांनी कामही चांगले केले नाही. मात्र, माझी संकल्पना– हे कोठीघर म्हणजे अपंगांनी चालवलेले व अपंगांसाठीचे असावे– ही कधीच प्रत्यक्षात उतरली नाही. अधिकाधिक अपंगांना तिथे काम मिळावे, असे आजही मला वाटते.

जरी मला कॉमकॅपची संकल्पना बाजूला सारावी लागली, तरी त्याचे नाव 'डॉमिनोज पिझ्झा कॉमिस्सरी आयएनसी' असे केल्याने माझे अन्य उद्दिष्ट सफल झाले. कोठीघर एक स्वतंत्र कंपनी झाली व तिला तिचे स्वत:चे फेसबुक मिळाले; त्यामुळे तिची बिले त्यांची ती भागवू लागली आणि आमचे आर्थिक नियंत्रण सुकर झाले. त्याचे स्वतंत्र संचालक मंडळही झाले.

डॉमिनोजचा वेग वाढतोय याच्या अनेक पाऊलखुणा दिसू लागल्या होत्या. आमच्या क्रॉस स्ट्रीटवरच्या स्टोअरची मालकी केन हेवलिनकडून पुन्हा आमच्याकडे आली. हे चांगले झाले, कारण आमचे नाव असलेल्या स्टोअरवर आमचे नियंत्रण व मालकी नसणे योग्य वाटत नव्हते अन् सहन करण्यासारखेही नव्हते; पण मला सर्वांत सुख कशाचे वाटत होते, तर– नवे स्टोअर उघडण्याचा वेग वाढत चालला होता आणि आमच्या फ्रँचाइझींच्या कर्मचाऱ्यांना दिलेल्या प्रशिक्षणामुळे त्यांच्या कामाचा दर्जा उंचावला होता. उदाहरणार्थ, १९७१ व १९७२ च्या दरम्यान नोकरीवर ठेवलेल्या ड्रायव्हर्समध्ये डॉन शिंडलर, रिक प्लोरी, जोसेफ सीगल, डॅन शेफ्टे, माइक वाइस, रॉन आर्झेवनिकी, टॉड केन, डिक मिडलिक आणि एरिक मार्कस हे होते. ते सर्वजण नंतर आमचे क्षेत्रीय फ्रँचाइझी झाले. पॉल कॉलिहेन, लॅरी जॉर्ज आणि जॉर्ज हॉझिझ हेही प्रथम व्यवस्थापक म्हणून आले ते त्याच काळात अन् नंतर असेच फ्रँचाइझी झाले. तिकडे फ्लोरिडात डेव्ह किलबी उत्तम कामगिरी करत होता आणि त्याने नोकरीवर ठेवलेल्या अनेक लोकांपैकी काहीजण नंतर महत्त्वाचे 'डॉमिनॉइड'– डॉमिनोज परिवारातले झाले. त्यामध्ये डेव्ह ब्लॅक नावाचा एकजण होता. पूर्वी मिष्टान्ने बनवणारा व्यवस्थापक– तो आमच्या कंपनीतला एक उच्च अधिकारी झाला– व्हाइस प्रेसिडेंट–ऑपरेशन्स, जी कंपनीतील एक महत्त्वाची जागा होती– अमेरिकेतील सर्व स्टोअर्सचा प्रमुख.

सन १९६९ मधल्या डळमळीत वाढीपेक्षा आमची ही वाढ चांगल्या मजबूत पायावरची होती, कारण ती आता जास्त करून फ्रँचाइझींच्या द्वारा झालेली होती; पण अजूनही मला पुरेसे प्रशिक्षण व स्टोअर्सची पाहणी करण्याच्या कामगिरीबाबत काळजी होती.

जॉन कॉरेलने १९७१ मध्ये राजीनामा दिला आणि तो ॲन आर्बरमधील हिल्स हॉटेलात खाद्यविभागाचा व्यवस्थापक झाला. त्याला मी आपल्यासाठी नवी कार्यसूचनांची

पुस्तिका (ऑपरेशन्स मॅन्युअल) तयार करण्यास सांगितले. कारण पहिली तशी पुस्तिका त्यानेच तयार केली होती. मी त्याला म्हटले, "तू तुझी स्वत:ची सल्लागार कंपनी काढली पाहिजेस. सल्लागार भरपूर पैसे मिळवतात व फारसे काम करत नाहीत." मग तो अर्धवेळ सल्लागाराचे काम करू लागला आणि आमची ती नूतनीकृत पुस्तिका केल्यावर त्याने आमच्यासाठी प्रशिक्षणाचा अभ्यासक्रम विकसित केला. १९७३ पासून तो आम्ही आमच्या 'डॉमिनोज कॉलेज ऑफ पिझ्झेरॉलॉजी'मध्ये अमलात आणला. माइक पॉल तिथला अत्युत्तम प्रशिक्षक होता. तिथे चार दिवसांचा अभ्यासक्रम होता आणि तिथे येणाऱ्यांना आमच्या कार्यपद्धतीविषयी उत्तम प्रशिक्षण व ओळख करून देण्यात येत असे.

आता आमचे पिझ्झाविषयक मूलभूत कसबाचे प्रशिक्षण हे डॉमिनोजच्या क्षेत्रीय व्यवस्थेतून दिले जाते; पण कॉलेज ऑफ पिझ्झेरॉलॉजी चालूच आहे. त्याच्या वर्गाचे नियंत्रण आमच्या मुख्य कार्यालयातून केले जाते. या कॉलेजमधून अनेक अभ्यासक्रमांबाबत पदव्या दिल्या जातात. कंपनीतील सुमारे २० व्यक्तींनी या कॉलेजमधून मास्टर्सची पदवी मिळवली आहे आणि १९८६ मध्ये माझ्याबरोबरच डिक म्युल्लर आणि जिम टिली यांनाही तिथून पीएचडी मिळाली आहे, 'ती डॉक्टर ऑफ पिझ्झेरॉलॉजी' म्हणून!

मला १९७३ मध्येच कळूच चुकले होते की, आमचे प्रशिक्षणविषयक अभ्यासक्रम कितीही चांगले असले; तरी जोपर्यंत आम्ही स्टोअर्समधील सेवा व दर्जाची पाहणी करण्यास नियमितपणे तिथे जाणार नाही, तोपर्यंत तो चांगला असणार नाही. म्हणून त्या वर्षीच्या वसंतऋतूत मी पर्यवेक्षक नेमले. जिम वॉल्टर्स– त्याने आमच्या ओहिओमधील बाउलिंग ग्रीनमधल्या स्टोअरमध्ये व्यवस्थापक म्हणून उत्तम काम केले होते आणि गॉर्डन वॉलेस– आमचा एक समभागधारक व एके काळचा फ्रँचाइझी– ज्याला डॉमिनोजच्या कार्यपद्धतीची चांगली माहिती व जाण होती. मी त्यांना फिल्ड रिप्रेझेंटेटिव्ह– क्षेत्रीय प्रतिनिधी असे नामाभिधान दिले. त्यांनी कठोर परिश्रम केले; पण काही काळानंतर लक्षात आले की, ज्या वेगाने आमचे नवे स्टोअर्स येत होते, ते सर्व या पाहणीसाठी घेणे या दोघांच्या क्षमतेपलीकडचे होऊ लागले होते.

मी माझे डोके खाजवत होतो, कागदावर खरडत होतो; हे पाहण्यासाठी की, पाहणीचे काम अधिक चांगले होण्यासाठी काय कल्पना लढवता येतील? मला स्वत:लाही यासाठी काही भेटी द्याव्याश्या वाटत होते. एक दिवस मी एक जाहिरात पाहिली. त्यात बसचे रूपांतर फिरत्या घरात (मोटार होम) करण्यात आले होते. ती मला भावली. आम्ही आमची पाहणीसाठी जाणारी मंडळी या फिरत्या घरातून पाठवून त्यांना देशभर फिरवू. शिवाय ते स्वस्तही झाले असते, कारण आमचा

जेवणाचा व हॉटेलमध्ये राहण्याचा खर्च वाचला असता.

मला वाटले, यातून समस्या सुटेल; पण अशी रूपांतरित केलेली बस आम्ही भाड्याने घेतली. नंतर पुढे-मागे विकत घ्यावी, या विचाराने; पण ती या कामासाठी आदर्श व्यवस्था नाही असे लक्षात आले. ती, फार मोठी होती व चालवणे जिकिरीचे काम होते. माझी कल्पना होती की– आमच्या पर्यवेक्षकांनी त्यात दिवसा झोपावे, म्हणजे रात्री स्टोअर्सची पाहणी करणे त्यांना सोपे जाईल; पण त्यांच्या तक्रारी वाढल्या की– त्यात पुरेसा आराम मिळत नाही आणि विश्रांतीही!

तरीही आम्ही नोव्हेंबर १९७३ मध्ये पार न्यू इंग्लंडपर्यंत या बसने गेलो व जाता-येता वाटेतील स्टोअर्सशी परिणामकारक सुसंवाद साधला. आम्ही मजाही केली. जॉन कॅरेल खाद्यपदार्थ बनवायचा व त्याने काही छान खाद्यपदार्थ केले. न्यू हॅम्पशायरमधल्या पोर्ट साउथ इथे आमचा ५० वे स्टोअर सुरू झाले होते आणि आमचे पर्यवेक्षक जेव्हा त्या गावात प्रवेश करत होते, तेव्हा त्यांच्यापैकी कोणीतरी आकडेमोड करून सांगितले– डॉमिनोज लवकरच त्यांचा दोन कोटीवा पिझ्झा देशात कोठेतरी विकेल.

मग आज रात्रीच का नको? तेही पोर्ट साउथमध्ये! आणि मग तो जनसंपर्काच्या दृष्टीने मोठा जाहीर कार्यक्रमाद्वारे का नको? तो ऐतिहासिक पिझ्झा आपण हजर असताना का विकला जाऊ नये?

मग काहीही वेळ न दवडता आमचा चमू कामाला लागला आणि त्याने त्या स्टोअरच्या व्यवस्थापकाला व स्थानिक वृत्तपत्रांना त्याची कल्पना दिली. तो दोन कोटीवा पिझ्झा ऑर्डर करणारे एक जोडपे होते– पोर्ट साउथमधील अल् आणि मे ब्राउन हे. जेव्हा आमची ती भली मोठी बस तो पिझ्झा त्यांना घरपोच द्यायला त्यांच्या घरी पोहोचली, तेव्हा ते चाटच पडले. त्यांच्या घराच्या पुढच्या पोर्चमध्ये तो कार्यक्रम झाला आणि वृत्तपत्रे व टीव्हीच्या लोकांनी हा ऐतिहासिक क्षण जतन करून ठेवण्यासाठी तिथे टिपून घेतला. मी माझी भूमिका अत्यंत डौलात पार पाडली. तीही कुत्र्याच्या ब्राउनच्या – भुंकण्याच्या आवाजाने. त्याने तर जिम वॉल्टर्सच्या पँटचा उपयोग लघुशंकेसाठीही केला आणि त्याच वेळी मी त्या कुत्र्याच्या मालकाला तो दोन कोटीवा पिझ्झा सादर करत होतो!

पुढच्या महिन्यातील आमचा पाहणी दौरा जनरल मोटर्सच्या मोटार होमद्वारा झाला, जी आम्ही कंपनीद्वारा विकत घेतली होती. ती जास्त आरामदायक, चालवायला सोपी होती. तिचा वापर करून आम्ही काही चांगले परिणाम साधले. मला वाटते, ते मोटार होम हे आमचे सुसंवाद साधण्याचे कंपनीतील उत्तम संसाधन ठरले. त्यातून आमचे कोणत्याही स्टोअरमध्ये जाणे, हे तिथल्या व्यवस्थापकाला, त्याच्या कर्मचाऱ्यांना प्रोत्साहित करण्याचे मोठेच निमित्त असायचे. अशा भेटीमुळे

आमच्या कार्यक्षेत्रातील लोकांशी आम्हाला प्रत्यक्ष संपर्क साधता यायचा. त्यांना येत असलेल्या समस्या आम्हाला कळायच्या व त्यांपैकी अनेकांची उकल तिथल्या तिथे करता यायची.

आमची आर्थिक परिस्थिती १९७३ च्या सुरुवातीला चांगली सुधारली आणि मला वाटू लागले की, आता धनकोंचे पैसे परत करणे जमू शकेल. मी या दिवसाची आतुरतेने वाट पाहत होतो, कारण मी बराच काळ त्यांचे पैसे परत करण्याचे आश्वासन देत होतो. त्यांपैकी कित्येकजण माझे चांगले मित्र होते आणि कित्येकांनी तर आपले पैसे कधी परत मिळतील याची आशाच सोडून दिलेली होती. मग मी काहीतरी गंमत करायचे ठरवले. त्यांचे पैसे परत मिळण्याचा क्षण साजरा करण्याची संधी त्यांना उपलब्ध व्हावी, यासाठी मी 'ऑपरेशन सरप्राइज'ची घोषणा केली.

मी सर्व धनकोंना दोन प्रकारांत विभागले व त्यांच्या परतफेडीचे वेळापत्रक ठरवले. ज्यांची देय रक्कम १००० डॉलर्सपेक्षा जास्त होती असे व त्यापेक्षा कमी होती असे. पहिल्या प्रकारच्या लोकांना महिना २ टक्के इतक्या रकमेचे चेक आम्ही पाठवणार होतो आणि दुसऱ्या प्रकारच्या लोकांना ४ टक्के रकमेचे. सर्व कर्ज फिटेपर्यंत ही योजना राबविली जाणार होती.

ही सर्व योजना सर्व धनकोंना सविस्तर सांगत बसण्याऐवजी मी निराळी शक्कल लढवली. मी टॉम सिक्कारेलीच्या बायकोकडे एक व्यंगचित्र काढण्याचे काम सोपवले. तिने विमानात बसलेला एक माणूस दाखवला. व्यंगचित्राचे पाच भाग होते. त्यात क्रमाक्रमाने डॉमिनोजची प्रगती व कोसळणे, परत प्रगती आणि कोसळणे व नंतरची संथ पण नियमितपणे होणारी वाढ दाखवली होती. मी खास प्रकारचे चेक करून घेतले होते. त्यावर डॉमिनोज पिझ्झा ऑपरेशन सरप्राइज व त्या व्यंगचित्रातील एक व्यक्ती अंगावर काही नाही– केवळ कमरेभोवती एक रिकामे पीप असलेली दाखवली होती. पुढची चार वर्षे आम्ही तसे चेक पाठवत राहिलो.

'ऑपरेशन सरप्राइज'चा मला अप्रत्यक्ष फायदा झाला– तो म्हणजे, आमचे कर्मचारी व फ्रँचाइझी यांचे मनोबल वाढले. त्यांना त्याचा अभिमान वाटला; त्यामुळे मला कल्पना सुचली ती आमच्या फ्रँचाइझींच्या दुसऱ्या परिषदेच्या निमित्ताने. त्याचे नाव 'सुपर सेमिनार २'. तो ओहिओमधील टोलेडो आणि क्लीव्हलँड याच्यामध्ये असलेल्या सेडार पॉइंट या ॲम्युझमेंट पार्कमध्ये झाला.

त्याच्या काही महिने आधी न्यू यॉर्कच्या व्यावसायिक भेटीवर असताना माझ्या वाचनात डेव्हिड ड्यूनचे 'ट्रायगिव्हिंग युवरसेल्फ अवे' हे पुस्तक आले होते. मी डेट्रॉइटला माझ्या परतीच्या विमानप्रवासात ते एका दमात वाचून काढले आणि ते माझ्या हृदयाला भिडले. माझ्या मते, त्या पुस्तकात जे होते तेच आम्ही डॉमिनोजच्या

ग्राहकसेवेसंबंधीच्या धोरणात करत होतो. मी त्या पुस्तकाच्या १०० प्रती त्या परिषदेत सर्व फ्रँचाइझी प्रतिनिधींना देण्यासाठी विकत घेतल्या. त्या परिषदेत भाषणासाठी डेव्हिड ड्यूनला बोलावण्याचा प्रयत्न केला; पण त्याचे वेळापत्रक भरगच्च होते. मग त्याचे त्या पुस्तकातले विषय मीच त्या परिषदेत मांडले.

मी विशद केले की– ड्यूनला असे जाणवले की, आपण अशा वातावरणात वाढलेले असतो की काहीतरी घ्यायचेय (गेटिंग) या दृष्टीने आपण जीवनाच्या प्रक्रियेकडे पाहतो आणि बहुतेक लोक तसेच करतात; पण तो अधिक आनंदी असतो, ज्याला काही द्यायची (गिव्हिंग) संधी मिळते. तो म्हणतो, ''दुसऱ्याला द्यायची (गिव्हिंग मायसेल्फ अवे) प्रक्रिया त्याने १९३० मध्ये चालू केली; तेव्हा त्याने न्यू यॉर्क सेंट्रल रेलरोडला जाहिरातीसंबंधी एक सूचना पाठवली. त्याला ट्वेंटिएथ सेंच्युरी लिमिटेडने प्रवास करताना– ज्या गाडीच्या आता आठवणी राहिल्यात, पण त्या वेळी ती प्रवासी वाहतुकीतील राणी होती– एक कल्पना सुचली. जेव्हा न्यू यॉर्ककडे जाणारी व शिकागोकडे जाणारी अशा सेंच्युरी गाड्या रात्री एकमेकांना भेटून विरुद्ध दिशेने जातात, ती जागा कोणती– याची त्याला उत्सुकता होती. मग त्याला 'व्हेअर द सेंच्युरीज पास' या ओळीची कल्पना सुचली आणि ती त्याने त्या रेलरोड कंपनीला विनामोबदला देऊ केली.

त्या रेलरोड कंपनीने ती कल्पना उचलून धरली, पुढच्या वर्षीच्या कॅलेंडरवर व भित्तिपत्रकांवर छापून ती पत्रके प्रत्येक स्टोअरवर, हॉटेलात लावली. अमेरिका व युरोपमध्ये ती पाहण्यात ड्यूनला धन्यता वाटायची. मग त्याने लिहिले, 'मी एक महत्त्वाचा शोध लावला. कोणत्याही एखाद्या गोष्टीतून जेव्हा एखाद्याला मनस्वी आनंद मिळतो, समाधान लाभते; तेव्हा ती गोष्ट पैशात मोजता येत नाही– तीही या धावत्या जगात– जिथे तिथे पैशाची हाव आहे आणि फार थोडे चमकणे आहे.' त्याने आपल्यातले काहीतरी द्या (गिव्हिंग मायसेल्फ अवे)चे रूपांतर एका उत्तेजक व पूर्णत: समाधान देणाऱ्या छंदात केले.

ड्यूनचे गुपित म्हणजे– त्याने जेव्हा जेव्हा दिले, ते त्यातून काही परतावा मिळण्याचा या हेतूने नाही. 'या जगातले बहुतेक सर्व पैशाने विकत घेता येते; पण दोनचजणांचे मूल्य– ज्यांची आनंद देण्याची अमर्याद ताकद असते, करता येणार नाही– ते म्हणजे देणारे व घेणारे. हृदयाची उबदार स्पंदने अमूल्य असतात. ती देण्यास योग्यच असतात.'

त्याने लिहिलेला दुसरा एक मुद्दा मला स्फूर्तिदायक वाटला. 'ज्या देण्यातून स्वत:ला उदार अथवा त्यागी संबोधून घेण्याची अपेक्षा असते, ते देणेच नव्हे; तो फक्त छुपा स्वार्थीपणा आहे आणि ते चैतन्यावर आलेले मंद विष आहे. मार्गीने माझ्याबरोबर दिवसभर भरपूर काम केले आणि वर्षानुवर्षे सुट्टीशिवाय दिवस

घालवले. तिचा वेळ व प्रयत्न देऊन– तेही फुकट व आनंदाने! जर तिचे साहाय्य नसते तर मी माझ्या पायावर पुन्हा उभा राहू शकलो नसतो.'

ड्यूनची कल्पना मला विशेष भावली; कारण त्याच्या कल्पनेने मला दाखवून दिले की, ख्रिश्चन तत्त्वज्ञान, कोणत्याही पंथाचा शिक्का न मारता मला डॉमिनोजच्या दैनंदिन व्यवहारात कसे वापरता येईल. आपण जीवनात स्वत:ला सुसंपन्न करण्यासाठी स्वत:ला पूर्णपणे वाहून घ्यावे– या माझ्या विश्वासाला तडा गेला. मी फ्रँचाइझींना सांगितले की, हे तत्त्वज्ञान आपण आपल्या व्यवहारात आचरणात आणू शकतो. ग्राहकांना त्यांच्या अपेक्षेपेक्षा अधिक उत्तम सेवा देण्याचे मार्ग शोधून, ग्राहक व कर्मचाऱ्यांना कोणत्या प्रकारे मदत करता येईल याचे मार्ग शोधून किंवा पुरवठादारांना चांगल्या कामगिरीबद्दल पाठीवर थाप मारूनही.

ते भाषण म्हणजे माझ्या दृष्टीने एका नव्या वळणाकडे नेणारे निघाले. तोपर्यंत मी प्रत्येक भाषणासाठी अनेक मसुदे तयार करत असे. ते प्रथम हाताने लिहीत असे आणि नंतर टाइप करून घेत असे; पण हा संदेश माझ्या हृदयापासून आला आणि काही अपवाद वगळता, जेव्हा मी ड्यूनची काही वचने वाचून दाखवली– कोणत्याही लिखित नोंदीशिवाय– त्याचा परिणाम चांगला झाला असला पाहिजे. कारण पुढे कित्येक वर्षे मला भेटणारे त्या भाषणाचा संदर्भ देत होते. भाषणासाठी हा अनौपचारिक मार्ग मला नैसर्गिक व सुखकारक वाटला आणि तो मी तेव्हापासून वापरत आलो आहे.

त्या 'सुपर सेमिनार परिषद २'मधला आमचा प्रमुख वक्ता होता, माझा हीरो बॉब फेल्लर– द ग्रेट क्लीव्हलँड इंडियन्स टीमचा पीचर. त्याने मानसिक अथवा व्यावसायिक दबावाचे प्रसंग कसे हाताळावेत, याविषयी भाषण केले. नंतर त्याने अनेक बेसबॉलवर आपली स्वाक्षरी केली.

पण त्या परिषदेतील आणखी एका प्रसंगाने मी थोडा हिंमत हरवून बसलो. कुणीतरी माझा फोटो काढला, जेव्हा मी पोहण्याच्या वेशात तिथल्या तलावाच्या काठी बसलो होतो. माझा विश्वास बसेना की, माझे वजन किती वाढले आहे! माझा खांदा मला वर्षभर त्रास देत होता आणि त्यामुळे मी व्यायाम थांबवला होता.

त्या फोटोत माझ्या पोटावर जणू एक टायर बांधला आहे, एवढे पोट सुटले होते; त्यामुळे मी लगेच रॉयल एअरफोर्समध्ये करतात तसे व्यायामप्रकार करू लागलो. ते मी आता नियमितपणे करत आहे. मी आता आठवड्याचे सहा दिवस पळण्याचा व्यायाम करतो. मी रोज माझे वजन तपासतो आणि रोज असलेल्या खाद्यपदार्थांच्या कॅलरीज किती झाल्यात, तेही आवर्जून पाहतो. काही लोकांना वाटते की, मी व्यायाम आणि अल्पाहार याविषयी थोडा जास्तच आग्रही आहे; तरी ही सवय मला सोडायची नाही. कारण जेव्हा मी तंदुरुस्त असतो, माझा आहार

व्यवस्थित असतो; तेव्हा मला बरे वाटते व काम चांगले करता येते.

सन १९७३ च्या अखेरीस अमेरिकेतील १३ राज्यांत आमचे ७६ स्टोअर्स होते. त्या वर्षी आमचा नफा १३०००० डॉलर्स झाला होता. तो जरी तसा थोडा कमी वाटत होता, तरी त्याआधी अनेक वर्षे आम्ही तोट्यात होतो हे लक्षात घेता आम्हाला थोडे हायसे वाटत होते. मला जाणवले की, आम्ही चांगली कामगिरी करत असलो पाहिजे. कारण एक दिवस मला फोन आला तो, पिझ्झा हट कंपनीचा अध्यक्ष फ्रँक कार्नी याचा. त्याला यपसिलांटीला येऊन माझ्याशी डॉमिनोज विकत घेण्याविषयी बोलणी करायची होती. मी त्याला सांगितले की– मला असे वाटत नाही की, कोणी असा प्रस्ताव माझ्यापुढे मांडेल– ज्यामुळे मी कंपनी विकायला तयार होईन; पण मी त्याचे म्हणणे ऐकायची तयारी दर्शवली. मी त्याला म्हटले, मला असं वाटतं की, मी जणू रॅक्वेल वेल्शलाच डेटिंगसाठी डेट मागितली आहे! तसं झालं असतं तर मला कदाचित मोह झाला असता आणि मी उडालोच असतो; पण माझ्या लग्नात घेतलेल्या शपथेमुळे मी तिची ती मागणी धुडकावली असती. कार्नीशी बोलल्यामुळे मला आनंद झाला, कारण त्याने सांगितलेल्या काही गोष्टींनी माझा डॉमिनोजच्या संकल्पनेवरचा विश्वास अधिकच दृढ झाला.

आमच्या यशामुळे आम्हाला विकत घेण्याचा प्रयत्न करायची 'पिझ्झा हट'ला इच्छा झाली ते छानच होते; पण ते समस्यांशिवाय नक्कीच नव्हते. त्यापैकी पूरक होती ती आमची फ्रँचाइझी कर्मचाऱ्यांची भरती व प्रशिक्षण याबाबत आम्ही करत असलेली आगळीवेगळी कामगिरी! आमच्या कार्यपद्धतीत जे तरुण कर्मचारी स्टोअरमध्ये काही काळ उत्तम कामगिरी करून दाखवतात आणि नव्या आव्हानांची वाट पाहतात, त्यांना वरच्या स्तरावर जाण्याची काही व्यवस्था नव्हती. त्याचा परिणाम म्हणून आमचे अमूल्य कर्मचारी गमावण्याचा आम्हाला धोका होता. काही तर आम्हाला आधीच सोडून गेले होते; आमच्या स्पर्धकांच्या मदतीने त्यांचे स्वत:चे व्यवसाय सुरू करण्यासाठी.

या विषयावर मी माइक पॉलशी बऱ्याच वेळा बोललो. त्या वेळी माइक संचालक मंडळावरचा माझा उत्तम सहकारी होता. कारण त्याला कार्यपद्धतीची आणि आमच्या व्यवस्थापनाच्या वाटचालीची चांगली जाण होती. त्याच्या निर्णयावर माझा विश्वास असायचा.

माइक आणि मी अनेक वेळा भेटत असू, कारण तो त्या वेळी फ्रँचाइझी क्षेत्रात डॉमिनोजसाठी नवे लोक शोधण्याच्या प्रयत्नात होता. तो अनेक वेळा त्याचे यपसिलांटीमधले स्टोअर सोडून स्टोअरसाठी नवनवी ठिकाणे शोधण्यासाठी देशभर प्रवासाला जात असे. एका सकाळी तो विमानाने नॉर्थ कॅरोलिनामधील रॅले डटहॅमला गेला. डेट्राइटला परत आला, मग लगेच मोटारने पेनसिल्व्हानियातील स्टेट

कॉलेजला गेला आणि दुपार संपायच्या आत परतही आला. एका क्षणी त्याला टेक्सासमधल्या काही ठिकाणांविषयी स्वारस्य होते आणि मागे वळून पाहता, ती एक चांगली निवड ठरली असती. कारण मग त्याला संपूर्ण राज्याची फ्रँचाइझी मिळाली असती; पण शेवटी त्याने मिनिऑपोलिसमधली एक जागा पसंत केली आणि १९७३ च्या उन्हाळ्यात तो तिथे गेला.

मी त्याच्याशी ज्या समस्यांविषयी बोलत होतो, त्याबाबत एक प्रकारे माइकची अस्वस्थता सूचक होती. आमचे चांगले कर्मचारी वाढीकडे डोळे लावून बसले होते आणि आम्ही सर्व शक्यता पडताळून पाहत होतो. माझा विश्वास होता की, प्रत्येक समस्येवर एखादी बुद्धिमान उकल निश्चित असते आणि मला खात्री होती की, या समस्येचे आम्ही नव्या संधीत रूपांतर करूच करू.

याबद्दलच्या गरजा स्पष्ट होत्या. आम्हाला असा एक कार्यक्रम आखला पाहिजे– ज्या अंतर्गत फ्रँचाइझींनी त्यांच्याकडच्या उत्तम व्यवस्थापकांना डॉमिनोजचे फ्रँचाइझी होण्यास मदत करावी. मात्र, अशा कार्यक्रमात फ्रँचाइझींचाही काही भाग असावा. त्यांनी या जाणाऱ्या कर्मचाऱ्यांना प्रशिक्षित करण्यात आणि कामात वाकबगार बनवण्यात दीर्घ काळ वेळ व पैसा खर्च केलेला असतो, त्याबद्दल असेल. खरेतर जर हा कार्यक्रम व्यवस्थित आखला, तर त्यांनी या कर्मचाऱ्यांना भरती करून व प्रशिक्षण देऊन उत्तम काम केलेले असणे, त्याबद्दल त्यांना उत्तम बक्षीस मिळाल्यासारखे होईल.

एक दिवस मी किर्बी व्हॅक्युम क्लीनर कंपनीच्या एका उच्च पदाधिकाऱ्याला भेटलो. त्याच्या कंपनीने वितरक विकसित करण्यासाठी आखलेल्या एका कार्यक्रमाची माहिती त्याने मला दिली. तो बोलत असताना मला आमच्या महत्त्वाकांक्षी कर्मचाऱ्यांना टिकवून ठेवण्याचा एक उपाय सुचला. मी त्यांना पुरस्कृत करण्याचा एक कार्यक्रम करीन. त्याद्वारे आपल्याकडच्या उत्तम व्यवस्थापकाला स्वत:चे डॉमिनोज स्टोअर उघडायला फ्रँचाइझी मदत करतील. त्याबदली कंपनीला आलेला, मिळणाऱ्या रॉयल्टीचा काही भाग ठरावीक कालावधीसाठी त्यांना देत राहील. या विचाराने मी प्रभावित झालो. कारण यामध्ये सर्वांचाच थोडाफार फायदा होणार होता. त्याचा दुहेरी फायदा फ्रँचाइझीतून होता. कारण त्यामुळे त्यांना जादा उत्पन्न मिळणार होते. शिवाय त्यांना नवी भरती करण्यासाठी एक चांगले साधनही मिळणार होते. या कार्यक्रमामुळे ज्या तरुणांना आकर्षित करता येणार होते, अशा व्यक्ती– ज्यांच्यात उद्योजकतेची कौशल्ये आहेत– अशा प्रकारच्या लोकांनाच आमची कार्यपद्धत लवकर शिकवता व आत्मसात करता येते. त्यातून नवे स्टोअर व्यवस्थापकही तयार होत असतात. कर्मचाऱ्यांच्या फायद्याची बाजू पाहिली, तर अर्धवेळ काम करणाऱ्याला एरवी किती वेळा त्याच्या मालकाकडून स्वत:चा

व्यवसाय करण्यासाठी आशीर्वाद व आर्थिक पाठबळ लाभते?

हा कार्यक्रम कसा राबवायचा, याबाबत मला भरपूर काळजी घेणे आवश्यक होते. कारण त्या वेळी फ्रँचाइझींबाबतचा नवा कायदा पूर्णत: अस्तित्वात आला होता आणि आम्हाला अशा कोणत्याही कायद्याचे उल्लंघन करायचे नव्हते. म्हणून आमच्या कार्यक्रमात आम्ही अशी अट घातली की, पुरस्कृत कर्मचाऱ्यांना स्टोअर व्यवस्थापक म्हणून किमान एका वर्षाचा अनुभव असायलाच हवा. पुरस्कृत करणाऱ्यांवर कोणतेही कायदेशीर बंधन राहणार नव्हते– आम्हाला अशी शक्यता टाळायची होती की, त्यांच्याकडे आमच्या कॉर्पोरेशनचे एजंट म्हणून पाहिले जाईल आणि फ्रँचाइझींचे विक्रेते म्हणून; त्यामुळे तो लालफितीचा कारभार वाटला असता व त्यांच्या स्टोअरच्या कारभारावर परिणाम झाला असता. अशी परिस्थिती टाळायची, हा माझा निश्चय होता.

आम्ही आम्हाला मिळणाऱ्या ५.५ टक्के रॉयल्टीपैकी अर्धा हिस्सा पाच वर्षे असा कार्यक्रम पुरस्कृत करणाऱ्या फ्रँचाइझीला द्यायचे ठरवले. कार्यक्रम स्थिर होत गेला तसतशी ही रॉयल्टी कमी होत गेली आणि अटीही बदलत गेल्या. या नव्या स्टोअरची स्थापना झाली की पुरस्कृत करणाऱ्याचे सहकार्य कमी होत जाईल आणि आमच्या कंपनीचे व्यवस्थापक त्याची देखरेख आपल्या हाती घेतील; पण पुरस्कृत करणाऱ्याला त्याने पुरस्कृत केल्याबद्दलचे श्रेय नेहमीच मिळत राहील. उदाहरणार्थ, जेव्हा जेव्हा ज्या फ्रँचाइझीने नवे स्टोअर पुरस्कृत केले असेल, तेव्हा या नव्या स्टोअरला जाणाऱ्या प्रत्येक पत्रव्यवहारात पुरस्कृत करणाऱ्या स्टोअरचे नाव दिले जाईल. या प्रकारे अधिकाधिक नवे स्टोअर पुरस्कृत करणाऱ्यांना आम्ही खास बक्षीस योजनाही जाहीर केली होती.

आम्ही ही योजना आमच्या कॉर्पोरेट स्टोअर्सकरताही राबवली. १९७७ च्या दशकाच्या सुरुवातीला कॉर्पोरेट स्टोअरच्या व्यवस्थापकीय अशा स्टोअरमधला समभाग ४९ टक्के असायचा. कंपनीच्या क्षेत्रीय व्यवसायाचा समभाग ५१ टक्के असायचा. यामुळे आम्हाला येथेही फ्रँचाइझींना लावत होतो तसेच नियम व पाहणीचे निकष लावता आले. फरक एवढाच होता की, अशा कॉर्पोरेट स्टोअरवर आमचे नियंत्रण होते व कॉर्पोरेटची धोरणे तिथे आपोआपच लागू होत होती. या संकल्पनेप्रमाणेच करावयाच्या योजनेपेक्षा हे म्हणजे दोन्ही जगातले सर्वेक्षण होते. यात फ्रँचाइझींचे फायदे होते, कारण ते चालवणाऱ्यांना त्यात थोडी मालकी होती; पण यात अनेक कायदेशीर गुंतागुंती टाळता येत होत्या, ज्या कोणाला फ्रँचाइझीचे कंत्राट दिल्यामुळे कंपनीवर निर्माण होत असतात.

हा पुरस्कृत कार्यक्रम अमलात आणत असताना फ्रँचाइझींबरोबर येणाऱ्या कायदेशीर समस्या माझ्या मनात होत्या. कारण चक ग्रे व मी वेगळे होण्याच्या

मार्गावर होतो. आमचे संबंध विकोपाला गेले होते. त्याने मला त्रास होत होता, कारण तो माझा पहिला फ्रँचाइझी होता. दोन क्रमांकाचा डीन जेनकिन्स याच्या बरोबरही माझ्या समस्या होत्याच. माझ्या दृष्टीने जेनकिन्सचा डॉमिनोजवर पुरेसा विश्वास नव्हता.

त्याने मला सांगितले, ''मला नाही वाटत की, ३० मिनिटांत ग्राहकांना सेवा देणे महत्त्वाचे आहे.''

मी म्हणालो, ''डीन, तुला खरोखरच तसे वाटत असेल, तर आपण विभक्त होणेच श्रेयस्कर.''

आम्ही परस्परसंमतीने १९७३ मध्ये वेगळे होण्याची योजना आखली. डीनने त्याच्या कंपनीचे नाव बदलले व पदार्थांची यादीही. ती वाढवलेली होती. मला वाटते, त्या ठिकाणी त्याचे अद्यापही ठीक चालले आहे.

मी विचार केला की– या कार्यक्रमांतर्गत आम्ही समस्याग्रस्त स्टोअर ऑपरेटर्सची छाननी करू, जोवर ते किंवा डॉमिनोज या कार्यक्रमासाठी पूर्णत: समर्पित असतील तोवर; पण सर्वांत महत्त्वाचे म्हणजे, मी याकडे भरीव वाढीची उडी मारण्यासाठीचा टप्पा म्हणून पहिले. सुदैवाने आनंदाची बाब म्हणजे, हे दोन्ही प्रकार उत्तम झाले. डॉमिनोजच्या वाढीमध्ये हा एक महत्त्वाचा घटक होता.

याचबरोबर मी आमच्या कंपनीचाही पुरस्कृत कार्यक्रम आखत होतो. त्यात मी जिम ग्रॅहम नावाच्या सल्लागाराबरोबर काम करत होतो. तो त्या वेळी डेट्रॉइटमध्ये 'पर्सनल अचिव्हमेंट इन्स्टिट्यूट' नावाची प्रोत्साहनात्मक शाळा चालवत होता. ग्रॅहमने मला 'नानाविध व्यवस्थापन (मल्टिपल मॅनेजमेंट)' ही संकल्पना सादर केली. ती चहा व मसाल्याचे पदार्थ यात काम करणाऱ्या मॅककॉर्मिक अँड कंपनीने विकसित केली होती. यात कंपनीच्या व्यवस्थापकीय निर्णयाच्या प्रक्रियेत कंपनीतील कर्मचाऱ्यांनाही भाग घेण्याची संधी मिळत होती. चार्ल्स पी. मॅककॉर्मिकने त्याच्या 'द पॉवर ऑफ पीपल' या १९४९ मध्ये लिहिलेल्या पुस्तकात ती विशद केली आहे. ही एक मोठी सूचना देणारी कार्यपद्धत आहे आणि मला वाटते की, ती सर्वोत्तम आहे. कारण त्यात कंपनीच्या धोरणांचा विकास होतो, जी सहज अमलात आणता येतात. कारण ते फ्रँचाइझींनी स्वत:च विकसित केलेले असतात. या पद्धतीत उच्च व्यवस्थापनाला नकाराधिकार - व्हेटो वापरता येतो; पण मला खात्री आहे की, आमचे फ्रँचाइझी योग्य तेच व उत्तम निर्णय घेतात.

'मल्टिपल मॅनेजमेंट'चा अभ्यास करताना मी ग्रॅहमच्या पीएमए (पॉझिटिव्ह मेंटल ॲटिट्यूड)च्या वर्गातही जात होतो. त्यात कर्मचाऱ्यांच्या प्रोत्साहित होण्याविषयीच्या मनाच्या कलासंबंधी शिक्षण दिले जायचे. ही पद्धत नेपोलियन हिल व विमाक्षेत्रातील महान डब्ल्यू. क्लेमंट स्टोन– ज्याने 'सक्सेस थ्रू ए पॉझिटिव्ह

मेंटल ॲटिट्यूड' लिहिण्यात हातभार लावला– यांच्या कार्यावर आधारित होती. मला ग्रॅहमची पद्धत आवडली, कारण त्यात कर्मचाऱ्यांना व्यक्तिगत उद्दिष्टे विकसित करण्याची गरज पटवून दिली जाते. त्यातूनच कंपनीच्या उद्दिष्टांची पूर्ती होत असते. त्यातूनच व्यक्तींना आत्मसन्मान, कामातील उत्साह व सहकार्यातील चैतन्य याविषयी माहिती दिली जाते; पण याहूनही उत्तम म्हणजे, हा 'परिणाम' कार्यक्रम व्यक्तिगत मागण्यांतील सुवर्णनियम अमलात आणणाऱ्या महत्त्वावर भर देतो.

डॉमिनोजमध्ये आम्ही पीएमएचे पाच गट स्थापन केले. त्या वेळी प्रत्येकाने अनेक बैठका घेतल्या आणि त्यातून अनेक नव्या कल्पना पुढे आल्या. ग्रॅहमने प्रत्येक गटाकरता एक संचालक मंडळ स्थापण्याची योजना आखली; पण हे सर्व अमलात येण्यापूर्वी ही सर्व योजना बाजूला पडली, कारण कंपनीत काही व्यवस्थापकीय बदल झाले. सुदैवाने फ्रँचाइझींना ही पद्धत आवडली आणि ती त्यांनी अमलात आणणे चालू ठेवले. त्याचा गट वाढत गेला आणि त्याचे रूपांतर सध्याच्या फ्रँचाइझींच्या संचालक मंडळात झाले– जो आपल्या व्यवस्थापकीय संदेशवहनाचा महत्त्वाचा घटक बनला.

सन १९७४ च्या पानगळीच्या मोसमात ग्रॅहमबरोबर चर्चा करताना मी या समस्येच्या विचारात भरपूर वेळ घालवला की, डॉमिनोजच्या व्यवस्थापनाची पुनर्रचना कशी करावी? स्टोअरच्या पातळीवर आमची व्यवस्थापकीय रचना अगदी साधी-सरळ होती, पण राष्ट्रीय पातळीवर गुंतागुंतीची झाली होती. अधिकाराची सीमा जबाबदारीच्या रेषेवर कुठे कुठे परस्परांत मिसळत होती आणि मला एकहाती हे सर्व सांभाळणे अवघड होत चालले होते. शिवाय व्यवस्थापक म्हणून माझ्या मर्यादांची मला जाणीव होती. मला वाटले की– व्यवस्थापनाचा जास्त उत्तम अनुभव आहे, असा कोणीतरी माझा उजवा हात म्हणून व्यवस्थापनात यावा आणि त्याने फारशी अडचण न येता सर्व गोष्टी सुरळीत कराव्यात.

मी अशा बेतात होतो की, एखाद्या उच्चपदस्थाच्या शोधात असणाऱ्या कंपनीशी संपर्क साधावा– जो डॉमिनोजचा कार्यकारी उपाध्यक्ष म्हणून काम करील आणि नेमका त्याच वेळी मी ॲन आर्बर न्यूजच्या व्यावसायिक विभागात डोकावलो, तेव्हा त्यात एक जाहिरात माझ्या नजरेला पडली. 'सर्व व्यावसायिकांसाठी महत्त्वाचा संदेश इथे आहे. एका अत्युत्तम माणसाची गोष्ट– ज्याने आपला शेवटचा प्रवास नुकताच पूर्ण केला आहे आणि ज्याला एखाद्या चांगल्या गटाबरोबर काम करण्याची इच्छा आहे.'

AN IMPORTANT MESSAGE TO ALL BUSINESS PEOPLE

Here is a brief accurate story about a real outstanding man who has just completed his latest project and who wants to go to work for a good group of people in the general area of this city. This man is the most youthful person you will ever meet with such a great abundance of useful business experiences. Most of the experiences were in manufacturing companies large and small, but some were in nationally known food products companies. In each and every case he brought about the very finest of results to the investors. His fine record was always with the enthusiastic respect and trust and willing "drive" of all employees at all levels. Every effort, as a result of its healthy growth, resulted most often in the company being sold and then another challenging situation would be started. He is now available to start work immediately with an interested group and what position is offered and what kind of compensation are not important to him at this point. The kind of people he would be with and how he could help in the building of a sound future for the company are of number 1 importance. This man has been in the capacity of General Manager and President of most every entity he's been involved with directly and he is used to starting over again and again. He has an outstanding youthful open attitude realistic but full of confidence which he helps others build in themselves. He has these 25 years of multi company experiences to bring to some group in this area. He is really capable of doing a valuable job in most any kind of business. You should get to know this fellow. He is in real trim shape, excellent health (reflections of his attitude), is happily married and wants to do a job.

This was not written by or connected with any agency. This is a private individual ad. Some very fine local references can be supplied.

For immediate and confidential response write to **Box MB 934 of The Ann Arbor News.**

१२

१९७६ मध्ये मी पुन्हा एकदा जवळजवळ डॉमिनोजवरचे नियंत्रण गमावले होते. या वेळी कोणतीही औपचारिकता नव्हती, हक्कसोडपत्रावर सही करायची नव्हती. मी फक्त एका उच्चपदस्थाकडे इतके अधिकार दिले की, कंपनीचे नियंत्रण माझ्या हातून जवळजवळ निसटले. ही परिस्थिती एवढ्या झपाट्याने निर्माण झाली की, मला त्याची कल्पनाही नव्हती.

हे सर्व १९७४ च्या डिसेंबरमध्ये चालू झाले. जेव्हा त्या माणसाने स्वत:करताच ॲन आर्बर न्यूजमध्ये एक जाहिरात प्रसारित केली होती. ठरवलेल्या वेळेला तो माझ्या कार्यालयात आला, त्याने हस्तांदोलनासाठी हात पुढे केला आणि म्हणाला, "सुप्रभात! माझे नाव आहे लेरॉय ए. रसेल ह्यूजेस. माझे मित्र मला रूस म्हणतात."

त्याचा एकूण पेहराव व होणारे दर्शन पाहून मी प्रभावित झालो. त्याचा गडद निळ्या रंगाचा सूट खास त्याच्याकरताच बनवलेला होता. त्याच्या शुभ्र पांढऱ्या शर्टाच्या कफच्या बटणावर त्याच्या नावाची आद्याक्षरे आर.ए.एच. अशी कोरलेली होती; पण त्याने स्वत:चे नाव सांगताना आणखी एक जादा सांगितले, ते माझ्या नजरेतून सुटले. त्याने घातलेला चश्मा एवढा गडद रंगाचा होता की, त्यामुळे त्याच्या डोळ्याला डोळा थेट भिडवणे शक्य होत नव्हते आणि ते मला थोडे विचित्र वाटले; पण त्याने दाखवलेली त्याची परिचयपत्रके इतकी प्रभावी होती की, माझी अस्वस्थता मी थोडी बाजूलाच ठेवली.

ह्यूजेसने उपाध्यक्ष अथवा अध्यक्ष म्हणून काम केलेल्या कंपन्यांची यादीच माझ्यापुढे ठेवली. त्या प्रत्येक कंपनीच्या नावापुढे त्याचा तिथल्या पगाराचा आकडाही लिहिलेला होता. त्या-त्या कंपनीकरता त्याने काय काय उद्दिष्टे साध्य केली, त्याचे सविस्तर वर्णन मोह पाडणारे होते. त्याने पुन:पुन्हा हे ठसवायचा प्रयत्न केला की, त्याला कंपनी व्यवस्थापनामध्ये गुणोत्कृष्टता कशी आणायची याचा भरपूर अनुभव आहे आणि ती मिळवण्यात तो यशस्वी होईल. तो मोहिनी घालणाराच होता.

ह्यूजेसने दिलेला मुख्य संदर्भ होता बिल ब्रिटनचा– जो ॲन आर्बर क्षेत्रातील एक उत्कृष्ट उच्चाधिकारी होता. त्याने दिलेल्या अनेक पदांच्या यादीत तो ब्रिटनला थेट अहवाल सादर करत होता. त्यामध्ये फ्रँकलिन ड्राय रोस्टेड पीनट कॉर्पोरेशनचे अध्यक्षपदही होते. तो म्हणाला, ''तुम्ही बिल ब्रिटनला माझ्याबद्दल विचारू शकता; पण आता तो जपानच्या व्यावसायिक दौऱ्यावर आहे; त्यामुळे मला वाटते, तुम्ही त्याच्याशी संपर्क करू शकणार नाही.'' नंतर मला माहिती कळली त्याप्रमाणे, ब्रिटन त्या वेळी जपानमध्ये नव्हता. ह्यूजेसने कदाचित प्रामाणिकपणे ती चूक केली असावी; पण त्याची परिणती माझ्या दृष्टीने एका मोठ्या चुकीत झाली. मी ह्यूजेसला त्याच्याविषयी अधिक चौकशी किंवा तपासणी न करताच डॉमिनोजचा कार्यकारी उपाध्यक्ष म्हणून नेमले.

ज्याने एवढ्या मोठ्या कंपन्यांचा कारभार हाताळलेला आहे, अशाबरोबर काम करायला मिळणार, या कल्पनेने मी भारावून गेलो. डॉमिनोज एक मोठे कॉर्पोरेशन होण्याच्या मार्गावर होते. माझ्या अंतर्मनाची ती साद होती; मग ते कसे चालवावे, हे मला जाणून घ्यायचे होते.

मला वाटते, असा अनुभव असलेले अनेक सेवानिवृत्त उद्योजक होते, जे मला ते ज्ञान देऊ शकले असते; पण त्या वेळी मला वाटले की, हे ज्ञान मिळणे दुर्मीळ आहे. थोडी गैरसोय झाली तरी आज मी ह्यूजेसकडून ते मिळवण्यासाठी त्याच्याबरोबर काम करण्याच्या तयारीत होतो.

तसा तो अगदी स्वस्तात मिळाला. त्याने स्पष्ट केले की, त्याला लवकरच ३-४ महिन्यांसाठी जपानला जायचे आहे, म्हणून तो डॉमिनोजमध्ये वर्षाकाठी केवळ १८००० डॉलरवर कामाची सुरुवात करायला तयार आहे. तो परत आल्यावर त्याच्या नक्की पगाराबाबत चर्चा करून निर्णय घ्यावा, याबाबत आम्ही उभयतांचे एकमत झाले. नंतर तो त्याच्या कामातून होणारी फलनिष्पत्ती दाखवणार होता.

मी कंपनीतील समस्यांची कल्पना दिल्यावर तो विचलित झालेला दिसला नाही. आमच्या कोठीघराच्या व्यवहारात भरपूर अकार्यक्षमता होती, व्यवस्थापन ढिसाळ होते. त्याने सांगितले की, अशा बाबी त्याने उत्तम हाताळल्या होत्या आणि त्यामुळे त्या नाहीशा झाल्या होत्या. त्याने मला आश्वासन दिले की, उत्तम तेल-

वंगण लावलेल्या एखाद्या मशिनसारखे डॉमिनोज चांगले चालेल.

मला वाटले, आता आमची सर्व कार्यपद्धती योग्य दिशेने नेण्याची ही चांगली संधी चालून आली आहे आणि ह्यूजेसने माझे हे मत बदलण्याची संधी लगेच तरी दिली नाही. तो त्या जपानच्या दौऱ्याहून परत आल्यावरही त्याने आमच्या व्यवस्थापनातले गोंधळ चांगल्या प्रकारे दूर करण्याचे काम चालू केले. त्याच्या कार्यकालाच्या सुरुवातीला तो हूवर बॉल बेअरिंग कंपनीत तज्ज्ञ कॉस्ट अकाउंटंट म्हणून काम करत होता आणि त्याने तिथला अनुभव आमच्या कोठीघरात कामाला वापरला. त्याचे चांगले परिणाम दिसू लागले. त्याने वर्षभर आमच्याकडे काम केल्यावर मी त्याचा पगार २५००० डॉलरपर्यंत वाढवला.

मला जरी त्याचे काम आवडले होते, तरी त्याच्याशी सुसंवाद साधणे अवघड होत होते. मोटारगाड्यांत असलेले समान स्वारस्य सोडले, तर आमच्यात काहीही समान आवडीनिवडी नव्हत्या. तो १९६० ची कॅडिलॅक वापरत असे आणि त्याविषयी तो नेहमीच बोलत असे. त्याच्यापाशी एक रोल्स रॉइस गाडीही होती, पण तो ती नेहमी कव्हर घालून ठेवत असे. त्याच्या मते, गुणोत्कृष्टतेचे प्रमाण म्हणजे रोल्स रॉइस. म्हणून त्याने दाखवलेल्या कामातील कामगिरीबद्दल मी त्याला सहा महिन्यांनी रोल्स रॉइस कंपनीची एक जुनी मोटार वापरायला दिली.

मी विचार करत होतो– त्या दर्जा व सेवांपेक्षाही अधिक उच्च पातळीवरील दर्जावर या बाबी कशा जाऊ शकतात याचा आणि मी ती कामगिरी त्याच्यावर सोपविली. त्याची कामगिरी माझ्यापेक्षाही चांगल्या प्रकारची वाटली आणि त्याचा माझ्यावर प्रभाव पडला. तो चाणाक्षही होता. तसा मी माझ्या मनात नसलेल्या कल्पना किंवा माझ्या मनात असलेल्या कल्पनांपेक्षाही अधिक उच्च कोणी घेऊन आला, तर त्या स्वीकारण्यातला नव्हतो; पण तो होता.

माझ्या दृष्टीने ज्या मुक्त-खुल्या वातावरणात कंपनीमध्ये काम व्हावे अशी माझी अपेक्षा होती व मी कंपनीत तसे वातावरण ठेवले होते, त्याच्या बरोबर विरुद्ध रूसची हुशारी होती. तो संवाद साधण्यात कमी पडत होता. त्याचे हे स्वभाववैशिष्ट्य दुर्दैवी प्रकाराने पुढे आले. उदाहरणार्थ, त्याने फ्रँचाइझीकडे क्षेत्रीय सल्लागारांच्या जाण्याच्या फेऱ्या कमी केल्या. तो म्हणाला की, त्याला ते कार्यालयात बैठकांसाठी उपस्थित असणे जरुरीचे वाटते. तसेच त्याला मल्टिपल मॅनेजमेंट बैठका आवडायच्या नाहीत. त्याला त्या बंद करायच्या होत्या; पण त्या कशा कराव्या, ते त्याला कळत नव्हते. फ्रँचाइझींना त्या उपयुक्त वाटत होत्या, म्हणून त्या चालू राहिल्या.

रूस ह्यूजेस आणि टॉम मोनाघन यांच्यातले मतभेद वाढत गेले– याचे कारण माझ्या मते, त्याचा विश्वास होता की 'कार्यपद्धती' या महत्त्वाच्या असतात. जर तुमच्याकडे सबल कार्यपद्धती असतील– ज्यात प्रत्येकजण घड्याळासारखा अचूकतेने

काम करतोय; तर परिणाम आपोआप मिळतील. रूसचा विश्वास होता की, व्यवस्थापकाची कामगिरी जोखण्याचा मुख्य मापक म्हणजे तो कार्यपद्धतीचे नियम कसे वापरतो व कार्यवाहीत आणतो, हे असते. मी उद्दिष्टाकडे लक्ष द्यायचो, तर तो उद्दिष्टे कशी गाठायची याच्यावर. माझा मार्ग अनौपचारिक होता, तर त्याचा औपचारिक.

रूसच्या मार्गातील समस्या ही होती की, त्याचे यश हे सर्वोच्च परिस्थितीत माणसाची दूरदृष्टी व निर्णय यांच्यावर अवलंबून असणारे होते. कार्यपद्धतीच्या रचनेचा तो एकमेव आखणी तंत्रज्ञ होता. कर्मचाऱ्यांच्या कार्यपद्धतीवर त्याचा विश्वास असायला हवा होता व त्यातील खाचाखोचा समजून घेण्यासाठी त्यांना त्याच्यावर अवलंबून राहणे भाग असायचे; त्यामुळे मला आठवण झाली आरमाराच्या वर्णनाची. हर्मन वाउकच्या 'द केन म्युटिनी'मध्ये एक कृतिशील पात्र म्हणते, 'मास्टर प्लॅन क्रिएटेड बाय जिनिअस फॉर एक्झिक्युशन बाय इडियट्स'. प्रतिभाशाली व्यक्तीने तयार केलेली उत्तम आखणी, जिची कार्यवाही मूर्खांनी करायची असते.

रूसने त्याच्या भूमिकेविषयी जाणूनबुजून गूढ निर्माण केले होते. मला हे मान्य केले पाहिजे की, त्यामुळे मीसुद्धा मोहित झालो होतो. त्याला अधिकाधिक अधिकार पाहिजे होते आणि मी तसे ते त्याला देत गेलो. शेवटी मी त्याला कंपनीचा अध्यक्ष केले आणि तो वचन देत असलेल्या नेतृत्वातील आश्चर्याची पूर्ती करण्यासाठी त्याला मुभा मिळावी, म्हणून थोडा बाजूला झालो.

त्याने डॉमिनोजसाठी काही चांगल्या गोष्टी केल्या, यात संशय नाही. एक म्हणजे, त्याने जॉर्ज पापीन्यूला कंपनीत आणले. जॉर्ज हा एक उत्कृष्ट विक्रेता होता, एक धूर्त उद्योजक होता; शिवाय मला भेटलेल्या अनेकजणांत तो एकच नि:स्वार्थी माणूस होता. त्याने रूसबरोबर फ्रँकलिन पीनटमध्ये काम केले होते आणि त्याच्या विपणनातील कौशल्यामुळे तो पदार्थ देशपातळीवरचा नामवंत पदार्थ बनला होता.

आणखी एक माणूस– जो रूस ह्यूजेसमुळे माझ्या ओळखीत आला आणि त्याकरता मी रूसचा नेहमी ऋणी राहीन– तो म्हणजे टाउनसेंड बीमन. जॅक्सनमधला पेटंट व ट्रेडमार्कचा एक वकील. रूसने शिफारस केली की, ॲमस्टार कॉर्पोरेशनच्या दाव्याबाबत मी त्याच्याशी बोलणी करावीत– ज्याने आमच्या डॉमिनोज हे नाव वापरण्यानं त्या कंपनीच्या 'डॉमिनोज शुगर' या ट्रेडमार्कवर अतिक्रमण होत आहे, असं म्हटलं होतं.

घडले ते असे होते की– १९७२ मध्ये आम्ही सादर केलेला ट्रेडमार्कसाठीचा अर्ज १५ ऑक्टोबर १९७४ च्या पेटंट कार्यक्रमाच्या अधिकृत गॅझेटमध्ये प्रसिद्ध झाला. सन १९७४ च्या २७ नोव्हेंबरला ॲमस्टारच्या वकिलाने आम्हाला पत्र

पाठवून आमच्या अर्जाला विरोध दर्शविला. त्याने ठामपणे सांगितले की, आम्ही ते नाव वापरणे थांबवले नाही तर आम्ही अडचणीत येऊ.

ॲमस्टारचे पत्र मी रूस ह्यूजेसला कामावर घेण्यापूर्वी आले होते. त्याबाबतची माझी पहिली प्रतिक्रिया होती– मला माहीत असलेली एक प्रसिद्ध कायदेविषयक कामाची कंपनी कॉव्हिंग्टन अँड बर्लिंग यांना या कामासाठी मदतीला घेणे. हॅरी श्निडेरमन नावाचा वकील त्यांनी या कामासाठी आम्हाला दिला आणि मला हे ऐकून आश्चर्याचा धक्का बसला की, त्याने केलेल्या संशोधनातून असे दिसून आले की, पेटंट कार्यालयाने १९७० मध्ये डॉमिनोज विरुद्ध एक निकाल दिला होता.

मग मला आठवले की, १९६९ मध्ये मी डॉमिनोजच्या ट्रेडमार्कच्या नोंदणीसाठी एक अर्ज केला होता; पण त्याचे पुढे काय झाले, मला माहीत नव्हते. पुढे कळले की, त्या कार्यालयाने २४ जून १९७० च्या गॅझेटमध्ये तो प्रसिद्ध केला होता आणि ॲमस्टारने लगेच त्याबद्दल आक्षेप घेणारी नोटिस बजावली होती. त्याला आम्ही उत्तर न दिल्याने आमच्या विरुद्ध एकतर्फी निकाल दिला गेला होता. मला यातले काहीही माहीत नव्हते– अगदी जानेवारी १९७१ चे ॲमस्टारचे हरकत घेणारे पत्र आले तेही– की, आम्ही डॉमिनोज नाव वापरणे थांबवावे. कारण त्या वेळी कंपनी माझ्या नियंत्रणाखाली नव्हती.

आता चार वर्षांनंतर, त्या वेळच्या त्या नजरचुकीमुळे आम्ही अडचणीत आलो होतो. त्या पूर्वीच्या निकालामुळे श्निडेरमनला विश्वास होता की, आम्ही कधीही डॉमिनोज पिझ्झा हा ट्रेडमार्क म्हणून नोंदणी करू शकू. दुसऱ्या बाजूने त्याच्या मते, आम्ही हे नाव इतके दीर्घ काळ वापरले आहे की– ॲमस्टार आम्हाला ते वापरण्यास प्रतिबंध आणू शकणार नाही. त्याला असाही विश्वास होता की– ज्या अर्थी पेटंट कार्यालयाने आमचा अर्ज दाखल करून घेतला होता, त्या अर्थी त्या कार्यालयाने असे मत व्यक्त केले आहे की, डॉमिनोज पिझ्झा व डॉमिनोज शुगर या नावात कोणतेही साधर्म्य नसल्याने गोंधळ व्हायचे काही कारण नाही.

आम्ही आणखी एक नाव नोंदवायच्या शक्यतेचाही विचार केला– ते होते 'रेड डॉमिनो.' पण हे नाव बदलण्याची कल्पना मला पसंत नव्हती आणि जेव्हा रूसने मला टाउनसेंड बीमनला भेटायला सांगितले, तेव्हा मी लगेच तयार झालो. कारण मला तशी मदत करू शकणारा कोणीही हवा होता. आम्ही मग त्याची वेळ मागून घेतली आणि ह्यूजेसच्या रोल्स रॉइसमधून बीमनच्या कार्यालयात गेलो.

या पहिल्या बैठकीत नेमके काय झाले, ते मला आता आठवत नाही. आठवते ते इतकेच– आमची ओळख करून घेताना बीमनच्या चेहऱ्यावर होते ते मोठे स्मितहास्य. मी आमची समस्या जमेल तशी उत्तम प्रकारे त्याच्यापुढे मांडली. तो म्हणाला, तो तिचा अभ्यास करील आणि आमच्याशी परत संपर्क साधेल.

आमच्या पुढच्या बैठकीच्या वेळी बीमन म्हणाला, ''या परिस्थितीत तुमचे मन निश्चिंत करावे, असे मला वाटते. तुम्ही कोणतीही काळजी करायचे कारण नाही. मी थोडा अभ्यास व संशोधन केले आणि त्यामध्ये असे दिसून आले की, तो १९७० चा निकाल अंतिम नव्हता. ॲमस्टारनी आक्षेप घेतल्यावर त्या वेळी माघार घेणे तुमच्या कंपनीच्या त्या वेळच्या आर्थिक परिस्थितीवरून कायद्याला धरून होते. तुम्हाला परत अर्ज करण्याचा पूर्ण अधिकार आहे. अर्थात, ॲमस्टार पुन्हा हरकत घेईल; पण ते तुमच्यावर दावा लावणार नाहीत. अशा प्रकारच्या परिस्थितीत यापूर्वी असे कधीही झालेले नाही आणि त्यांना हेही माहीत आहे की, त्यांचा पदार्थ व तुमचा पदार्थ याबाबत जनतेच्या मनात कोणताही संभ्रम नाही.

त्याने हे सांगितल्याने मला आनंद झाला. नावात बदल करण्याचा खर्च आवाक्याबाहेरचा होता, शिवाय इतरही नकारात्मक बाबी होत्या. आम्ही हे नाव निर्माण करण्यास खर्च केलेले पैसे, टेलिफोन निर्देशिकेत नाव बदलण्याचा खर्च व नामबदलामुळे फ्रँचाइझी करतील तो गडबड-गोंधळ, आरडाओरडा वेगळाच!

पण इतर काही वकिलांनी– ज्यांच्याशी मी बीमनच्या मताविषयी त्यांचे मत अजमावले– मला सल्ला दिला तो कॉव्हिंग्टन अँड बर्लिंग कंपनीचा नामबदलाचा सल्ला स्वीकारायचा आणि रेड डॉमिनो हे नाव घेण्याचा.

नाव बदलायचे की नाही? या प्रश्नावर १९७४ च्या जूनमध्ये मी बराच विचार केला. रेड डॉमिनो नाव घेण्याचा एक फायदा म्हणजे, ते नाव तसे एकमेव, वैशिष्ट्यपूर्ण होते. आम्ही देशभराच्या यलो पेजेस निर्देशिकांतून शोध घेतला व त्या नावाने कोणतेही पिझ्झा शॉप नसल्याचे पाहिले. सध्याच्या नावात तसा वेगळेपणा नव्हता. देशभर पसरलेल्या किमान डझनभर कंपन्यांत, उद्योग-व्यवसायात डॉमिनोज आणि त्या सदस्य नावांची नोंद होती.

शिवाय ॲमस्टारविरुद्ध कायदेशीर लढाई देण्याच्या खर्चापेक्षा नामबदलाचा खर्च कदाचित कमीच झाला असता. कायदेशीर खर्च १० ते २० लाख डॉलर्स होईल, असा वकिलांचा अंदाज होता. त्यांच्या मते, कायदेशीर लढाई वर्षाहून अधिक काळ चालेल आणि न्यायालयाच्या फेऱ्या मारणे हे डॉमिनोजचा व्याप सांभाळून अवघड होईल; तारेवरची कसरत होईल.

मी विचारही करू शकत नाही यापेक्षा अधिक वेळ आम्ही या कायदेशीर प्रश्नांवर घालवत होतो. आम्ही चक ग्रेबरोबरचा करार संतुष्टात आणण्याच्या दस्तऐवजांवर शेवटचा हात फिरवत होतो; पण त्याने त्याच स्टोअरच्या जागी पिझ्झा विक्रीचा धंदा चालू केला होता. तिथे पूर्वी डॉमिनोजचा होता. त्या स्टोअरचे नाव फोनवरून ऐकले, तसे डॉमिनोजच्या नावाला साधर्म्य असणारे वाटले. मला विश्वास होता की, हे आमच्या कराराचे उल्लंघन होते; त्यामुळे आम्ही त्याच्याविरुद्ध

दावा दाखल करण्याच्या तयारीत होतो. आम्ही असाच दावा टॉम ॲहलरविरुद्धही करणार होतो. तो आमचा इलिनॉइसमधल्या शॉपमध्ये भागीदार होता व तिथेही करारभंग झाला होता. आमच्या त्याच्याबरोबरच्या कराराप्रमाणे आम्ही तिथे ५१ टक्के भाग धारण केले होते आणि त्याला काही काळ सर्व नफा मिळणार होता. माझा विश्वास होता की, आमच्या कराराप्रमाणे पूर्वीच्याच अटीवर त्या भागात आणखी स्टोअर्स उघडायचे त्याच्यावर बंधन होते; पण त्याने निराळ्या नावाने नवी स्टोअर्स उघडणे चालू केले आणि त्यामुळे कंपनीच्या संधीचा दुरुपयोग केल्यावरून आम्ही त्याच्याविरुद्ध दावा दाखल करणार होतो.

नंतर हे प्रकरण न्यायालयात सुनावणीला येण्यापूर्वीच आम्ही ते दावे काढून घेतले; पण त्या वेळी मी पुढचे भविष्य लक्षात घेतले नाही की, मी नाव बदलाबद्दल आमच्या कायदेविषयक दस्तऐवजात गढून जाणार होतो.

नाव बदलायचे की नाही? या प्रश्नाचे साधकबाधक परिणाम मी पानांमागून पाने लिहून काढत होतो आणि त्याला फुटणारे फाटे पाहत होतो. शेवटी टाउनसेंड बीमनबरोबरच्या काही संभाषणांनंतर– त्याचे संक्षिप्त नाव तोपर्यंत मी टाऊनि असे करून टाकले होते– मी अशा निर्णयाला आलो की, आम्ही 'रेड डॉमिनो' असा नामबदल करणार नाही. आम्ही डॉमिनोज पिझ्झा या नावाची ट्रेडमार्क म्हणून नोंदणी होण्यासाठी लढा देऊ आणि आम्ही हरलो व ॲमस्टारने आमच्यावर दावा दाखल केला– जसा तो ते करतीलच, असे आमच्या कायदेतज्ज्ञांनी आम्हाला सांगितले– तर आम्ही त्यांच्याशी आहे-नाही त्या सर्व साधनांनिशी लढा देऊ.

तो निर्णय घेतल्याने माझ्या खांद्यावरचे ओझे बरेच कमी झाले; कारण या प्रश्नामुळे मला आमच्या व्यवस्थापनविषयक समस्यांकडे लक्ष देणे जमत नव्हते आणि त्या समस्या या दाव्याच्या कामापेक्षा अधिक गंभीर होत्या.

माझी अशी अपेक्षा होती की, रूस ह्यूजेस अशा काही गोष्टी करील की मला त्याचे आकलन होणार नाही. मी स्वस्थ बसलो आणि तो काय करतोय, ते पाहत राहिलो. मी माझ्या एका नोंदीत असे लिहिले होते की, 'तो करत असलेल्या प्रत्येक गोष्टीबद्दल मी त्याला प्रश्न विचारले, तर ते त्याला अडवल्यासारखे होईल. माझे काम आहे त्याच्याकडून शिकायचे.' त्याच नोंदीच्या शेजारी मी टिप्पणी लिहिली, 'तात्त्विक मतभेद. त्याला हे महत्त्वाचे वाटत नाही की, स्टोअर मॅनेजर हा स्वत: एक जलद पिझ्झा बनवता येणारा असावा.'

या तात्त्विक मतभेदांमुळे येणारा समतोल बिघाड आमच्या दोघांत येऊ नये व त्याच्याशी वादावादी होऊ नये, म्हणून मी व्यवस्थापकांकडे पिझ्झा तयार करण्यात वेग व दर्जा यावा असा सतत आग्रह धरत होतो. आमच्या ऑगस्ट महिन्यातल्या सुपर सेमिनारमधल्या भाषणाचा मी तो केंद्रबिंदू ठेवला.

टॉम सिक्कारेली व जॉन कॅरेल यांनी पिझ्झा तयार करण्याबाबत माझ्यासाठी काही संशोधन केले. त्यांनी पिझ्झाचे मूळ इटलीमध्ये १६व्या शतकातील आहे, असे सांगितले. तेव्हा निओपोलिटन्सनी टोमॅटो सॉसमध्ये ओरेगॅनो व लसूण घातला आणि तो त्यांनी कणकेच्या जाड गोलाकार पोळीवर पातळ पसरला. १७ व्या आणि १८ व्या शतकात पॅरिसमध्ये जसे कॅफे असतात, तसे नेपल्समध्ये पिझ्झेरिया दिसू लागले. पिझ्झा बनवताना तो तयार करणाऱ्याभोवती ग्राहक तासन्‌तास पाहत उभे असायचे– विशेषत: कणकेचा गोळा हवेत उडवून त्याचा पिझ्झा बेस करताना. त्यांच्या संशोधनाप्रमाणे जेव्हा रूझवेल्टने इटलीला भेट दिली– त्या वेळी तो किंग व्हिक्टर इमॅन्युएल-३ चा पाहुणा होता. वर्ष होते १९०६. पिझ्झाची चव चाखणारा तो पहिला अमेरिकन अध्यक्ष ठरला. टॉम व जॉन यांनी मग आणखी दंतकथा व आकडेवारी काढली. त्याप्रमाणे अमेरिकेत (यूएस) १८९५ मध्ये पहिला पिझ्झेरिया उघडला गेला. तो होता न्यू यॉर्कमधील स्प्रिंग स्ट्रीट या मध्यवस्तीतील लिटल इटली या भागात आणि एन्रिको कारुसोन या प्रख्यात गायकाने तर त्याच्या आवाजाचे गुपित पिझ्झा खाण्यात आहे, असे ठासून सांगितले.

मी माझा संदेश पोहोचवण्याकरता यापैकी काही तपशील वापरत असे. तो म्हणजे, पिझ्झा तयार करणारे डॉमिनोज हे जगातील सर्वांत वेगवान पिझ्झामेकर ठरावेत. त्या वर्षीच्या स्पर्धेतील विजेत्याने १६ सेकंदांत पिझ्झा तयार केला. मी परत गेल्यावर डॉमिनोजची ख्याती जगातील सर्वांत जलद पिझ्झा बनवणारे म्हणून कशी होईल, हे पाहण्याचे आवाहन त्या सर्व स्टोअरचालकांना केले. माझे उद्दिष्ट होते गर्दीच्या वेळी प्रत्येक स्टोअरमध्ये ३० सेकंदांत पिझ्झा तयार व्हायला हवा.

या आवाहनाला मिळालेला प्रतिसाद पाहून माझे हृदय भरून आले. प्रत्येकजण ते ३० सेकंदांचे उद्दिष्ट गाठण्यासाठी उत्सुक होता, असे दिसले. म्हणून मी प्रचंड उत्साहात यपसिलांटीला परतलो आणि पुढच्या वर्षी सर्वांत जलद स्टोअरविस्तार कसा होईल, याच्या नोंदी करू लागलो.

प्रवास करणाऱ्या आमच्या क्षेत्रीय सल्लागारांनी आमचे काम सुकर केले. गॉर्डन वॉलेस एकटा १९७५ मध्ये क्षेत्रीय वितरक व ६७ नवे स्टोअर्स उघडायचे उद्दिष्ट गाठत होता; पण ह्यूजेसने क्षेत्रीय सल्लागारांच्या प्रवासावर निर्बंध आणल्याने आम्हाला निराळे धोरण आखावे लागले. मी खरेदी केलेल्या मोटारहोमचा फारसा उपयोग होण्यासारखा नव्हता. मग आम्ही ते विकले व त्यातून आलेले पैसे बॉब कॉटमनला उसने दिले. तो व त्याची दुसरी बायको – जॅन मुहलेमान – त्यांचा नवा स्टुडिओ ग्रुप २४३, कोलंबसहून ॲन आर्बरला हलवण्यासाठी त्याचा उपयोग करणार होते. त्यांनी हे करावे यासाठी मी त्यांना पुढे रेटत होतो. कारण मला त्यांनी डॉमिनोजचे जाहिरातीचे काम सांभाळावे, असे वाटत होते. त्यांनी आमच्याकरता रेड

डॉमिनोजचे बोधचिन्ह (लोगो) तयार केले होते आणि आम्ही वेळ पडली तर ते काही व्हिजिटिंग कार्ड्स, लेटरहेड्स व इतर स्टेशनरी आणि वाहतुकीची लेबल्स यासाठी वापरणार होतो.

पण त्यांनी ग्रुप २४३ ॲन आर्बरला हलवल्यावर असे दिसले की, त्यांना डॉमिनोजकडून फारच थोडा धंदा मिळाला. 'पेप्पेरोनी प्रेस'ची छपाई सोडून मला ते फारच दु:खद वाटले; पण बॉब व जॅनला मी परिस्थिती समजावून सांगितली आणि त्यांनीही ती स्वीकारली.

मग मी दर शनिवारचा वेळ बॉब कॉटमनबरोबर विविध कल्पनांवर चर्चा करण्याकरता घालवत गेलो. तो एक चांगला श्रोता होता. त्या क्रॉस स्ट्रीटवरच्या इमारतीमध्ये आग लागण्यापूर्वी तो आमच्या संचालक मंडळाचा सदस्य व माझा पाठीराखा होता आणि आता मेंदूला खाद्य देणारी त्यापैकी काही चर्चा आम्ही करू शकत होतो. आता रूस ह्यूजेस असल्यामुळे माझे मुख्य स्वारस्य होते ते माझा वेळ काही उत्पादक कल्पनांवर खर्च करण्यात घालवण्यावर. मे १९७५ मध्ये आम्ही आमचे १०० वे स्टोअर धूमधडाक्यात उघडले, तो प्रसंग साजरा केला; त्यामुळे मला या प्रगतीबद्दल अभिमान वाटत होता. मला रे क्रॉकचे भाषण आठवले. त्यांनी जिथे मॅकडोनल्डचे पहिले स्टोअर उभारले होते, त्याच इलिनॉयमधल्या डेस प्लेन्समध्येच हजारावे स्टोअर उभारले होते, त्यात त्याने ते सांगितले होते. मला ते आवडले. मग मीही ही खात्री करून घेतली की, डॉमिनोजचे १०० वे स्टोअर यपसिलांटीमधल्या होमस रोडवर असेल.

पण बहुधा त्या वेळी माझ्या डोक्यात सर्वोत्तम कल्पना आली, ती म्हणजे– आमचा 'मिस्टरी कस्टमर प्रोग्राम'. तो आमची पिझ्झा पोहोचवायची वेळ व उत्पादनाचा दर्जा सांभाळण्याची देखरेख यासाठी तयार केला होता. आमची योजना होती की, प्रत्येक स्टोअरच्या क्षेत्रातील एक ग्राहक शोधायचा, जो त्या स्टोअरमध्ये दरमहा किमान एका पिझ्झाची ऑर्डर देईल. आमच्या मुख्य कार्यालयातून जे ग्राहक त्यांना पिझ्झा किती वेळात मिळाला, त्या ड्रायव्हरचा पेहराव व वागणे कसे होते आणि मिळालेला पिझ्झा गरम व चवदार होता की नाही याची माहिती आम्हाला देतील; त्यांना पुढच्या पिझ्झ्यावर सवलत देण्याची योजना होती. आम्ही १९७५च्या उन्हाळ्यात हा कार्यक्रम राबवण्यास सुरुवात केली व तेव्हापासून तो छान चालला आहे. अशा 'मिस्टरी' ग्राहकाची ओळख गुपित ठेवण्यात आली होती; त्यामुळे स्टोअरमधील कर्मचाऱ्यांना हे कळणार नाही की, कोणत्या ऑर्डरमधून त्यांची चाचणी होणार आहे. हा कार्यक्रम तसा खर्चिक होता. तेव्हा १९८० च्या दशकात त्याचा खर्च १० लाख डॉलर्स झाला; पण घरपोच पिझ्झा देण्याच्या वेळेवर नियंत्रण ठेवण्यासाठी तो उत्तम साधन ठरला.

डॉमिनोजमध्ये सातत्याने जलद घरपोच पिझ्झा हे कायमचे उद्दिष्ट होते. पहिले आव्हान होते ते म्हणजे ३० मिनिटांत डिलिव्हरी शक्य आहे, हे सिद्ध करण्याचे. तसे ते कठीण होते– जसे ४ मिनिटांत १ मैल धावायचे; पण जेव्हा आमच्या काही स्टोअर्सनी ३० मिनिटांचे उद्दिष्ट सातत्याने पाळण्यात यश मिळवले, तेव्हा ते उद्दिष्ट सर्वत्रच गाठणे आम्हाला सोपे गेले. आमचा सरासरी डिलिव्हरीचा वेळ १९८५ पर्यंत २४ मिनिटांपर्यंत खाली आला आणि काही स्टोअर्सनी तर १८ मिनिटांत डिलिव्हरी देण्याचे लक्ष्य गाठले होते. आता ३० मिनिटांत डिलिव्हरी हे आमचे सर्वसामान्य उद्दिष्ट आहे. आमच्या १९८५ च्या पाहणीवरून हे उद्दिष्ट गाठण्याची आमची सरासरी टक्केवारी ९१ इतकी होती. ही सुधारणा होण्यात त्या 'मिस्टरी कस्टमर प्रोग्राम' कार्यक्रमाचा किती वाटा होता, हे मला माहीत नाही; पण त्याचा बराच उपयोग झाला, यात शंका नाही.

वर्ष १९७५ चालू झाले, पण त्या वर्षात सर्वांत वेगवान वाढीचे मी पाहिलेले उद्दिष्ट प्रत्यक्षात आले नाही. उलट, आमची वाढ पूर्णपणे थांबली. एक कारण असे असेल की– ह्यूजेसला वाटले, कोणतीही कृती करण्यापूर्वी त्यासंबंधीची पूर्ण माहिती त्याला हवी. त्याने कित्येक छोटे-छोटे निर्णयही प्रलंबित ठेवले; पण नव्या स्टोअर्सची वाढ मर्यादित ठेवण्याच्या धोरणामुळे मीही थोडा सचिंत झालो होतो. फ्रँचाइझी नवे स्टोअर उघडू शकत नव्हते. जोपर्यंत त्याबाबतच्या त्यांच्या प्रस्तावाला संचालक मंडळाची मान्यता मिळत नाही आणि तशी मिळवण्यासाठी त्यांना एक प्रदीर्घ किचकट अहवाल सादर करावा लागे; त्यामुळे डिक म्युल्लर वगळता इतर सर्वांनी नवे स्टोअर उघडण्याचे काम थांबवले.

म्युल्लरने खेळी केली. तो प्रत्येक एका स्टोअरबाबतच्या प्रस्तावाचे एक इंच जाडीचे बाड घेऊन यायचा आणि तसे तो एका वेळी १५-२० प्रस्ताव मंडळापुढे ठेवायचा. ह्यूजेसने विचारलेली सर्व माहिती त्यात असायची. त्या क्षेत्रातील रहिवाशांचा प्रकार, अर्थपुरवठा कोठून होणार त्याची माहिती, त्या जागेचे विविध कोनांतून घेतलेले फोटो. म्युल्लरने या कार्यपद्धतीचे जणू शास्त्रच बनवले होते. तो प्रस्तावाच्या कोऱ्या फॉर्मच्या फोटो कॉपी काढायचा, त्यात ठिकाणाच्या जागा प्रत्येक प्रस्तावासाठीच्या तपशिलाने भरायचा आणि मग ते गटागटाने सादर करायचा. तो एकच असा होता की, त्याच्या कंपनीने त्या काळात विस्ताराचे भरपूर काम केले. ह्यूजेसने जॉर्ज पॉपिन्यूला आपला सहायक बनवले आणि जॉर्जने नंतर मला सांगितले की– रूसने असा प्रस्ताव मांडला की, त्या दोघांनी रूसची रोल्स रॉइस घेऊन ॲन आर्बर आणि यपसिलांटीमधल्या स्टोअरला भेट द्यावी.

जॉर्ज म्हणाला, "मी याविषयी त्याच्याशी बोललो. आम्ही माझ्या गाडीतून गेलो; पण जेव्हा आम्ही गर्दीच्या वेळी स्टोअरमध्ये जायचो, त्या वेळी रूसला

ड्रायव्हर्सना बोलावून त्यांचे घरपोच डिलिव्हरी देण्याचे काम थांबवून– त्यांच्याबरोबर बैठक घ्यायची इच्छा असे.''

आमच्या फ्रँचाइझींच्या तक्रारी असायच्या की, मुख्य कार्यालयातून काही संपर्क होत नाही. त्यांनी काही बैठका घेतल्या आणि संयुक्तरीत्या काही धोरणे आखून परिस्थितीतून मार्ग काढायचे ठरवले. आमच्या कराराप्रमाणे त्यांची कृती कायदेशीर होती, कारण कराराप्रमाणे दोन्हीपैकी एका बाजूने त्यांना करार संपुष्टात आणता येत होता; पण जर फ्रँचाइझींना करार संपुष्टात आणायचा असेल; तर त्यातील तरतुदीप्रमाणे त्यांचे त्या स्टोअरमधले समभाग १० टक्के रोख पैसे देऊन घेता येऊ शकत होते आणि त्याची किंमत करारातील नमुन्याप्रमाणे ठरवायची होती. फ्रँचाइझींना वाटत होते की, कंपनीची परिस्थिती आर्थिकदृष्ट्या इतकी कमकुवत होती की, ते सर्वच भाग एकदम विकत घेऊ शकणार नाहीत. मग त्या सर्वांनी कंपनीला एकदम रामराम ठोकायचे ठरवले.

माइक पॉल हा दोन फ्रँचाइझींपैकी एक होता, ज्याने कंपनी सोडली. त्याने १५ एप्रिल १९७६ रोजी आम्हाला नोटिस दिली. यामुळे अर्थात माझे मन:स्वास्थ्य बिघडले– खास करून जेव्हा मला कळले की, सुमारे ५० स्टोअर्सचे इतर फ्रँचाइझी त्यात होते व एकूण स्टोअर्सच्या ती निम्मी संख्या होती– जे हा विचार करत होते; पण मला माइकचा मुद्दाही पटत होता. त्याने सांगितले की, त्याने संपूर्ण वर्षात मुख्य कार्यालयातील कुणाचे तोंड पाहिले नाही किंवा त्यांच्याकडे कोणी फिरकले नाही. नंतर जो माणूस त्यांच्याशी संपर्क साधणार होता, तो मिनिऑपोलिसला एक सामना पाहायला गेला अन् जाताना माइकच्या स्टोअरमध्ये थांबला नाही.

या फ्रँचाइझींबरोबरच्या वादात मी इतका गुरफटून गेलो होतो की, मी ॲमस्टारशी असलेल्या दाव्याचे प्रकरण जवळजवळ विसरूनच गेलो होतो; पण ३० सप्टेंबरला ॲमस्टारने आमच्यावर बॉम्ब टाकला. त्यांनी त्यांच्या ट्रेडमार्कवर आम्ही अतिक्रमण केल्याचा ठपका ठेवून आमच्यावर दावा दाखल केला, तो जॉर्जियाच्या उत्तरेकडील जिल्ह्यातील देशाच्या जिल्हा न्यायालयात.

मी लगेच टाउनी बीमनशी टेलिफोनवरून संपर्क साधला. तोही आश्चर्यचकित झाला. त्याची खात्री होती की, ॲमस्टार दावा दाखल करणार नाही; पण तोही त्याहून अधिक भडकला– हे ऐकून की, हा दावा ॲटलांटामध्ये दाखल केला आहे.

''तुमचे जॉर्जियात काही स्टोअर्स नाहीत; होय ना?'' त्याने विचारले.

''नाही, आमचे तिथे नाहीत.'' मी सांगितले, ''ते डेव्ह किलबीचे वितरणक्षेत्र आहे आणि त्याचे तिथे तीन स्टोअर्स आहेत– ॲटलांटा, थॉमसव्हिले आणि अथेन्समध्ये; पण ते आता बंद आहेत.''

त्यामुळे तर टाउनीला वेड लागायचेच बाकी होते. ''आपण त्यांना ठिकाण

(दाव्याचे) बदलायला लावू.'' तो म्हणाला, ''ते आमच्यासाठी सर्व गोष्टी अवघड व खर्चिक करायला पाहत आहेत. अर्थात, हे तुझ्यावरही अवलंबून आहे की, आपण त्यांना न्यायालयाबाहेर हा वाद मिटवायला लावू शकतो. त्यांच्याशी लढायचे म्हणजे सर्व तयारी– मानसिक त्रासाची व खर्चाची– ठेवायला हवी. ती त्यांना परवडेल; पण तुम्हाला परवडेल की नाही, हे मला माहीत नाही.''

त्याला उत्तर द्यायला मला फार वेळ लागला नाही. आमचे नाव बदलायच्या प्रक्रियेत निर्णय घेताना, मी आता आम्ही तोंड देत असलेल्या परिस्थितीचा विचार केला होता. फक्त टाउनीला 'आपण लढू' हे सांगायला मी थोडा कचरत होतो. तो ६९ वर्षे वयाचा होता आणि जरी त्याची तब्येत उत्तम होती; तरी मला कळत होते की, ॲमस्टारच्या अमर्यादित संशोधनाच्या जोरावर आणि त्यांच्याकडे असलेल्या न्यू यॉर्कमधील वकिलांच्या ताफ्याकडे पाहता, तो ही डोकेदुखी घेण्याबाबत साशंक असेल. मी त्याला तसे सांगितलेही आणि स्पष्ट केले की, त्याला दोष द्यायची माझी इच्छा नाही की, त्याने आम्हाला ॲमस्टारच्या विरुद्ध लढू नका, असे सुचवले. त्याने मला आश्वासन दिले की, तो तंदुरुस्त आहे आणि त्याला ॲमस्टारच्या गोलायथ विरुद्ध डेव्हिड बनून लढायला आवडेल. म्हणून मी म्हणालो, ''ठीक आहे टाउनी, मग आपण लढूच.''

टाउनीची पहिली चाल होती ती ॲटलांटामध्ये एक वकील नेमायची. त्याला अशी व्यक्ती हवी होती की, जॉर्जियामधील त्या डिस्ट्रिक्टमध्ये वकिली करण्याची सनद होती व जो टाउनीला तिथे न्यायालयापुढे सादर करू शकला असता; त्यामुळे मग टाउनीला न्यायालयापुढे हा दावा मिशिगनच्या न्यायालयात बदली करण्यासाठी अर्ज दाखल करता आला असता. टाउनीला कर्नल एडवर्ड न्यूटन या ॲटलांटामधील हॉपकिन्स अँड ऑर्म्सबी या ज्येष्ठ कंपनीच्या ज्येष्ठ भागीदाराची माहिती होती. त्याला विश्वास होता की, या कामाला तो योग्य माणूस ठरेल. जेव्हा त्याने एडवर्डला फोन केला; तेव्हा कळले की, तो दीर्घकालीन सुट्टीवर आहे व त्याच्याशी संपर्क साधता येणार नाही. मग त्याने तरुण वकिलाशी– त्याचे नाव विजय नीडल– बोलणे केले. योगायोगाने नीडलने नुकतेच दुसऱ्या एका प्रकरणात न्यायाधीश रिचर्ड सी. फ्रीमन यांच्यासमोर एका खटल्यात काम केले होते आणि तेच न्यायाधीश ॲमस्टार प्रकरण हाताळणार होते. त्या खटल्यातही दावा चालवायची जागा बदलून घेण्यात नीडल यशस्वी झाला होता. टाउनीने त्याला त्या प्रकारचे कागदपत्र पाठवायला सांगितले, ते पाहून तो समाधानी होता. नीडल फक्त २९ वर्षांचा होता. पण टाउनीने विचार केला की, तो डॉमिनोजचे प्रकरणही असेच व्यवस्थित हाताळेल.

मग त्या दोघांत टेलिफोनवरून दीर्घ काळ चर्चा अनेक वेळा झाली. त्यानुसार

त्यांनी दावा बदली करण्याच्या अर्जाचा मसुदा तयार केला.

माझ्या दृष्टीने हा दावा मिशिगनच्या न्यायालयात चालणे सोईचे होते; पण न्याय चमत्कारिक पद्धतीने चालतो. न्यायाधीश फ्रीमनने आमचा अर्ज रद्द केला.

मग आमची दीर्घकालीन गुंतागुंतीची न्यायालयीन प्रक्रिया तिथे चालू झाली. वकिली डावपेच आखले गेले. या सर्वांसाठी यपसिलांटी ते अॅटलांटा अनेक चकरा मारणेही ओघाने आलेच.

टाउनी हा व्यवहारी होता. त्याने सर्व पाया तयार केला. आमच्याविषयी त्याच्या भ्रामक कल्पना नव्हत्या. त्याला नीडलला या प्रकरणाची पूर्ण माहिति करून देणे आवश्यक वाटले; ते यदाकदाचित आपल्या प्रकृतीबाबत काही समस्या आली तर काम अडून राहू नये यासाठी. टाउनी व नीडल यांचे सूत चांगले जमले आणि परस्परांचे कामही छान पार पडले. ते चांगलेच झाले; कारण त्या दोघांनी देशभर दौरा केला, डॉमिनोज पिझ्झाचे फ्रँचाइझी व कंपनी स्टोअर्सच्या व्यवस्थापकांच्या मुलाखती घेतल्या. यापैकी अनेक दौऱ्यांत मी त्यांच्याबरोबर गेलो आणि हे सर्व दौरे तसे कष्टदायक होते. एका दौऱ्यात तर आम्ही पाच दिवसांत देशाची दोन टोके दोनदा गाठली. अगदी दोन्ही किनाऱ्यांवरच्या समुद्राचे दर्शन व्हावे, तशी. दौरा तसा खराब झाला नसता; पण टाउनीने स्वस्त हॉटेलात राहायचा आग्रह धरला आणि खाणेही स्वस्तातले घेतले. मी तक्रार करू शकलो नाही, कारण शेवटी तो डॉमिनोजचाच पैसा खर्च होत होता; पण मला हे स्वास्थ्यपूर्ण व उन्नतिकारक वाटले की, त्याला त्याच्या ग्राहकाच्या पैशाची चांगलीच काळजी होती. त्याच्या वाढदिवसाच्या दिवशी मात्र मी सॅन फ्रान्सिस्कोतील एका चांगल्या हॉटेलात जेवण करण्याचा आग्रह धरला आणि त्यानेही तो मान्य केला. आम्ही तो वाढदिवस तिथे साजरा केला; पण तेवढे सोडले, तर बाकी खाणे सुमार हॉटेलातच असायचे.

नीडलने ट्रेडमार्कमध्ये डॉमिनो नावाचा उपयोग करण्याचा प्रदीर्घ इतिहास जमा केला. त्याला पहिला वापर १८८५ मध्ये मिळाला, तो तंबाखू व सिगारेटच्या एका ब्रँडचा. मग डेलमॉन्टो कंपनीच्या हवाबंद फळे व भाजीपाल्याचा १८९६ मधला. ॲमस्टारने त्या शतकाच्या अखेरीस 'डॉमिनोज शुगर' बाजारात आणली; पण त्याचबरोबर अन्य अनेक कंपन्यांनी तेच नाव वापरून काड्यापेट्यांपासून स्वच्छतागृहातील अनेक वस्तू बाजारात आणल्या होत्या.

नीडलने त्याची ही सर्व संशोधित माहिती, रंगीत आराखडे, नकाशे व तक्ते या रूपात एकत्र केली. सन १९०० नंतरच्या कुठल्याही वर्षात तुम्ही जर तक्त्यावर उभी रेष काढली, तर तुम्हाला 'डॉमिनोज शुगर' हे नाव दिसेलच; पण त्याच्या जोडीला अन्य अनेक कंपन्यांनीही त्याच नावाने अनेक वस्तू बाजारात आणलेल्या दिसतील आणि त्याही १९६५ मध्ये 'डॉमिनोज पिझ्झा' हे नाव बाजारपेठेत

येण्याआधीच!

या प्रकारच्या संशोधनामुळे ॲमस्टारविरुद्धची भावी न्यायालयीन लढाई अधिक सुकर होईल, असा विश्वास मला वाटू लागला; पण माझी रूस ह्यूजेसविषयीची मनोवृत्ती अगदी विरुद्ध प्रकारे वाढत चालली होती. आमच्यातल्या परस्पर संदेशवहनाची व सुसंवादाची दरी विस्तारत चालली होती.

जून १९६५ च्या अखेरीस एका शुक्रवारी संध्याकाळी तो माझ्या कार्यालयात आला व म्हणाला की, ''मला तुझ्याशी काही महत्त्वाची चर्चा करायची आहे. ती पूर्ण दिवसही चालू शकेल.'' मग मी माझ्या सर्व भेटी रद्द केल्या आणि आम्ही पूर्ण दिवस आणि रात्रीचाही थोडा वेळ चर्चेत घालवला. त्याने व त्याच्या काही मित्रांनी 'डॉमिनोज' कंपनी विकत घेण्याची त्याची योजना मला सांगितली. तो म्हणाला की, तो मला एक असामान्य संधी देत आहे. या हस्तांतरात काही रोख रक्कम हस्तांतरित होणार नाही; पण मी त्याला कंपनी विकली, तर मला पुढे जन्मभर काही काम करावे लागणार नाही. हे सर्व ऐकून मी पूर्णपणे गोंधळात पडलो. त्याला हे माहीत होते की, मला निवृत्त होण्यात स्वारस्य आहे आणि हेही माहीत होते की, मला केवळ पैशात स्वारस्य नाही. हे मी त्याला पूर्वीच स्पष्ट केले होते, जेव्हा मी त्याच्याबरोबर इतरांचे गुंतवणूक करण्याचे अनेक प्रस्ताव फेटाळले होते.

मी त्याला कंपनीचे स्वरूप कसे राहील याविषयी काही प्रश्न विचारले आणि मला हे रंजक वाटले की, त्याच्या योजनेप्रमाणे तो सर्व फ्रँचाइझींना दूर सारणार होता आणि सर्व स्टोअर कंपनीच्या अमलाखाली आणणार होता. त्याला डिक म्युल्लरला 'डायरेक्टर ऑपरेशन्स' म्हणून आणायचे होते. तो जसजसे अधिकाधिक बोलत गेला तसतशी मला त्याची योजना अधिकाधिक चकित करणारी वाटली. त्याने ती सविस्तर सखोल जाऊन तयार केलेली होती आणि त्यावर अर्थातच भरपूर वेळ खर्च केलेला असणार होता. मला तर वेड लागायचीच पाळी आली. त्याने त्याचे काम व्यवस्थित करावे, म्हणून मी आजपर्यंत तो मागेल ती सर्व मदत त्याला दिली होती. त्याचा पगार मी वर्षाला ५०००० डॉलर्सपर्यंत वाढवला होता. त्याला घर, मोटारगाडी आणि कंपनीचे १,५०,००० डॉलर्सचे समभागही दिले होते; पण तो माझ्याकरता अजिबात काम करत नव्हता, असे मला वाटले; उलट तो फक्त स्वत:साठी काम करत होता.

त्या संध्याकाळी आम्ही कोणत्या निर्णयाप्रत आलो, हे मला आठवत नाही; पण मी त्याला कुठलेही आश्वासन दिले नाही. एव्हाना माझ्या रोषाचे रूपांतर एक प्रकारच्या सोडवणुकीत झाले होते. परिस्थितीचा आढावा घेण्यासाठी, तिचे विश्लेषण करण्यासाठी व नवी आखणी करण्यासाठी थांबायची माझी तयारी नव्हती. मी तो संपूर्ण आठवडाअखेर माझी कायदेशीर कागदपत्रे घेऊन विविध पर्यायांचा विचार

करत बसलो आणि परिस्थितीला कसे तोंड द्यायचे, त्याचे चिंतन करू लागलो. शेवटी रविवारी रात्री मी जेव्हा सर्व संपवले, तेव्हा माझी सर्व योजना तयार झाली होती. दुसऱ्या दिवशी पहिली करायची गोष्ट म्हणजे– ह्यूजेसला माझ्या कार्यालयात बोलवायचे अन् राजीनामा द्यायला सांगायचे.

१३

ह्यूजेस गेल्यानंतरच्या दोन वर्षांत डॉमिनोजचा कायापालट झाला. चांगल्या परिस्थितीत झाली नव्हती तेवढी ती त्या काळात प्रगल्भ झाली; पण याच काळात एकीकडे ॲमस्टारच्या दाव्याच्या तयारीत आमची धावपळ चालू होती. त्यात भरपूर अन् सातत्याने पैसा, वेळ व शक्ती लागत होती; तर दुसरीकडे आमच्या वाढीमुळे येणारे त्रासही वाढले.

ह्यूजेस गेल्यानंतर माझे पहिले काम होते– त्याच्या कंपनी चालवण्याच्या तत्त्वांच्या जागी माझी तत्त्वे आणणे व स्टोअर्सच्या वाढीवर लक्ष केंद्रित करणे. आमची ११५ स्टोअर्सवरून ६९ स्टोअर्सपर्यंत पिछेहाट झाली होती. त्याचबरोबर मला फ्रँचाइझींबरोबरचे संबंध सुधारायचे होते. मला परत एकदा ती 'मल्टिपल मॅनेजमेंट' योजना अमलात आणायची होती, दळणवळण सुधारायचे होते आणि आमच्या क्षेत्रीय सल्लागारांना कार्यक्षेत्रात फिरवायचे होते.

आम्ही आमचा वेग पुन्हा पूर्वपदावर आणला, ही बाबच डॉमिनोजच्या संकल्पनेच्या मूलभूत ताकदीचे उदाहरण होती.

मी जेव्हा ह्यूजेसचा राजीनामा मागितला; तेव्हा मी त्याला सांगितले की, त्याचे जाणे मला सुलभ व सन्मानकारक करायचे आहे; पण त्याने त्याबाबतचे माझे प्रयत्न जणू हाणून पाडले. मी कंपनीतल्या प्रत्येक संबंधिताला पत्र लिहून 'ह्यूजेस स्वतःचा व्यवसाय चालू करण्यासाठी कंपनी सोडून जात आहे' असे कळवले होते. त्यानेसुद्धा

सर्वांना पत्र लिहिले; पण त्यात लिहिले होते की, तो राजीनामा देतोय त्याचे कारण– टी. एस. मोनाघनने एकाएकी १३ जुलै १९७६ ला घोषणा केली की, त्याला कंपनीचा पूर्ण ताबा पुन्हा घ्यायचा आहे.

ही दोन्ही पत्रे मिळाल्यावर अल व मेरी मॅरिसन, आमचे कालामाझूमधले फ्रँचाइझी बरेच अस्वस्थ झाले. त्यांनी मला दोन पानी पत्र पाठवून तक्रार केली– रूस ह्यूजेस याच्या तातडीच्या आणि गोंधळाच्या वातावरणात दिलेल्या राजीनाम्याची. त्यांनी लिहिले की, त्याची नेमणूक करण्यात माझा काय शहाणपणा होता? याबाबत प्रश्नचिन्ह निर्माण केल्यानंतर मात्र त्याने डॉमिनोजमध्ये चांगले योगदान दिले होते.

'त्याच्या पूर्वीच्या अनुभवामुळे या कंपनीत काय कमी आहे याचा त्याला चांगला अंदाज आला होता आणि संभाव्य वाढीसाठी काय करायला हवे, हेही त्याला उमगले होते.' त्यांनी लिहिले होते– 'जरी तो नेहमीच लोकप्रिय नव्हता, तरी त्याने कंपनी हा एक उद्योगधंदा म्हणून विकसित करण्याचे प्रयत्न केले. कंपनीत काहींना हस्तक्षेप करणे व कौटुंबिक हेवेदावे येथे आणणे हे करायचे होते; ते त्याने रोखले. त्याला कळले होते की, मोठे व्हायचे तर गबाळेपणा व सुमारपणा उपयोगी नाही. त्याने कंपनीत काम करण्याची घडी देशभर बसवावी, यासाठी पाया निर्माण केला.' त्यांनी त्या लांबलचक पत्रात ह्यूजेसच्या उपक्रमांची भरपूर प्रशंसा केली होती; शिवाय मी त्याला परत बोलवावे, अशी सूचनाही!

त्याला माझा प्रतिसाद असा होता, 'माझे स्वारस्य कंपनीच्या हिताच्याच सर्व गोष्टी करण्याचे होते; त्यामुळे प्रथम मी रूसला कंपनीत कामासाठी घेतले आणि विरोधाभास म्हणजे त्यासाठीच मला त्याला कंपनीतून हाकलावे लागले. निर्णय साधा, सोपा, सरळ नव्हता आणि तो तसा लवकरही घेतला नव्हता. त्याचे कंपनीतील योगदान अतुलनीय मानले जाईल. त्याचे जाणे जरी गरजेचे होते, तरी तो कंपनीचा तोटा समजला जाईल.'

मी जेव्हा ते पत्र लिहिले, तेव्हा मला या वाक्प्रचाराचा अर्थ कळला– 'उच्चपदी प्रत्येकजण एकाकी असतो.'

इतरही अनेकजण ह्यूजेसची बाजू घेणारे होते. उदाहरणार्थ, गॉर्डन वॉलेस, आमचा एक क्षेत्रीय सल्लागार त्याला वाटले की, ह्यूजेस जणू पाण्यावरून चालत होता! रूस बाहेर पडल्यावर त्याने त्याची कास धरली व त्याच्याबरोबर दुसऱ्या पिझ्झा रेस्टॉरंटच्या उद्योगात काम केले. तत्पूर्वी डॉमिनोजमधले त्याचे समभाग त्याने मला विकले.

मात्र, ह्यूजेसच्या व्यवहाराची काटेरी बाजू म्हणजे– त्याचे फ्रँचाइझींबरोबरचे व्यवहार. त्यातून त्यांच्यात बंडाची मोहीम चालू झाली. त्यातच ॲमस्टारच्या

दाव्याची भर पडली; त्यामुळे बंडखोरांना कंपनीतून बाहेर पडायला आयतेच निमित्त मिळाले. त्यांनी असा युक्तिवाद केला की, आम्ही त्यांना त्याकरता रॉयल्टी मागतोय, जे आमच्या मालकीचेच नाही. डेव्ह किलबी– आमचा फ्लोरिडामधला फ्रँचाइझी, हा या बंडात सामील झालेला होता. डेव्हची कंपनी १९७६ च्या सुरुवातीला आर्थिक अडचणीत आली होती. प्रथम त्याने रॉयल्टी देणे बंद केले; मग एकापाठोपाठ एक स्टोअर्सही बंद केले. हा एक कटू विरोधाभास होता की, त्याने जॉर्जियातले त्याचे तीन स्टोअर्स आधीच बंद केले होते. जेव्हा ॲमस्टारने त्याच्या जॉर्जियातल्या कॉर्पोरेशनला या दाव्यात एक प्रतिवादी केले होते, ते तिथे डॉमिनोज नावाचे डेव्हचे स्टोअर्स होते म्हणून.

मी या प्रत्येक बंडखोर फ्रँचाइझीला व्यक्तिश: जाऊन भेटलो आणि त्यांना सांगितले की, आम्ही पूर्वीच्या कार्यपद्धतीने पुन्हा काम करणार आहोत. आम्ही डॉमिनोजमधल्या त्यांच्या योगदानाचे व त्यांचेही मूल्य पूर्णपणे जाणतो; मला त्यांच्याबरोबर पुन्हा काम करायचे आहे. त्यानंतर मी हेही स्पष्ट केले की, आम्ही ॲमस्टारबरोबरची लढाई अगदी देशाच्या सर्वोच्च न्यायालयापर्यंत लढू. अशा प्रकारे एकामागून एक फ्रँचाइझींना मी पुन्हा कंपनीसमवेत राहण्यासाठी राजी केले. अपवाद होता तो फक्त माइक पॉल, डेव्ह किलबी आणि टॉड केन यांचा.

किलबीच्या प्रकरणात आम्ही परस्परसंमतीने फारकत घेण्याचे ठरवले. त्याने दुकानावरच्या पाट्या बदलल्या व त्याच्या मार्गाने तो गेला. त्यानंतर दोन वर्षे मी त्याच्याबद्दल काही ऐकले नाही. नंतर १९७८ च्या शेवटी कधीतरी त्याने मला फोन केला आणि मी त्याच्या कॉर्पोरेशनमध्ये विलीन होऊ शकतो का, अशी विचारणा केली. खरेतर त्याच्याकडे फारच थोडे स्टोअर शिल्लक होते; पण मला वाटले की– त्याची स्टोअर्सची ठिकाणे मोक्याची होती, वाढीला योग्य होती आणि मला त्याला मदत करायची होती; म्हणून मी ती विकत घेण्यास तयार झालो. मग मी त्याला आमच्या मुख्यालयात डायरेक्टर ऑफ फ्रँचाइझिंग म्हणून काम करण्यासाठी नेमले. त्या वेळेपर्यंत मला वाटते, मला त्याची बलस्थाने व दुर्बलस्थाने माहीत झाली होती. माझी खात्री पटली होती की, मी त्याला चांगली दिशा देऊ शकेन.

टॉड केनला माइक पॉलने धंद्यात आणले होते आणि कोलोरॅडोमधील डेन्व्हरचा फ्रँचाइझी म्हणून पुरस्कृत केले होते. पिझ्झा बंडखोरीत तो माइकबरोबर राहिला आणि त्याने डॉमिनोजचे बोधचिन्ह स्टोअरवरून उतरवले. टॉडने १९७८ पर्यंत तग धरला आणि त्याने आपल्या स्टोअरचे पुन्हा डॉमिनोजमध्ये विलीनीकरण केले. माइक पॉलला डॉमिनोजच्या संचात परत घेणे, ही सर्वांत कठीण कामगिरी होती. तो माझ्यासारखा तिरसट डोक्याचा होता आणि या झगड्यात आम्हा दोघांनाही वाटत होते की, सत्य व न्याय केवळ आपल्या बाजूलाच आहे. मला विश्वास होता

की, माइकच्या मनात माझ्याविषयी पोटशूळ होता; पण मी असे म्हणणार नाही की, त्याने कंपनी सोडायचा विचार करताना तो योग्य मार्गाने केला. मी विश्वास ठेवला की, आम्ही त्याचे स्टोअर विकत घेण्यासाठी त्याला दिलेल्या कायदेशीर नोटिसांकडे त्याने दुर्लक्ष केले; पण मी त्याला संशयाचा फायदा देण्यास तयार होतो. ऑक्टोबर १९७६ मध्ये आमचा अर्थ विभागाचा नवा उपाध्यक्ष जेरी कोलसा सीनिअर याला घेऊन माइकला भेटण्यासाठी मी मिनिऑपोलिसला गेलो. कोलसा १९६५ पासून आमचा कर सल्लागार व लेखापरीक्षक या नात्याने डॉमिनोजशी संबंधित होता; त्यामुळे त्याची माइक पॉलशी बऱ्याच काळाची ओळख होती आणि आम्हाला आशा होती की, माइकला पुन्हा डॉमिनोजमध्ये आणण्यात आम्हाला यश मिळेल.

पण माइक गुर्मीत होता. त्याने दाखवून दिले की, त्याने आता त्याच्या स्टोअर्सचे नाव पिझ्झा पार्क ठेवले आहे. त्याने सर्व डिलिव्हरी गाड्यांना हिरवा रंग दिला आहे आणि या नव्या नावाची त्याने भरपूर जाहिरातही केली आहे.

त्याने मला कायदेभंग केल्याबद्दल त्याच्यावर दावा दाखल करण्याखेरीज अन्य मार्गच ठेवला नाही; तरीही माझ्या व माइकच्या मनात परस्परांबद्दल शत्रुत्व नव्हते. उलट, एकमेकांबद्दल भरपूर आदराची भावना होती. त्याने एक वकील नेमला– ज्याने असा युक्तिवाद मांडला की, आमचा फ्रँचाइझी करार मिनेसोटा राज्यात लागू होत नाही. आम्ही त्याच्या विरुद्ध काही महिने वाद घातले. शेवटी माइकने त्याला थांबायला सांगितले. मिनेसोटा सोडण्यासाठी तो उत्सुक होता. त्याचे लग्न मोडले होते आणि त्याला तिथल्या थंड हवामानातूनही दूर जायचे होते. मग त्याने त्याचे स्टोअर आम्हाला ३००००० डॉलर्सना विकले आणि तो उपाध्यक्ष म्हणून आमच्याकडे रुजू झाला. पश्चिमेकडे डॉमिनोजचा विस्तार करण्याचे काम त्याच्याकडे देण्यात आले. तो सॅन डिअॅगोमध्ये स्थायिक झाला आणि तिथे तो आता आमचा सर्वोत्तम स्टोअरचालक आहे.

फ्रँचाइझींशी चांगले संबंध जुळवायच्या माझ्या प्रयत्नांना जॉर्ज पॉपिन्यूने चांगली मदत केली. ते ह्यूजेसचे उपकारच होते, कारण त्याला डॉमिनोजमध्ये आणण्यात ह्यूजेसचा मोठाच हात होता. मी पुन्हा कंपनी ताब्यात घेतल्यावर त्याच्या कार्यालयात गेलो व म्हणालो, ''जॉर्ज, मी समजलो की, रूस गेला असल्यामुळे तू आता इथे काम करणार नाहीस.''

तो म्हणाला, ''तू चुकतोयस. आता उलट पूर्वीपेक्षाही अधिक निश्चिंतपणे मी इथे काम करणार आहे!''

''छान! मला नक्की माहीत नाही, तू आम्हाला हवास की नकोस ते. तू तुझ्या आयुष्यात पिझ्झा कधी केलेला नाहीस, पण मी काही काळ चाचणी घेईन.''

पुढच्या सहा महिन्यांत जॉर्जने कंपनीची गाडी मूळपदावर आणली. जसे मी

आमच्या फ्रँचाइझींच्या परिषदेत पुढच्या वर्षी सांगितले– जॉर्ज हे आमचे परस्पर संदेशवहनाचे यंत्र होते. त्याचा फ्रँचाइझीबरोबरचा संपर्क व संबंध आश्चर्यजनक होते. त्याला एखाद्या क्षेत्रातून काढले, तर तिथले लोक किंकाळ्या फोडायचे– आम्हाला जॉर्ज हवा! म्हणून मी त्याला क्षेत्रीय सल्लागार केले आणि फ्रँचाइझींच्या संबंधांचा संचालकही.

कंपनीचे नियंत्रण परत ताब्यात आल्यामुळे मी खुशीत होतो. सहा वर्षांपूर्वी हॅवलिन जेव्हा बाहेर पडला होता, त्या वेळी मला वाटले एक प्रकारे तसेच किंबहुना त्याचाच ॲक्शन रिप्ले होता तो जसे मला सर्वोत्कृष्ट अध्यक्ष व्हायचे होते. माझे लक्ष ॲन आर्बरमधील वृत्तपत्रातील एका बातमीकडे गेले. त्या भागातील लघुउद्योगांची एक संघटना स्थापन करण्यासंबंधी ॲन आर्बर कन्सल्टिंग असोसिएशनच्या फिलिप अलेक्झांडर याने ती दिली होती. तिने माझे लक्ष वेधून घेतले.

आमच्यापैकी सहाजणांनी प्रत्येकी ३००० डॉलर्स घालून १० मासिक बैठकांची व्यवस्था केली आणि ही माझ्या दृष्टीने एक चांगली गुंतवणूक ठरली. जरी सदस्य कंपन्याचे प्रकार व कामाचे स्वरूप वेगवेगळे होते, तरी जेव्हा आमची ओळख झाली आणि आम्ही परस्परांच्या समस्यांची माहिती घेऊ लागलो तेव्हा आमच्या लक्षात आले की, आम्ही परस्परांना अनेक व्यवहार्य सूचना देऊ शकतो, आपल्या उद्योग-व्यवसायांना नव्या मार्गाने नेण्यासाठी नवी दिशाही मिळवू शकतो. प्रत्यक्षात हा गट इतका मौल्यवान ठरला की, पहिल्या वर्षानंतर आम्ही त्याची पुनर्रचना केली व तेव्हापासून त्याच्या मासिक बैठका चालू आहेत.

अलेक्झांडरबरोबरच्या कराराचा एक भाग असा होता की, तो प्रत्येक सदस्याशी काही काळ विचारविनिमय करील. त्याच्याबरोबरच्या माझ्या चर्चेतून मी डॉमिनोजची 'जॉब प्लॅनिंग अँड रिव्ह्यू सिस्टीम' विकसित केली. ती आमच्या कार्यपद्धतीचा १९७७ पासूनचा मुख्य भाग आहे. त्यातून कर्मचाऱ्यांना त्यांच्या कामात ते कार्यक्षमतेच्या दृष्टीने कोणत्या दर्जावर आहेत ते कळते, कर्मचारी व व्यवस्थापक परस्परसंमतीने आपली उद्दिष्टे ठरवतात आणि त्यातून चांगल्या-चांगल्या कल्पना तळापासून वरपर्यंत येतात. कंपनीतला प्रत्येकजण या 'जे पी अँड आर'मधून जात असतो व तेही नियमितपणे; त्याला पर्याय नाही. मी सोडून तो प्रत्येकाच्या कामाचा एक भाग आहे. मी बऱ्याच वेळा असा विचार केला की, तो माझ्याकरताही योग्य ठरेल; पण मला हे कधीही कळले नाही, तो माझ्याबरोबर कुणी करावा!

याचे काम असे चालते– व्यवस्थापकांबरोबर बसण्याआधी प्रत्येक कर्मचाऱ्याला एक तीनपानी फॉर्म दिला जातो, जो त्याने भरायचा असतो. पहिल्या पानावर त्याने कामाचे स्वरूप मांडायचे असते. तो जे काम करतोय ते त्याला माहीत आहे की नाही, हे जाणून घेण्याची ती उत्तम संधी असते. जर त्याला त्याच्या कामाचे स्वरूप

नीट माहीत नसेल किंवा चुकीच्या पद्धतीने माहीत असेल, तर व्यवस्थापक ते त्याला समोरासमोर बसून समजावून सांगू शकतो. पहिल्या पानावर व्यवस्थापक अथवा कंपनीने काय मदत व सोई द्याव्यात अशी अपेक्षा आहे, तेही लिहायचे असते. जसे– कामाच्या ठिकाणच्या सुविधा, कच्चा माल किंवा प्रशिक्षण. या पद्धतीतून प्रशिक्षण आणि मदतकामातील त्रुटी ताबडतोब दूर करता येतात. दुसऱ्या पानावर त्या कर्मचाऱ्याने त्याचे उपक्रम लिहायचे असतात तसेच त्याची कामगिरी सुधारण्यासाठी काय करायला हवे, ते लिहायचे असते.

या व्यावसायिक पद्धतीने केलेल्या चर्चेमुळे अनेक किरकोळ तक्रारी व तंटे कसे मिटले जाऊ शकतात आणि दोन्ही बाजू काम करताना भविष्यात कशा एकत्र येऊ शकतात, हे पाहिले की आश्चर्य वाटते.

पण 'जे पी अँड आर' या पलीकडेही जाते. या सत्रात व्यवस्थापक आणखी दोन प्रकारची माहिती भरतात. एकात कर्मचाऱ्याला भावी काळाची त्याची उद्दिष्टे लिहायला सांगितले जाते तसेच तो ती कशी साध्य करणार तेही! ही यादी पुढच्या वेळी परत तपासली जाते; त्यातले काय काम साध्य झाले, ते पाहिले जाते; त्यामुळे कर्मचाऱ्यांना त्यांच्या उपक्रमांचे श्रेय घेता येते आणि तेही स्वत:ची पाठ थोपटून घेतात. त्यातून अभिमान व आत्मसन्मान वाढण्यास मदत होते. उद्दिष्टे ठरवणे, ती कशी गाठायची याविषयी संमती देणे आणि नंतर दिलेल्या जबाबदाऱ्या किती यशस्वीपणे पार पाडल्या ते तपासून घेणे– ज्यामुळे कामगिरी सुधारेल; हे सर्व संघकार्याचे फलित असते आणि हा 'जे पी अँड आर' कार्यक्रम त्या सर्वांना एकत्र बांधून ठेवतो.

या कार्यक्रमाची शेवटची पायरी म्हणजे व्यवस्थापक उरलेला भाग भरतो आणि नंतर तो मालकाबरोबर किंवा वरिष्ठ अधिकाऱ्यांसमवेत चर्चा करण्यासाठी वापरतो. व्यवस्थापक त्या-त्या कर्मचाऱ्यांना श्रेणी देतो व त्याचे निकष असतात– करायच्या कामाचे ज्ञान व कंपनीची धोरणे, कामाचा दर्जा, मनाचा कल व पुढाकार. जर कर्मचारी इतर २-३ जणांवर देखरेख करत असेल, तर त्याची व्यवस्थापकीय परिणामकारकता दर्शविण्यासाठी जागा असते. त्या फॉर्मवर शेवटी मालकाच्या शेऱ्यासाठीही जागा असते; त्यामुळे जर एखादी व्यक्ती कशी कामगिरी करते याविषयी मतभिन्नता असेल, तर ते आम्हाला लगेच समजते.

हा कार्यक्रम राबवण्याचा एक नियम आहे की, तो अनौपचारिक असावा. जर तो व्यवस्थित राबवायचा असेल, तर प्रति व्यक्ती २ ते ५ तास किंवा कधीकधी त्याहूनही अधिक वेळ लागतो. मला त्याचा ढाचा ताठरपणाचा व राजकारण असलेला नको होता. हा कार्यक्रम राबवताना मला मजा वाटते आणि तशी ती डॉमिनोजमधल्या इतरांनाही वाटत असणारच.

या फॉर्मच्या प्रती प्रत्येक कर्मचाऱ्याच्या फाइलमध्ये जातात; त्यामुळे त्याच्या कामाचा इतिहास व प्रगतीचा लेखाजोखा जतन केला जातो. या कार्यक्रमातील एक उत्तम गोष्ट म्हणजे, त्यातून येणाऱ्या नवनव्या कल्पना कामातील सुधारणेची गरज प्रतीत करतात. काही वेळा अशा सुधारणा कंपनीला कराव्या लागतात, तर काही वेळा त्यात कर्मचाऱ्यांनी स्वत:चेच केलेले आत्मपरीक्षण व टीका असते. कसेही असले, तरी त्यातून अमूल्य दृष्टिकोन उघड होतात. मी नेहमी सांगतो की, आमच्या उत्तमोत्तम कल्पना कर्मचाऱ्यांकडून येतात, कारण ते त्यांच्या क्षेत्रामध्ये ग्राहकांशी थेट संपर्कात असतात, ते बहुधा तरुण असतात आणि गोष्टी अधिक चांगल्या कशा करता येतील यासंबंधीची दृष्टी त्यांच्याकडे असते. आम्हांला ती दृष्टी इतरांबरोबर वाटून घ्यायची असते– जे मिळतील त्यांच्याबरोबर– खालपासून वरच्या स्तरापर्यंत.

डॉमिनोजची परिस्थिती सुधारली आहे, हे मोजण्याचा एक मापदंड म्हणजे– आम्ही करत होतो ती देणेकऱ्यांची परतफेड. १९६९ च्या कंपनी कोसळण्याच्या वेळचीही अनेक देणी होती. सन १९७३ मध्ये आम्ही 'ऑपरेशन सरप्राइज' चालू केले, तेव्हापासून चार वर्षे आम्ही त्यासाठी लहान-लहान रकमेच्या चेकचे गठ्ठे महिनोन्महिने पाठवत होतो. त्यात बिल रक्कम व त्यावरचे व्याज असे उल्लेख असायचे. शेवटी १० सप्टेंबर १९७७ रोजी त्या व्यंगचित्रातील विवस्त्र पण कमरेभोवती बॅटल गुंडाळलेल्या चरित्रनायकाचे शेवटचे दर्शन त्या चेकवर झाले. त्या शेवटच्या चेकबरोबर सर्व धनकोंना मी पत्र पाठवले. त्यात मी त्यांच्या संयमाचा व धीराचा गौरव केला होता, त्यांचे कौतुक केले. मला वचनपूर्तीचा आनंदही होत होता, कारण कर्जफेडीचे वचन पूर्ण झाले होते.

या कर्जफेडीच्या कार्यक्रमाची अखेर याचा अर्थ, आम्ही आता आमच्या इमारतीकडे लक्ष देऊ शकणार होतो. आमच्या प्रगल्भतेचे आणखी एक दर्शन म्हणजे, आमच्या मुख्य कार्यालयाचे ॲन आर्बरमध्ये स्थलांतर. आमचा नवा पत्ता होता '२८७५ बोर्डवॉक' आणि आम्ही उद्योग चालू केल्यापासून आम्हाला इतरांना दाखवण्यात प्रथमच अभिमान वाटावा असे आमचे ते कार्यालय झाले.

यपसिलांटीमधील आमच्या कार्यालयात अनेक छोट्या इमारती व बराकी होत्या. ही आमच्या दृष्टीने एक उणीव होती. याची जाणीव मला १९७३ मध्ये झाली. तेव्हा वाटले की, माझे कार्यालयीन काम व्यवस्थित चालण्यासाठी मला एक स्वीय सहायिका हवी. मला ती उत्तम व कार्यक्षम हवी होती. म्हणून मी स्थानिक रोजगार विनिमय कंपनीच्या सॅली हॅमिल्टनला फोन केला अन् विचारले की, चांगली सहायिका नोकरीवर ठेवण्याचा खर्च काय होईल? ती म्हणाली, सुमारे १५० डॉलर दरमहा. मी माझा ओठ चावला; पण म्हटले– ठीक आहे, मी तेवढे देईन.

एकामागून एक अनेक गुणवान मुली व महिला मुलाखतीसाठी आल्या; पण मला जाणवले की, मी त्यांची मुलाखत घेण्याऐवजी त्याच माझी मुलाखत घेत होत्या व डॉमिनोजविषयी खोदून-खोदून विचारत होत्या. आठव्या उमेदवाराच्या 'मुलाखती'नंतर मी सॅली हॅमिल्टनला फोन करून तिने हे इतके चांगले उमेदवार पाठवल्याबद्दल व दिलेल्या सहकार्याबद्दल आभार मानले आणि म्हणालो, ''मला हे कळत नाही की, यापैकी कोणती निवडावी!''

ती म्हणाली, ''खरं सांगू का? टॉम, त्यापैकी एकीचीही तुझ्याबरोबर काम करण्याची इच्छा नाही.''

ते मला अपमानास्पद वाटले. माझा आवाज चढला आणि मी म्हणालो, ''एक मिनिट थांब. आमची कंपनी मोठी आहे– आम्ही उल्हसित आहोत, आमचे ७५ स्टोअर्स आहेत आणि आमची झपाट्याने वाढ होत आहे. यपसिलांटीमध्ये मुख्य कार्यालय असलेली आमची दुसऱ्या क्रमांकाची मोठी कंपनी आहे. मग त्यांना माझ्याबरोबर काम का करायला नको?''

''तुला सत्य जाणून घ्यायचंय का?'' तिने विचारले.

''हो.'' मी उत्तरलो.

''पहिली गोष्ट म्हणजे, तुमची इमारत या गावातील सर्वांत वाईट भागात आहे, त्यामुळे तुमच्या कंपनीची प्रतिमा चांगली तयार होत नाही– विशेषत: बाहेरच्या जुनाट डिलिव्हरीच्या गाड्या ओळीने लावून ठेवल्यामुळे. एक मुलगी दरवाज्यातून आत येताना अडखळली. भिंतीवरील प्लायवूडचे तुकडे बाहेर आले होते, त्यात अडकून दुसऱ्या मुलीचा नायलॉनचा झगा फाटला. मग ती आत आली व तिने पाहिले, तर तिथे सिमेंटची जमीन होती. टॉम, तुला त्या कार्यालयात गालिचे अंथरायला हवेत, त्या जागेचे नूतनीकरण करायला हवे.''

मला कार्यकारी स्त्री सहायिका मिळवायला पुढे तीन वर्षे थांबावे लागले. सुदैवाने या उमेदवाराला आमच्या कार्यालयीन वातावरणामुळे नाराज व्हायचे कारण पडले नाही. तिचे नाव होते हेलन मॅकनल्टी. फिल अलेक्झांडरने तिला माझ्याकडे पाठवले. कारण त्याला माहीत होते की, आधीच्या नोकरीत ती बदलीची सीमा पार करून थांबली होती. तिला मी देत होतो तशा प्रकारचे आव्हान असणारी नोकरी हवी होती. मला लगेच वाटले की, माझ्या कामाला ती लायक आहे; पण आम्हा दोघांनाही याची काही पूर्वसूचना तेव्हा मिळाली नाही की, आमच्या कार्यकाळात ती किती महत्त्वाची भूमिका बजावणार आहे.

आम्ही आमच्या नव्या कार्यालयात हेलन आल्यानंतरही सहा महिने गेलो नाही. तिथे जाईपर्यंत आम्ही त्या टेबलांनी गच्च भरलेल्या खोलीत एकाच टेबलावर एकमेकांकडे तोंडे करून बसत होतो. मी तिला सांगत होतो की, तिला आगीच्या

पाण्याच्या नळाने पाणी प्यायला शिकले पाहिजे. कारण मला मंद गतीने चालायला वेळ नाही अन् तिला आम्ही हे प्रत्येक काम करणार आहोत हे सांगायलाही. आम्ही एकमेकांना हवी ती कागदपत्रे, दस्तऐवज थेट हातात देत असू. आमच्या नव्या कार्यालयीन इमारतीत तिच्या त्या आरामदायी, भल्या मोठ्या कक्षात मी जेव्हा जेव्हा जायचो; त्या वेळी मला फरक जाणवला. तो खरंच मन गुंगवून टाकणारा होता; पण हेलन त्या वेळी करत असलेले काम व आजचे काम– दोन्हीही– महान होते.

सन १९७७ च्या संपूर्ण परिवर्तनीय वर्षात आमची एक सर्वांत अभिमानास्पद उलाढाल म्हणजे, आम्ही कंपनीकरता मिळवलेली नवी अर्थपुरवठा व्यवस्था. त्याबद्दल तरुण आर्थिक सल्लागार जॉन मॅकडेव्हिट याचे आभार मानायला हवेत. मॅकडेव्हिटने ॲन आर्बरमधील सिटीझन्स ट्रस्टकडून ४॥ लाख डॉलर्सचे अर्थसाह्य मिळवले; त्यामुळे आमचे ५० टक्के वाढीचे उद्दिष्ट गाठणे आम्हाला शक्य झाले. आमच्याकडे १९७७ च्या सुरुवातीला १०२ स्टोअर्स होती आणि त्या वर्षीच्या डिसेंबरअखेरीस ती १५९ झाली. हे काही सोपे काम नव्हते. आम्ही अजूनही प्राथमिक पाया रचत होतो. प्रत्येक नव्या स्टोअरचे उद्‌घाटन म्हणजे दिव्य होते.

आमच्या कार्यपद्धतीत काही त्रुटीही होत्या. उदाहरणार्थ, आम्ही अजूनही आमच्या कॉर्पोरेट स्टोअर्समधील नफा कसा वाढेल; जेणेकरून तिथले व्यवस्थापक व पर्यवेक्षक यांनाही योग्य तो वाटा मिळावा, आम्हालाही पुरेसा परतावा मिळावा याचे गणित बसवले नव्हते; त्यामुळे आमची वाढ होत होती, तरी कंपनीचे कार्य म्हणावे तितके नफादायक होत नव्हते. असे प्रश्न सोडवण्यासाठी मला एक उच्चपदावर काम करणारा आर्थिक क्षेत्रातला अधिकारी माहिती होता. जेरी कोलोसावर भरपूर ताण पडत होता आणि तोही आता सेवानिवृत्तीची भाषा बोलायला लागला होता. म्हणून मग मी आणि मॅकडेव्हिटने मिळून या क्षेत्रातील योग्य ती व्यक्ती निवडायचे काम सुरू केले.

फ्रँचाइझी विकू शकेल अशी व्यक्तीही मी पाहत होतो. देशाच्या नकाशावर आमचे स्टोअर्स असलेल्या ठिकाणी काळ्या पिना लावून ठेवल्या, तरी देशाचा मोठा भाग अद्याप मोकळा दिसत होता. दोन्ही किनाऱ्यांवर आम्ही नुकतेच पाऊल टाकले होते. स्टीव्ह लिटव्हिलर व्हरमाँटमध्ये स्थायिक झाला होता, तर माइक पॉल हा सॅन डिॲगोमध्ये स्थिरावत होता; पण तसे फक्त १८ राज्यांत आमचे प्रतिनिधित्व होते; बाकीचा विशाल देश आमच्या पदार्पणाची वाट पाहत होता. आम्ही ठरवले होते की, तो नकाशा अतिजलद भरण्यासाठी आम्हाला बाहेरच्या लोकांना फ्रँचाइझी केले पाहिजे आणि ते हाताळण्यासाठी आम्ही एक स्वतंत्र खाते उघडले पाहिजे; पण ते चालविण्यासाठी आमच्याकडे लायक व्यक्ती नव्हत्या. डेव्ह किलबीचे नाव सतत नजरेपुढे येत होते; पण माझा त्याच्याशी संपर्क तुटला

होता आणि त्याचीच निवड योग्य आहे की नाही, याविषयी मी साशंक होतो. ते कंत्राट देण्याचे खाते सुरू झाल्यावर जवळजवळ वर्षाने किलबीने माझ्याशी संपर्क साधला, मग मी त्याला परत नोकरीवर घेतले.

पुन्हा एकदा आमचे थोडे दुर्लक्ष झाल्याबरोबर कोठीघरातले काम थंडावले. तिथे एक प्रमुख व्यवस्थापकीय सावळागोंधळ चालू झाला आणि १९७६ च्या शेवटी तिथे साफसफाई करण्यासाठीची माझी पहिली कृती म्हणजे ती एक होल्डिंग कंपनी म्हणून पुनर्स्थापित करणे ही होती. तिचे नाव 'डॉमिनोज नॅशनल कॉम्मीसरीज आयएनसी'. पुढच्या वर्षी आम्ही मिशिगन, केन्टुकी व नॉर्थ कॅरोलिनामध्ये कोठीघरे उघडली आणि मग देशभरात सहा ठिकाणी ती सुरू झाली. आम्ही एक यंत्रोपकरणे आणि पुरवठा विभागही चालू केला. त्याची प्रमुख होती– एक आकर्षक नावाची महिला ज्युडी सायलेन्स; पण त्या कोठीघराच्या दीर्घकालीन कामकाजासाठी एक सक्षम अध्यक्ष निवडणे ही माझी समस्या होती. मग मी आमच्या पुरवठादारांकडे याबाबत विचारणा करून या कामासाठी योग्य अशा व्यक्ती मिळतील का याची चाचपणी चालू केली.

स्टोअर्सच्या कामकाजासाठी त्या आघाडीवर मी डेव्ह स्मिथ व डेव्ह ब्लॅक यांना जॉर्ज पॉपिन्यूच्या जोडीला क्षेत्रीय सल्लागार म्हणून पाठवले. मी त्यांना स्पष्टपणे सांगितले की, त्यांनी कार्यालयात बसून राहणे अपेक्षित नाही; त्यांनी क्षेत्रात जावे, स्टोअर्सना भेटी द्याव्यात. फक्त या खेपेला मी विचार केला की, त्यांच्याकडे मोटारऐवजी कंपनीचे विमान असावे. सन १९७६ च्या थँक्सगिव्हिंग दिवसाच्या आधी मी मनाचा निश्चय केला– एक विमान घ्यायचा. मी त्या दिवशी घरी बसून डेव्ह स्मिथचा 'जे पी अँड आर' घेत होतो. त्याला फ्लोरिडामधल्या एका स्टोअरमध्ये काही समस्या होती आणि आम्ही हे बोलत असतानाच मी त्या स्टोअरला फोन करून ते उघडे आहे की नाही हे पाहत होतो. तिथून काही प्रतिसाद आला नाही. मी पुन:पुन्हा प्रयत्न केला, पण उत्तर नाही.

मी डेव्हला म्हटले, ''आपल्याला गरज कशाची आहे तर ती कंपनीच्या विमानाची. ते असते तर, तू आता त्यावर स्वार होऊन त्या गावात गेला असतास अन् आज रात्रीच त्या स्टोअरचा ताबा घेतला असतास; उद्या थॅंक्सगिव्हिंग डेला हजर राहण्यासाठी घरी परतला असतास!''

त्या रात्री मी माझे कायदेविषयक पॅड घेऊन बसलो आणि एक नवी आखणी केली, ज्यायोगे आम्हाला एक विमान असण्याची गरज नीट मांडता आली असती; त्यामुळे आम्हाला आमच्या प्रत्येक स्टोअरला महिन्यातून किमान एकदा भेट देता आली असती, तीही आमच्याकडे अशा कामासाठी उपलब्ध असलेल्या तीनजणांचा जास्तीतजास्त उपयोग करून!

विमान सोमवारी सकाळी उड्डाण करून पूर्व किनाऱ्याकडे जाईल. तिथे जॉर्ज पॉपिन्यूला न्यू यॉर्कजवळ कोटलँडमध्ये उतरवेल, मग डेव्ह स्मिथला बर्लिंग्टन व्हरमाँटमध्ये आणि डेव्ह ब्लॅकला ऱ्होड आयलंडमध्ये. मग तिथे पोहोचल्यावर ते मोटारगाडी भाड्याने घेऊन त्या भागातल्या प्रत्येक स्टोअरला भेट देतील. मग आठवड्याने विमान त्यांना घेऊन ॲन आर्बरला परत येईल. नंतरच्या आठवड्यात ते दक्षिणेकडे, त्यानंतर मध्य-पश्चिमेला आणि शेवटी पश्चिमेकडच्या क्षेत्रात– असेच काम करतील.

या माझ्या आखणीचा परिणाम अपूर्व झाला; पण ही तीनही माणसे आठवड्यातला बराच काळ बाहेर राहत असल्याने त्यांची व माझी भेट होत नसे. मग मी रोज टेलिफोनद्वारे कामाचा अहवाल देण्याची पद्धत चालू केली. ते दिवसभर केलेल्या कामाची नोंद ठेवत अन् रोज रात्री मला फोनवरून कामाचा अहवाल देत असत. तो टेपरेकॉर्डवर मुद्रित केला जाई. त्याला आम्ही '००६ रिपोर्ट' असे नाव दिले. दुसऱ्या दिवशी सकाळी मला त्यांच्या फोनवरच्या अहवालाचे टंकलिखित अहवाल मिळत असत. त्यात त्यांचा संपर्काचा फोन क्रमांकही असे; त्यामुळे मला पाहिजे तेव्हा मी त्यांना फोनवर भेटू शकत असे. परस्पर संपर्काचा हा एक फारच प्रभावी मार्ग होता.

फ्रँचाइझींपुढे १९७८ च्या सुरुवातीला केलेल्या भाषणात मी म्हणालो, ''गेले वर्ष आमचे आजपर्यंतचे सर्वोत्तम वर्ष ठरले आणि त्याचे श्रेय तुम्हाला द्यायला हवे. प्रत्यक्षात आम्ही त्याआधीच्या वर्षाची, जे फारच खराब गेले– त्याची भरपाई केली. मी पुन्हा प्रमुखपदाची सूत्रे घेतल्यावर आमचे बहुतेक फ्रँचाइझी डॉमिनोजकडे परत आले होते. पण अद्यापही काही असे होते, जे आमच्यापुढे समस्या बनून राहिले होते आणि मला वाटले की, त्यांच्याशी थेट, समोरासमोर बोलणे चांगले.'' मी माझ्या भाषणात अशा समस्या निर्माण करणाऱ्यांची नावे सांगितली नाहीत; तशी सांगण्याची आवश्यकताही नव्हती. ते कोण आहेत, ते सर्वांनाच माहीत होते. मी त्यांना कृतज्ञतापूर्वक सांगितले की, आमची रॉयल्टीची रक्कम आम्हाला आता अगदी वेळेवर मिळते, अगदी इतर साखळी स्टोअर्सच्या तुलनेतही. आपल्या संबंधांच्या दृष्टीने ते महत्त्वाचे आहे. मी म्हणालो, ''कारण तुम्ही जर कोणाला पैसे देणे लागत असाल व ते देत नसाल; तर तुम्ही त्याच्यावर चिडता, तुम्ही त्यांना त्याची कारणे देत बसता आणि इतर फ्रँचाइझींनाही तुम्ही तसेच करायला लावता. असे एखादे नासके सफरचंद पूर्ण पेटी नासवते. पुढचे आम्हाला कळते ते– आमचे फ्रँचाइझीबरोबर वाद आहेत हे नाही; तर आमच्यात त्यांच्याशी पैशामुळे समस्या निर्माण होत आहे. मी अशा परिस्थितीत होतो अन् पुन्हा त्यात जायची माझी इच्छा नाही.

''आमचे दर्जाचे मापदंड कडक आहेत आणि आम्ही त्याबाबत अधिकच कठोर

होत जाणार आहोत. फक्त सबल फ्रँचाइझीच या कंपनीत टिकून राहू शकतील. जर तुम्हाला एखाद्या सुमार कंपनीतच राहायचे असेल, तर कृपया तुम्ही 'डॉमिनोज पिझ्झा'मधून चालते व्हा. आम्ही केलेल्या कंत्राटाच्या करारातील बदलाबाबत तुमच्यापैकी काहींनी तक्रार केली. असे पाहा– काळ बदलतो, परिस्थिती बदलते. आणि तुम्ही जर इथे आनंदी नसाल, तर तुम्हाला इथे कोणीही बांधून ठेवलेले नाही. तुम्ही धंदा विका. आम्ही तुम्हाला त्यासाठी मदत करू. एखाद्या नाराज फ्रँचाइझीशी कायदेशीर वाद घालण्यात वेळ दवडण्याऐवजी आम्ही तेवढ्या वेळात दहा नवे स्टोअर्स उघडू! म्हणून तुम्ही जर त्या प्रकारचे असाल, तर आम्हाला तुमच्याशी स्पर्धा करणे आवडेल.''

नेहमीप्रमाणे मी संपूर्ण डॉमिनोजमध्ये असलेल्या 'गोल्डन रूल'संबंधी ढोल बडवले. थोड्या चेष्टेच्या स्वरात मी म्हटले, ''या नियमांमुळे बहुधा डॉमिनोजला चांगले दिवस येताहेत. कारण १९७७ हे अनेक वर्षांत पहिलेच असे वर्ष गेले की, ज्यात आम्हाला एकाही नव्या दाव्याला सामोरे जावे लागले नाही. अर्थात, एका दाव्यामध्ये मात्र आम्हाला बराच वेळ खर्चावा लागला. तो होता लोंबकळत पडलेला ॲमस्टारचा दावा.''

मी माझ्या भाषणात फ्रँचाइझींसमोर ठेवलेल्या उद्दिष्टांत प्रशिक्षणाचा वाढता दर्जा व ३० मिनिटांत घरपोच सेवा यांचा ठासून उल्लेख केला. आमचे अधिकारी व कर्मचाऱ्यांसमोरही मी हीच उद्दिष्टे ठेवली; पण त्यात आणखी एक वाढवले– ते म्हणजे, मला आमच्या कंपनीचा आकार दुपटीने वाढवायचा आहे.

''मला १९७८ मध्ये १५९ नवी स्टोअर्स उघडायची आहेत.'' मी म्हणालो आणि त्यामुळे कित्येकांचे डोळे आता बाहेर येतात की काय, असे वाटण्याइतपत मोठे झाले. मी कबूल केले की, हे अशक्य वाटते आहे; पण उच्च उद्दिष्टे ठेवण्यावर माझा विश्वास आहे. तशी ठेवलीत, तर तुम्ही ती गाठण्यासाठी स्वतःला ताणू शकाल; पण माफक उद्दिष्ट ठेवलेत, तर तुम्ही ते सहजसाध्य कराल. मात्र, ढिले पडाल.

पण माझ्या महत्त्वाकांक्षांची त्या जानेवारी महिन्यात पिछेहाट झाली. त्या संपूर्ण महिन्यात आम्ही फक्त एक नवे स्टोअर उघडू शकलो. ज्या वेगळ्या मार्गाने आपण चाललो आहोत, त्या वेगाने आपण ५० टक्केही उद्दिष्ट गाठू शकणार नाही. मी म्हणालो, ''आपल्याला कोणत्याही एका वेळी भाडेकरारावर किमान २० ते ४० स्टोअर्सचे काम चालू ठेवायला हवे. आपण स्टोअर उघडण्याच्या कामाचा वेग वाढवला पाहिजे.''

परंतु, १९७८ मध्ये ज्या घटना घडल्या, त्यामुळे कंपनीसाठी व्यवस्थापनातील तज्ज्ञ माणसे शोधण्यात आधी अंदाज केला त्यापेक्षा मला अधिक वेळ द्यावा

लागला. आम्ही आधीच अनेक समस्यांत गुंतलो होतो; शिवाय ॲमस्टारच्या दाव्याच्या प्रकरणात आमचा बराच वेळ जात असल्याने अनेक नव्या समस्या येत होत्या; त्यामुळे कामाकडे दुर्लक्ष होत होते. अशा वेळी कर्तृत्ववान व्यक्तींना आमच्याकडे येणे तेवढे आकर्षक वाटत नव्हते. म्हणून पूर्वपरिचित अशा अनेकांच्या संपर्कात राहून त्यांना चाचपण्याचे काम मला करावे लागत होते. आशा होती की, त्यांतील काहीजण माझ्यासाठी योग्य माणसे सुचवतील. बार्नी बार्नेस हा माझा जुना मित्र होता आणि तो आम्हाला पुठ्ठ्याच्या पेट्याही पुरवीत होता. हा त्या व्यक्तींपैकीच एक होता, ज्याला माहीत होते की, कोठीघराच्या व्यवस्थापनासाठी मी एका अध्यक्षाच्या शोधात आहे. त्याने डॉन व्हिलसेक याच्याशी माझी ओळख करून दिली. त्याला माझ्याविषयी बरेच काही चांगले सांगितले व शिफारसही केली. व्हिलसेकला रेस्टॉरंटस्‌ना मांसाचा पुरवठा करण्याच्या क्षेत्राची चांगली माहिती होती आणि मला त्याची पद्धत आवडली. पुढे तो आमच्या कार्यकारी अधिकाऱ्यांच्या संचातील एक महत्त्वाची व्यक्ती ठरला.

एका अर्थी विचार केला, तर एखाद्या उच्च आर्थिक क्षेत्रातील अधिकाऱ्यांची निवड करणे तसे सोपे वाटले असते. बरेच अकाउंटंट उपलब्ध होते आणि त्यांनी बऱ्यापैकी काम केले असते, आपले आर्थिक ताळेबंद व अहवाल वेळेवर तयार केले असते; पण मी दूरदृष्टी असलेल्या अकाउंटंटच्या शोधात होतो, ज्याला आर्थिक क्षेत्राची आवड आहे आणि जो आम्हाला उत्तम भवितव्याकडे घेऊन जाऊ शकेल. माझा उत्तम उमेदवार होता डॉउग डॉसन. त्याने ऑर्थर ॲन्डरसन ॲंड कंपनीच्या वतीने आमचे हिशेब तयार करण्याचे काम केले होते. जॉन मॅकडेव्हिटने त्याची जोरदार शिफारस केली होती आणि डॉउगच्या डॉमिनोजविषयीच्या विचारांनी मी प्रभावित झालो होतो अन् त्याच्या पुरोगामी विचारसरणीनेही. तो मिशिगन स्टेट विद्यापीठाचा पदवीधर होता आणि त्याने विपणन व हिशेब ठेवण्याच्या क्षेत्रात विशेष प्रावीण्य मिळवले होते. मी अशाच व्यक्तीची वाट पाहत होतो. म्हणून मी त्याला आमचा चीफ फायनान्शियल ऑफिसर म्हणून नियुक्त केले आणि तो आमच्या संचातील सर्वांत सर्जनशील अधिकारी निघाला.

स्वाभाविकपणे डिक म्युल्लर हा व्हाइस प्रेसिडेंट ऑपरेशन्स पदासाठीची निवड ठरला. नवी स्टोअर्स वेगाने उघडण्याची त्याची क्षमता आणि त्याच्या बढत्या हा कंपनीतील चर्चेचा विषय होता. फ्रँचाइझीबरोबरचे काम सोडून मुख्य कार्यालयात कामाला येण्यासाठी त्याचे मन वळवणे तसे अवघड काम होते; पण शेवटी त्याने ते मान्य केले आणि त्याने आमच्या व्यवस्थापकीय बैठकांमध्ये नाट्य व चैतन्य आणले.

डेव्ह किलबी हा तर आमच्या फ्रँचाइझिंग सेल्स विभागाचा संचालक होण्यासाठी अर्थातच योग्य उमेदवार होता. तसा तो उत्सुकही होता; पण आमचे संबंध फार काळ

टिकले नाहीत. बाहेरच्या लोकांना फ्रँचाइझी देण्याची संकल्पना दूरवरचा विचार केला तर चुकीची ठरली, जरी रॉन कॉन्कीसारखे काही बाहेरचे लोक हे आमची खरी जमेची बाजू दिसले. मुख्य अडचण असायची ती या बाहेरच्या लोकांना डॉमिनोजच्या कार्यपद्धतीत बसवण्याची. ते आमच्या दर्जाच्या मापकावर फारच कमी प्रमाणात उतरतात. त्यांपैकी बहुतेकजण आमची कार्यपद्धती समजून घेण्यात अपयशी ठरले. त्यांना हे कळेना की– काम एवढे सोपे ठेवावे की, फक्त पिझ्झा व शीतपेयेच विकावीत. ते नेहमीच विचारायचे, ''तुम्ही कधी टोर्टिल्ज ठेवायचा विचार केला आहे का? किंवा आपण सॅलड का ठेवू नये? ते ठेवणे सोपे असेल.'' मला मान्य आहे की, या कल्पना छान आहेत; पण इतर कुणासाठी. शेवटी आम्ही बाहेरच्या फ्रँचाइझींची पद्धत बंद केली आणि १९८३ मध्ये हे सर्व स्टोअर्स विकत घेतले.

आम्ही आमचे २०० वे स्टोअर १९७८ च्या नोव्हेंबरमध्ये ओहिओतल्या डेटॉनमध्ये उघडले. त्यात टॉड केन्सच्या १५ स्टोअर्सचे कोलोरॅडोमध्ये विलीनीकरण झालेल्यांचाही समावेश होता. आमच्या व्यवस्थापनात अधिक क्षमता आणण्यासाठी आम्ही करत असलेल्या प्रगतीबद्दल मी समाधानी होतो. उच्चपदस्थांची भरती करण्याबरोबरच आम्ही एक 'ट्रेनिंग डायरेक्टर' नियुक्त केला. तो संपूर्ण कंपनीसाठी प्रशिक्षण अभ्यासक्रम विकसित करीत असे. आम्ही एक दर्जानियंत्रक तज्ज्ञही नेमला. तो आमची उत्पादने नियमितपणे तपासत असे व त्यात सुधारणा करण्यासाठी मदत करीत असे.

आमचा नवा व्यवस्थापकीय संघ हा सर्वांत दृश्य होता. तो एक सबळ पुरावा होता की, डॉमिनोज आता प्रगल्भ झाली आहे व मोठी झेप घ्यायला तयार आहे. या उच्चाधिकाऱ्यांनी १९७९ मध्ये परिस्थितीवर चांगली पकड मिळवली आणि त्यांनी आमचे विस्कळित झालेले कार्यक्रम एका संघटित कार्यपद्धतीत गुंफून घेतले. डॉउग डॉसन हा तर बंदूक ठासण्याच्या गजासारखा होता. डिक म्युल्लर व डॉन व्हिलसेक यांच्या मदतीने त्याने पत्रव्यवहार, दस्तऐवज व अन्य कागदपत्रे तसेच अहवाल सुरळीत स्थितीत आणले. आमच्या स्टोअर्सचे काम व आमचा रॉयल्टीबाबतचा सिद्धान्त बदलून तो आमच्या दृष्टीने फायदेशीर व समान पातळीवर आणला.

मी डॉन व्हिलसेक याला म्हटले की, मला त्याच्याबरोबरीने काम करून कोठीघराचे काम सुस्थितीत आणायचे आहे; पण ॲमस्टारच्या दाव्याच्या अंतिम टप्प्यातल्या तयारीच्या व्यापामध्ये मला त्याच्याबरोबरच्या बैठका पुढेपुढे ढकलत न्याव्या लागल्या. शेवटी आम्ही जेव्हा एकत्र आलो; तेव्हा लगेच लक्षात आले की, त्याने परिस्थितीवर ताबा मिळवला आहे अन् त्याला माझ्याकडून जवळजवळ काहीच व्यवस्थापकीय मदत नको आहे. मी फक्त एवढेच करू शकत होतो की, थोडे त्याच्या पाठीशी राहावे व त्याने दाखवलेल्या कर्तबगारीचे कौतुक करावे. खरेतर आमच्या उच्च अधिकाऱ्यांनी अगदी याच पद्धतीने काम करावे, असे मला

वाटायचे. मला स्वत:लाच असे विचारावे वाटले की, माझ्या नव्या भूमिकेवर इतर अधिकाऱ्यांची प्रतिक्रिया काय असेल? त्यांना असे वाटेल का की, सबल अधिकाऱ्यांनी माझ्याकडून कोणतीही मदत न घेता काम करून दाखवावे, हा माझा कमकुवतपणा तर नाही ना? शक्यता होती की, ते तसाच विचार करतील. रूस ह्यूजेस प्रकरणात जे झाले, त्यावरून तरी. मग हे कसे हाताळावे? मी ठरवले की, मी फक्त कंपनीतील माझी दृश्यमानता वाढवायला हवी. स्टोअर्सना भेट देऊन व बैठकांना उपस्थिती लावून– जिथे मी फ्रँचाइझी व क्षेत्रातील मुख्य अधिकारी यांच्याशी चर्चा करू शकेन. माझी दृश्यमानता बरीचशी देखाव्यासाठी राहिली असती. अशा प्रकारे माझी उपस्थिती दाखवणे ही कल्पना मला आवडत नव्हती; पण मला माहीत होते की, त्या लोकांमध्ये मिसळण्यातून मला बरेच काही शिकायला मिळेल.

मला अशीही खात्री करून घ्यायची होती की, आमचे कार्यकारी अधिकारी सबल नेतेही आहेत, असे कंपनीतील इतर प्रत्येकाला वाटेल. माझी कंपनीतील भूमिका अशा प्रकारे बदलण्याचे मुख्य कारण म्हणजे, मला स्वत:लाच सुसंघटित व्हायचे होते. मला बैठकीकरता चांगली आखणी करायची होती. अधिक सविस्तरपणे व अधिकाधिक अहवाल वाचायचे होते आणि अनेक सूचनापत्रे पाठवायची होती. असे असले, तरी मला बाहेर पडून स्टोअरला भेटी द्यायच्या होत्या; पण कसेही करून भावी योजनांच्या आखणीसाठी सहज व निवांत वेळही काढायचा होता. मग मी असे ठरवले की, संध्याकाळ व आठवडाअखेरचा वेळ कायदेशीर बाबींकडे लक्ष देण्यासाठी राखून ठेवायचा.

हे शेवटचे कामकाज अनेक प्रकारे महत्त्वाचे होते. मला अशी एक दूरदृष्टी तयार करायची होती की, आजपासून ३, ५ किंवा १० वर्षांनी डॉमिनोज कशी असेल? मी पाहत होतो ती डॉमिनोज देशाच्या प्रत्येक राज्यात असेल, तसेच परदेशातही आमचे स्टोअर्स असतील. शिवाय यू.एस. मिलिटरीच्या प्रत्येक कॅम्पजवळ आमचे स्टोअर असेल आणि आमच्या सतत वाढणाऱ्या साखळी स्टोअर्सना सेवा देण्यासाठी किमान आठ अधिक कोठीघरे असतील. मी पाहत होतो– संशोधन-विकासासाठी आमच्या सुविधा असतील. त्यात चाचणी घेण्यासाठी पाकगृहे, स्वस्त पद्धतीच्या डिलिव्हरी व्हॅन्स विकसित करण्यासाठी गॅरेजेस व आमच्या कॉलेज ऑफ पिझ्झेरॉलॉजीसाठी स्वतंत्र इमारत.

हे सर्व जरी महत्त्वाचे असले, तरी जानेवारी १९७९ मध्ये हे सर्व विचार मला शीतगृहामध्ये गोठून ठेवावे लागले, कारण तो काळ ॲमस्टारच्या दाव्याच्या सुनावणीचा होता.

१४

माझ्या आयुष्यात मी काही कठीण लढाया लढलो; पण आमची ॲमस्टारबरोबरची पाच वर्षांची लढाई त्यातील सर्वांत कठीण म्हटली पाहिजे.

आम्ही कोर्टात जाण्यापूर्वी तीन वर्षे तशीच निघून गेली. ॲमस्टारने सप्टेंबर १९७५ मध्ये दावा दाखल केला, तर त्याची सुनावणी जानेवारी १९७९ मध्ये सुरू झाली. तब्बल ३९ महिन्यांच्या प्रतीक्षेनंतर! या सर्व काळात जणू त्या दाव्याची तलवार माझ्या डोक्यावर सतत टांगलेली आहे, असे मला वाटत होते. जणू ती चिनी पाण्यामुळे केली जाणारी चिनी छळवणूक होती. एकामागून एक नवनवे कायदेशीर प्रश्न निर्माण केले जायचे अन् आम्ही एकामागून एक त्यांना हाताळायचो. ॲमस्टारचे वकील दर वेळी नवनवे दस्तऐवज मागायचे. त्यासाठी अधिक लोकांना भेटावे लागायचे, अनेक प्रकारच्या नोंदी शोधायला लागायच्या; नवी माहिती द्यावी लागायची. पुन्हा नवे प्रश्न, अधिक दिरंगाई व अजूनच अनिर्णित अवस्था.

ॲमस्टारची न्यायालयातील लढाई कशी असेल याची चुणूक जानेवारी व एप्रिल १९७६ मध्ये दिसून आली; जेव्हा आम्ही हा दावा डेट्रॉइटला हलवावा, असा अर्ज दिला. दोन्ही वेळा गेराल्ड डब्ल्यू. ग्रिफिन या उंच, आगळ्यावेगळ्या दिसणाऱ्या व डोक्यावर पांढरे केस असलेल्या न्यू यॉर्कच्या वकिलाने माझी उलटतपासणी घेतली. त्याची फर्म 'कूपर, डनहॅम, क्लार्क, ग्रिफिन ॲंड मोरानी' ही ॲमस्टारची बाह्य सल्लागार होती. पेटंट आणि ट्रेडमार्कच्या दाव्यासाठी त्याच्यात

आणि टाउनी बीमनमध्ये कायदेशीर बाबींची लढाई व काथ्याकूट अखंड चालला होता. गेराल्डने मात्र डॉमिनोजचा इतिहास, जाहिरातीत आम्ही वापरत असलेले नाव आणि किलबीच्या जॉर्जियातील व्यवहाराचे स्वरूप याविषयी प्रश्न विचारले.

आम्ही अशा लोकांची एक यादी तयार केली होती की, आम्हाला विश्वास होता की, कंपनीचा विकास कसा झाला याचे दस्तऐवज ते तयार करतील. लेस हेडलीच्या डॉमिनोजबरोबरच्या ओळखीबद्दल सुनावणीत खालील संवाद झाले.

प्रश्न (ग्रिफिन) : श्री. हेडले ज्युनिअर कोणती विशेष माहिती देईल, जी तुम्हाला वाटते, तुम्ही देऊ शकणार नाही.

उत्तर (मी) : तो आमच्या नोकरीतला आहे. कदाचित आणि शक्यता आहे की, तो आमच्या कंपनीत नोकरीवर असलेल्यांतला पहिलाच आहे. कारण जेव्हा आमच्या कंपनीचे नाव 'डॉमिनिक्स' असे होते, तेव्हा तो स्टोअरच्या आसपास रेंगाळत असायचा– आमच्याकडे नोकरीला येण्यापूर्वी.

प्रश्न : त्याला पिझ्झा आवडायचा का?

उत्तर : त्याला आमच्या कंपनीच्या इतिहासाबद्दल कुणापेक्षाही अधिक माहिती आहे आणि तीही दीर्घकाळ.

प्रश्न : पण माझा प्रश्न हा थोडा ठाम आहे. त्याच्याजवळ असे खास ज्ञान काय आहे का की, जे तुमच्या प्रकरणात त्याच्याशिवाय दुसरा कोणी देऊ शकणार नाही.

उत्तर : कदाचित अशा कित्येक बाबी आहेत की, ज्या मला आठवणार नाहीत; पण त्याच्या लक्षात असतील याची मला खात्री आहे.

प्रश्न : पण इथे बसून त्या कोणत्या ते तुम्हाला माहीत नसणार, कदाचित.

उत्तर : मला माहीत नाही, असे कसे होईल?

प्रश्न : मलाही माहीत नाही हे सोडून की, तुम्ही त्याचे नाव ॲटलांटाच्या सुनावणीत जे हजर असायला हवेत त्या यादीत घातले आहे– ज्यांना तुमच्या वतीने लक्ष देण्यासाठी तुम्ही इथे खास असणार आहात.

उत्तर : मी समजलो की आम्हाला साक्षीदार– स्वत:च्या डोळ्यांनी सर्व पाहिलेले आहे– असे लोक– ज्यांनी आम्ही नाव बदललेले पाहिले आहे, अशातला तो आहे.

प्रश्न : असं आहे तर?

उत्तर : असं दिसतं की, माझे म्हणणे तुम्हाला लक्षात घ्यायचे नाही.

प्रश्न : ठीक आहे, आता स्पर्लिंगविषयी बोलू.आणि असे ते चालू राहिले. त्या सर्व नावांच्या लांबलचक यादीत त्यापैकी एक होती ईस्टर लाँग आणि ग्रिफिनने याची सतत मागणी केली की, तिच्या कामाचे स्वरूप काय होते. मी त्याला सांगितले की, ती कार्यालयात सर्वसाधारण काम करायची; पण त्याने त्याचे समाधान झाले नाही.

प्रश्न : लघुलेखिका, कारकून– असे काही?

उत्तर : ती लघुलेखिका नाही.

प्रश्न : मग तुम्ही तिच्या कामाचे स्वरूप सविस्तर सांगू शकाल?

उत्तर : ते सांगणे अवघड आहे. ती टंकलेखन करत नाही, हिशेब ठेवत नाही; ती एक चांगली कर्मचारी आहे.

प्रश्न : गर्लफ्रेंड असे म्हणायचे का?

उत्तर : ती एक चांगली व्यक्ती आहे.

प्रश्न : मला खात्री आहे की, ते खरे आहे. मी फक्त तिचे इथे काय काम आहे, हे जाणून घ्यायचा प्रयत्न करतोय.

उत्तर : माफ करा. ती आमच्याबरोबर दीर्घकाळ आहे आणि तिला बऱ्याच गोष्टी करता येतात.

कधीकधी त्याच्या प्रश्नांमुळे माझा संयम सुटायचा; पण याबाबत तो त्याचा सहकारी नॉर्मन झिव्हिनपेक्षा अधिक धोरणी होता– ज्याने वर्षानंतर माझ्याविरुद्ध बरंच काही केलं. एक वर्षानंतर एप्रिल १९७७ मध्ये आमच्या दाव्याची सुनावणी ॲटलांटाहून हलवावी याबाबतची विनंती फेटाळली गेली. झिव्हिन काटेकोर व कठोर होता. त्याच्या-माझ्यात खटके उडायचे– अगदी लोखंड व काळ्या दगडासारखे.

आमचे लोक झिव्हिन आणि ग्रिफिनला 'मि. इनसाइड' आणि 'मि. आउटसाइड' असे संबोधू लागले. ग्रिफिन– आउटसाइड– हा चांगल्या स्वभावाचा सद्‌गृहस्थ व मित्रत्वाने वागणारा; तर झिव्हिन– इनसाइड– आतल्या गाठीचा, सगळी घाण कामे करणारा होता.

झिव्हिनचे एक काम होते– माझ्याशी बोलून हे सर्व प्रकरण न्यायालयाबाहेर मिटवण्याचे. अनेक वेळा लांबलचक सुनावणीनंतर नीडल व माझ्याबरोबर झिव्हिन खासगीत बोलायचा. म्हणायचा की, अशी प्रकरणे कोर्टाबाहेर मिटवली जातात. न्यायाधीश असे करण्यास उत्तेजन देतात आणि बराच उशीर झाल्यावर करण्यापेक्षा आम्ही ते आता केलेले चांगले. शिवाय असे प्रकरण मिटवणे हे माझ्या दृष्टीने

अपमानाचे, कमीपणाचे होणार नाही.

झिव्हिनची ॲमस्टारच्या बाजूची पुराव्याबाबतची विषयमांडणी मन वळवणारी असायची आणि त्या २०० कोटी डॉलर उलाढालीच्या कंपनीची– जिच्याविरुद्ध आम्ही लढत होतो– ताकद दहशत बसवणारी वाटायची; पण टाउनी बीमन व बिल नीडलला वाटत होते की, आम्ही नक्कीच जिंकू. आम्ही जेव्हा वाद मिटवण्याबाबत बोलायचो, त्या वेळी हे प्रकरण लढायचेच– हा माझा निश्चय बळावला जायचा.

जेव्हा १५ जानेवारी १९७९ रोजी दावा सुनावणीस आला– ॲटलांटाच्या जुन्या न्यायालयात– तेव्हा मी काहीतरी चांगले होईल याची आशा करत होतो. टाउनी मला सारखा आश्वासित करत होता की, आपण जिंकूच! पण जेव्हा ॲमस्टारची बाजू मांडली गेली, तेव्हा न्यायाधीश ज्या पद्धतीने होकारार्थी माना डोलवत होते, स्मितहास्य करत होते– तेव्हा मला पायाखालची वाळू सरकतेय, असे वाटू लागले.

ग्रिफिन ताठ होता, आत्मविश्वासाने भरलेला होता व त्याची मांडणी आकर्षक होती. त्याने हा मुद्दा मांडण्याचा कसोशीने प्रयत्न केला की– डॉमिनोजचे म्हणणे आहे की, ती छोटी कंपनी आहे, हे या दाव्याशी सुसंगत नाही. कारण एका मोठ्या कंपनीने एका छोट्या कंपनीला स्पर्धेच्या भीतीने संपवायचा, हा प्रश्न नाही. ही काळजी नाही की, ॲमस्टार काही डॉलर्स गमावेल; कारण श्री. मोनाघन भरपूर पिझ्झा विकताहेत. तो म्हणाला, ''काळजी अधिक गंभीर आहे. कारण एका प्रसिद्ध व यशस्वी ट्रेडमार्कच्या अस्तित्वाचा, मूल्याचा व बांधिलकीचा हा प्रश्न आहे. हे सर्व अनेक वर्षे हजारो-लाखो डॉलर्स ओतून ॲमस्टारने कमावले आहे.

''डॉमिनो हा ट्रेडमार्क किराणा मालाच्या विक्रीत यशस्वी व सुप्रसिद्ध आहे. उदाहरणार्थ, त्याच्या उद्योगाचा आकार व आकडेवारी ही सुपर मार्केटमध्ये विकल्या जाणाऱ्या सर्व वस्तूंत मोठी आहे. डॉमिनोजची ५ पौंडांची पुडकी ही खाद्य पदार्थांच्या बाजारपेठेत अन्य प्रसिद्ध ब्रँडपेक्षा– जसे कॅम्पबेल, चार्मिन टिश्यू, स्टार किस्ट ट्यून– अधिक विकली जातात. सुप्रसिद्ध व सर्वांना माहीत असलेला कोणताही ट्रेडमार्क घ्या– तो डॉमिनोजच्या मानाने फारच कमी विक्री करतो.

वादीने १९५३ पासून केलेली 'डॉमिनोज शुगर'ची विक्री ३० कोटी डॉलरहून अधिक आहे. कंपनीने १९४७ पासून जाहिरात व मालाच्या प्रसिद्धीसाठी ५.४ कोटी डॉलर्स खर्च केले आहेत आणि ग्राहकोपयोगी वस्तूंच्या बाजारपेठेत आपल्या ट्रेडमार्कचे बस्तान बसवण्यासाठी– विशेषत: 'डॉमिनोज शुगर'ने प्रचंड मेहनत घेतली आहे.''

त्याने या मुद्द्यावर पुन:पुन्हा भर दिला की– डॉमिनोज शुगर व डॉमिनोज ब्रँडच्या इतर वस्तू, त्यात मस्टर्ड, केचप, जॅम, सॅलड ड्रेसिंग वगैरे येतात– ज्या

रेस्टॉरंट पिझ्झाची दुकाने आणि फास्ट फूडच्या स्टोअर्समधून मोठ्या प्रमाणावर वापरली जातात.

डॉमिनोज शुगर व अन्य वस्तूंचा ब्रँड या वस्तूंचे ग्राहक आता चांगला ओळखतात आणि वादीचे हे म्हणणे योग्य आहे की, प्रतिवादीचे खाद्यपदार्थ ॲमस्टारचेच आहेत, असे ग्राहक धरून चालतील.

या मुद्द्यावर न्यायाधीश फ्रीमन यांनी संमती दर्शवणारी टिप्पणी केली. ते म्हणाले की, या निमित्ताने त्यांना आठवण होते ती त्यांचा सहभाग असलेल्या एका दाव्याची– एक तरुण वकील म्हणून असतानाची– ज्यात ब्लॅक लेबल बीअरचे निर्माते कार्लिंग ब्रुविंग कंपनी यांनी फिलिप मॉरिस कंपनीला कोर्टात खेचले. कारण त्यांनी ब्लॅक लेबल नावाची सिगारेट बाजारात आणली. त्यांनी कार्लिंगच्या बाजूने केस लढवली आणि जिंकलीही होती, त्यांनी अभिमानाने सांगितले आणि ते असेही म्हणाले की, त्यांचा युक्तिवाद होता की, यामुळे ग्राहकांच्या मनाचा गोंधळ उडतो– जसा ग्रिफिन आता ॲमस्टारबाबत मांडत होता, तसा.

हे ऐकून माझे चैतन्य नष्ट झाले. बिल नीडलने त्यांना अडवले, ''आम्ही असा युक्तिवाद करतो न्यायाधीश महोदय की, शुगर व पिझ्झा कधी एकत्र येत नाहीत; पिझ्झावर कोणी साखर पेरत नाही. पिझ्झा काही पेस्ट्रीसारखी वस्तू नाही, ज्यात साखर वापरली जाते किंवा अन्य अशी साखर वापरली जाणारी वस्तूही नाही.''

''छान!'' न्यायाधीश फ्रीमन म्हणाले, ''पण तुम्ही कधी सिगारेटची राखही बिअरमध्ये मिसळत नाही; होय ना?''

दुसऱ्या दिवशी न्यायाधीशांनी एक विधान केले, ज्याने मला धक्काच बसला. बिल नीडलने ॲमस्टार व फेडरल ट्रेड कमिशन (एफटीसी) दरम्यानचा एक संमतीचा निकाल वाचून दाखवला. तो डॉमिनोज शुगरच्या जाहिरातीसंबंधीचा होता आणि त्यामुळे न्यायाधीशांनी हा युक्तिवाद मान्य केला की, ते असंबद्ध आहे. मग पुढे ते म्हणाले– ''मला याची फिकीर नाही की, एफटीसीने काय केले व काय केले नाही. एफटीसी ही माझ्या दृष्टीने मोठी यंत्रणा आहे. माझी एफटीसीबद्दल वैयक्तिक मते आहेत.'' थोड्या वेळाने त्यांनी दोन्ही वकिलांना सांगितले, ''मला एक गोष्ट स्पष्ट करू दे. काही वेळा मला जरुरीपेक्षा जास्त बोलण्याची वाईट सवय आहे आणि मी एफटीसीबद्दल जे बोललो त्याचा अर्थ कोणीही असा काढू नये की, मी या प्रकरणात कोणाच्या बाजूने किंवा विरुद्ध संमत आहे अथवा असंमत; किंवा त्यात नैतिकदृष्ट्या, कायदेशीरदृष्ट्या किंवा अन्य कोणत्याही प्रकारात चूक काढतो आहे. याउलट, माझी अशी तक्रार आहे की, एफटीसीने फार काही केलेले नाही. असे पाहा की– ते आज इथे आहेत, तर उद्या इथून जातीलही. माझ्या मते, ते लालफितीच्या कारस्थानातील एक वैशिष्ट्यपूर्ण मूर्ख आहेत आणि म्हणूनच मी

एफटीसीच्या चुका काढतो.''

मला हे कळले नाही की, न्यायालयाच्या खुर्चीत बसून न्यायाधीश एखाद्या बाबतीत टोकाची मते कशी देऊ शकतात? मी आशा करत होतो की, आता ते जे बरसले त्यामुळे उरलेल्या सुनावणीवर काही विपरीत परिणाम तर होणार नाही ना?

दुसऱ्या दिवशी ग्रिफिनने त्याची आणखी एक मोठी तोफ डागली. ती होती न्यू हॅम्पशायर विद्यापीठातील विपणन विभागाचे प्राध्यापक डॉ. रूस हॅले यांनी केलेली एक पाहणी. ती १० शहरांतील गृहिणींमध्ये केली होती, ज्या त्यांच्या कुटुंबासाठी खाद्यपदार्थांची खरेदी करतात. त्यात असे दिसले होते की, १०० टक्के गृहिणी डॉमिनो हा शुगरचा ट्रेडमार्क आहे, असे समजतात; तर ४४.२ टक्के गृहिणींची अशी समजूत होती की, जी कंपनी पिझ्झा बनवते तीच अन्य पदार्थही बनवते आणि असा विश्वास असणाऱ्यांपैकी ७५ टक्के जणींना असे वाटले की, तो दुसरा पदार्थ म्हणजे 'शुगर' आहे. या आकडेवारीखेरीज डॉ. हॅले यांनी असा दावा केला की, त्यांच्या पाहणीत किमान तीन प्रसंग असे घडले की, त्यात ग्राहकांमध्ये 'डॉमिनोज शुगर' व 'डॉमिनोज पिझ्झा' याबद्दल मानसिक गोंधळ होता.

आमच्या मंडळींची त्या संध्याकाळी भोजनाच्या निमित्ताने या समस्येसंदर्भात बैठक झाली. घडत होते ते आमच्या दृष्टीने फायद्याचे नव्हते. दुसऱ्या दिवशी नीडलने काय डावपेच आखावेत, त्याची आम्ही चर्चा केली. त्या दिवशी 'अल्टरमान फूड्स' या ॲटलांटा सुपर मार्केट व किराणा मालाच्या उद्योगातील तज्ज्ञाची साक्ष ॲमस्टारच्या बाजूने होणार होती. आमची बैठक संपल्यावर मग आम्ही आमचा मोर्चा अल्टरमान फूड सुपर मार्केटकडे वळवला.

दुसऱ्या दिवशी सकाळी आम्ही कोर्टामध्ये एका ट्रॉलीत किराणा मालाच्या पदार्थांची अनेक पाकिटे व पेट्या घेऊन आलो. झिव्हिनने दिवसाच्या साक्षींची सुरुवात आर्थर लेव्हिट या अल्टरमानच्या तज्ज्ञापासून केली. तो खाद्यपदार्थांच्या ब्रँड नावावर ग्राहकांच्या काय प्रतिक्रिया असतात, याचा जाणकार होता.

सुरुवातीच्या काही जुजबी प्रश्नांनंतर झिव्हिनने विचारले, ''तुम्हाला असे वाटते का की, तुमच्या सुपर मार्केटमध्ये डॉमिनोज पिझ्झा विक्रीसाठी आला तर तिथे येणारे ग्राहक असे समजतील की, तो डॉमिनोज शुगर बनवणाऱ्या कंपनीनेच बनवला आहे?''

नीडल म्हणाला, ''न्यायाधीश महोदय, आमची या प्रश्नाला हरकत आहे.'' त्याने सांगितले की, हा प्रश्न काल्पनिक आहे– जो कोणताही पुरावा किंवा वस्तुस्थितीवर आधारित नाही. मग न्यायाधीशांनी झिव्हिनला प्रश्नाचे स्वरूप बदलायला सांगितले. त्यावर अनेक संतापाची विधाने व नकार आले. शेवटी हताश झालेल्या

झिव्हिनने विचारले, "तुम्हाला असे वाटते का की, तुमच्या सुपर मार्केटच्या बाहेर दुसऱ्या एखाद्या स्टोअरमध्ये पिझ्झा विक्रीला ठेवला, तर तो 'डॉमिनोज शुगर' बनवणाऱ्या कंपनीनेच केलेला असेल?"

"मला वाटते, तसे मला वाटेल." लेव्हिट म्हणाला.

नीडलने मग त्याची उलटतपासणी घेतली. "तुमच्या स्टोअरमध्ये मॉर्टन सॉल्टची विक्री होते, हे खरे आहे ना?"

"होय, तशी होते." –लेव्हिट म्हणाला.

"तुमच्या स्टोअरमध्ये मॉर्टन फ्रोझन फूड्सची विक्री होते, हे खरे आहे ना?" –नीडलने विचारले.

"होय" –लेव्हिट म्हणाला.

"आणि मी तुमच्या हातात आता..." असे म्हणून बिलने मग त्याच्या स्टोअरमधून खरेदी केलेल्या मॉर्टन पेस्ट्री शॉप क्रिम पाय व मॉर्टन बीन्स अँड फ्रँक्सडिनरचे पाकीट साक्षीदारापुढे ठेवले. "हे खरे आहे ना की, जी कंपनी मॉर्टन फ्रोझन फूड्स आणि मॉर्टन सॉल्ट बनवते, ती एकच कंपनी नाही?"

"होय, मला माहीत आहे."

बिलने मग त्याचा मुद्दा जोरात पुढे नेला. त्याने हॉलिवूड मेयॉनीज व हॉलिवूड ब्रेड, ब्ल्यू प्लेट मेयॉनीज व ब्ल्यू प्लेट कॅन व्हेजिटेबल्स, कॉमेट राइस व कॉमेट क्लीन्सर, बीच नट बेबी फूड्स आणि बीच नट च्युइंग टोबॅको, चक वॅगन डॉग फूड व चक वॅगन ओनियन रिंग मिक्स, रिचेस् प्रोसेस्ड मीट व रिचेस् डेझर्ट टॉपिंग, सनशाइन क्रॅकर्स आणि सनशाइन व्हेजिटेबल्स या आणि अशाच आणखी अर्धा डझन इतर वस्तू एकामागोमाग एक लेव्हिटपुढे ठेवल्या– जणू त्यांचा ढीगच रचला! आश्चर्यचकित व गोंधळलेल्या साक्षीदाराने मग सांगितले की, यापैकी काही ब्रँडमुळे तो काही काळापूर्वी गोंधळात पडू शकला असता; पण आता तो ते चांगले ओळखतो.

"तुम्ही चांगले ओळखता ना?" बिलने विचारले.

"होय," –लेव्हिट म्हणाला.

नीडलने मान हलवली व तो म्हणाला, "न्यायाधीश महाशय, आम्हाला अधिक प्रश्न विचारायचे नाहीत."

जेव्हा ॲमस्टारने त्यांचे पुरावे देण्याचे काम संपवले आणि आमचे सादर करण्याची वेळ आली, तेव्हा मी मार्गीला फोन केला व तिला ॲटलांटाला येण्यास सांगितले. आम्ही ठरवले की, तिने आमच्या चारही मुलींना (बार्बीचा जन्म ऑगस्ट १९७२ चा) घेऊन यावे. कारण हा माझ्या आयुष्यातील ऐतिहासिक प्रसंग होता आणि मला तो त्यांच्यासमवेत घालवायचा होता. न्यायाधीश फ्रीमन यांनी मला

ज्युरी बॉक्ससमोर बसायला सांगितले. कारण मला जरा कमी ऐकू येते– मिशिगन विद्यापीठात असताना मला झालेल्या संसर्गाचा तो परिणाम होता. जेव्हा माझे कुटुंबीय माझ्याबरोबर तिथे बसले; तेव्हा मला वाटले– त्या न्यायाधीशांनी विचार केला असावा की, मी सहानुभूती मिळवायचा प्रयत्न करतोय.

बिल नीडलचा तारुण्यसुलभ उत्साह ग्रिफिनचे गोड बोलणे व झिव्हिनचे गंभीर वागणे यांच्या अगदी विरुद्ध होता; पण मला वाटते की, त्याने काही महत्त्वाचे मुद्दे काढले असावेत. त्याने व टाउनी बीमननी तयार केलेला एक तक्ता दाखवला. त्यामध्ये डॉमिनो नावाचे अनेक वर्षांपासून वापरात असलेले विविध उपयोग दाखवले होते.

"न्यायाधीशांना ॲमस्टार असे भासवण्याचा प्रयत्न करताहेत आहेत की, १९६५ च्या आधीपासून डॉमिनोज नावाचा वापर केवळ तेच करत आले आहेत. आम्ही हा तक्ता आणलाय, तो हे सिद्ध करण्यासाठी की, त्यात काही तथ्य नाही." बिल म्हणाला.

तो तक्ता बघून न्यायाधीश अचंबित झाले, हे पाहून मला आनंद झाला. त्या तक्त्यावर ते नाव वापरणाऱ्या कंपन्यांचा इतिहासही लिहिलेला होता. डॉमिनो पॅकिंग कंपनीची फळे व भाज्यांच्या कॅन्सवरची चित्रे आणि लोगोचे डिझाइन आकर्षक होते. त्यांच्या कंपनीचे पूर्वीचे नाव डेल मॉन्टे कॉर्पोरेशन होते. साहजिकच डॉमिनो नावाचा वापर करण्याचा त्यांना सार्थ अभिमान होता.

मी जेव्हा आमची प्रगती पाहून खूश व्हायच्या बेतात होतो व न्यायाधीश फ्रीमनचा कल अनुकूल होता; तोच बिलने क्लबॉर्न डार्डेनला बोलावले. तो ॲटलांटाचा एक प्रसिद्ध जनमत चाचणी संघटक होता. त्याने आमच्यासाठी डॉ. हॅलेच्या पाहणीला आव्हान म्हणून एक पाहणी अहवाल तयार केला होता.

पण डार्डेनविषयी न्यायाधीश फ्रीमनचे मत फारसे चांगले नसावे. त्याने त्याच्या अहवालावर कठोर टीका केली. त्यात आमच्या सात महत्त्वाच्या बाजारपेठांतील ७०० नागरिकांच्या मुलाखतींची माहिती होती. त्यातून त्याने असे निदान काढले होते की, डॉमिनोज पिझ्झा व डॉमिनोज शुगर यांच्या नामसाधर्म्यामुळे कोणताही मानसिक गोंधळ उडायची शक्यता नाही. डार्डेनच्या खास दक्षिणी पद्धतीने हेल काढून बोलणे आणि सादरीकरणाची पद्धत यामुळे न्यायाधीश नाराज दिसले.

"मी अशा प्रकारची जितकी जास्त प्रकरणे ऐकेन, तितके माझे मन पक्के होईल की, अशा तज्ज्ञांवर विश्वास ठेवू नये." न्यायाधीश फ्रीमन म्हणाले, "मी माझा स्वत:चाच तज्ज्ञ नेमेन, मग दोन्ही बाजूंनी त्याची उलटतपासणी घ्यावी. इथे कोणीही यावे, स्वत:ला तज्ज्ञ म्हणून म्हणावे, त्यांची पद्धत इतरांपेक्षा कशी उत्तम आहे याचा युक्तिवाद करावा; पण त्यात बऱ्याच त्रुटी असाव्यात आणि त्यांचे

निष्कर्ष त्यांच्या ग्राहकांसाठी अनुकूल असावेत, हे सर्व इतके निरुत्साहजनक आहे की, सांगता येत नाही.''

त्यांचे हे विधान म्हणजे आमच्यावर घणाघाती हल्लाच होता; पण आम्हाला एकच आनंद झाला की, न्यायाधीश महोदयांनी दोन्ही अहवालांवर टीका केली होती. त्यांनी डार्डेनवर हल्ला चढवला, तेव्हा एकदा ते म्हणाले, ''तुम्ही माझ्या हुशारीचा अपमान करताहात!'' हा प्रसंग संपला आणि हा दावा आमच्या हातून सुटत चालला आहे, अशी चिन्हे दिसू लागली.

दाव्याच्या निकालापर्यंत मार्गी थांबली नाही. कारण मुलींना परत शाळेत जायचे होते आणि टाउनीने तिला सांगितले होते की, आता आम्ही अगदी कळस गाठणार आहोत– आपण जिंकणार आहोत. विरुद्ध पक्षानेही तसाच विचार केला होता. त्या उभयपक्षी वाद-प्रतिवादानंतरही ग्रिफिनने आम्ही आपापसात वाद मिटवण्यास तयार व्हावे, अशी खटपट केली होती. ''आम्ही तुमचे स्टोअर ज्या राज्यात आहेत तिथे तुमचे डॉमिनोज नाव ठेवायला परवानगी देऊ; जर तुम्ही नव्याने कोणत्याही राज्यात त्या नावाने जाणार नसाल, तर.'' तो म्हणाला. आम्ही त्याला अशा गोष्टीत आम्हाला स्वारस्य नसल्याचे सांगितले.

मी जेव्हा ॲन आर्बरला मुख्यालयात परत आलो, तेव्हा मार्गी अन् सर्व कार्यालयांतील सर्व कर्मचारी शॅंपेनची बाटली घेऊन वाट पाहत होते. मला आनंद झाला; पण मी त्यांना म्हटले की, आताच आनंद साजरा करणे थोडे घाईचे होईल. निकाल द्यायला त्या न्यायाधीशाला कित्येक आठवडे– कदाचित कित्येक महिनेही लागतील.

माझ्या संशयी स्वभावाने कधी कल्पनाही केली नसेल, एवढा हा दावा लांबला गेला. आता जवळजवळ वर्षभर आम्ही कायदेशीर कचाट्यात होतो. अर्थात, त्या दाव्यापूर्वीच्या परिस्थितीपेक्षा थोडे कमी. मला हे कळेना की, जर टाउनी बीमन व युजिन पॉवर नसते तर आम्ही आमचा व्यवसाय नेहमीच्या पद्धतीने सुरळीतपणे कसा चालू ठेवू शकलो असतो? हे दोघेही १९७८ पासून आमच्या संचालक मंडळावर होते. त्या दोघांनी त्यांच्या हुशारीचा व अनेक वर्षांच्या व्यावसायिक अनुभवाचा फायदा आम्हाला दिला. श्री. पॉवरने त्याची कंपनी विकून सेवानिवृत्ती पत्करली होती. त्याची युनिव्हर्सिटी मायक्रोफिल्म कंपनी, झेरॉक्स कॉर्पोरेशनने विकत घेतली होती. त्याने डॉमिनोजच्या व्यवस्थापनातील सुधारणेसंबंधी मला बराच काळ मार्गदर्शन केले. टाउनी हा बरीच वर्षे कायद्याला तोंड देत अनुभवी झाला होता, त्याने मला धीर व संयम शिकवला.

वसंत ऋतू आला व गेला अन् उन्हाळा सुरू झाला. जुलै - ऑगस्ट मंद गतीने पुढे सरकले. शेवटी ११ सप्टेंबर १९७९ रोजी न्यायाधीश फ्रीमनने त्याचा निकाल

जाहीर केला– तो ॲमस्टारच्या बाजूने.

त्याच्या निवाड्यात आम्हाला 'डॉमिनोज पिझ्झा' नाव वापरायला कायमस्वरूपी बंदी केली होती. त्या नावाने नवे स्टोअर उघडता येणार नव्हते आणि आम्हाला विद्यमान स्टोअर्सवरील नामबदलासाठी तीन महिन्यांची मुदत देण्यात आली होती. आमची त्या नावाने असलेली सर्व स्टेशनरी, पुरवठ्याच्या पट्ट्यांवरील नावे, जिथे जिथे डॉमिनोजचे बोधचिन्ह आहे तिथे तिथे ते बदलावे लागणार होते. या सर्व प्रकारावर आमचा २० लाख डॉलर्स खर्च होणार होता. आम्ही स्वप्नातही विचार केला नव्हता की, हा निर्णय एवढा कठोर असेल आणि एवढा तडकाफडकी लागेल. आम्हाला वाटले की, बदलण्यास किमान वर्षाचा कालावधी तरी मिळेल; पण हा तर आमच्यावर घणाघाती हल्ला होता.

आमचे कार्यालय म्हणजे जणू शवागार असावे, एवढे शांत होते. लोकांचे चेहरे लांबुडके झाले होते, उतरले होते आणि त्यांचे वर्तन असे होते, जसा त्यांचा कोणी जिवलग मित्रच मेला आहे! एक प्रकारे ते खरेही होते. अर्थात, आपण पार तळाला गेलोय, असे माझ्याइतके कोणाला वाटले नसणार. सुदैवाने या सुनावणीच्या दीर्घ कालखंडात जर प्रतिकूल घडले तर काय करायचे याबद्दल मी माझ्या नोंदवहीत टिप्पणी करून ठेवल्या होत्या. ते विचार कृतीत उतरविण्यासाठी मला त्याची मदत होणार होती. मला पक्षाघात झाला आहे, असे वाटत होते. मी नशिबवान होतो की, कार्यपद्धतीत डिक म्युल्लर व फ्रँचाइझीच्या व्यवहारात डेव्ह किलबी लक्ष घालत होते. जर कोणाला या प्रतिकूल परिस्थितीतही नव्याने संधी चालून आली आहे असे वाटत होते, तर ते या दोघांनाच! त्या न्यायाधीशांनी जरी आमच्यावर जणू बर्फाची लादी ठेवून आम्हाला गार पाडण्याचे काम केले होते, तरी आम्ही डॉमिनोजची आगेकूच चालू ठेवू शकलो होतो.

आम्ही याविरुद्ध अपील करणार होतो, त्याबद्दल काही शंकाच नव्हती. टाउनी बीमन त्यासाठी सज्जच होता. त्याने दाखवून दिले की, केवळ ॲमस्टारने काढलेले निष्कर्ष व माहिती हा आपला कायद्याचा अर्थ म्हणून न्यायाधीश फ्रीमन यांनी वापरला होता. त्याच्या निवाड्यात त्याने म्हटले होते की– त्याने तसे केले, कारण त्याच्या मते ते परिस्थितीला धरून व कायदेशीरदृष्ट्या बरोबर होते. खरेतर न्यायाधीशांनी ते स्वत:च्या शब्दांत लिहायला हवे होते; पण त्याचा अर्थ, ॲमस्टारची माहिती व निष्कर्ष संक्षिप्त करणे ही कृती काहीही साध्य करणार नव्हती.

हे अगदी अघटित होते, असे टाउनी म्हणाला. त्याच्या मते, न्यायाधीशाने स्वत:च निष्कर्ष न काढणे हे अनपेक्षित होते. याचा अर्थ, न्यायाधीश डॉमिनोजच्या बाजूने पूर्वग्रहदूषित होते आणि अपील केल्यास तिथले न्यायाधीश हा मुद्दा विचारात घेऊ शकतील.

टाउनी आणि बिलने ॲटलांटातील आणखी एक वकील माइल्स अलेक्झांडर यांना आमचे हे प्रकरण हाताळण्यासाठी पाचारण केले. अलेक्झांडरने एक दावा ज्या पद्धतीने हाताळला होता, त्या पद्धतीमुळे नीडल आणि त्याचे साहेब जॉर्ज होमकिन्स प्रभावित झाले होते. त्या दाव्यात रोल्स रॉइसच्या विरोधात त्याने एका लघुउद्योजकाची बाजू– जो रोल्स रॉइससारखे दिसणारे फोक्सवॅगनचे छप्पर तयार करीत होता– त्याला या ॲमस्टारच्या दाव्यात साक्षीदार म्हणून बोलवायचे आम्ही ठरवले होते; पण फ्रीमनने त्याला परवानगी नाकारली होती.

अलेक्झांडरची पहिली चाल होती ती न्यायाधीश फ्रीमनकडून त्याच्या निर्णयातील नावाच्या बंदीवर अपीलात जाणे व त्याचा निकाल लागेपर्यंत स्थगिती मिळवणे. न्यायाधीशांनी सध्याच्या स्टोअर्सवर नाव वापरण्यास अंशत: स्थगिती देताना परवानगी दिली; पण आम्हाला आमची नवी स्टोअर्स दुसरे नाव वापरून काढावी लागणार होती. मी माझ्या नोंदवहीत न्यायाधीशांच्या या स्थगितीने आमच्यावर तीन प्रहार केल्याचे लिहिले– १) ठिकाण, २) निर्णय, ३) अपील. त्या अंशत: स्थगितीबद्दल मी त्यांचे आभार मानले; पण नव्या स्टोअर्सना नवे बोधचिन्ह व नाव मिळवणे, तसे लावणे याचा खर्चही भरपूर होता. त्या वेळेपर्यंत आम्ही आठवड्याला पाच नवी स्टोअर्स उघडत होतो.

नंतर अलेक्झांडर अपीलाच्या न्यायालयात गेला. त्याने न्यायाधीश फ्रीमनच्या निकालावर स्थगिती मिळवण्यासाठी अर्ज केला. जरी त्याला तशी मिळाली नाही, तरी न्यायालयाने या प्रकरणाची सुनावणी तातडीने करण्याचे मान्य केले. आम्हाला नोव्हेंबरमध्ये कळवण्यात आले की, त्या महिनाअखेर टाचणे केली जातील व तोंडी सुनावणी फेब्रुवारीत होईल. अलेक्झांडर म्हणाला, "हे प्रकरण आता जणू एखाद्या नागरी हक्काच्या किंवा एखाद्या खुनाच्या सुनावणीसारखे तातडीचे होते आहे."

या अपीलाविषयी माझ्या मनात संमिश्र भावना होत्या. जर आम्ही हरलो तर आम्हाला केवळ नाव व बोधचिन्ह बदलासाठी काही दशलक्ष डॉलर्स लागतील आणि अन्य थेट खर्चाचीच काळजी करावी लागणार नाही, तर त्यापेक्षाही अधिक कशाची तरी. त्याचा अर्थ, आमच्या निम्म्याहून अधिक फ्रँचाइझींशी आमचे न्यायालयीन करार असू शकणार नाहीत. सन १९७५ पूर्वी झालेल्या करारात एक कलम होते की, डॉमिनोज पिझ्झा नावाचे मालक आम्ही आहोत आणि ते नाव मौल्यवान आहे. ॲमस्टारचा दावा चालू झाल्यावर आम्ही हे कलम बदलून आम्हाला नाव बदलण्याचा अधिकार आहे, असे लिहिले होते. त्यामुळे ते १९७५ पूर्वीचे फ्रँचाइझी आम्हाला एक पैही न देता हात दाखवून दूर गेले असते.

जिथे लोकांचे हितसंबंध गुंतलेले असतात, अशा परिस्थितीत अफवा वाऱ्यासारख्या पसरतात. मला कंपनीतील सर्वांना अपीलाची माहिती देऊन अफवा शमवायची

काळजी घ्यावी लागली. मी सर्वांना पत्रे पाठवली आणि डिक म्युल्लरने टेलिफोनवरून सर्वांना सत्य परिस्थिती सांगितली. आम्ही माइल्स अलेक्झांडरला खास बोलावले आणि फ्रँचाइझीबरोबर त्याची बैठक घेऊन त्याला अपीलाची परिस्थिती त्यांना थेट सांगण्यास सांगितले. मात्र, त्याने रंगवलेले चित्र तेवढे उत्साहवर्धक नव्हते. या प्रकारच्या केवळ २० टक्के प्रकरणांतच वरच्या न्यायालयाने खालच्या न्यायालयाचा निकाल फिरवला होता, असे त्याने सांगितले. आमचे प्रकरण सबल होते, तरीसुद्धा जर आम्ही हे सिद्ध करू शकलो नाही की, वस्तुस्थिती जाणून घेण्यात खालच्या न्यायालयाने काही कसूर केली आहे तर तो निकाल बदलायची शक्यता नव्हती. अलेक्झांडरने आमच्या प्रकरणाबाबत काहीही लपवून न ठेवता सर्व बाजू स्पष्ट केल्या. त्याच्या प्रामाणिकपणाचे मला कौतुक वाटले. विशेषतः यासाठी की, खरेतर तो तोंडदेखले चांगले बोलून आशादायी चित्र रंगवू शकला असता.

अलेक्झांडरच्या व्यूहनीतीचा एक भाग होता– न्यायाधीशांच्या कायदेविषयक कारकुनांच्या स्वारस्याला आवाहन करण्याचा. ज्यांना त्याच्या मते पिझ्झाविषयी चांगली जाण असेल, ते कारकून ही टिपणे काळजीपूर्वक वाचतात आणि मग न्यायाधीशांना त्यांचे मत सांगतात. त्याने स्पष्ट केले– मला वाटले की, या कारकुनांना तेव्हा धक्का बसेल; जेव्हा त्यांना हे पटेल की, ॲमस्टार डॉमिनोज पिझ्झाला हे नाव वापरण्यापासून बंदी आणतील. त्यांना डॉमिनोज पिझ्झा हे नाव डॉमिनोज शुगरशी एकत्र करणे शक्य होणार नाही, जितके एखाद्या गृहिणीला होईल. कारण दुकानात डॉमिनोज शुगरची जाहिरात कित्येक वेळा स्टोअर्सच्या दारातच असते, जिथे गृहिणी जातात. न्यायाधीशांसाठी माझा एक मुद्दा असा होता की– त्यांनी पिढीच्या मानसिकतेतील बदल लक्षात घ्यावा. पिझ्झाची ऑर्डर देणारे निराळे असतात आणि त्यांना थेट डॉमिनोज शुगर वापरायची वेळ फारशी येत नाही.

मुद्दा हा होता की, डॉमिनोज पिझ्झा व डॉमिनोज शुगरमध्ये नामसाधर्म्यामुळे गोंधळ उडण्याची शक्यता नव्हती. कारण त्यांचे व्यावसायिक ठसे ठळकपणे निराळे आहेत आणि खालच्या न्यायालयाने हे नजरेआड केले की, ग्राहकांत फरक आहे, उत्पादित वस्तूंमध्ये फरक आहे आणि व्यापाऱ्यांच्या कार्यक्षमतेतही.

अलेक्झांडरच्या डावपेचाची आणखी एक बाजू होती. ती म्हणजे, न्यायाधीश फ्रीमन यांच्या प्रकरणातील जवळीकीचे नाट्यीकरण करायचे. त्यात त्यांचे उद्‌गार द्यायचे. आमचे अपील तयार करण्यात येत होते, तेव्हा तो म्हणाला– सुनावणी चालू असताना ते एकदा एका बाजूला आणि एकदा दुसऱ्या बाजूला झुकल्यासारखे वाटायचे; त्यामुळे त्यांचे मत काय आहे हे पडताळणे अवघड व्हायचे.

अलेक्झांडरने हे सर्व एकत्र गुंफले आणि त्यातून निष्कर्ष काढला की, ते अतिकामामुळे थकले होते; त्यामुळे त्यांनी सोपा मार्ग म्हणजे ॲमस्टारच्या पाहणीतील

माहिती व निष्कर्ष उचलले आणि हे प्रकरण घाईत निपटून टाकण्यासाठी त्यांचा थेट वापर केला. अलेक्झांडरने न्यायाधीश फ्रीमनच्या निकालातून त्याची काही अवतरणे निवडली व अधोरेखित केली. ''मला असे सांगायला आवडत नाही– मी या प्रकरणात एकदा निर्णय घेईन किंवा प्रकरण संपवेन अथवा वादी किंवा प्रतिवादीला... त्याला सांगेन– विशेष माहिती गोळा करण्यासाठी– या प्रकरणातील व कायद्यातील निष्कर्षाची... मला वाटते, न्यायालय कदाचित... विचार करील किंवा सुचवेल की, मी एका पक्षाला हे सर्व शोध-अहवाल तयार करण्यास सांगितले आहे आणि फक्त त्याच्यावर रबर स्टॅम्प मारायचे काम करत आहे... माझी समस्या आहे ती माझ्या नोंदी तयार करण्यासाठी पुरेसा वेळ काढायची... तुम्ही तुमचे शोध घ्या– मी जेव्हा 'तुमचे' म्हणतो, तेव्हा ते उभयपक्षी लागू होते आणि निष्कर्षही व एक टिपण तयार करा. म्हणजे मी जेव्हा माझ्या निकालात माझ्या निष्कर्षाची कारणमीमांसा देईन, त्या वेळी त्याला काही अर्थ असेल.''

आमच्या वकिलांनी थँक्स गिव्हिंगच्या सुट्टीतही काम केले. अंतिम तारखेपूर्वी त्यांची बाजू मांडणारी कागदपत्रे तयार करण्यासाठी ते झटले. मग त्याला प्रतिसाद म्हणून ॲमस्टारचे टिपण आले आणि आमच्या बाजूने त्याला उत्तर दिले गेले. त्यातून नवी पद्धत चालू झाली. प्रत्येक दस्तऐवजाबरोबर भाषा अधिक कठोर होऊ लागली, त्यामध्ये विरुद्ध बाजूच्या 'चुकीच्या' विधानांचा परामर्श घेण्यात आला, 'राक्षसी' विधानांचा निषेध करण्यात आला आणि मोडतोड करून मांडलेल्या सत्य स्थितीचाही.

जेव्हा अंतिम सुनावणीची वेळ आली तेव्हा ते अगदी टोकाच्या कळसासारखे वाटले. टाउनीने मला सांगितले की– त्याच्या मते, अलेक्झांडरने अत्युत्कृष्ट काम केले आहे आणि आपल्याला जिंकण्याची निश्चितच आशा आहे. मला स्मितहास्य करणे व मान डोलवणे भागच होते. टाउनीचा उत्साह संसर्गजन्य होता; पण हे सर्व मी पूर्वीही ऐकले होते. मी आता कोणत्याही आपत्तीला तोंड देण्यास सज्ज होतो.

१५

काही प्रसंग मनावर कायमचे कोरले जातात. अशा काहींचा मी पूर्वी उल्लेख केला आहे. जसे– माझ्या मृत वडिलांच्या कोटांच्या बटणांना पकडून त्यांना 'उठा' म्हणून कळवळून सांगणे, सिस्टर बेरार्डाचे मला सांगणे– "मला जसा पाहिजे तसा मी कोणीही होऊ शकतो", त्या शेतावर खत पसरत असताना शोध लागणे की, मला धर्मगुरू व्हायचे आहे, यपसिलांटीमधल्या आमच्या डॉमिनिक्स पिझ्झा शॉपमधल्या पहिल्या ग्राहकाची ऑर्डर घेणे... असेच आणखीही काही आहेत; पण यापैकी एकही इतक्या स्पष्ट स्मरणातील नाही, जितका १० एप्रिल १९८० चा; जेव्हा मला ॲमस्टार प्रकरणातील अपीलाच्या न्यायालयाचा निकाल समजला.

त्या दिवशी सकाळी मी आमच्या कार्यालयाच्या इमारतीत आलो, त्या वेळी तिथल्या लॉबीमध्ये माझी पत्नी आणि तिथले कर्मचारी हसत-खिदळत मोठमोठ्याने चर्चा करत उभे होते. मी गोंधळलो. मी मार्गी आणि हेलनला विनोदाने म्हणालो, "हे इथे काय चालले आहे? चला कामाला लागू या." अन् मी ते शब्द ऐकले– 'आपण दावा जिंकलो'! पण मला अर्थबोध होईना. "चला, आपण कामाला लागू या–" मी परत म्हणालो.

मग माझ्या डोक्यात प्रकाश पडला. "आम्ही दावा जिंकलो... ॲमस्टार?" मी प्रश्न केला. प्रत्येकजण हसत होता, होकारार्थी मान हलवत होता अन् माझ्याशी

अभिनंदनपर हस्तांदोलन करत होता. ते म्हणत होते, ''होय, आपण जिंकलो!'' माझ्या तोंडावर मोठे हास्य आले आणि मग माझ्या डोळ्यांतून अश्रू आले. मी मार्गीला पकडले, तिला माझ्या केबिनमध्ये घेऊन गेलो अन् दरवाजा बंद केला. मी तिथे कोचावर २० मिनिटे तिच्याबरोबर बसलो आणि आयुष्यात पूर्वी कधी रडलो नसेन एवढा हमसाहमशी रडलो. माझ्या झोकांड्या जात होत्या– जणू माझ्यावर काही मोठा आघात झालाय! मी म्हणजे एक नमुना झालो होतो.

मग सावध झाल्यावर मी जाहीर केले की, आज ऑफिस बंद राहील. मग हेलनला शॅम्पेनची ऑर्डर द्यायला सांगितली. आम्ही आमच्या सर्व मित्रांना बोलावले व आमची पार्टी चालू झाली ती पार रात्रीच्या जेवणापर्यंत!

यू.एस. कोर्ट ऑफ अपीलने न्यायाधीश फ्रीमन यांचा निकाल फिरवला होता. त्यांनी असा निष्कर्ष काढला की, आम्ही 'डॉमिनोज पिझ्झा' हे नाव वापरल्याने– वादीचा ट्रेडमार्क 'डॉमिनोज शुगर'चा वापर या नावाबरोबर केल्याने– काही साधर्म्य निर्माण होत नाही किंवा ग्राहकांचा गोंधळही. टाउनी बीमनने हेही दाखवून दिले की, वरच्या न्यायालयाने न्यायाधीश फ्रीमनवर ताशेरे ओढले होते. त्याने त्याच्या ५४ पानी निकालपत्रात काढलेले निष्कर्ष हे ॲमस्टारच्या पाहणी अहवालातील– जो त्यांच्या वकिलांनी सादर केला होता– माहितीची ती अक्षरश: कॉपी होती.

त्या न्यायाधीशांनी लिहिले– वादीच्या वकिलाने न्यायालयाच्या न्यायाधीशांसाठी त्यांचे मत लिहून देण्यावर जरी मनाई नसली, तरी त्याला प्रोत्साहन देता कामा नये. न्यायाधीशांना त्यांचा पाहणी अहवाल व त्यावरचे निष्कर्ष पटले, तरी त्यांनी लिहिले की, ते त्यांनी व्यवस्थित विचारात घेतले आहेत आणि त्यांनी हे स्वीकारले आहेत. असा विचार करू की, त्याचा विश्वास आहे की– ते तपशील व कायदेशीर बाबींनी योग्य आहेत; तरीही जिल्हा न्यायाधीशांचा निवाडा वाचला तर हे लक्षात येते की, तो वादीच्या वकिलांनी लिहून दिलेला आहे आणि तोही जेव्हा एका गंभीर वादाचे प्रकरण विचारार्थ आले. मला सांगण्यात आले की, ॲमस्टार कॉर्पो. विरुद्ध डॉमिनोज पिझ्झा, आयएनसी., हे एक प्रसिद्ध न्यायालयीन प्रकरण झाले. त्याचा संदर्भ अनेक प्रकरणांत देण्यात आला– मग ते टिपण असो किंवा अंतिम निकाल. आणि असे दिसते की, कायदेतज्ज्ञ त्याच्यावर अनेक वर्षे वादविवाद करत राहतील. मला एवढीच आशा आहे की, कायद्याचे विद्यार्थी त्याचा भविष्यात अभ्यास करत असताना तो निवाडा पचवण्यासाठी डॉमिनोज पिझ्झाची ऑर्डर देतील. नंतर ॲमस्टारने हा दावा सर्वोच्च न्यायालयात नेण्याचा प्रयत्न केला; पण न्यायाधीशांनी त्याविषयी काही ऐकायला नकार दिला अन् आमच्या अंतिम विजयावर शिक्कामोर्तब झाले.

तो विजयाचा उबदार आनंद साजरा झाला. आपली बाजू बरोबर असल्याचे

सिद्ध झाल्यावर मी असा विचार केला की, जर आम्ही हरलो असतो तर बरे झाले नसते का? आमच्यासारख्या एका छोट्या कंपनीने एका बलदंड कंपनीशी, अपयशी का होईना, लढा दिला हे सांगता आले असते. जसे– डेव्हिडने गोलायथला मारले. आम्हाला फुकटची भरपूर प्रसिद्धी मिळाली असती. बॉब कॉटमनने आणि मी पर्याय म्हणून 'पिझ्झा डिस्पॅच' हे नावही ठरवलेही होते. जर आम्ही हरलो असतो, तर न्यायाधीश फ्रीमनचा तो निकाल आणि त्या बाजूच्या आमच्या अपीलाचा अंतिम निर्णय– जो आमच्या बाजूने लागला– त्यादरम्यान आम्ही ४० पिझ्झा डिस्पॅच स्टोअर्स उघडले आणि ते नव्या डॉमिनोज पिझ्झा स्टोअर्सच्या तुलनेत चांगला धंदा करत होते. जर आम्ही हरलो असतो, तर पिझ्झा डिस्पॅच हा तत्काळ विजेता ठरला असता, कारण अमेरिकन जनतेला नव्याचे स्वागत करणे आवडते. आम्ही जिंकलो अन् ती संधी गमावली.

विरोधाभास म्हणजे, आमच्या कार्यकारी उच्चपदस्थांपैकी बहुतेकांचा कल नामबदलाकडे होता. कॉटमनच्या 'ग्रुप २४३'ने एक बाजारपेठ संशोधन अभ्यास केला होता आणि त्यात ग्राहकांनी पिझ्झा डिस्पॅच या नावाला डॉमिनोज पिझ्झा या नावापेक्षा पाचास एक या प्रमाणात पसंती दिली होती.

हा एक कठीण प्रश्न होता. मला नावात बदल करणे योग्य वाटत नव्हते. डॉमिनोज या नावाभोवती एक इतिहास निर्माण झाला होता. आमच्या जुन्या फ्रँचाइझींशी आम्ही चर्चा केली. त्यांचेही मत असेच होते; पण मुख्य प्रश्न होता तो येणाऱ्या खर्चाचा. आमची आर्थिक परिस्थिती त्या वेळेला फारशी चांगली नव्हती, ज्यात आम्ही काही दशलक्ष डॉलर्स एखाद्या अधिक चांगल्या नावासाठी खर्च करू शकू.

आता माझे मत असे झाले आहे की, नाव न बदलण्याचा माझा निर्णय चुकीचा होता. हा अल्पकाळाचा एक निर्णय होता आणि या ॲमस्टारबरोबरच्या गचाळ लढाईनंतर मला असेही वाटू लागले की, नाव हेच काही महत्त्वाचे नाही– अगदी फ्रँचाइझी धंद्यातही. गेराल्ड ग्रिफिनने मला एक दिवस भोजनाच्या वेळी सांगायचा प्रयत्न केला, "मला नाही वाटत की, नावामुळे काही फरक पडतो. तू त्याला जर 'टॉम्स पिझ्झा' नाव दिलेस, तर तेही यशस्वी होईल!" मी त्यावर रागावलो होतो. मी आमच्या नावाचा बचाव करत होतो. आता मला वाटते की, तो बरोबर होता.

ॲमस्टारची ती लढाई जिंकणे म्हणजे अवकाशयानाच्या उड्डाणाची उलटी गणती चालू झाल्यासारखे होते. एकाएकी मला वाटू लागले की, एक मोठा बोजा– जो मला मागे खेचत होता तो– नाहीसा झाला आहे. आकाश खुले झाले होते अन् डॉमिनोज कंपनी झेप घ्यायला तयार झाली होती; पण मला हे माहीत होते की, माझ्या उड्डाणातील संघाला मला संघटित करायचे होते व त्याचे केंद्रस्थान चांगले

करायचे होते. नाही तर ही कंपनी तिच्या अंतराळाच्या कक्षेत कधीच पोहोचली नसती. माझी मोठी व्यवस्थापकीय समस्या ही होती की, आमच्या उच्च अधिकाऱ्यांमध्ये सांघिक कामाची मनोवृत्ती नव्हती. मला कंपनी जशी हवी होती, तशा उद्दिष्टांपर्यंत न्यायच्या माझ्या प्रयत्नात हा मोठा अडथळा ठरत होता. मला माहीत होते की, हा प्रश्न सोडवण्याच्या मी अगदी जवळ पोहोचलो आहे. मला फक्त थोडे अंतर कापायचे होते व निराळी समज दाखवायला हवी होती. हे कसे करायचे याचा मार्ग मला यंग प्रेसिडेंड्स ऑर्गनायझेशनच्या बैठकीतील एका परिसंवादात मिळाला. तो ॲडिझेस इन्स्टिट्यूटच्या सल्लागार गटाने आखला होता. त्या इन्स्टिट्यूटचा संस्थापक इचाक ॲडिझेसने एक पुस्तक लिहिले होते. त्याचे नाव होते 'हाऊ टू सॉल्व्ह द मिसमॅनेजमेंट क्रायसिस'. आणि मला जे पाहिजे होते ते त्यात होते, असे मला वाटले. मग मी ॲडिझेसशी संपर्क साधला, मग त्यांच्या गेराल्ड फाउस्ट नावाच्या अधिकाऱ्याने आमची भेट घेतली. तो पीएचडी होता; पण त्याने ॲडिझेसमध्ये येण्यापूर्वी स्वत:चा धंदा सुरू केला होता. आमच्या परिस्थितीविषयीचे त्याचे मत मला आवडले. तो म्हणाला, "आम्ही कंपन्यांचे विश्लेषण त्यांच्या जीवनचक्राच्या वाढीवरून करतो. अशा ठिकाणी कंपनी चालू करण्यापूर्वी त्यावर विचार होतो, मग त्याबाबतचा निर्णय. त्यांच्यात बाल्यावस्था असते– ज्यात प्रत्येकजण कसून काम करत असतो, कंपनी फार पैसा मिळवत नाही आणि काहीही सुसंघटित नसते. त्यानंतर पौगंडावस्था येते; तिला आम्ही 'गो-गो' म्हणतो. त्यात प्रभाव असतो तो उत्पादकता व उद्योजकीय प्रयत्नांचा. या गो-गो अवस्थेत कंपनीत कर्मचारी लवकर येतो व उशिरा जातो आणि प्रत्येक गोष्ट गडबड-गोंधळाची असते. तुमची कंपनी जबरदस्त गो-गो आहे."

आम्ही आमच्या कार्यकारी व्यवस्थापकीय गटाला एकत्र केले आणि चांगल्या व्यवस्थापकाने काय करणे अपेक्षित आहे, याविषयी काही कल्पना करणे योग्य असते, याविषयी फाउस्टने सांगितले. जसे– १) निर्णय घ्या, २) कार्यपद्धतीचे व्यवस्थापन करा– जेणेकरून ती सुरळीतपणे काम करील, ३) उद्योजकीय पद्धतीने येणाऱ्या व्यावसायिक संधीचा फायदा घ्या, ४) आपले मानवसंसाधन एकत्र करा– यामध्ये एक खात्री करून घ्या की, संघटनेतला कोणीही अपरिहार्य नाही. असे सहकार्याचे वातावरण निर्माण करायचे होते.

मग त्यांनी अव्यवस्थापनेच्या पद्धतीची रूपरेषा सांगितली. त्यात त्यांनी असे सांगितले की– व्यवस्थापक ज्यांना लोनरेंजर (एकाकी) म्हणता येईल, त्यांची स्वभाववैशिष्ट्ये म्हणजे– जे केवळ परिणामांकडे लक्ष देतात. सनदी– ज्यांच्या जीवनातले एकमेव स्वारस्य व्यवस्थापनात असते. दंगेखोर– ज्यांचा मुख्य उद्देश असतो उद्योजकीय काम करण्याचा आणि सर्वोच्च अनुयायी– ज्याला पूर्णत:

एकत्रीकरणात स्वारस्य असते. तसेच त्यांनी इतरांच्याही प्रभावाचा विचार केला.

फाउस्टला आणायचा माझा उद्देश हाच होता. पुढची तीन वर्षे आम्ही दरमहा त्यांच्याबरोबर काम केले आणि त्यांच्या मदतीचा खर्च पाच लाख डॉलर्स आला. मी असे म्हणू शकत नाही की, आम्ही ती संकल्पना १०० टक्के आत्मसात केली. त्यांनी सुचवलेल्या काही पद्धतींबाबत आमच्यात तीव्र मतभिन्नता होती– विशेषत: आर्थिक क्षेत्रात; पण समतोल विचार केला, तर हा कार्यक्रम बराच उपयुक्त ठरला. संघटनात्मक चौकट आणि व्यवस्थापकीय पद्धती ठरवताना मला या कार्यक्रमाने पाठबळ दिले.

ॲडिझेस आमच्या नकाशावर यायच्या आधी मी आमच्या अधिकारीवर्गाला बोलावले आणि त्यांना स्मरण करून दिले की, गोल्डन रूलप्रमाणे डॉमिनोज पिझ्झा काम करतो. जर आम्ही तो नियम आपापसात व ग्राहकांच्या बाबतीत पाळला नाही, तर आपण बरेच अडचणीत सापडू. कदाचित आपले 'जे पी अँड आर' परस्परांबरोबर पाहिजेत. मी म्हणालो, "आपण परस्परांना एकमेकांत दिसणारे गुण-दोष सांगितले पाहिजेत."

जसे घडले तसे– काही प्रमाणात फाउस्टने आमच्याकरता तेच केले. त्या संघ बैठकीत त्या संघात काही पवित्र नव्हते. त्यात भरपूर प्रमाणात चीड व नैराश्य दर्शविले गेले. तो काही सुखकर अनुभव नव्हता; पण यानिमित्ताने परिचयातले हेवेदावे उघड्यावर आले; मग ते आम्हाला वैयक्तिक पातळीवर सोडवता आले.

विशेषत: डिक म्युल्लर व माझ्यात गंभीर समस्या होत्या, त्या परस्परांशी संवाद साधण्याच्या. आमचे गैरसमज १९८० च्या उन्हाळ्यात हाताबाहेर गेले असते; जर त्या ॲडिझेसच्या कार्यक्रमाचा प्रभाव पडला नसता तर आणि समोरासमोर 'जे पी अँड आर'च्या बैठका झाल्या नसत्या.

आमच्या समस्यांचे एक कारण होते ते या स्थितीमुळे की, मी व डिक आम्ही दोघेही सर्जनशील उद्योजक होतो. मी म्हणायचो– कोणतीही गोष्ट कशी करायची, ते मला सांगू नका; मला फक्त एवढेच सांगा की, उद्दिष्टे काय आहेत आणि मी ती गाठेन. डिकचाही मार्ग हाच होता; त्यामुळे जेव्हा एखाद्या गोष्टीवर आमचे एकमत होत नसायचे, तेव्हा आम्ही परस्परांची डोकी खायचो आणि मग मला अडचण यायची ती सबंध कंपनीवर त्याचा प्रभाव पडणार नाही याबाबत काळजी घेताना.

आमच्या संचालक मंडळावर येण्यासाठी मी बॉब कॉटमनचे मन वळवले आणि माझ्याशी व आमच्या सर्व कार्यकारी उच्चपदस्थांशी धंद्याच्या धोरणासंबंधी सल्लामसलत करण्याविषयी सांगितले– जणू काही तो आमचा पगारी अधिकारी आहे! पण तो, मी व डिक म्युल्लर असे आम्ही एकत्र काम करायला सुरुवात केली

नाही तोच डिक म्हणाला की, तो राजीनामा देतोय अन् परत फ्रँचाइझीच्या उद्योगात पडतोय. मी निराश झालो. आम्हा दोघांचे रसायन चांगले जमायचे म्हणून मी त्याला कंपनीत आणण्याचे प्रथम ठरवले; पण तो मुख्यालयात त्याच्या पदावर दाखल झाल्यावर एकमेकांशी जमवून घेण्यात आम्ही अपशयी ठरलो. डिक हा दीर्घकाळ स्वत:च मालक असल्याने कदाचित आमच्या संचातील एक घटक म्हणून जमवून घेणे त्याला जमले नसावे. प्रथम आम्ही वाद घातला तो त्याच्याबरोबर करार असावा की नसावा यावर. त्याला तो हवा होता; पण मी त्याला विरोध दर्शवला. त्यातून मग आमच्या गंभीर वाटाघाटी चालू झाल्या, त्या चुकीच्या पद्धतीने. नंतर त्याच्या हाताखालचे कर्मचारी व डॉमिनोज पिझ्झाचे अन्य कर्मचारी यांच्यात दरी पडत गेली. आम्ही ते प्रश्न सोडवत आणले आणि आम्ही त्यात प्रगती करत होतो. डिक म्हणाला, एक ना एक दिवस डॉमिनोज पिझ्झाचा अध्यक्ष बनणे हे त्याचे उद्दिष्ट आहे आणि मला त्यात काही वावगे वाटले नाही. मी त्याला माझ्या पदावर येण्यासाठी उत्तेजन दिले होते.

मग डिक व मी आम्ही दोघांनी त्यांच्या 'ऑपरेशन डिपार्टमेंट'ची नोंद घेण्याचे ठरवले– त्या अंतर्गत त्याच्या अखत्यारीत देशभर क्षेत्रीय कार्यालये असावीत, असे ठरले. त्या दिशेने आम्ही हालचालीही चालू केल्या; पण त्याच वेळी त्याने कंपनी सोडायचा निर्णय घेतला. माझ्या निराशेचे तेच कारण होते; पण मला दिसत होते की, तो स्वत:चा उद्योग करण्याच्या कल्पनेने उल्हसित झाला होता आणि मला त्याच्या मार्गात आडवे यायचे नव्हते. परस्परांच्या फायद्याची व्यवस्था करणे आमच्यात सोपे होते. मग त्याने त्याचे समभाग कंपनीला परत विकले आणि त्यातून मिळालेल्या पैशातून त्याने 'आरपीएम' पिझ्झा चालू केला, जो आमचा सर्वांत मोठा फ्रँचाइझी झाला. म्हणजे, एका अर्थी झाले ते सर्वांच्या भल्यासाठीच!

आज मी विचार थांबवू शकत नाही की, त्या मॅरेथॉन शर्यतीत भाग घ्यायच्या निर्णयाच्या निमित्ताने त्याला मिळालेल्या प्रशिक्षणामुळे व त्यातून मिळालेल्या वजन कमी केल्याच्या बक्षिसाचे ५०००० डॉलर्स जे मी त्याला दिले, त्यामुळे त्याने बहुधा स्वतंत्र व्यवसायाचा निर्णय घेतला असावा. आजही आम्ही अनेक बाबतींत आमच्यात मनभिन्नता असल्याचे मान्य करतो; पण ती आम्हा उभयतांच्या डॉमिनोज वाढीसाठी दिलेल्या योगदानाबद्दलच्या आदराने आणि कौतुकाने भरलेली असते. ॲडिझेसच्या त्या कार्यक्रमामुळे एक मोठी समस्या दिसून आली. ती म्हणजे, बॉब कॉटमन ज्या पद्धतीने आमच्या येथे काम करत होता, त्या पद्धतीची. त्याचा ग्रुप २४३ हा आमचा पुरवठादार होता; त्यामुळे आमच्या कार्यकारी अधिकाऱ्यांपैकी काहींना असे वाटले की, त्याचे संचालक म्हणून असलेले स्थान आणि त्याचा कार्यकारी अधिकाऱ्यांच्या बैठकीतील सहभाग यामुळे स्वारस्याचा झगडा निर्माण

होतोय. त्यांच्या या हरकतीमुळे बॉबवर प्रचंड दबाव आला. फक्त त्याला पुन:पुन्हा आश्वासित करावे लागले, त्याचा उत्साह वाढवावा लागला. त्याचा अनुभव व क्षमतेचे मूल्य मी जाणत होतो आणि तो दहा मोजक्या लोकांपैकी होता, ज्यांची वाट माझ्या व आमच्या मेंदूला कल्पनांचे खाद्य पुरवण्याच्या चर्चेत छान जुळली. तो अशीच एखादी घोषणा करून यायचा– "मी असे शोधले आहे की, ज्या गोष्टींना काही अर्थ असतो, अशाच समान गोष्टींमुळे माणसे एकत्र राहतात; त्यांच्यातील मतभेदांमुळे नाही." तो जणू माझ्या मनातलेच बोलायचा; पण त्याने त्यावर कळस चढवला जेव्हा काही वर्षांनी तो काय बोलला त्याची त्याला आठवण करून दिली, तेव्हा तो म्हणाला, "नक्कीच, कारण तो माझा धर्म आहे!"

डिक म्युल्लर गेल्यावर व ऑपरेशन्स विभागाचे क्षेत्रीकरण केल्यावर आम्ही शेवटी कॉटमनला पूर्ण वेळ कंपनीत आणण्याच्या कल्पनेला मूर्त स्वरूप दिले. त्याने ग्रुप २४३ मधले त्याचे समभाग तिथल्या कर्मचाऱ्यांना विकले आणि तो 'व्हाइस प्रेसिडेंट– ऑपरेशन्स' या पदावर कंपनीत रुजू झाला. मला वाटले, त्याच्या या नव्या पदामुळे तो स्वारस्याच्या झगड्याचा विषय मिटला; पण इतर काही कार्यकारी अधिकाऱ्यांना दुर्दैवाने तसे वाटले नाही. जेव्हा बॉबने १९८५ मध्ये कंपनीचा राजीनामा दिला व पूर्वीच्या डॉमिनोज पिझ्झाच्या अधिकाऱ्यांच्या मदतीने विपणन क्षेत्रातील कंपनी चालू करण्याच्या निर्णय घेतला; तेव्हा आमच्या काही सदस्यांनी मला सांगितले की, त्यांना आता अगदी मोकळेमोकळे वाटत आहे. कारण त्याच्याशी बोलताना आम्हाला कळायचे नाही की, आम्ही ग्रुप २४३ च्या बॉब कॉटमनशी बोलतोय की डॉमिनोजच्या बॉब कॉटमनशी! कसेही असले तरी बॉबचे जाणे माझ्या दृष्टीने दु:खदायक होते. डेव्हच्या जाण्यानंतर मी त्याला १९८१ मध्ये सिनिअर व्हाइस प्रेसिडेंट मार्केटिंग या पदावर नियुक्त केले होते.

त्या वर्षात कंपनीची सुरू झालेली स्फोटक वाढ मला सुखाची वाटत होती, कारण त्यात मी जी व्यवस्थापकीय प्रणाली विकसित केली होती तिची परिणामकारकता दिसून येत होती. ती विकसित करताना अनेक प्रयोग झाले, चुका झाल्या. त्या २० वर्षांत डॉमिनोजला उभे करण्यात हे सर्व घडले. माझ्या काही व्यवस्थापनविषयक कल्पना बराच काळ उत्तम पद्धतीने प्रत्यक्षात येत होत्या; पण सर्वंकष कारभाराचा विचार करताना एकत्र येण्यात, माझ्या विचारपद्धतीला एक मजबूत संघटनात्मक पाया आवश्यक होता. तो पाया शेवटी मी एकत्र केलेल्या कार्यकारी अधिकाऱ्यांच्या संघाने दिला. त्याची सुरुवात १९७८ मध्ये झाली आणि 'ॲडिझेस'च्या मदतीने मी त्याची उभारणी केली.

व्यवस्थापनाविषयी माझे काही भव्य सिद्धान्त नाहीत. पीटर ड्रकर ज्याला अनुभवजन्य वाटचाल म्हणतो, ती मी स्वीकारतो आणि त्याच्या पुष्टीसाठी माझे

सांगणे एवढेच असते की, डॉमिनोजमध्ये या पद्धतीने झालेल्या आमच्या कार्याचे परिणाम पाहा; पण मला वाटते, माझी कार्यपद्धती तशी कोणत्याही प्रकारच्या उद्योगात तेवढ्याच क्षमतेने वापरता येईल. माझ्या दृष्टीने माझ्या व्यवस्थापनाच्या इमारतीचे दगड आहेत ते ध्येयनिश्चितीचे. तुम्हाला कुठली दिशा पकडायची आहे, हे जाणण्यासाठी तुम्हाला ध्येय हवे. तुम्ही एखादी कंपनी सांभाळत आहात की स्वत:चा आयुष्यक्रम अथवा घर? तुम्ही जर परिस्थिती येईल तसे वागायचे ठरवले, तर तुम्ही यशाला रामराम ठोकल्यासारखेच होईल.

ध्येयनिश्चिती ठरवण्यासाठी लिहीत जाणे ही बाब माझ्या पद्धतीत महत्त्वाची असते, एखाद्या किल्लीसारखी; पण माझ्या मनात आहे त्याप्रमाणे ध्येयनिश्चिती सांगायची झाली, तर फारच सामान्य आहे. मी काय करतो, तर उत्साहवर्धक स्वप्ने रचतो. ध्येयेसुद्धा उत्साहवर्धक हवीत, नाही तर ती गाठण्यासाठी लोक उल्हसित होणार नाहीत. मी जिथे जातो तिथे एक पिवळी नोंदवही घेऊन जातो. माझे सर्व विचार, माझ्या आठवणी, माझी स्वप्ने, माझे समस्यांचे विश्लेषण– जे-जे काही माझ्या मनात येते, कधीकधी अगदी खरेदी करायच्या सामानाची यादी– ते सर्व माझ्या त्या नोंदवहीत लिहिलेले असते. ती भरली की मी नवी घेतो. काही वेळा माझ्या निरनिराळ्या विचारांकरता निरनिराळ्या नोंदवह्या असतात. मी ही पद्धत माझा जुना मित्र ॲन आर्बरमधील विपणन क्षेत्रातला सल्लागार चक पार्सन्स याच्याकडून शिकलो. गेल्या २० वर्षांत माझ्या अशा नोंदवह्यांच्या २० पेट्या भरल्या आहेत. शेवटी मी त्या फेकून दिल्या, कारण त्यांनी बरीच जागा अडवली होती आणि एकदा लिहून झाले की, मी त्याच्याकडे पाहत नव्हतो. त्याचे कारण म्हणजे, ते लिहिण्याची प्रक्रिया माझ्या दृष्टीने महत्त्वाची होती.

मी दीर्घ पल्ल्याची वार्षिक, मासिक, साप्ताहिक व दैनंदिन ध्येये ठरवतो. दैनिक ध्येयांत आज करावयाची कामे येतात. लांब पल्ल्यांची ध्येये म्हणजे स्वप्नांचे रस्ते असतात; पण इतर ध्येये विशिष्ट असतात व कृतीचीही. उदाहरणार्थ, १९८० च्या माझ्या ध्येयांच्या यादीत पहिले होते– ५०० युनिटस्. म्हणजे त्या वर्षाअखेरीस आमची ५०० स्टोअर्स होतील. आमच्या विकासात त्या वेळी हे ध्येय उच्च होते, पण साध्य करता येण्यासारखे होते; पण या ध्येयामध्ये महत्त्वाचे होते की– ते 'विशिष्ट' होते; ते असे नव्हते की, 'चला, या वर्षी आपण स्टोअर्स भरपूर वाढवू या.' ते म्हणजे, ५०० करा अथवा चालते व्हा. जर ध्येय विशिष्ट असेल, तर ते इतरांना समजावून सांगणे सोपे जाते. हे महत्त्वाचे आहे. कारण जेव्हा तुम्ही कंपनीचे ध्येय ठरवता, तेव्हा तुम्हाला ते तुमचे अधिकारी व कर्मचाऱ्यांच्या गळी उतरवता आले पाहिजे. कारण शेवटी हे लोकच ते साध्य करण्यात तुम्हाला मदत करणार आहेत. त्यांना ते ध्येय नेमके काय आहे, ते नीट कळले पाहिजे; त्यांनी ते साध्य

होण्यासारखे आहे यावर विश्वास ठेवला पाहिजे आणि त्यांना हे पटले पाहिजे की, त्यांना ते साध्य करता येण्यासारखे आहे.

माझ्या ध्येयनिश्चितीचा आणखी एक महत्त्वाचा भाग म्हणजे, त्याला असणारी कालमर्यादा. जबाबदारी पूर्ण करायची तर ती 'या वर्षात' करू; नजीकच्या भविष्यकाळात नव्हे. माझी यादी १९७९ मध्ये ४ पानांची झाली, त्यात १५० गोष्टी होत्या. त्यात केवळ उद्योगातील ध्येये नव्हती, तर शारीरिक संदर्भातही होती. जसे– मला माझे वजन १५६ (७० किलो) पौंडांपर्यंत खाली आणायचे होते. रोज २५० 'पुश-अप्स' एका दमात करायचे होते. माझ्या शरीरातील चरबी व कोलेस्टेरॉलची पातळी खाली आणायची होती आणि मॅरेथॉन पूर्ण करायची होती. काही वैयक्तिक बाबीही होत्या. जसे– तिसरी गाडी घेणे आणि रे क्रॉकबरोबर बैठका घेणे. त्यांपैकी बहुतेक ध्येये मी साध्य केली. काही बाबतींत मी थोडा कमी पडलो. त्यात याचाही समावेश होता– आम्ही आमचे ५०० वे स्टोअर त्या वर्षात उघडू शकलो नाही; पण कमी पडलो, तरी ते ध्येय साध्य करण्यासाठी मी नंतर कठोर परिश्रम केले.

मी जेव्हा आपली ध्येये इतरांना सांगण्याबाबत व त्यांना पटविण्याबाबत बोललो, त्यांच्यात आत्मविश्वास निर्माण करण्यासाठी की– त्यांना असे वाटले की, ती त्यांचीच ध्येये आहेत आणि ते साध्य करू शकतात! मी त्यांना फार फार चढवले, असे म्हणत नाही. विश्वास निर्माण करण्याची प्रक्रिया अगदी वैयक्तिक ध्येयापासूनही चालू होते. तुम्ही जेव्हा तुमचे ध्येय काय आहे हे इतर कुणाला तरी सांगता; तेव्हा तुम्ही स्वत:मध्ये ताकद भरता, ती साध्य करण्यासाठी अधिक उत्तेजन देता. मी १९६२ मध्ये हे तत्त्व माझ्यासाठी शोधून काढले, जेव्हा मी धूम्रपान सोडून दिले. माझ्या ओळखीतल्या प्रत्येकाला मी सांगितले, ''हे असंच होणार! मी माझी शेवटची सिगारेट आता ओढली.'' त्यामुळे मला अशी पद्धत अंगीकारायची सवय लावण्यास मदत झाली. जर तुम्हाला आत्मविश्वास असेल की, तुम्ही काही करू शकता आणि तसे तुम्ही इतरांना ते सांगत राहिलात; तर तो विश्वास तुमच्या पाठीशी ती गोष्ट साध्य होईपर्यंत उभा असेल.

माझ्या स्वत:च्या पद्धतीची व्यवस्थापनशैली विकसित करण्यास मला निवडक पुस्तकांचा खूपच उपयोग झाला. त्यांपैकी अनेकांतून मी उपयुक्त तंत्रे शिकलो आहे. मी 'निवडक' शब्दावर भर देतो. कारण मला व्यवस्थापनविषयक पुस्तकात बऱ्याच गोष्टी सापडतात, ज्या डॉमिनोजसाठी विषासारख्या असतील. व्यवस्थापकीय तत्त्वज्ञानाच्या संदर्भात मी वाचलेले उत्तम पुस्तक म्हणजे, थॉमर्स जे. पीटर्स व रॉबर्ट एम. वॉटरमनचे 'इन सर्च ऑफ एक्सलन्स'; पण त्यातून माझ्या दृष्टीने नवे असे मला फार काही शिकता आले नाही. मात्र, मी ज्या गोष्टीवर विश्वास ठेवून काम करतो, त्याच्यावर त्या पुस्तकाने शिक्कामोर्तब केले. त्यातले अनेक विचार

मी आधीच आचरणात आणत होतो. मी ते वाचत असताना असे वाटत होते की– यात पुढे काय लिहिले असेल, ते मला न वाचताही सांगता येईल!

उदाहरणार्थ, 'इन सर्च ऑफ एक्सलन्स' पुस्तकात कंपनीचा कल कृतीकडे कसा असावा, याविषयी लिहिले आहे. मी कृतिशील माणूस आहे. माझा विश्वास आहे कृतीची उत्तम आखणी ती– जिच्याद्वारे तुम्ही प्रयत्न करून अपयश पचवूनही काही साध्य करता. एखादी गोष्ट अचूक कशी करावी, ते अपयश तुम्हाला शिकवते. तुम्ही प्रयत्न करता, अपयशी होता, पुन्हा प्रयत्न करता आणि त्यातून एखादी गोष्ट कशी करावी ते शिकता. कदाचित कमी परिणामकारकरीत्या प्रयत्न करताना तुमचे काम दहा वेळा त्या अपयशावर आपटून दुखावते, पण अपयश तुम्हाला सबल करते. कारण ते तुम्हाला शिकवते की, कोणत्याही अपयशात फायद्याचे बीजही दडलेले असते. मला विश्वास आहे की, माझी सर्वांत जास्त शक्ती आहे ती माझ्या क्षमतेत– ज्यातून मी प्रतिकूल परिस्थितीचे रूपांतर फायद्यात करून घेऊ शकतो. जेव्हा जेव्हा माझी पिछेहाट होते तेव्हा तेव्हा मी हाच विचार करू लागतो की, याचे मी भांडवलात रूपांतर कधी व कसे करू शकेन?

पीटर्स आणि वॉटरमनच्या मते, 'सर्वोत्कृष्ट कंपन्या ग्राहकांच्या जवळ राहतात.' माझ्यापुरता विचार करायचा झाला, तर डॉमिनोजमध्ये प्रत्येक गोष्ट ग्राहकांपासून सुरू होते. मी स्वत: १० लाख पिझ्झा करून आणि त्यातले अनेक ग्राहकांपर्यंत पोचवून हा नियम शिकलो. ग्राहक हाच आपला मालक आहे.

'इन सर्च ऑफ एक्सलन्स' या पुस्तकातला आणखी एक मुद्दा आहे– 'लोकांच्या द्वारा उत्पादकता मिळवणे' आणि ते माझे कामातील तत्त्व नेहमीच राहिले आहे. मला सुरुवातीपासून हे कळले की, मला इतरांकडून कामे करून घ्यायला हवीत आणि मी नेहमीच माझ्यापेक्षा हुशार लोकांना कामावर ठेवायचा प्रयत्न केला आहे. कित्येक वेळा मी घेत होतो त्यापेक्षा अधिक पगार मी त्यांना दिला आहे; पण माझ्या दृष्टीने ते चांगले होते, तोपर्यंत त्यामुळे डॉमिनोजची छान प्रगती होत होती.

त्या पुस्तकातील या व अन्य व्यवस्थापकीय तत्त्वांची ओळख आणि त्यांना बळकटी आणणे, हे मला उपयुक्त वाटले. जेव्हा डॉन व्हिललोकने त्याच्या सर्व कर्मचाऱ्यांना 'इन सर्च ऑफ एक्सलन्स' हे पुस्तक वाचण्यासाठी एका दिवसाची सुट्टी दिली, तेव्हा मला फार बरे वाटले. कारण मी डॉमिनोजमध्ये जे शिकवत होतो, त्याचा प्रतिध्वनी म्हणजे ते पुस्तक होते. व्यवस्थापनात माझी म्हणून काही वैयक्तिक कार्यपद्धती आहे आणि मला नाही वाटत की, मी कोणत्याही पुस्तकातून ती शिकलो आहे. निर्णय घेण्याची माझी पद्धत ही त्यापैकीच एक आहे. मला नाही वाटत की, ती अन्य कोणास उपयोगी पडेल; पण ती कोणत्याही मूल्याची असो;

ती मी अशी अमलात आणतो–

मी निर्णय घेताना माझ्या त्या पिवळ्या नोंदवहीत यादी करतो. त्यात पानाच्या एका बाजूला मी कोणत्याही कृतीसाठी माझी कारणमीमांसा काय, ते लिहितो; तर दुसऱ्या बाजूला माझ्या दृष्टीने त्याच्या विरुद्ध काय असू शकेल, तेही लिहितो. कोणत्याही बाबतीत कृतीच्या बाजूने आणि विरुद्ध लिहिणे या माझ्या सवयीमुळे माझी स्वप्ने प्रत्यक्षात येणे सुकर होते. मी अशी कल्पना करतो की, निर्णय झाला आहे. मग मी माझ्या मनाच्या नजरेतून हे पाहतो की, त्याचा लोकांवर काय परिणाम होतो आणि त्यांची प्रतिक्रिया काय होते आहे? जर विषय गुंतागुंतीचा असेल, त्यात त्याच्या बाजूने किंवा विरुद्ध अनेक कारणे असतील; तर मी त्या विषयाला अनेक छोट्या-छोट्या उपविषयांत विभक्त करतो आणि त्या प्रत्येकाला काही गुण देतो. त्या गुणांवरून त्या विषयांचे एकूण महत्त्व किती, ते ठरवतो.

काही वेळा जसे– आमच्या कंपनीचे नाव पिझ्झा डिस्पॅच ठेवावे असा प्रस्ताव आला, तेव्हा मी त्या अनुभवातून मी बरेच शिकलो. तसे– भावी परिस्थितीचा अंदाज घेणेही चांगले ठरते. त्या प्रकरणात पिझ्झा डिस्पॅच या नावाच्या फायद्याच्या बाजूचे गुण हे डॉमिनोज या नावाच्या गुणांपेक्षा अधिक ठरले; पण मी स्टोअरच्या परिस्थितीवर लक्ष केंद्रित केले. मी स्वत:ला असे विचारले नाही की, 'ठीक आहे, आजपासून पाच वर्षांनी जेव्हा आमचे २००० हून अधिक स्टोअर्स होतील– तेही यूएसच्या प्रत्येक राज्यात– तर मग या नामवादळाच्या जमेचे व विरुद्ध परिणाम काय होतील? मी असे केले असते, तर निर्णय अधिक चांगला आला असता.

मी माझ्या नोंदवहीत मेंदूला खाद्य पुरवणाऱ्या कल्पनांची यादी करून स्वत:शीच संवाद साधतो. कधीकधी मी तोंडी काही बोलतो अथवा करतो, त्याचे हे लिखित स्वरूप असते. तेव्हा माझी व इतर कोणाची तरी विचारांची तार जुळलेली असते; आम्ही एकाच लहरीवर वावरत असतो. तोंडी अशा गोष्टी करणे मनोरंजक होते. कारण कल्पना इतरांबरोबर वाटून घेऊन त्यांवर विचार करणे उत्साहवर्धक असते; पण लिहिण्याची पद्धतही गुंतवून ठेवायला चांगली असते व फलदायी ठरते.

सुरुवातीलाच सांगतो की, कित्येक वेळा मला चांगली कल्पना पाहता येत नाही; कारण त्यात अन्य अनेक गोष्टी किंवा बाबी दडलेल्या, गुंतलेल्या असतात. आणि त्या गुंतागुंतीतून मार्ग जात असतो अन् त्या मार्गाने मला जावे लागते. त्या अंतरापर्यंत जिथे मग ती कल्पना मला क्षितिजावर दिसू लागते– ते मार्ग म्हणजे मी विचारात आणलेले, नोंदवहीत लिहिलेले आणि एकामागून एक ज्यांचा पाठपुरावा केला असेल, असे प्रस्ताव असतात. एखादा प्रस्ताव मूर्खपणाचा किंवा स्वाभाविक असू शकतो; पण तरीही मी तो घेतो कारण मला माहीत नसते की, तो मला कुठे घेऊन जाईल व त्याचा संबंध कशाशी येईल? आम्ही असे का करत नाही? कारण

मी पाहतो की– आम्ही तसे केले, तर आम्हाला अन्य काही करायला ते वाव देईल. मग मी त्यात भर घालत राहतो. जर मी त्या मार्गावर गेलो नाही, तर मी चांगल्या कल्पनेपर्यंत पोहोचू शकत नाही; कारण त्यात एक अनुबंध असतो आणि तो मला तेव्हा दिसतो, जेव्हा एखादी गोष्ट उपयुक्त होणार नाही किंवा अशक्य नसेल.

माझे ते कागदावरचे कल्पना रंगवण्याचे काम मी काहीसे तेलविहिरी खोदण्यासारखे मानतो. तेल मिळविण्याचा एकच मार्ग म्हणजे, अनेक तेलविहिरी खोदणे. माझ्या याद्या म्हणजे माझ्या तेलविहिरी आणि त्यातून मग कधीतरी तेलाचा फवारा उसळून येतो. मी काम करतो, याद्या करतो अन् मग एकदम एकाएकी कधीतरी काहीतरी अपेक्षित घडते. अशा वेळी मी म्हणतो– पाहा, म्हटलं तसं घडलं. कित्येक वेळा केवळ मजा म्हणून या वर्षी किंवा पुढच्या वर्षी करावयाच्या गोष्टींची यादी करून ठेवतो. मग त्यातल्या एखाद्या गोष्टीवर अधिक विचार करावा, असे मला वाटते. मग मी दुसरा एक कागद घेतो किंवा कधीकधी दुसरीच नोंदवही. त्या विशिष्ट गोष्टीवरच्या कल्पना मग कागदावर उतरवणे चालू करतो. मी त्या कल्पनेचा विस्तार करतो आणि काय सांगावे– त्या यादीतल्या अन्य गोष्टीही असाच विचार करण्यासारख्या निघू शकतात. हे मासेमारीसारखे आहे. मला कळत नाही, कोणती कल्पना कधी प्रत्यक्षात आणण्यासाठी उचलली जाईल!

कल्पनेत काही अर्थ नाही म्हणून मी कोणतीही कल्पना रद्द करत नाही. त्यात अर्थ येण्यासाठी तुम्ही वाट पाहत बसलात, तर तुम्ही तिच्याजवळ कदाचित कधीच पोहोचू शकणार नाही. उदाहरणार्थ, ही कल्पना घ्या. आमच्याशीच स्पर्धा करून ज्या बाजारपेठांत डॉमिनोजचे नाव आधीच स्थिरस्थावर झाले आहे, ते विस्तारण्यासाठी काम करणे– या कल्पनेत काही अर्थ नाही, असे नाही. असे वाटले की, आमच्यात वेग आणण्यासाठी ती चांगली ठरेल; पण मी त्याची सुरुवात केली, ती याद्या करण्याच्या माझ्या सवयीतून.

आम्हाला जर आमच्याशीच स्पर्धा करायची असेल, तर आम्ही 'पिझ्झा डिस्पॅच' हे नाव वापरू शकलो असतो. आम्ही आधीच त्याची नोंदणी केली होती आणि ते आम्हाला चांगले वाटत होते. या कल्पनेभोवती बरेच नकारार्थी विचार होते; पण ते सर्व अंदाज होते. ते आधी पाहता आले असते व टाळताही आले असते. उलट, दुसऱ्या प्रकारे अनेक सकारात्मक विचार माझ्या त्या नोंदवहीत येत राहिले. शेवटी मी पाहिले की– जर हा कार्यक्रम नीट चालला, तर आमच्या किंवा आमच्या ज्या फ्रँचाइझींचे स्टोअर्स स्थिरस्थावर झाले आहेत व त्याच्या क्षेत्राच्या कोनाकोपऱ्यात पोहोचले आहेत– त्यांना तो आम्ही देऊ शकत होतो. जर माझा सिद्धान्त खरा असेल, तर मग त्यांनी त्यांच्याशीच स्पर्धा केली असती आणि मला माहीत आहे, तसा तो आहेही. तर, अशा स्पर्धांमुळे त्यांचे विद्यमान स्टोअर्स सबल

होतील; पण जर तसे घडले नाही तर? आपण त्याच्यामागे गेलो नाही अन् प्रयोग केले नाहीत, तर ते कळणार कसे? आम्ही हे कोणत्याही फ्रँचाइझींच्या विद्यमान विक्रीला किंवा कर्मचाऱ्यांच्या कार्यक्रमाला भीती म्हणून न करता प्रथम कंपनीच्या स्टोअर्सच्या क्षेत्रात प्रयोग करून अजमावू शकतो.

आम्ही नवी 'पिझ्झा डिस्पॅच' स्टोअर्स सुरू केली. आमच्याकडे १९८५ च्या अखेरीस तशी आठ स्टोअर्स होती आणि डेन्व्हर, डल्लास, ह्युस्टन, नॅशव्हिले व कोलंबस अशी दूरवर पसरलेली होती. ती ज्याप्रमाणे उभारली होती, त्याबाबत मी तितकासा खूश नव्हतो. कारण माझी कल्पना होती की– एक नाव सोडले, तर त्यांचा व डॉमिनोज पिझ्झा स्टोअर्सचा ढाचा एकच असावा. मला माहीत होते की, पिझ्झा जरी तोच असला, तरी जनता या ना त्या स्टोअरला आश्रय देईलच. यपसिलांटीमध्ये आम्ही पिझ्झा किंग आणि डॉमिनिक्स हे स्टोअर चालवत होतो, त्यावेळी हा अनुभव आला होता. तसा पदार्थ सारखाच होता; पण डॉमिनोजमध्ये ग्राहक म्हणायचे, तो पिझ्झा आधीपेक्षा चांगला आहे अन् तसेच उलट स्टोअर्सबाबतचेही. याचे उत्तम व्यापारी उदाहरण म्हणजे, एव्हिन्रूड व जॉन्सन आउटबोर्ड मोटर्स. ते देशभर परस्परांशी स्पर्धा करतात; पण त्यांची इंजिन्स सारखीच असतात, एकाच कंपनीने बनवलेली व त्यांचे भागही एकाच कंपनीने बनवलेले. डॉमिनोजचेच पदार्थ पिझ्झा डिस्पॅचच्या स्टोअर्सकरता वापरायचे आणि दोन्ही एकाच कोठीघरातून द्यायचे, यात मला अर्थ वाटला; पण विपणन खात्यात संदेश देण्यात त्याचे काहीतरी बिघडले अन् पिझ्झा डिस्पॅचने एक नवा पदार्थ आणला– १० इंची पिझ्झा.

आता मला आठवण येते ती माझ्या व्यक्तिगत व्यवस्थापन पद्धतीची– जी जेरी फाउस्टबरोबरीच्या ॲडिझेस सत्रातून पुढे आली. तो म्हणाला, एखादे काम दुसऱ्यावर सोपवून देण्याऐवजी ते सोडून देण्याची माझी प्रवृत्ती आहे. माझ्या सुरुवातीच्या आयुष्यक्रमात ते खरे ठरले असते– जेव्हा नोकरी द्यायचो तेव्हा मला वाटायचे की, त्यांनी चेंडू घ्यावा व त्याबरोबर पळावे (कामाला लगेच सुरुवात करावी). मला त्यांच्यात लुडबुड करणे, व्यत्यय आणणे आवडायचे नाही. मला वाटायचे की, मी त्यांच्यापासून दूर राहिलो, तर ते अधिक चांगले काम करतील; ते चुकीचे होते. मी हे शिकलो की, लोक काय करताहेत याची तुम्ही अधूनमधून पाहणी केली पाहिजे. यालाच टॉम पीटर्स 'मॅनेजमेंट बाय वॉकिंग अराउंड' म्हणतो.

माझा लोकांवर जबाबदारी टाकण्यावरही विश्वास आहे. मी यावर भर देतो की, त्यांनी चुका जरूर कराव्यात; ही पद्धत म्हणजे काम सोडून देणे नव्हे, तसेच ते काम केवळ त्यांच्यावर सोपवणे असेही नव्हे. हा फरक आहे एखाद्या संघाचा प्रशिक्षक (कोच) व संघाचा कप्तान यातला. प्रशिक्षक मैदानाबाहेर राहून सूचना करतो, तर कप्तान मैदानात खेळतात. माझा विश्वास आहे तो योग्य कप्तान

निवडण्यावर, त्याला त्याचे काम करू देण्यावर. मला वाटते की, बेसबॉलमध्ये खेळाडूने सर्व प्रयत्न करून बॉल फेकावा. जर चुकला तर म्हणावे, "वा, छान प्रयत्न केलास!" डॉमिनोजमध्येही तसेच आहे. मला वाटते की, आमच्या लोकांनी कसून प्रयत्न करावेत. त्या मार्गामध्ये ते चुका करतील; चुका करण्यात चुकीचे काही नाही. फक्त त्यातून तुम्ही शिकले पाहिजे आणि एकदा केलेली चूक परत करता कामा नये.

हे तत्त्वज्ञान हे एक कारण होते. जेव्हा १९८१ मध्ये कंपनीचे विकेंद्रीकरण झाले आणि आमची ती-ती क्षेत्रे त्यांच्या जबाबदार संचालकांच्या (डायरेक्टरच्या) नावे ओळखली जाऊ लागली, त्यावेळी तशी सहा क्षेत्रे होती. आता १३ आहेत व आंतरराष्ट्रीयही आहेत; पण तेव्हा त्या संचालकांना सांगताना माझा जो कल होता, तो आजही आहे. "हे क्षेत्र तुमचे आहे. मोठ्या जबाबदाऱ्यांमुळे चांगले नेते बनतात; पण चांगले नेतेही आपणहून अनेक जबाबदाऱ्या घेतात. ते स्वत:ची मते स्वत:च ठरवतात, ती अपेक्षेपेक्षाही वरची असतात आणि ते अंतर्मनाच्या सादाने प्रोत्साहित होऊन काम करतात; मागून कुणी ढकलतेय म्हणून नाही!

डॉमिनोजमध्ये आम्ही खेळातील अनेक उदाहरणे वापरतो. कारण आम्ही पिझ्झा घरपोच देण्याच्या उद्योगात तेच करतो, जे खेळातील एखादा संघ करतो. आम्ही बऱ्याच वेळा म्हणतो, 'द टीम विथ बेस्ट डिफेन्स विन्स' (ज्या संघाचा बचाव चांगला, तो संघ विजयी होतो). यात थोडी मेख असेल; पण ते सत्य आहे. मी स्वत: बचावाच्या व्यवस्थापनावर (डिफेन्स मॅनेजमेंट) दृढ विश्वास ठेवणारा आहे.

आमचा पश्चिम पेनसिल्व्हानिया क्षेत्रातला डॉमिनोजचा फ्रँचाइझी मार्क लात्वाल याने एक संबोधन तयार केले आहे– 'डिफेन्सिव्ह मॅनेजमेंट' –संरक्षणात्मक बचावाचे व्यवस्थापन. सन १९८३ मध्ये पेप्पेरोनी प्रेस या आमच्या मुखपत्रात त्यावर त्याने एक लेख लिहिला. त्या स्टोअरचा व्यवस्थापक झाल्यावर मी त्या स्टोअरला दिलेल्या भेटींचा उल्लेख त्याने त्यात केला होता. पहिल्या आठवड्यात त्याची विक्री फक्त २४४६ डॉलर्स झाली होती अन् त्याने मला काही सल्ला विचारला होता. मी त्याला म्हटले, "मार्क, या एवढ्या लहान धंद्यात तुला एकही ग्राहक गमावणे परवडणार नाही. तुला खात्री करून घ्यावीच लागेल की, प्रत्येक ग्राहक पूर्णत: समाधानी आहे आणि पुढेही राहील."

तो म्हणाला की, त्याने त्यावर विचार केला आणि त्याचा संबंध त्याने मनोमन खेळातील संघभावनेशी लावला. ज्या संघातल्या खेळाडूंना सतत फक्त बचावाचे पवित्रे शिकवले जातात, ते कधी जिंकत नाहीत; पण त्यांनी एकदा जरी चढाई केली, तरी जिंकण्याची शक्यता जास्त असते.

मार्कला जे बचावाचे तत्त्व सांगितले, ते माझ्या हृदयाच्या अगदी कोपऱ्यातले आहे– ३० मिनिटांत घरपोच सेवा. समजा, एखादे स्टोअर ९५ टक्के वेळा ३० मिनिटांत वेळेवर घरपोच सेवा देत असेल, तर ते चांगले समजले जाईल; पण आपण त्या ५ टक्के उशिरा सेवा दिलेल्या ग्राहकांची मन:स्थिती बघू. समजा, अशा ५० ऑर्डर्स आठवड्यात उशिरा गेल्या आणि असे दिसून आले की, त्यातले १० टक्के ग्राहक मग आमच्यापासून कायमचे दूर गेले; म्हणजेच याचा अर्थ त्या स्टोअरने आठवड्याला पाच ग्राहक गमावले. मग त्याकडे वर्षाच्या हिशेबाने पाहा आणि त्याला २६ ने गुणा (सरासरीने एक ग्राहक वर्षात २६ वेळा आमचा पिझ्झा मागवतो); तर तुम्हाला ६७६० ऑर्डर्स गमावलेल्या दिसतील. आता त्या ग्राहकांना परत आणण्यासाठी जाहिराती व अन्य मार्गांनी भरपूर पैसा खर्च करावा लागेल आणि नाराज ग्राहकांच्या तोंडातोंडी होणाऱ्या (वर्ड ऑफ माउथ) प्रचाराने होणारे नुकसान वेगळेच!

बचावाचे व्यवस्थापन म्हणजे आपल्या व्यवसायाची आपण काळजी घेणे. मी म्हणतो की– तुम्ही प्रथम ग्राहकाची काळजी घेतलीत, तर तुमचा धंदा ५० टक्के वाढेल. याची खात्री करा की, प्रत्येक पिझ्झा ३० मिनिटांत जाईलच जाईल आणि जाणारा प्रत्येक पिझ्झा चांगलाच असेल– जळका नको किंवा कच्चाही नको– आणि त्यातल्या पदार्थांकडे दुर्लक्ष नको. एवढे पुरेसे आहे. मग तुम्हाला अगदी अद्ययावत विपणनाचे नावीन्यपूर्ण कार्यक्रम/जाहिराती नकोत. ही बचाव व्यवस्थापनाची क्रिया पुष्कळ सोपी आहे आणि ती तुमच्या अगदी समोर आहे.

मार्क म्हणाला की, पहिल्या स्टोअरमध्ये सात महिने घालवल्यानंतर जाहिरात न करता, केवळ बचावाचे सक्रिय पालन करून आणि प्रत्येक ग्राहकाला खूश ठेवून त्याची तिथली विक्री दुप्पट झाली– ५६०० डॉलर्स प्रतिहप्ता. तो पुढे म्हणाला की, ग्राहकांचे मूल्य जाणण्यासाठी आणि ते जतन करण्यासाठी केलेल्या अनेक गोष्टींपैकी ती एक होती. त्याने त्याचे ते तत्त्व पुन:पुन्हा दाखवून दिले. पुढे त्याचे पीट्सबर्गमधले स्वत:चे स्टोअर त्याने सुरू केले, तेव्हा तिथलीही विक्री उल्लेखनीय होती.

उद्योग साधासुधा असावा, यावर ठाम विश्वास ठेवणाऱ्यातला मी आहे. मला वाटते, दुसरी अशी फक्त एकच व्यक्ती होती– जी माझ्यापेक्षाही कमी गुंतागुंतीची होती आणि उद्योग साधा व सोपा ठेवण्यावर जिने माझ्यापेक्षा जास्त भर दिला– ती म्हणजे रे क्रॉक. तो माझा आदर्श असण्याचे हेही कारण होते; त्यामुळेच मी त्याला भेटण्यासाठी, त्याला डॉमिनोजविषयी सांगण्यासाठी उत्सुक होतो.

सन १९६८ मध्ये सुरुवात करून मी त्याच्या भेटीसाठी वेळ घेण्याचा प्रयत्न करत होतो. त्याचे सहायक कर्मचारी मला विचारायचे, "त्यांना तुम्हाला कशाकरता

भेटायचे आहे?'' मग मी स्पष्ट करायचो, ''माझी कल्पना आहे की, मॅकडोनल्डपेक्षा डॉमिनोज १५ वर्षे मागे आहे. आम्हीही विकसनाचा तोच मार्ग आचरत आहोत, जो त्यांनी आचरला आहे. माझे स्फूर्तिस्थान मॅकडोनल्ड आहे व रे क्रॉक माझे आदर्श आहेत.'' पण त्यामुळे भेट काही मिळाली नाही.

मी माझ्या कार्यालयामधून १९७२ पासून त्यांच्या कार्यालयात कोणाला तरी महिन्यातून एकदा फोन करून रे क्रॉक यांच्या भेटीची वेळ घेण्यासाठी व्यवस्था केली; पण मी त्यांच्याशी फोनवरही बोलू शकलो नाही. पुढे १९८० मधील उन्हाळ्याच्या सुरुवातीला त्यांच्या सॅन डिॲगोमधल्या कार्यालयात माझ्यासाठी भेटीची वेळ घेण्यात हेलेन मॅकनटली यशस्वी झाली. मग सुट्टी घालवण्यासाठी आमच्या चारी मुलींना घेऊन मी व मार्गी सॅन डिॲगोला गेलो. क्रॉकचे सहायक म्हणाले की, ते भेटीची वेळ ठरविण्यासाठी सर्व प्रयत्न करतील. त्या वेळी क्रॉकचे वय ७८ वर्षे होते अन् तब्येत खालावत चालली होती; त्यामुळे त्यांचे वेळापत्रक विस्कळीत होते; पण ते त्यांच्या ऑफिसमध्ये असताना जर मी फोन केला तर काय करता येईल हे पाहण्याची ग्वाही त्यांच्या सहायिकेने दिली. अनेक निष्फळ फोन केल्यानंतर जेव्हा मार्गी अन् मुली सी-वर्ल्ड व सॅन डिॲगो पाहण्यासाठी गेल्या होत्या; तेव्हा मला शेवटी सांगण्यात आले की– क्रॉक मला भेटतील; पण फक्त १५ मिनिटांसाठी. अरे वा! मी एवढा उल्हसित झालो होतो की, माझा आनंद गगनात मावेना. मला त्यांच्या कार्यालयाच्या बाहेरच्या कक्षात बराच वेळ वाट पाहावी लागली. मग मला भीती वाटू लागली की, ते बहुधा भेट रद्द करतील; पण मग भाग्याची बरसात झाली आणि मला त्यांचे दर्शन झाले– त्यांच्या त्या खोडकर स्मितहास्याचे! मी माझ्याबरोबर त्यांच्या आत्मचरित्राची 'ग्राइंडिग इट आउट : द मेकिंग ऑफ मॅकडोनल्स'ची प्रत आणली होती. मी त्यांना दाखवले की, मी त्यांची अवतरणे कशी अधोरेखित केली आहेत. त्यांनी त्या पुस्तकावर मग माझ्यासाठी सही केली आणि आमच्या महान गप्पा चालू झाल्या. मी जरासा वैफल्यग्रस्त होत होतो. मला त्यांचे बोलणे ऐकायचे होते, ज्यामुळे मी त्यांच्याकडून काहीतरी शिकेन; पण मी एकामागून एक महान प्रश्न विचारत बसलो की, त्यांच्यापेक्षा मीच अधिक बोलत होतो. थोड्याच वेळात त्यांना डॉमिनोजची संकल्पना– माझ्याइतकीच, किंबहुना त्याहून अधिक कळली.

आम्ही सुमारे २॥ तास बोलत होतो. शेवटी त्यांची सहायिका आत आली व म्हणाली की, आता आम्हाला थांबायला हवे. क्रॉकनी होकारार्थी मान हलवली. मग ते त्यांच्या टेबलावर माझ्या बाजूला झुकले आणि म्हणाले, ''मी तुला एक सल्ला देऊ इच्छितो, तो तू अमलात आणायला हवास. तू तुला पाहिजे ते सर्व काही करू शकतोस. तू विकसित केलेली कार्यपद्धत तू खर्च करू शकशील एवढे पैसे तुला

नक्की देईल. म्हणून तू आता काय करायला हवेस, तर वेग थोडा कमी कर. थोडे दमाने घे. दरवर्षी थोडे-थोडे स्टोअर्स उघड, पण काळजीपूर्वक. तुला अडचणीत आणतील असे काही करारमदार करू नकोस. तुझे कर्ज फिटेल असे पाहा आणि सुरक्षितपणे धंदा कर.''

मी काय ऐकतोय, त्यावर माझा विश्वासच बसत नव्हता. मला वाटत होते की, ज्याच्यावर त्यांचा विश्वास होता, त्याच्या बरोबर विरुद्ध हे होते. शेवटी मी त्यापेक्षा जास्त काही आकलन करू शकलो नाही.

मी म्हणालो, ''पण मग त्यात काही मजा नाही.'' त्यांनी बोलणे थांबवले अन् ते माझ्याकडे टक लावून पाहत बसले– जणू थोडे दुखावल्यासारखे; पण मग त्यांच्या चेहऱ्यावर त्यांचे ते खास स्मितहास्य परतले. ते त्यांच्या टेबलावर आणखी झुकले व त्यांनी माझ्याशी जबरदस्त हस्तांदोलन केले.

''तू असंच म्हणशील, अशी अपेक्षा मी करत होतो!'' खदखदून हसत ते म्हणाले. मी ओळखले की, मी त्यांच्यावर काही स्वरूपाचा ठसा उमटवला आहे. कारण त्या दिवशी रात्री माइक पॉलचा फोन आला. उल्हसित होत तो सांगत होता, ''हाय टॉम, ओळख मी काय सांगतोय? रे क्रॉक नुकतेच आमच्या स्टोअरमध्ये आले आणि त्यांनी एका पिझ्झाची ऑर्डर दिली!''

१६

बँका या कोणत्याही उद्योगाच्या यशाची किल्ली सांभाळणाऱ्या असतात. इतर कोणापेक्षाही त्या तुम्हाला अधिकाधिक मदत करू शकतात. तसेच त्या तुम्हाला दु:खही देऊ शकतात. कारण बरेच विद्यमान किंवा संभाव्य धनको तुमच्या विश्वासार्हतेची ग्वाही बँकेकडून घेतात. त्यासाठी त्यांच्या अधिकाऱ्यांकडे विचारणा करतात. त्यांच्याकडून जाणारे नकारार्थी संकेत तुमच्या सर्व योजनांवर पाणी फिरवू शकतात. अडचणीच्या वेळी तर तुमच्या बँकेशी तुमचे संबंध चांगले असणे महत्त्वाचे असते, कारण तुम्हाला उद्योगात राहण्यासाठी चेक द्यावेच लागतात आणि बँकच ते चेक वटवत असते.

पण बँका भाषा बोलतात व जाणतात ती मुक्त हिशेब व आर्थिक व्यवहाराची. तुम्हाला त्या गूढ भाषेत बोलता येत नसेल– जसे मलाही येत नव्हते– तर तुमचा चेहरा काळजीत पडलाच म्हणून समजा. त्यांना तुमच्या उद्योगाविषयी काही कळणार नाही, हे निश्चित. बँकांबरोबर सुसंवाद साधण्याची क्षमता माझ्यात नव्हती; त्यामुळे मला वैफल्य यायचे. मला नेहमीच वाटायचे की, बँका आमच्या कामात अडथळे आणताहेत; आमच्यावर मर्यादा आणण्याचा प्रयत्न करताहेत.

का? एकच व एकुलते एक कारण म्हणजे, मी त्यांच्याशी जरा अधिकच प्रामाणिक होतो. मी त्यांना माझ्या समस्या स्पष्टपणे सांगत असे. मला वाटायचे– त्यांना माझ्या मनाचा मोकळेपणा पसंत पडेल, आवडेल; पण तसे काही नव्हते.

याची पहिली चुणूक मला त्या वेळी आली, जेव्हा डॉउग डॉसन आमचा प्रमुख आर्थिक अधिकारी म्हणून रुजू झाला आणि माझ्याबरोबर काही आर्थिक सुविधांबाबत बोलणी करण्यासाठी बँकेत आला. मी बँकेला डॉमिनोजची पार्श्वभूमी सांगितली– आमच्या आर्थिक अडचणींची आणि विशेषकरून मध्यंतरी घडलेली आर्थिक व्यवहार कोसळण्याची. त्यातून आम्ही कसे सावरलो, तेही सांगितलं. मला आश्चर्य याचे वाटले की, तिथून आम्ही बाहेर पडल्यावर डॉउग मला म्हणाला की, तू कंपनीचा सर्व नकारात्मक इतिहास त्यांना सांगितलास; हे कसे?

मी म्हणालो, "मला ते नकारार्थी होते, असे वाटत नाही. मला वाटते की– आम्ही त्यातून बाहेर आलो, हे सकारात्मक नाही का? बँकर्सना नेहमी असे वाटते की, त्यांनी तुम्हाला कर्ज दिले आणि तुम्ही अडचणीत आलात, तर त्यांच्या पैशांचे काय? त्यांना शिकवण असते ती प्रतिकूल तेच घडेल, असे समजून विचार करण्याची आणि मला त्यांना हाच संदेश द्यायचा होता की– जर आम्ही अडचणीत आलो, तर त्यातून बाहेर येण्यासाठी नेहमीपेक्षा आम्ही अधिकाधिक प्रयत्न करू अन् त्यातून बाहेर येऊ. अशा वेळी आम्ही हात वर करणार नाही."

मी आजही त्याच प्रकारे विचार करतो; पण डॉउगच्या प्रतिक्रियेने एका गोष्टीचे महत्त्व अधोरेखित केले की– मला जर बँकेकडून अर्थसाह्य मिळवणे सोपे झाले असते, तर मी आमच्या समस्यांची चर्चा करण्याचे तिथे थांबवले असते; पण मी तसे करू शकत नाही. मला याची खात्री करून घ्यायची होती की, बँकर्सना हे कळले पाहिजे की, आमची कंपनी प्रामाणिक आहे आणि गोल्डन रूल हे आमच्या कार्यपद्धतीचे तत्त्वज्ञान आहे.

मी डॉउगला सांगितले की– मला असे पाहिजे की, त्याने याची खात्री करावी आणि बँकेला डॉमिनोजच्या दोन्ही बाजू– अडचणीच्या व फायद्याच्या– सांगाव्यात. मी सत्याला स्वस्तातला विमा समजतो. आमच्याकडे समस्या असतील, तर आमच्या बँकेला त्यामुळे आश्चर्य वाटणार नाही आणि त्या घाबरूनही जाणार नाहीत. त्यासाठी त्यांना माहितीचा अभाव नको.

त्याचबरोबर हेही महत्त्वाचे आहे की; जेव्हा आपले दिवस चांगले असतात, तेव्हाही आपण बँकेला गृहीत धरता कामा नये आणि बँकेला हे सांगण्यासाठी की– ते करत असलेल्या मदतीबद्दल आम्हाला त्यांचे कौतुक आहे, याचा भरपूर परिणाम होतो. तसेच कंपनीत काय घडते आहे त्याची अद्ययावत माहिती देण्यासाठीही आम्ही एक बँकर्स डे पाळतो. त्या दिवशी बँकेच्या अनेक अधिकाऱ्यांना बोलावतो. ते ॲन आर्बरला येतात, गोल्फ खेळतात; आमच्या कोठीघराला, स्टोअर्सना भेट देतात अन् आमच्या आर्थिक परिस्थितीचा आढावा घेतात. त्यापैकी कित्येक अशा बँकांमधील असतात की, ज्यांच्याशी आम्ही बँकिंगचे व्यवहारही केलेले नसतात;

पण गरज पडली तर त्यांना माहीत असावे, म्हणून आम्ही त्यांना बोलावतो; त्यांना डॉमिनोजसंबंधीची माहिती व ज्ञान भरभरून देतो. बँकिंगसंबंधीच्या आमच्या संबंधांचा नीचतम बिंदू मला आठवतो. जेव्हा १९७० मध्ये नॅशनल बँक ऑफ यपसिलांटीच्या अध्यक्षांनी टेलिफोनवरून मला झापले– अगदी गलिच्छ भाषा वापरली आणि मला त्यांच्या कार्यालयात ताबडतोब येण्याचे फर्मान सोडले. अशा प्रकारची भाषा वापरण्याचे तंत्र मी मरिन कोअरमध्ये असताना शिकलो होतो आणि मीही त्याला जशास तसे उत्तर दिले; पण ती चूक होती. कारण त्यामुळे त्या बँकेबरोबरच्या आमच्या संबंधांत तो एक काळा डाग ठरला.

बँकेबरोबरच्या संबंधांची माझ्या बाबतीतील एक समस्या म्हणजे– मी नेहमी जणू पैशाकरता बँकेकडे भीक मागतो, मी जणू हातात हॅट उलटी धरून जातो; त्यामुळे त्यांची अशी समजूत होत असते की, मी दुबळा आहे. सन १९६० च्या सुरुवातीला यपसिलांटीमधल्या दुसऱ्या एका बँकेबाबत झालेली अपमानास्पद चर्चा मला आठवत होती. मला आमच्या डॉमिनोज स्टोअरकरता २५० डॉलर्सचा एक वापरलेला रेफ्रिजिरेटर घ्यायचा होता. मी अगदी नम्रपणे बँकेकडे पैसे मागितले.

''मुळीच नाही!'' तिथला अधिकारी म्हणाला.

मी पुन:पुन्हा याचना केली, माझी बाजू मांडली; पण त्या मोठ्या व गोलाकार फिरणाऱ्या कातडी खुर्चीत बसून त्याने डावीकडून उजवीकडे, उजवीकडून डावीकडे जोरात मान वळवत म्हटले, ''नाही, नाही, नाही!''

त्याने मला एक लांबलचक व्याख्यान दिले अन् सांगितले की– मला जर २५० डॉलरचे कर्ज पाहिजे असेल, तर बँकेत माझ्या खात्यात किमान ५०० डॉलर्स हवेत.

मी विचारले, ''जर माझ्याकडे ५०० डॉलर्स असतील, तर मी तुमच्याकडे २५० डॉलर्सचे कर्ज कशाला मागू? तुम्ही एक रेफ्रिजिरेटर गहाण का ठेवून घेत नाही?''

''मुळीच नाही!'' आता हे सांगायला नको की, मग पहिली संधी साधून मी बँक बदलली.

त्या यपसिलांटी बँकेची आठवण १९८५ च्या सुरुवातीला मला झाल्याशिवाय राहिली नाही. जेव्हा चार्ल्स टी. (चिक) फिशर, चेअरमन-प्रेसिडेंट, नॅशनल बँक ऑफ डेट्रॉइट (एनबीडी) व त्यांचा रिचर्ड क्युमिन्स, सिनिअर व्हाइस प्रेसिडेंट हे आपणहून माझ्या कार्यालयात आले आणि मला त्यांनी बँकेच्या संचालक मंडळावर येण्याचा आग्रह धरला. मी जेव्हा ते काम केले, तेव्हा मनात विचार आला की; माझ्या रेफ्रिजिरेटरच्या कर्जाची विनंती बँकेने जेव्हा धुडकावली होती, त्याचा हा जणू बदलाच आहे! आणि जॅकी ग्लीसन म्हणतो तसे– ''हे किती गोड वाटते.''

सन १९७३ च्या शेवटी, आम्ही त्या कोसळलेल्या परिस्थितीतून सावरलो होतो आणि 'ऑपरेशन सरप्राइज'द्वारा आमची देणी संपत आली होती, तेव्हाही बँकेने मला कर्ज नाकारले होते. मी बँकेचे सर्व कर्ज सव्याज फेडत होतो आणि नव्याने कर्ज काढले नव्हते. मी सर्व गोष्टी रोखीने घेत होतो, करत होतो; पण मला ८००० डॉलरच्या दोन ग्रिमल्डिन मोटारी डिलिव्हरी व्हॅन म्हणून घ्यायच्या होत्या आणि मी विचार केला की, मी अर्धे पैसे घालीन अन् बाकीचे कर्जाऊ घेईन. मी माझी ती योजना बँकेच्या व्हाइस चेअरमनला सांगितली आणि त्याने उत्तर दिले, "आम्हाला तशा प्रकारचा त्रास अंगावर ओढवून घ्यायचा नाही." जेव्हा बँकेच्या प्रेसिडेंटला हे कळले, तेव्हा त्याने मला बोलावून घेतले व अगदी धोरणी भाषेत सांगितले. त्यांच्याकडे चांगले कारण होते. आमची सरासरी साप्ताहिक शिल्लक १ लाख डॉलर्स होती आणि आम्ही त्या बँकेचे बहुधा एक चांगले ग्राहक होतो. "तुम्ही कार लोन्स घेऊन डिलिव्हरी व्हॅन्स विकत घेणे योग्य नाही," तो म्हणाला. "त्याऐवजी तुम्ही कर्जावर अनेक मोटारगाड्या घ्यायला हव्यात." त्याच्या त्या (फुकटच्या) सल्ल्याबद्दल मी त्याचे आभार मानले आणि रोख पैसे भरून गाड्या घेतल्या. आमचा आर्थिक गुरू– ज्याला बँकेची ती गूढ भाषा बोलता यायची आणि आमच्या वतीने बँकेकडे 'दुभाषा' म्हणून काम करायचा तो– म्हणजे जॉन मॅकडेव्हिट– जो नंतर 'टीएसएम आयएनसी'चा आणि त्यांच्या विविध विभागांचा अध्यक्ष झाला.

मी १९७७ मध्ये एका मित्रासह मॅकडेव्हिटला भेटलो, ज्याने त्याची फायनान्शियल इंटरमिडिअरीज आयएनसीला सल्लागार म्हणून नेमले होते. मॅकडेव्हिटच्या ग्राहकांच्या यादीत मिशिगनमधील अनेक श्रीमंत होते आणि त्याची आकडेवारीवरील पकड व कोणत्याही विषयावर सहज, आक्रमक भाषेत बोलायची शैली याने मी प्रभावित झालो होतो. तो माझ्यापेक्षा सुमारे १३ वर्षांनी लहान होता; पण मला वाटले की, आमच्यात बरेच काही साम्य आहे, त्यामध्ये आमच्या सबल धार्मिक पार्श्वभूमीचाही संबंध होता. माझी अनाथाश्रमातील ती वर्षे व त्याचे कर्मठ आयरिश कॅथॉलिक कुटुंबातले बालपण. असो, आमचे चांगले जमले व जॉनने मला सांगितले की, डॉमिनोजच्या आर्थिक व्यवहारासंबंधी तो काही चांगले मार्ग सुचवेल. मला वाटते, त्याच्या दृष्टीने हा मोठा विरोधाभास असावा की, त्याने डेट्रॉइटमधील जबरदस्त उद्योगपतीची ती पॉश कार्यालये सोडून माझ्या साध्यासुध्या 'बराकीवजा' कार्यालयात यावे. माझे टेबल मोडकळीस आलेले होते, त्याचा एक पाय दुधाच्या पेटीवर होता. माझ्या फिरत्या खुर्चीचे एक कॅस्टर व्हील मोडले होते; त्यामुळे ती खुर्ची मधूनच गप्कन खाली जायची.

मला हे माहीत नाही की– डॉमिनोजच्या क्षमतेबद्दल त्याचे काय मत झाले

असावे; पण बँकेशी व्यवहार करण्यात येणाऱ्या अडचणींची माहिती मी त्याला दिल्यावर त्याने दिलेला प्रतिसाद पाहून मी आश्चर्यचकित झालो. त्याने सांगितले की, जेव्हा कंपनीला बँकेकडून मदत घेण्यात अडचणी येतात, तेव्हा त्याचा अर्थ कंपनीच्या रचनेत काही समस्या आहेत आणि खरेच, त्या वेळेला मी तशा समस्या सोडवण्याच्या खटपटीत होतोच. जॉनने मला त्या सोडवण्यात एक मदत केली– ती म्हणजे, त्याने मला त्या कामासाठी डॉउग डॉसनची शिफारस केली; पण त्याचेही महत्त्वाचे योगदान होते. ते होते– आमच्या कंपनीचा आर्थिक विश्लेषणाचा सखोल अभ्यास करण्याचे व बँकर्सना त्याचे समतोल अशा भाषेत सादरीकरण करण्याचे. त्यातून प्रथमच दाखवून द्यायचे की, डॉमिनोज ही किती गतिमान कंपनी आहे ते.

जॉनने आमच्या कंपनीचे एक आर्थिक मॉडेल तयार केले. त्यात हे स्पष्टपणे दाखवले होते की, स्टोअर या आमच्या मूलभूत कामाच्या ठिकाणापासून आपल्या कार्यरचनेच्या सर्व बाबी कशा असतात. स्टोअरपातळीवरील बदलत्या खर्चाची बाजू कोणती, त्या कशा बदलतात व धंद्याच्या आकारावरून त्यात कसा बदल होत जातो– ही उदाहरणे आम्हाला उपयोगी पडली; कारण त्यामुळे आम्हाला आपण काय घेतोय याचे अनुमान करता आले. या खटाटोपामागचे तत्त्व पाहून मला अचंबित झाल्यासारखे वाटले. आमच्या स्टोअर्सचे आर्थिक पद्धतीवर चालणे– जणू ती मशिन्स आहेत व त्याच्या आतले काम करणारे भाग पाहण्यासाठी छोट्या-मोठ्या काचेच्या खिडक्या असतात, तसे मला हे वाटले.

मग जॉनने आमच्या कंपनीचे आकडेवारीतले चित्र तयार केले. त्यात त्याने स्टोअर या आमच्या मूलभूत कामाच्या ठिकाणापासून आमच्या कार्यरचनेच्या सर्व बाबी कशा असतात आणि आमच्या सर्व कार्यरत स्टोअर्समधून निर्माण होणाऱ्या उत्पन्नाच्या छोट्या-छोट्या झऱ्यांचे एका मोठ्या नदीत कसे रूपांतर होते, ते दाखवले. एकत्रित विचार केला तर ही चांगली लांब, रुंद व खोल नदी होती. मला त्यात आश्चर्य वाटले नाही. डॉमिनोज हा रोख रकमेचा एक जबरदस्त स्रोत आहे, हे मला माहीत होते; पण त्याचे चित्रस्वरूपात केलेले रूपांतर मी पहिल्यांदाच पाहत होतो. आता मला कळले की– जॉन का सांगत होता की, आमच्या उद्योगाचे आर्थिक स्वरूप नीट मांडता आले पाहिजे.

बँकर्स आजपर्यंत माझ्या पैशासाठीच्या भावनिक आवाहनाला का दाद देत नव्हते, ते आता सहजच माझ्या ध्यानात आले. कदाचित मी स्वाहिलीसारख्या अगम्य भाषेत बोलतोय, असे त्यांना वाटत असावे. कारण मी धंद्याची जी माहिती त्यांना पुरवत होतो, त्याचे त्यांना आकलनच होत नव्हते. जॉनने केलेली आकडेवारीच्या आर्थिक रचनेची सहज पटणारी ताकद प्रकर्षाने जाणवत होती आणि ती स्वयंचलित

होती.

खरेतर ही सर्व उद्योग-व्यवसायांत संगणकाचा वापर मोठ्या प्रमाणावर सुरू झालेला नव्हता, त्या वेळची गोष्ट आहे. जॉनने ते सर्व सर्वत्र केले होते. जॉनच्या त्या मॉडेलने हे दाखवून दिले होते की, डॉमिनोज हे चांगले तेलपाणी केलेले एक काम करणारे यंत्र आहे– तसे पूर्वी कागदावर कोणी दाखवून दिले नव्हते– आणि त्यात आमच्याकडे पैशाचा ओघ सातत्याने येत आहे असे दाखवले होते; तरी तो पैसा आमच्या खिशात जात नव्हता, तर तो सर्व मिशिगन व ओहिओमधल्या स्थानिक बँकेत जात होता. तिथून आम्ही आमच्या डिलिव्हरी व्हॅन्स आणि स्टोअर्ससाठी कर्ज घेतले होते.

"बापरे! टॉम, मी पाहू शकतो की, तुझ्या वाढीच्या महत्त्वाकांक्षी योजनेमुळे तू अशा परिस्थितीत कसा आला आहेस, हे मी आता जाणू शकतो..." जॉन म्हणाला. "पण आता तुला हे सर्व बदलायला हवे. तुझी ही सर्व कर्जे, त्यांचे व्याज मुद्दलात सामील केले जातेय. यामुळे बँका श्रीमंत होताहेत, तर डॉमिनोजच्या पैशांचा ओघ आक्रसतोय! तू जवळजवळ १८ ते २१ टक्के व्याज देत आहेस; जेव्हा तू खरेतर १० ते १२ टक्क्यांनी कर्ज घ्यायला हवे होतेस. तू जणू क्रेडिट कार्डवर कर्ज घेतोयस जे तू नेहमीच्या व्यापारी पद्धतीने घ्यायला हवेस."

"ठीक आहे. मग आता आम्ही हे कसे बदलावे?" मी विचारले.

"आम्ही तुमचे कर्ज संकलितरीत्या पाहतो." तो म्हणाला. "आम्ही ही सगळी छोटी-छोटी कर्जे भागवून टाकू. जी तू प्रत्येकाशी स्वतंत्रपणे चर्चा करून मिळवलीस, त्या सर्वांच्या परतफेडीचे प्रत्येकाचे स्वतंत्र चेक्स आहेत ते बंद करू. त्याऐवजी एखाद्या मोठ्या बँकेशी करार करू. यापुढे तुमची यंत्रसामग्री बँकेकडे गहाण ठेवायचे कारण नाही. तुम्ही एका राष्ट्रीय बँकेत खाते काढून त्यासाठी काही पिझ्झा भट्ट्या गहाण ठेवू शकत नाही. त्यातील एखादी फ्लोरिडात तर दुसरी टेक्सासमध्ये आणि आणखी कुठे कुठे... अन् ही सर्व कर्जे म्हणून घेऊ."

मी त्याच्या या योजनेची अंमलबजावणी करण्यास उत्सुक होतो. म्हणून मग मॅकडेव्हिटने काही भेटी निश्चित केल्या. मग त्याने व मी काही बँकांकडे जाऊन त्याने तयार केलेले डॉमिनोजचे आर्थिक मॉडेल त्यांच्यापुढे ठेवायचा प्रयत्न केला. ते पाहून त्यांचे डोळे विस्फारले. पिझ्झाच्या द्वारा निर्माण होणाऱ्या रोख रकमेचा व्यवहार कसा चालतो, हे पाहून त्यांना आश्चर्य वाटले. तरीही मोठ्या बँकांना, त्यांच्या अधिकाऱ्यांना जॉनने रंगवलेले ते डॉमिनोजचे आर्थिक चित्र आकर्षक वाटले आणि त्याने ते प्रभावित झाले होते. तरीही आमची गरज त्यांना फार लहान वाटली आणि त्यांच्याकडून अर्थसाह्य घेण्यासाठी ती पुरेशी नव्हती, असे त्यांचे मत पडले. याउलट, छोट्या व मध्यम आकाराच्या बँकांना तो काय बोलतोय तेच कळत

नव्हते, असे वाटले. हे सर्व निराशाजनक होते.

ज्या वेळी मॅकडेव्हिटची ओळख बिल ब्रॉउसेक याच्याशी करून देण्यात आली, त्या वेळी त्याचे ते आयरिश नशीब त्याच्याबरोबर असावे. बिल नुकताच नॅशनल बँक ऑफ डेट्रॉइटमधून निवृत्त झाला होता. तिथे त्याने इंटरनॅशनल बँकिंग विभागात काम केले होते, शिवाय काही मोठे राष्ट्रीय अकाउंट्सही हाताळले होते. ब्रॉउसेक आता एक ग्रामीण बँक चालवत होता. तिचे नाव सिटिझन्स ट्रस्ट ऑफ ॲन आर्बर आणि जॉन त्याने केलेल्या डॉमिनोजच्या आर्थिक विश्लेषणाविषयीच्या उच्च पातळीवरील आर्थिक अनुभवाविषयी त्याला सांगत होता. त्या वेळेपर्यंत त्याने त्याच्या विश्लेषणाचे रूपांतर १० वर्षांच्या नमुन्यात केले होते. त्यात पाच वर्षांचा मागील आर्थिक इतिहास व पुढच्या ५ वर्षांतील संभाव्य उलाढाली याचे गणित त्याने मांडले होते. त्यात त्याने दाखवून दिले की, आमची स्टोअर्स त्यांची प्रत्येकाची कर्जे पाच किंवा त्याहून कमी वर्षांत फेडण्याएवढी मजबूत होती. बहुतेक बाबतीत बाहेरची कोणतीही मदत न घेता, तेही या नमुन्यावर आधारित स्टोअर्सपासून सुरुवात करून विविध संभाव्य बदलांचा विचार करून आमच्या कंपनीचा एक आर्थिक ढाचा तो मांडू शकत होता. त्याने जे सांगितले, ते ब्रॉउसेकला आवडले असावे. मग काही महिन्यांनी मॅकडेव्हिटने आमच्यासाठी त्या बँकेकडून ४॥ लाख डॉलर्सचे कर्ज मिळवले. मी आनंदी झालोच पण आश्चर्यचकितही! तोपर्यंतचे सर्वांत मोठे कर्ज आम्ही मिळवले होते ते दोन लाख डॉलर्सचे आणि ते मिळविण्यासाठी बँकेने जणू आम्हाला गळफासच लावला होता– मार्गीने व मी मिळवलेली आमची सर्व खासगी संपत्ती गहाण ठेवून!

पुढे मॅकडेव्हिटने मला डिक म्युल्लरच्या ओहिओमधल्या उद्योगात पुन्हा अर्थसाह्य मिळवून देण्यास मदत केली. त्या वेळी मी डिकला व्हाइस प्रेसिडेंट ऑपरेशन्स होण्यासाठी वळवत होतो आणि जॉनने आमच्या आर्थिक करारनाम्यास छान मदत केली. मग आम्ही डिकचे स्टोअर मजबूत केले, त्यात आमची मालकी ४९ टक्के इतकी होती. त्याला ओहिओच्या सिटिझन्स ट्रस्टकडून मिळेल तेवढ्या रकमेचे कर्जही मिळवून दिले. आम्ही डिकला घेतले ते रोख पैसे देण्याऐवजी डॉमिनोजचे समभाग देऊन. मग तो ॲन आर्बरमध्ये काम करण्यासाठी आला. नंतर जॉन आणि डॉउग डॉसनने ओहिओकडचे बँकेचे कर्ज फेडून सिटिझन्स ट्रस्टचे मिळवले आणि कॅश क्रेडिटची सवलतही मिळवली, जी एका वर्षात १० लाख डॉलर्सपर्यंत गेली.

आर्थिक आघाडीवर मॅकडेव्हिटचे काम उत्तम होते, तरी तो आमच्या कार्यकारी अधिकाऱ्यांच्या संघात लाटा निर्माण करत होता. त्याचे पूर्वग्रह दूषित नव्हते व त्याला पुढे काही अपेक्षाही नव्हती; तो फक्त कार्यपद्धतीकडे पाहत होता अन्

चांगल्या कामासाठी त्यात काय बदल योग्य वाटतो, ते सुचवत होता. ''मला तुमच्या उद्योगाच्या व्यवस्थापकीय रचनेमध्ये काही स्वारस्य नाही,'' तो म्हणाला होता. ''मला फक्त महत्त्वाच्या व्यक्ती व आकडेवारीत स्वारस्य आहे. तू फक्त मला नफा-तोट्याचा ताळेबंद दे आणि मी तुला सांगेन की, तुमचे लोक चांगली कामगिरी करताहेत की नाही.''

त्याच्या या पुरोगामी, व्यक्तिविरहित मार्गाने अन्य काहीजणांना काय अडचणी येतील, ते मी समजू शकत होतो. मला स्वत:लाच धक्का बसला– जेव्हा तो म्हणाला की, आम्ही आमचे कंपनीचे विमान काढून टाकावे. आमच्या विमानाद्वारे जाणाऱ्या सल्लागारांचा कार्यक्रम अस्तित्वात नव्हता अन् होता तो फार खर्चिक झाला होता. ''तुम्हाला तुमच्या रोख रकमेचा ओघ वाढवायला हवा. अधिक स्टोअर्स उघडायला हवीत आणि चांगल्या बँकेकडे जायला हवे–'' जॉन म्हणाला. ''अशा वेळी तुम्हाला विमानाची चैन परवडणारी नाही.''

मला ते मनाला लागले. मला ते विमान हवे होते; पण मलाही इतरांप्रमाणे माझे औषध घ्यायला लागले; त्यामुळे मी त्यावर पाणी सोडले. जेव्हा डॉसनने बैठकीत ते विमान विकल्याचे सांगितले, तेव्हा मी मॅकडेव्हिटकडे वळलो व म्हणालो, ''मला आशा आहे, आता तू खूश होशील.'' त्याने नजर रोखून माझ्याकडे पाहिले व तो म्हणाला, ''टॉम, मी त्याकडे वैयक्तिकदृष्टीतून कधीच पाहिले नव्हते.''

नंतरच्या काही वर्षांत आम्ही कंपनीसाठी अनेक विमाने घेण्याचे समर्थन करू शकलो आणि मी खात्री करून घेतली की, मॅकडेव्हिटनेच त्यांचे आर्थिक व्यवहार सांभाळले. त्यात एक हॉकर-सिडली जेट व सिकोर्स्की एस-७६ ही विमाने होती. माझा पहिला काहीसा गावरान म्हणता येईल असा या कंपनीच्या आर्थिक गरजांचा मार्ग आमच्या १९८० मधल्या जलद वाढीच्या वेळी अंदाजपत्रक आढाव्यातही दिसला.

स्टोअरचे अंदाजपत्रक मी नेहमी तिथे मला अपेक्षित कामाची पातळी काय आहे, त्यावरून ठरवत असे. मी वर्षानुवर्षे माझ्या नोंदवहीत देशभरातील स्टोअर्सच्या अपेक्षित विक्रीच्या आकड्यांनी पानामागून पाने भरलेली असत आणि मी हे अंदाजपत्रक प्रत्येक व्यवस्थापकाबरोबर चर्चेसाठी घेत असे; पण मी संपूर्ण कंपनीकरता अंदाजपत्रकाची सर्वंकष पद्धत वापरणे टाळत होतो.

मला आधी ही काळजी होती की, आमचे लोक म्हणतील– या अंदाजपत्रकामुळे त्यांच्या सर्व समस्या दूर होतील; पण तसे होत नसते. लवकरच मला हे समजून चुकले की, चांगले अंदाजपत्रक केल्याने अपेक्षित बदल करण्यास मदत होईल. जर १९८० मध्ये आमची अंदाजपत्रके चांगल्या प्रकारे केली असती, तर आम्ही

ॲमस्टारचा दावा जिंकल्यावर होणाऱ्या तत्कालीन आर्थिक प्रभावाचा आम्हाला आधीच अंदाज करता असता आणि मग आम्ही त्याला अधिक हुशारीने तोंड दिले असते. आम्ही महिनोन्‌महिने कायदेशीर फीपोटी दरमहा ३० ते ४० हजार डॉलर्स देत होते आणि तो पैसा आमच्या उत्पन्नातून जातोय, हेही आम्ही लक्षात घेत नव्हतो. उत्पन्नावरील कराप्रमाणेच तीही बिले आपोआपच दिली जात होती. एकदा तो दावा जिंकला आणि त्या संदर्भातील फीची बिले येणे थांबल्यावर आम्ही सुस्कारा सोडला. आम्हाला वाटले, आता पैशाचा जणू एकदम पूरच आलाय! मग प्रत्येक खात्याचे अधिकारी त्यांच्या खात्यात ताबडतोब काय काय विकत घ्यायला पाहिजे याची यादी करू लागले. या रोज होणाऱ्या नवनव्या खर्चावर मग मला नियंत्रण आणावे लागले, त्यांना चाप बसवावा लागला.

दुसरे– मला वाटते की, जर अशी औपचारिक अंदाजपत्रकाची पद्धत आणली, तर कंपनीत लालफितीचा कारभार चालू होईल. डॉउग डॉसनने मात्र संभाव्य आर्थिक व्यवहारांचा अंदाज घ्यायची एक लवचिक पण औपचारिक पद्धत बसवली आणि त्यातून तशा पद्धतीचा कारभार टाळायचा प्रयत्न केला. आम्हाला अशी पद्धत व त्यात पुरेशी लवचिकता हवी होती, कारण आमच्या वाढीचा वेग प्रचंड झाला होता. दर दोन वर्षांनी आमचा आकार दुप्पट होत होता. जेव्हा तुम्ही इतक्या वेगाने वाढता, तेव्हा वर्षाच्या सुरुवातीला आखलेले अंदाजपत्रक थोड्याच काळात कालबाह्य ठरते.

आम्ही अंदाजपत्रकाचा एक उपयोग विचारात घेतला नव्हता. तो म्हणजे, प्रशिक्षणाचा. व्यवस्थापकाला त्याचे स्टोअर नीट व फायदेशीर चालण्यासाठी याहून चांगला मार्ग कोणता की, त्याला सरळपणे बसवून त्याचे स्टोअर पैसा कमावणार की नाही याचा अंदाज करायला लावणे.

अंदाजपत्रके व हिशेब ठेवण्याची औपचारिक पद्धत याविषयी माझ्या मनात ज्या शंका होत्या; त्या मूलत: या वस्तुस्थितीवर आधारित होत्या की, १९७८ पर्यंत माझा स्वत:चाच हिशेबाबाबतचा अनुभव अत्यंत निकृष्ट व कमी होता. १९६९ मध्ये कंपनी कोसळली, त्याबद्दल मी हिशेब ठेवणाऱ्यांना दोष दिला, तो आलेल्या अनंत अडचणींसाठी. मी एकदा असोसिएशन ऑफ अकाउंटंट्‌सच्या सभेत दिलेल्या भाषणात म्हटले होते. ''तुम्ही मला इथे का बोलावले, मला माहीत नाही. अकाउंटंट्‌सच्या दृष्टीने मी म्हणजे एक भयंकर स्वप्न आहे!'' याचा अर्थ असा नाही की, त्यांनी आणलेल्या आकडेवारीला माझ्या लेखी काहीच किंमत नाही; उलट मला त्या आकड्यांचे कमालीचे महत्त्व वाटायचे. माझे वैफल्य असे होते की, मी वेळेत कधी ते पाहू शकलो नाही; त्यामुळे त्यासंदर्भात काही उपाय करू शकलो नाही. आम्ही जणू शिवाशिवीचा खेळ खेळत होतो. मी अनेक वेळा म्हणायचो–

उशिरा आलेले ताळेबंद हे अजिबात न आलेल्या ताळेबंदांपेक्षाही अधिकच खराब असतात.

शेवटी डॉउग डॉसन आमच्या मंडळावर आला. मी माझे पाय रोवले व मागणी केली की, मला हे ताळेबंद वेळेवर मिळाले पाहिजेत. मग तो फ्लाइटने आला, विमान चार्टर करून आला, ही माहिती मिळविण्यासाठी काय वाटेल ते करायला लागले तरी चालेल. त्यावर लोकांच्या कुरबुरी, तक्रारी व बोटे मोडणे (माझ्या नावाने) झाले. डिक म्युल्लरने हरकत घेतली की, मी कार्यपद्धतीऐवजी आर्थिक बाजूकडेच जास्त लक्ष देतोय आणि इतरांनी सांगितले, मला ज्या वेगाने ही माहिती पाहिजे तेवढ्या वेगाने देणे केवळ अशक्य आहे. मला सांगण्यात आले की– जलद, घाईघाईने हे केले तर त्यात चुका व्हायची शक्यता जास्त आहे; पण मी माझा हेका काही सोडला नाही आणि व्यवस्थापनाच्या दृष्टीने तो एक योग्य निर्णय ठरला. आम्हाला पुढचा ताळेबंद वेळेत मिळाला अन् त्यानंतर त्याला कधीही उशीर झाला नाही. एखाद्या घड्याळाच्या अचूकतेप्रमाणे ते वर्षातून १३ वेळा येतात. ते वेळेवर येण्याने आमचे अनेक संभाव्य प्रश्न, जसे बँकेतील कर्जसुविधा, वार्षिक ताळेबंद व अहवाल जानेवारीअखेरच पूर्ण करण्याची शक्यता निर्माण होते. फारच थोड्या कंपन्या असे करू शकतात. एकेकाळी आमचे हिशेबाचे काम सर्वांत रेंगाळणारे असायचे, ते आता सर्वांत वेगवान झाले आहे.

डॉउग डॉसन– जो आता प्रेसिडेंट, मार्केटिंग व ट्रेझरर आहे, टिम कार– जो आमचा व्हाइस प्रेसिडेंट, फायनान्स आहे आणि जॉन सॅमसेल्ले– जो आमचा कंट्रोलर आहे; हे सर्वजण हिशेब ठेवणाऱ्या एका समर्पित गटाची देखरेख करतात. त्यात आर्थिक आकडेवारीचे एकत्रीकरण केले जाते आणि त्याचे अहवाल माझ्या टेबलावर दर २८ दिवसांनी न चुकता येत राहतात. या सर्व माहितीचे स्रोत असतात– आमची सर्व नफाकेंद्रे, आमच्या कंपनीच्या मालकीची स्टोअर्स, कोठीघरे, यंत्र व उपकरणे पुरवणारे आमचे विभाग, प्रत्येक क्षेत्रीय कार्यालय, आमचे मध्यवर्ती कार्यालय आणि हा आकडा सतत वाढता असतो. प्रत्येक युनिटचे अहवाल क्षेत्रीय कार्यालयात येतात, तिथे त्यांचे एकत्रीकरण होते आणि तेथून ते मुख्य कार्यालयात येतात. मग डॉउगचे कार्यालय त्यातून एक संयुक्त आर्थिक अहवाल तयार करते. या मुख्य अहवालाच्या पहिल्या पानावर आमच्या मालमत्तेचा तपशील असतो. दुसऱ्या पानावर आमच्या कर्जांची, देणेकऱ्यांची व समभागांची माहिती असते. नंतर उत्पन्नाचे संयुक्त विवरण असते आणि त्याची तुलना गेल्या वर्षीच्या त्याच दिवसाशी केलेली असते. नंतर आमच्या निधीचे वाटप कसे केलेले आहे, त्याची माहिती असते. आमच्या समभागांच्या विवरणात काही बदल असल्यास त्याची माहिती असते. नंतरच्या पानावर आमच्या कार्यकारी मंडळाचे स्रोत व वापराची

माहिती असते आणि त्याची गेल्या वर्षीच्या त्याच दिवसाच्या माहितीशी तुलनाही असते. त्यानंतरच्या पानावर प्रत्येक आर्थिक उलाढालीचे गुणोत्तर (रेशो) दिलेले असते. ते बँकेच्या कराराशी सुसंगत आहेत ना, हे दाखवले जाते आणि तेही महिनावार गेल्या दोन वर्षांचे असतात; त्यामुळे आम्हाला त्यांचा कल कळतो अन् आमची परिस्थिती सुधारते आहे की ढासळत चालली आहे तेही कळते. नंतर प्रत्येक क्षेत्रात या कालावधीत नव्याने उघडण्यात आलेल्या स्टोअर्सची संख्या, विक्री व करपूर्व नफ्याचे विवरण असते. या सर्व विवरणानंतर या कालावधीतील नफा-तोट्याचा ताळेबंद दिलेला असतो तो क्षेत्रीय पातळीवर आणि तोही डॉमिनोज पिझ्झा डिस्ट्रिब्युशन आयएनसी (कोठीघर) व डॉमिनोज पिझ्झा आयएनसी याकरता असतो.

या प्रचंड आकडेवारीवर मग बरेच चर्वितचर्वण होते. या सर्व अहवालावर सविस्तरपणे नजर टाकणे आणि गेल्या अहवालानंतर झालेल्या बदलाची नोंद देणे हे कंटाळवाणे व त्रासदायक काम असते; पण ते करावेच लागते. तुलनात्मक आकडे म्हणजे आमची परिमाणे (गेजेस) असतात. जशी मोटारगाडीच्या डॅशबोर्डवर असतात तशी. त्यावरून आमचा उद्योग कसा चाललाय याचा आम्हाला अंदाज येतो. यात दोन निर्देशक मी काळजीपूर्वक पाहतो– एक म्हणजे, प्रत्येक स्टोअरची प्रतिहप्ता सरासरी विक्री आणि त्याच दिवसाची वर्षापूर्वीची विक्री अन् स्टोअर्सची पिझ्झा डिलिव्हरीची वेळ. हे तक्ते आमचे ऑपरेशन्स खाते तयार करते. प्रत्येक यंत्र काही सर्व काळ अचूक चालत नाही– विशेषत: डॉमिनोजसारखे; कारण त्याला अनेक लोकांची ऊर्जा, कसब व आत्मसन्मानावर काम करावे लागते. म्हणून मी या परिमाणांवर नजर ठेवून असतो. कुठेही लाल दिवा दिसला की, लगेच तिथे योग्य ती उपायजन्य कृती करण्याचे काम करतो.

आर्थिक अहवाल नीट समजून घेण्याचे तंत्र मी यूजिन पॉवरसारख्या जाणकार लोकांकडून शिकलो. आर्थिक माहितीचा उपयोग– कोणत्याही त्रासाचा बिंदू कोणता, हे अचूक पाहण्याचे त्याचे कसब माझ्यावर प्रभाव टाकून गेले. डॉउग डॉसन संचालक मंडळाला आमच्या आर्थिक परिस्थितीची संक्षिप्त माहिती देतो. ती १९७८ मध्ये आजच्याइतकी परिपूर्ण नसायची; पण मिळणाऱ्या माहितीवरून यूजिनला त्या वेळीही आमच्या कोठीघराच्या कामगिरीविषयी अस्वस्थ व्हायला व्हायचे. त्याने घेतलेल्या कठोर भूमिकेचे मला आश्चर्य वाटायचे, कारण ती त्याची पहिलीच संचालक मंडळाची बैठक होती. जो माणूस ते कोठीघर चालवत होता, त्याला त्या तोट्यासंबंधी बऱ्याच सबबी सांगायच्या होत्या; पण यूजिनने त्याला थारा दिला नाही. तो म्हणत राहिला, ''तुम्ही परिस्थितीची पाहणी करा. त्या कोठीघरातून कोणीतरी काहीतरी चोरतोय.'' शेवटी आम्ही त्याच्या आग्रहापुढे झुकलो. आम्ही डॉउग डॉसनला तिकडे पाठविले आणि लक्षात आले, खरंच कोणीतरी चोरत

होता– अगदी ट्रक भरभरून!

कोठीघराच्या व्यवहारात असे लाल दिवे लागणे अपेक्षितच असते, कारण तिथल्या समस्या मला माहीत असतात; त्यामुळे मग त्याचे प्रतिबिंब आर्थिक अहवालात आले, तर मला आश्चर्य वाटत नाही. या चार आठवड्यांमध्ये मी पाहतो ते त्यात अपवाद कुणाचा आहे आणि त्याच्यावर आम्ही लक्ष ठेवून अनपेक्षित बदल टाळायचा प्रयत्न करायला हवा. स्टोअर्सच्या गेल्या १३ वर्षांच्या कालावधीतील अहवाल वाचल्यावर त्यांतील कोणत्या स्टोअर्समध्ये कशा प्रकारचा कल आहे, त्याची माहिती मिळते. जर मूळ डळमळीत असेल, तर ते धोक्याचे चिन्ह आहे. तिथले व्यवस्थापन ढेपाळले आहे आणि कदाचित ते बदलावे लागेल. काही वेळा कितीही धडपड केली, तरी एखादे स्टोअर सुधारत नाही; मग ते हलवावे लागते किंवा बंद करावे लागते.

हेरॉल्ड जेनीनच्या 'मॅनेजिंग' या पुस्तकात मी वाचले, त्यातले सर्वांत उत्तम विवेचन आहे ते उद्योग-व्यवसाय चालवण्यात असणारे आकड्यांचे महत्त्व. तो म्हणतो, "आपली कर्जफेड करणे किंवा तुमच्या कर्जांसाठी नवे अर्थसाह्य उभे करण्याची क्षमता असणे अत्यंत महत्त्वाचे असते. उद्योगातील दुरुस्त न होणारी सर्वांत मोठी चूक म्हणजे रोख रकमेची उपलब्धता नसणे किंवा ती संपणे. धंद्यातील इतर चुका या ना त्या मार्गाने सांगता येतात, त्यावर उपाय करता येतो; पण तुमची रोख रक्कम संपली की, तुम्ही धंद्यातून फेकले गेलात, असेच समजा." डॉमिनोज उद्योगाचे कर्जाचे गुणोत्तर २.१/१ आहे. म्हणजे देणी/समभाग. आमच्या कर्जाच्या कराराप्रमाणे आम्ही ३/१ या गुणोत्तरापर्यंत जाऊ शकतो. काही धंद्यांत हे जास्त समजले जाऊ शकते; पण आमचा रोखीचा ओघ इतका सक्षम आहे की, जर आम्ही वाढ करायचे थांबवले तर सर्व कर्ज एका वर्षात फेडले जाईल.

जॉन मॅकडेव्हिटने १९८२ मध्ये स्थापन केलेली 'टीएसएम लीजिंग, आयएनसी'ची कल्पना– जिचा मला अभिमान आहे– ही आर्थिक व्यवहाराची एक चाल होती आणि तिचा उद्देश आमच्या फ्रँचाइझींना आर्थिक सेवा पुरवण्याचा होता.

माझ्या पूर्वीच्या कठीण अनुभवांवरून उद्योजकांना पैशाची उभारणी करणे किती अवघड जाते, हे मी उत्तम रीतीने सांगू शकतो. ते सर्वांत अवघड असते. तुम्ही २१ किंवा २२ वर्षे वयाचे असता अन् तुम्हाला पिझ्झा स्टोअर उघडायला ८०००० ते १,००,००० डॉलर्सची आवश्यकता असते. आमचे अनेक उत्सुक फ्रँचाइझी हे या प्रकारातले असतात. त्यांनी एखाद्या स्टोअरचे व्यवस्थापन किमान एक वर्ष केलेले असते. त्यांची समर्पित वृत्ती त्यांनी दाखवून दिलेली असते, कर्मचाऱ्यांना वेळापत्रकात बसवण्याची क्षमता त्यांनी दाखवलेली असते. ते गर्दीला उत्तम हाताळू शकतात आणि त्यांचा वेळ व पैसा यांचे अंदाजपत्रक ते उत्तम प्रकारे

मांडतात; पण त्यांना बँकांना हे पटवून देणे अवघड जाते की, त्यांना कर्ज देण्यात काही धोका नाही. बँक त्याबाबत धोका पत्करत नाही, पण टीएसएम लीजिंग असा धोका पत्करते.

आम्ही दरमहा २५ ते ४० स्टोअर्सना अशी मदत करतो. फ्रँचाइझींना त्यांचे आर्थिक व्यवहार आमच्याबरोबर करायचे कारण नसते. आम्ही त्यांना कर्जाचा दर कमी करण्याचे आमिष दाखवत नाही. आम्ही त्यांना जलद सेवा देतो आणि इतर कोणीही विशिष्ट परिस्थितीत देऊ करील त्यापेक्षा अधिक डॉलर्स उपलब्ध करून देतो. आमचे उद्दिष्ट असते– गरज असेल तिथे आम्ही धावून जाऊ. जर फ्रँचाइझी बँकेचे कर्ज घेऊ शकत असतील, तर त्यांनी तसे घ्यावे म्हणून आम्ही उत्तेजन देतो; पण त्यांना ते कर्ज मिळणार नसेल आणि त्यांना स्थानिक पातळीवर पैसा उभा करणे अवघड जात असेल, तर मदतीचा हात द्यायला आम्ही नेहमीच तयार असतो.

फ्रँचाइझी निवडला गेला आणि त्याला आमच्याकडून अर्थसाह्य हवे असेल, तर तो आम्हाला फोन करतो. त्याच्या नियोजित प्रकल्पाची रूपरेषा सांगतो. मग आम्ही त्याला सुरुवातीचे पत्र व फॉर्मचा एक गठ्ठा कुरिअरने– फेडरल एक्स्प्रेसने खरोखर पाठवतो. अशी घाई करण्याचे कारण म्हणजे, वेळ हाच पैसा आहे; जेव्हा तुम्ही पिझ्झा स्टोअर उघडत असता. आम्हाला फ्रँचाइझींना त्या धंद्यात एका महिन्यात उभे करायचे असते. काही वेळा आमच्या मदतीने तो हे काम काही दिवसांतही करू शकतो.

फ्रँचाइझींनी आम्हाला दिलेल्या दस्तऐवजांत भाडेकरार, स्टोअरचे ठिकाण आणि व्यवसायाची संभाव्य आखणी यांचा तपशील असतो. एकदा भाडेकरार तयार झाला व त्याला हव्या त्या यंत्रसामग्री-उपकरणांची गरज आम्ही संमत केली की, तो त्यांची ऑर्डर नोंदवू शकतो. आम्ही त्याचे पैसे चेकने पाठवणे चालू करतो; मग ती सामग्री त्याच्याकडे पोहोचती होते. मग तो व्यवसायाला तयार होतो. अर्थात, टीएसएमचे सर्व ग्राहक नव्याने पिझ्झा व्यवसाय चालू करणारे नसतात. जवळजवळ २/३ फ्रँचाइझी आमची सेवा वापरतात आणि आमचे कित्येक ग्राहक पुन:पुन्हा आमच्याकडे येतात, कारण विद्यमान फ्रँचाइझी नवे स्टोअर उघडतात.

आमच्या स्टोअरना मदत करण्यासाठी काय वाट्टेल ते करायची आमची तयारी असते व तशी आम्ही खात्री करून घेतो. कारण आमचे स्टोअर्स हीच आमच्या पिझ्झा उद्योगाची आघाडी असते. आमच्या प्रत्येक स्टोअरची विक्री दरवर्षी सरासरी १५ ते १६ टक्क्यांनी वाढत असते. अर्थात, याचे काही श्रेय आमच्या विपणन अधिकाऱ्यांना व कर्मचाऱ्यांनाही जाते. कारण डॉमिनोज पिझ्झासंबंधी जनतेची जाण त्यांच्यामुळे वाढत जाते, तशीच ती आमची 'डेट्रॉइट टायगर्स'बरोबर असलेल्या

संबंधांमुळेही वाढते; पण आमच्या अतुलनीय यशाचे प्रमुख रहस्य आहे ते आमच्या स्टोअरमधील लोक करत असलेले सर्वोत्तम काम. ते याची खात्री करून घेतात की, ग्राहकाला उत्तम पदार्थ मिळेल आणि अत्यंत महत्त्वाचे सर्व ड्रायव्हर्स– जे तो पदार्थ ग्राहकांपर्यंत ३० मिनिटे किंवा त्यापेक्षाही कमी वेळात पोहोचवतात.

१७

आमच्या स्टोअर्समधील सर्व महत्त्वाच्या लोकांना आवश्यक तो सर्व पाठिंबा व आधार द्यायचे काम आमचे 'ऑपरेशन्स डिपार्टमेंट' करते. ते म्हणजे डॉमिनोजचे धडधडणारे हृदय आहे. म्हणून मी म्हणतो की, 'व्हाइस प्रेसिडेंट, ऑपरेशन्स' या अधिकाऱ्याला कंपनीत सर्वांत महत्त्वाची जबाबदारी असते.

या पदावर डिक म्युल्लर असताना फेब्रुवारी १९८१ मध्ये त्याने ते पद सोडले आणि तो फ्रँचाइझीच्या उद्योगात गेला; त्यामुळे कंपनीत एक मोठीच पोकळी निर्माण झाली. ती ताबडतोब भरणे आवश्यक होते अन् त्याला लायक अशी एकच व्यक्ती त्या क्षणी मला दिसली; ती म्हणजे, मीच. शिवाय मला त्या खात्याच्या कामाची पुन्हा एकदा जवळून सर्व ओळख करून घ्यायची होती आणि माझ्या काही कल्पना– ज्यांना पूर्वी म्युल्लरने विरोध दर्शविला होता– आता राबवायच्या होत्या. म्हणून मग मी तिथला कारभारही स्वीकारला, तो माझ्या 'प्रेसिडेंट आणि सी.ई.ओ.' या आधीच्या जबाबदाऱ्या हातात ठेवूनच. ते एक मोठे आव्हानच होते. कारण ॲमस्टारच्या निर्णयानंतर आमच्यात १३० स्टोअर्सची भर पडून एकूण संख्या ४४० झाली होती. मला माहीत होते की, सुरुवातीच्या अडथळ्यांतून आम्ही बाहेर येत होतो.

आमची १९७८ ते १९८१ दरम्यानची बहुतेक वाढ विद्यापीठ परिसरात, तसेच सैन्याच्या तळांवरच सर्वत्र झाली होती. सन १९६९ मधील अनुभवामुळे मी

निवासी क्षेत्रात स्टोअर उघडण्याबाबत म्हटले तर थोडा धसकाच घेतला होता. ती आता आमच्याकडे सक्षम स्टोअर्स होती, तरी ती देशभर इतकी सर्वदूर पसरली होती की, त्यांच्यावर देखरेख करणे म्हणजे दिव्यच होते. सतत कराव्या लागणाऱ्या फिरतीच्या त्रासाला कंटाळूनच म्युल्लरने नोकरीला रामराम ठोकला होता आणि त्याच्या जाण्याने मला हे पटले की, ॲन आर्बरमधून ही सर्व देखरेख करणे चुकीचे ठरणार आहे.

क्षेत्रीकरण हेच यावर मुख्य उत्तर होते. फ्रँचाइझी उद्योगात याकरता अनेक नमुने उपलब्ध होते. मॅकडोनल्ड हे त्यातले प्रमुख उदाहरण; पण आमच्या गरजा इतक्या वेगळ्या अन् एकमेव होत्या की, उद्योगातील इतरांची पद्धत इथे वापरणे अवघड झाले असते. आम्ही म्हणजे पदार्थ घरपोच पोहोचवणारी कंपनी होतो आणि कोठीघराद्वारे आमचा अधिकाधिक कारभार चालत असे. आमच्या जवळपास येणारा कार्याचा एकच नमुना होता अन् तो म्हणजे ओहिओमधील डॉमिनोज पिझ्झाची विकेंद्रीकरण केलेली व्यवस्था.

हेलन मॅकनुल्टी ही एकनिष्ठ सैनिकासारखी आहे. तिच्याकडे जाणीव आहे की, मी किती जलद काम करू शकतो त्याची. ती सांगते तसे– एका गुरुवारी मी तिला तिचे मत विचारले की, क्षेत्रीय कार्यालये उघडायला किती दिवस लागतील? तिचे उत्तर होते– किमान तीन महिने, कदाचित चारही! मी तिला त्या रात्री घरी बोलावले आणि सांगितले की, माझा विकेंद्रीकरणाचा आराखडा तयार आहे आणि तो मला सोमवारपासून अमलात आणायचा आहे.

मला एखादी चांगली गोष्ट बिघडून टाकायला आवडत नाही; पण माझ्याकडे एक मुद्दा होता, जो हेलनला माहीत नव्हता. मी या आराखड्यासाठी बराच काळ माझ्या नोंदवहीत टिपणे करत होतो व त्यावर पुन:पुन्हा विचारही. डिक म्युल्लरने व मी या विकेंद्रीकरणाविषयी बरीच चर्चा केली होती. त्याकरता मी स्वतंत्र नोंदवही केली होती. ती पांढऱ्या रंगाची होती– माझ्या अन्य पिवळ्या रंगाच्या नोंदवह्यांमध्ये वेगळी उठून दिसावी म्हणून आणि तीही जुलै १९८० मध्ये. त्यानंतर सातच महिन्यांनी ती योजना कार्यवाहीत आणली, तेव्हा म्युल्लर आम्हाला सोडून फ्रँचाइझीच्या उद्योगात परतला.

मी सहा भौगोलिक क्षेत्रे निश्चित केली आणि कुठे कुठे स्टोअर्स आहेत त्यांच्या याद्या केल्या. विक्रीचे आकडे पाहिले व माझ्या पद्धतीने संभाव्य वाढीचा अंदाज घेतला. जेव्हा मी हेलनकडे क्षेत्रीकरणाविषयीचा विषय काढला, तेव्हा माझ्याकडे त्याचा पूर्ण आराखडा तयार होता. त्या आराखड्यावर व त्याला अंतिम आराखड्यात रूपांतरित करण्याच्या योजनेवर अखेरचा हात फिरविण्यासाठी मला जास्तीतजास्त आठवडाअखेर पुरेशी होती. मला वाटते की, मी असा वेग वाढवला पाहिजे. कारण

तसे करायला हवे, यासंबंधी बोलत आलो होतो. ज्या सहाजणांनी क्षेत्रीय संचालक म्हणून काम करावे अशी माझी योजना होती, त्यांच्याशी बोलण्यासाठी मी थांबू शकलो नाही. ते आश्चर्यचकित होण्याची मला कल्पना करता येत होती आणि नंतर त्यांना जी स्वप्नवत कामगिरी मी देणार आहे, ती ऐकल्यावर त्यांच्यात येणाऱ्या उत्साहाचीही.

त्या सहाजणांत दोन सेविका होत्या आणि त्या सहाहाजणांना त्यांच्या-त्यांच्या क्षेत्रात पूर्ण अधिकार दिले होते. त्यांनी त्यांची कार्यालये जबाबदारी घेऊन उघडायची होती आणि एकमेव नियंत्रकही नेमायचा होता. मला ती क्षेत्रे त्या-त्या संचालकाच्या नावाने ओळखली जावीत, असे पाहायचे होते; त्यामुळे त्यांचा तिथे अधिकार असेल, असे स्पष्ट होणार होते; त्यामुळे त्यांचा आत्मसन्मानही उंचावला असता, हे निश्चित. त्या-त्या क्षेत्रांना त्यांच्या त्या भागात जमवलेल्या रॉयल्टीचा ५० टक्के भाग मिळाला असता. विशेष सांगायचे म्हणजे, डॉमिनोज दर आठवड्याला रॉयल्टी गोळा करते, दर महिन्याला नाही. फास्ट फूडच्या फ्रँचाइझी क्षेत्रात ही व्यवस्था एकमेव म्हटली पाहिजे.

मला पुढच्या सोमवारी त्या वेळी धक्का बसला, जेव्हा मी एकामागून एक त्या निवडक सहाजणांना बोलावले आणि योजना सांगितली. त्यात त्यांना उत्साह वाटण्याऐवजी त्यांच्या प्रतिसादात गोंधळ व जाण्याबाबत अनिच्छा दिसत होती. मला रोमॅनो क्षेत्राचे कार्यालय डल्लासमध्ये चालू करायचे होते; पण जो रोमॅनो म्हणाला की, त्याला डल्लासला जायचे नाही. पापिन्यूचे कार्यालय सॅन फ्रान्सिस्कोमध्ये काढायचे ठरवले होते; पण जॉनने तिथे जायला हरकत घेतली. व्हाइटचे क्षेत्रीय कार्यालय न्यू यॉर्क सिटीमध्ये होणार होते; पण जॉइस व्हाइटला ते नको होते. डेव्ह ब्लॅंडने ॲटलांटाला जाण्याविषयी फार जोरदार नाराजी दाखवली नाही, तरी त्याला फार आनंदही झालेला त्याने दर्शविला नाही. डेव्ह बोर्ड ॲन आर्बरमध्येच राहणार होता, तर स्पू पॅग्निआनो हा कोलंबसमध्येच; त्यामुळे किमान त्यांना तरी तक्रारीला जागा नव्हती; पण सर्वांनीच त्यांच्या नावाने ते-ते क्षेत्र ओळखले जाण्यास हरकत घेतली. त्यांना वाटले की, ते स्वत:चीच सेवा केल्यासारखे होईल.

या हरकती जरी आश्चर्यकारक होत्या, तरी मी माझ्या योजनेचा पुनर्विचार केला नाही. फक्त पॉपिन्यूने सॅन फ्रान्सिस्कोऐवजी लॉस एंजलिसला राहायचे ठरवले ते मी मान्य केले. मला माहीत होते की, जर मी मागे-पुढे पाहिले असते अन् सर्वांचे समाधान करत बसलो असतो, तर माझी योजना कधीच प्रत्यक्षात आली नसती. आम्हाला आगेकूच करायची होती आणि कंपनीच्या दीर्घकालीन कारभाराचा विचार करता, त्या-त्या क्षेत्रातील मध्यवर्ती शहरातच कार्यालये असायला हवी होती. म्हणून मी कठोर धोरण स्वीकारले आणि प्रत्येकाला ठामपणे सांगितले की,

या योजनेत काडीचाही बदल होणार नाही. घ्यायचे तर घ्या, नाही तर बाहेरचा रस्ता धरा. मग मात्र त्या सर्वांनी ते मान्य केले.

मला पाहिजे होती तशीच क्षेत्रीय पद्धत कार्यरत झाली; त्यामुळे आम्हाला संदेशवहनाच्या बाबतीत कामाच्या शेवटच्या टोकापर्यंत काटेकोर नियंत्रणे आणता आली. जलद पण सुनियोजित वाढीसाठी आम्हाला ती आवश्यक होती. विकेंद्रीकरणाचा मध्यवर्ती कार्यालयातही सकारात्मक परिणाम झाला; त्यामुळे लालफितीचा कारभार कमी झाला आणि मला काही महत्त्वाच्या कार्यांवर लक्ष केंद्रित करता आले. मी पाहिले की– माझ्याकडे अहवाल द्यायला कमीतकमी लोक आले, तर मी चांगल्या कामासाठी अधिक वेळ देऊ शकेन. मी आधीच कामाच्या ओझ्याने पार वाकून गेलो होतो आणि आता हे समाधानकारक वाटत होते की, माझी काटछाट केलेली कार्यकारी अधिकाऱ्यांची टीम सहकार्य करू लागली, एकमेकांना मदत करू लागली आणि सर्व बाजूंनी विचार करता कंपनीच्या अंतिम भल्यासाठी काम करू लागली– फक्त आपापले किल्लेच बचावण्यासाठी नव्हे.

बॉब कॉटमनने व्हाइस प्रेसिडेंट ऑपरेशन्सची जबाबदारी तो संचालक मंडळावर आल्या-आल्या घेतली. परंतु इसाक ॲडिझेसने सांगितले की, कंपनीत उत्तम अधिकारी म्हणून ज्या कोणाला निवडणार, ती व्यक्ती विपणन क्षेत्रातील असावी. काळजीपूर्वक विचार केल्यावर मला त्याचे म्हणणे पटले. म्हणून मग बॉब कॉटमनला सीनिअर व्हाइस प्रेसिडेंट करीन व त्याला विपणनाची (मार्केटिंगची) जबाबदारी देईन, असे मी म्हटले. खरेतर त्याला जेव्हा मी 'तो ग्रुप २४३ सोडून दे आणि माझ्याकडे ये' असे सांगितले, तेव्हा एक प्रकारे क्रांतीच केली होती. मला वाटले, अन्य कोणत्याही उमेदवारापेक्षा तो फारच उच्च पातळीवरचा आहे– माझा उत्तराधिकारी म्हणून; त्यामुळे माझ्या या चालीत भरपूर अर्थ होता.

बॉब कॉटमनची व्हाइस प्रेसिडेंट ऑपरेशन ही जागा घेण्यासाठी डेव्ह ब्लॅक योग्य होता आणि त्याने ऑक्टोबर १९८१ मध्ये ती जागा घेतली.

डेव्हने डॉमिनोजमध्ये १९७२ मध्ये सुरुवात केली होती. तो डेव्ह किलबीसाठी टॅम्पामध्ये काम करत होता. तिथे तीन वर्षे व्यवस्थापक म्हणून काम केल्यावर त्याने पुरेसे समभाग मिळवले, ते किलबीने बोनस योजना तिथे राबवली त्याअंतर्गत. त्यातून त्याने नॉर्थ कॅरोलिनातील रॅले इथे स्टोअर उघडले. मोटार होममधून केलेल्या पाहणी दौऱ्यात टॅम्पामध्ये तो मला म्हणाला की, डॉमिनोजने ते बाकी सर्व स्टोअर्स बंद करावेत आणि केवळ फ्लोरिडावर लक्ष केंद्रित करावे. त्याने थोडे बालिशपणेच ते विधान केले होते; पण त्याचा उत्साह खराखुरा होता आणि मला तो आवडला. "इथल्या लोकांना डॉमिनोज पिझ्झा आवडतो अन् तुम्ही जर केवळ इथे नीट लक्ष दिलेत, तर काही समस्या येणार नाही." तो म्हणाला.

डेव्हने क्षेत्रीय सल्लागार व क्षेत्रीय संचालक म्हणून केलेली उल्लेखनीय कामगिरी ही त्याची 'ऑपरेशन्स हेड' म्हणून निवड करण्यासाठी कारणीभूत होतीच; पण माझ्या दृष्टीने त्याची सर्वांत उत्तम पात्रता होती ती म्हणजे, तो एक अत्यंत संवेदनशील व समतोल विचारांचा माणूस होता– खऱ्या अर्थाने 'लोकांचा माणूस'. दुसरे महत्त्वाचे म्हणजे– डॉमिनोजमध्ये तोच एकटा असा होता की, ज्याला दोनदा 'मॅनेजर ऑफ द इयर' हा गौरव कंपनीतर्फे देण्यात आला होता. 'आमच्या इथे जी व्यक्ती ऑपरेशन्स खाते सांभाळते, तिचे मन त्यात गुंतलेले व त्याच्या नसानसांतून केवळ सॉस वाहत असणारे असावे लागते. सिद्धांत म्हणून पाहिले, तर कंपनीतले इतर कोणतेही काम बाहेरची सल्लागार व्यक्तीही हाताळू शकते; पण ऑपरेशन्स खात्यात माल पोहोचवण्याच्या कामातील व्यक्तिगत समस्या, स्टोअर्सचे व्यवस्थापन व पिझ्झा तयार करण्याचे मूलभूत ज्ञान आवश्यक असते. का? तर, ऑपरेशन्समध्ये एक संघकार्य म्हणून काम चालते आणि खेळाडूंच्या एखाद्या संघाप्रमाणे प्रमुख प्रशिक्षकाला इतर कामांपेक्षाही खेळाची अधिक माहिती असावी लागते.'

डॉमिनोज स्टोअरमधील वैयक्तिक काम करण्यासाठी गुंतागुंतीची मोठ्या संख्येने होणारी हातांची हालचाल आवश्यक असते आणि ती जेव्हा वेगाने करावी लागते, तेव्हा एखाद्या पट्टीच्या टेनिस खेळाडूच्या फटक्याप्रमाणे त्यावर पूर्ण स्वामित्व यावे लागते. या सगळ्यांचे समन्वयीकरण व त्याचे एका संघकार्यात परिवर्तन करण्यासाठी अनेक व्यवस्थापकीय कौशल्ये अंगीकृत करणे महत्त्वाचे असते; पण यात गुंतलेल्या प्रत्येक व्यक्तीने त्या मूलभूत कामात सर्वोत्कृष्ट नैपुण्य प्राप्त करणे महत्त्वाचे असते. विविध प्रशिक्षणांद्वारे प्राप्त होणाऱ्या मूलभूत कौशल्याचे महत्त्व डॉमिनोज जाणते. तसेच आमच्या 'टू ट्रे टाइम्स अवॉर्ड'– जे जणू पिझ्झा मेकिंगमधले डॉमिनोजचे ऑलिंपिक असते– त्याचेही महत्त्व आम्ही जाणतो. त्यामध्ये भाग घेणाऱ्या स्पर्धकाचा वेग व क्षमता पाहिली जाते, ती– एक ट्रे भरून कणकेच्या गोळ्यांचे एकूण २०, त्यापैकी ८ मोठे व १२ लहान, पिझ्झामध्ये रूपांतर करणे आणि त्यावर सॉस सोडणे– यासाठीची.

या दोन मूलभूत पायऱ्या– कणकेपासून पिझ्झा बेस बनवणे व त्यावर सॉस लावणे, या पिझ्झा तयार करण्यात अत्यंत महत्त्वाच्या असतात. आमचे कणकेचे गोळे जिवंत असतात. कारण त्यात यीस्ट असते आणि पिझ्झा करण्याच्या वेळी हातावर घेऊन त्या गोळ्याचे थापटून पिझ्झा बेसमध्ये रूपांतर होते, त्या वेळी तो फुगत जातो, हे पाहणे मौजेचे असते अन् हाताला जाणवतेही. योग्य प्रकारे तयार केलेला पिझ्झा गोलाकार असतो व त्याची जाडीही सर्वत्र समान असते. त्यात कुठेही पातळ भाग नसतो. आणखी एक म्हणजे– पिझ्झा जर हवेत उडवत तयार

केला, तर कदाचित तो खराबही होऊ शकतो; कारण मग त्याच्या मधल्या जागेत तो कमी जाडीचा होऊ शकतो. त्यावर सॉस चोपडायला कौशल्य लागते आणि काही लोक त्यावर सहजगत्या प्रभुत्व मिळवतात. मी असे ठामपणे सांगतो की, मी कोणालाही पिझ्झा तयार करणे शिकवू शकतो आणि जर त्यांची मनोमन इच्छा असेल तर स्टोअरचे व्यवस्थापन कसे करावे तेही; पण या सर्वांत असे काही विशिष्ट भाग असतात की, त्यातले कौशल्य संपादन करण्यात सातत्याने सरावाचे कष्ट घ्यावे लागतात अन् सॉस चोपडणे हे त्यापैकीच एक आहे. आम्ही छोट्या पिझ्झाकरता एक चमचाभर सॉस, तर मोठ्या पिझ्झाकरता दोन चमचे सॉस वापरतो. याचे चमचे खास आकाराचे असतात अन् ते सॉस पिझ्झावर पसरवण्याकरता फार नाजूक हाताने काम करावे लागते; त्यामुळे सॉस समप्रमाणात त्या पिझ्झावर सर्वत्र पसरला जातो. आमचा सॉस म्हणजे टोमॅटो व मसालेदार पदार्थ यांचे मिश्रण असते आणि पिझ्झाला येणाऱ्या विशिष्ट चवीचे ते एक कारण असते. जर तो सर्वत्र फारच पातळ चोपडला, तर पिझ्झाची चव बदलते. फार जाड थर दिला, तर पिझ्झावर सॉसचाच प्रभाव पडतो. त्यात प्रावीण्य मिळवणारी व्यक्ती सॉस कडेने १/२ वा ५/८ इंचाचे गोलाकार रिंगण सोडून सर्वत्र सारखे पसरवते; त्यामुळे कडेच्या रिंगणाभोवती फट राहत नाही अन् मग तो इतका सुंदर दिसतो– जणू काही स्विस घड्याळाची तबकडीच!

आमची 'टू-ट्रे टाइम्स स्पर्धा' दरवर्षी प्रथम स्टोअरपातळीवर चालू होते आणि त्यातले विजेते मुख्यालयात, मग क्रमाक्रमाने राष्ट्रीय पातळीवर वर चढत जाऊ शकतात. अंतिम स्पर्धा केंद्रात आमच्या ॲन आर्बरमधील प्रशिक्षण दरवर्षी स्टोअरमध्ये घेतल्या जातात. शेवटचे नऊ अंतिम स्पर्धक त्यांचे २० पिझ्झा बनवतात व त्याला सॉस लावतात आणि सध्याचा ५ मिनिटे १४ सेकंदांचा रेकॉर्ड मोडण्याचा प्रयत्न करतात. तो १९८५ मध्ये मिशिगनमधील सॉल्ट सेंट मेरीमधील जेफ गोडार्डने केला होता.

पिझ्झाला चीज लावणे हीही एक अवघड बाब, जिच्यावर प्रभुत्व मिळवणे सोपे नसते. आम्ही ते स्पर्धेचा भाग म्हणून ठेवत नाही, कारण ते बरेच महाग असते; पण या चीज लावण्याच्या तंत्रावर अधिक लक्ष द्यावे, असे मला वाटू लागले आहे. तुम्हाला योग्य तेवढेच चीज हातात घ्यावे लागते आणि ते सॉस लावलेल्या पृष्ठभागावर पसरावे लागते. त्याची जाडी सर्वत्र सारखी असावी लागते व त्याने सॉस लावलेला सर्व भाग व्यापावा लागतो. मी पिझ्झा मेकर म्हणून काम केले, त्या दिवसांत मी हाताने चीज पसरायची कला छान आत्मसात केली होती. ती जलद होती, सोपी होती, अचूक होती अन् त्यात चीज वाया जायचे नाही; पण टेरी व्हाइस हा माझ्या दृष्टीने चीज पसरवणारा उत्तम पिझ्झा मेकर होता. त्याच्या

हाताची हालचाल तो मनगटातून अशी काही करायचा की, ते चीज एखाद्या पातळ पदार्थासारखे सर्वत्र पसरायचे अन् तेही सर्वत्र सारखे!

एक प्रकारे मला ऑपरेशन्स खाते स्वत:च हाताळायला आवडते, कारण माझे हृदय स्टोअर्समध्ये आहे. मला व्यवस्थापक व फ्रँचाइझींबरोबर रोज संपर्क साधायला आवडते आणि त्यांना मदत करण्यातील आव्हान त्यांची कामगिरी सुधारायला मदत करते. या कामात तुम्हाला काही प्रसंगी स्टोअर्सना भेट द्यायची वेळ येते आणि त्यापेक्षा अधिक काही मला आवडत नाही. तसेच ते स्टोअरमधल्या कार्यालयाशी संपर्क साधणेही. माझ्याकडे पिझ्झा बनवण्याचे तंत्र आहे, जे माझ्या मते, जलद आहे, अधिक कार्यक्षम आहे– विशेषत: आज ज्या पद्धती वापरल्या जातात त्यापेक्षा. उदाहरणार्थ, आजकालचे भट्ट्या पुरवणारे आता मोठे चाक असलेले पिझ्झा कटर वापरतात, जे साधारण तीन इंच व्यासाचे असते. ते माझ्या मते, संथ व अकार्यक्षम असते. मोठे चाक डगमगते; त्यामुळे त्याच्यावर पिझ्झा जलद कापता येत नाही आणि कापणेही सरळ रेषेत होत नाही. मला जुन्या पद्धतीचे छोट्या चाकाचे २ इंच व्यासाचे पिझ्झा कटर आवडते. त्यात तुम्हाला त्या पिझ्झाच्या बेसच्या जवळ जाता येते. मला ही नैसर्गिक क्रिया वाटते. माझा हात खांद्यापासून इंजिनमधल्या पिस्टनसारखा हलतो. मी पिझ्झा गप्पकन पकडतो, मग झपझप तो कापला जातो आणि पेटीबंद होतो. मोठ्या चाकाचे समर्थक म्हणतात की, लहान चाकामुळे कित्येक वेळा पिझ्झा शेवटपर्यंत कापला जात नाही; त्यामुळे पिझ्झा गुंडाळला जाऊ शकतो किंवा चीज त्या चाकाला चिटकून राहते; पण मी ठामपणे सांगतो की, तसे व्हायचे कारण नाही. जर तुम्ही योग्य तो दाब दिलात, तर मोठ्या आकाराच्या चाकाच्या प्रकारात तुमचे टॉपर गरम पिझ्झापासून दूर राहते. माझ्या दृष्टीने एक वेळ ते परवडेल, पण वेग व कापण्यातील अचूकता यात काटकसर उपयोगाची नाही.

ऑपरेशन्सची जबाबदारी डेव्हने घेतल्यानंतर, आम्ही विविध क्षेत्रांची देखरेख करण्यासाठी चार क्षेत्रीय व्यवस्था तयार केल्या. त्या त्यांच्या भागात काम करणाऱ्या प्रमुखांच्या नावाने ओळखल्या जायच्या. गेल एंबर्ट हा मिडवेस्टमध्ये, पॅटने केली हा वेस्टमध्ये, माइक ऑरकुट हा साउथमध्ये आणि डेव्ह स्मिथ हा ईस्टमध्ये. आम्ही दोनदा त्यांची पुनर्रचनाही केली. मूळ सहा क्षेत्रांची १९८४ मध्ये दहा क्षेत्रे केली. १९८५ मध्ये त्यात आणखी तीन वाढवली. मुख्यालयाची या क्षेत्रीय रचनांशी संपर्कव्यवस्था उत्तम काम करीत होती; त्यामुळे विकेंद्रीकरणाचा विचार करता आला. स्टोअर्सवर अधिक जवळून देखरेख करता आली; त्यामुळे आम्हाला अधिक वेगाने वाढ करण्यास वाव मिळाला.

आमच्या वाढीला काही गोष्टी कारणीभूत झाल्या. जसे– आमच्या कंपनीचे

स्टोअर डेव्हलपमेंटचे खाते. आम्ही देशभर मोक्याच्या जागा शोधण्यासाठी 'साइट सिलेक्टर्स' वापरतो. त्यांना आमच्यासाठी स्टोअर्सच्या संभाव्य जागेचे मूल्यमापन करायला सांगतो. जे भाडेकरार संमत झाले, त्यांच्या वाटाघाटी करण्यास व अंतिम सल्ला असल्यास त्या प्रकरणात त्यांना मेहनताना दिला जातो. स्टोअरच्या जागेचे बांधकाम आमच्या पसंतीच्या यादीतील आठपैकी एका बांधकाम कंत्राटदाराला दिले जाते. त्यासाठी भौगोलिक ठिकाण हा निकष असतो. शिवाय चार-पाच छोट्या कंपन्यांकडून आम्ही प्रसंगानुरूप काम करून घेतो. आम्हाला ज्यांनी आपले कर्तृत्व दाखवून दिले आहे, अशा मोजक्या कंत्राटदारांबरोबर काम करणे आवडते, योग्य वाटते. कारण त्यांना आमच्या स्टोअरच्या खास गरजा जसे– धूर किंवा गरम हवा बाहेर जाण्यासाठी पंखे, वातानुकूल किंवा हवा खेळणारी यंत्रणा, यंत्रे-उपकरणांची उभारणी– माहीत असतात व त्यामुळे त्याचे बांधकाम जलद होते. कारण त्यांच्या कामगारांना आमच्या गरजा व दर्जाची प्रमाणे माहिती असतात. आमच्या कंत्राटदारांनाही ते चांगले वाटते, कारण आमची दरवर्षी वाढणारी स्टोअर्सची संख्या. सन १९८५ मध्ये आम्ही २२४ नवी स्टोअर्स उभारली. तसेच आमच्या विद्यमान स्टोअर्सची पुनर्रचना केली; त्यामुळे ते कायम कामात व्यग्र होते. आमचे स्टोअर डेव्हलपमेंट खाते एवढे तयारीचे झाले आहे की– जेव्हा आम्ही हवाईमध्ये स्टोअर उघडण्याचे ठरवले, तेव्हा जॉन पॉपिन्यूने तिथे एकूण पाच स्टोअर्स उघडली अन् लगेच तिथे एक स्वतंत्र कोठीघरही विकसित केले.

पण मी १९६९ मध्ये शिकलो त्याप्रमाणे केवळ वाढीसाठी वाढ धोक्याची ठरू शकते. जर तुम्ही बचावात्मक व्यवस्थापन व कार्यपद्धतीत सुधारणा केली आणि ती कायम ठेवली तर वाढ निरोगी होते. डेव्ह ब्लॅकने १९८१ मध्ये हे करण्यासाठी उत्तम स्टोअर्स निवडण्याऐवजी सर्वांत खराब कामगिरी असलेले स्टोअर्स निवडले. त्यांना तो 'डर्टी थर्टी'– सर्वांत खराब ३० – असे म्हणायचा.

आम्ही एक कृतिसमिती नेमली व त्यांना ती ३० स्टोअर्स दिली. त्यांनी त्या स्टोअर्सच्या कामगिरीचा त्यांच्या अहवालाद्वारे महिन्यातून पाच तास अभ्यास करायचा होता आणि त्यात सुधारणा होण्यासाठी काय करायला हवे, यावर चर्चा करायची होती. सर्वांत खालच्या क्रमांकावर होते, त्याच्यावर जास्त लक्ष द्यायचे होते; त्यामुळे तळातल्या १० स्टोअर्सकडे जास्त लक्ष देण्यात आले, त्यांची काळजी घेण्यात आली. ही कृतिसमिती या स्टोअर्सच्या कामगिरीच्या सुधारणांसाठी ४० ते ५० संभाव्य सूचना/कृती सुचवत असे. मग त्यातून आम्ही ५ ते १० अत्यंत निवडक व महत्त्वाच्या कृतींचा विचार करत असू आणि त्या कार्यवाहीत कशा आणता येतील, हे पाहत असू. आम्ही त्या स्टोअर्सची कामगिरी ५-६ महिने जवळून अभ्यासात असू अन् अधिक सुधारण्यासाठी त्यांना पुढे ढकलत असू.

आमचे उद्दिष्ट होते की, त्या स्टोअर्सना तळातून किमान मधल्या पातळीवर आणून ठेवावे. त्यांपैकी बहुतेक सर्व त्याप्रमाणे वरच्या पातळीवर गेली आणि दर वेळी त्यांचा दर्जाही सुधारत गेला.

मात्र, त्यापैकी काही अशी होती की, त्यांनी आमच्या या प्रयत्नांना प्रतिसाद दिला नाही. ती म्हणजे, सफरचंदांच्या पेटीतील खराब सफरचंदे होती. अशा परिस्थितीत आमचे धोरण होते, तिथले स्टोअर्सचे ठिकाण बदलणे. हे त्या ३० पैकी सर्वांत खराब एक-दोन स्टोअरबाबत झाले. आमची वाढ एवढी वेगवान होती की, या यादीत दरमहा काही नव्या स्टोअर्सची भर पडे; पण आम्ही हा कार्यक्रम पद्धतशीरपणे राबवला आणि तळातल्या स्टोअर्सची कामगिरी सुधारली.

डेव्हने १९८४ मध्ये या ३० खराब स्टोअर्सची जबाबदारी क्षेत्रीय कार्यालयाकडे सोपवणे चालू केले. या प्रत्येक कार्यालयाने त्यांच्या गरजेप्रमाणे हा कार्यक्रम स्वीकारला, राबवला आणि या आमच्या पद्धतीचे आता १३ निरनिराळे प्रकार विकसित झाले आहेत.

मला कित्येक वेळा विचारले जाते की, तुम्ही कंपनीची सर्व स्टोअर्स बंद करून कटाक्षाने केवळ फ्रँचाइझी कंपनी का होत नाही? याचे एक महत्त्वाचे कारण म्हणजे, कंपनी स्टोअर्समुळे उद्योग व ग्राहक यांच्याशी आमचा थेट संपर्क राहतो. ती आमची सर्वांत मोठा नफा मिळवणारी केंद्रे असतात; त्यामुळे कंपनीची आर्थिक स्थिती मजबूत राहते. शिवाय तुम्ही फक्त फ्रँचाइझी स्टोअर्सवर अवलंबून राहिलात, तर तुम्ही फ्रँचाइझीच्या कृपेवर राहता; त्यामुळे एकूण स्टोअर्सच्या संख्येच्या किमान १/३ स्टोअर्स आम्ही कंपनीच्या मालकीची ठेवली आहेत.

फ्रँचाइझींबरोबरच्या संबंधांचा विचार केला, तर डॉमिनोजला इतर साखळी स्टोअर्सच्या मानाने कमी समस्या आहेत. याचे मुख्य कारण– आमच्या फ्रँचाइझींना आमच्या कार्यपद्धतीच्या चौकटीत राहून काम करावे लागते. त्यांना फ्रँचाइझीसाठी अर्ज करण्यापूर्वी किमान एक वर्ष त्यांचे स्टोअर यशस्वीरीत्या व्यवस्थापन करून चालवताहेत, हे सिद्ध करावे लागते. फेब्रुवारी १९८१ मध्ये शेवटचा फ्रँचाइझी करार झाला होता. त्यानंतर मी ते खाते बंद केले व डेव्ह किलबी इतर कामात गेला. मला वाटते, योग्य परिस्थितीत बाह्य फ्रँचाइझी पद्धत आमच्यासाठी चांगली चालू शकेल; पण त्यांच्या बाबतीतील प्रश्न म्हणजे– जेव्हा जेव्हा त्यांना कळणारी एखादी गोष्ट होते, तेव्हा त्यांचा कल वकिली सल्ला घेण्यासाठी त्यांच्या वकिलांकडे जाण्याचा असतो. मला आमचे फ्रँचाइझी आवडतात, कारण ते सुरुवातीपासून पूर्णत: 'डॉमिनॉइक (डॉमिनोजला वाहिलेले)' असतात. त्यांनी स्टोअर विकत घ्यावे, हे सांगण्यासाठी आम्हाला फार त्रास पडत नाही. उलट, त्यांनाच त्यांची योग्यता पारखून द्यावी लागते. उद्योग उभयपक्षी कसा किफायतशीर होईल, हे

पाहण्याचा प्रयत्न आम्ही करतो.

मी असे म्हणत नाही की, फ्रँचाइझीबाबतचा आमचा मार्ग सोपा आहे. तेही मानवप्राणी आहेत आणि आमच्याप्रमाणे तेही कधीकधी चुका करण्याची शक्यता असते. शिवाय ते स्वतंत्र असल्याने, त्यांच्यात उद्योजकीय क्षमता असल्याने; त्यांना त्यांची स्वतंत्र मते असतात आणि ती ते ठामपणे मांडतात. मला वाटते की, आम्ही कंपनीची धोरणे ठरवण्यापूर्वी त्यांची मते विचारात घेणे महत्त्वाचे असते. म्हणून आम्ही एक पद निर्माण केले– ते म्हणजे, 'नॅशनल डायरेक्टर ऑफ फ्रँचाइज कन्सर्न' (एनडीएफसी) हे पद एका फ्रँचाइझीलाच दिले, ज्याने किमान एक वर्ष त्या पदावर राहण्याचे मान्य केले.

फ्रँचाइझी ज्या कोणाची निवड करतात, त्याला सल्लागार म्हणून कंपनी मानधन देते; पण त्याची निष्ठा ही फ्रँचाइझींशी व त्यांच्या मतप्रवाहाशी असते.

अशा फ्रँचाइझींना एक वर्ष त्यांचा उद्योग-व्यवसाय, घरदार सोडून ॲन आर्बरमध्ये येऊन राहावे लागते. हा मोठाच त्याग असतो. म्हणून मग त्यांच्यासाठी आम्ही अत्यंत आरामात राहता येईल अशा उत्तम व सुसज्ज निवासाची व्यवस्था करतो. सन १९८३ मध्ये असे एक फ्रँक लॉइड राइट होम (घर) प्लायमाउथजवळ विकत घेतले; त्यामुळे आपल्या कंपनीच्या मालकीचे असे एक घर असावे, हे माझे स्वप्न पूर्ण होण्यास एक सबब मिळाली. शिवाय, त्यांना अनेक वेळा आठवडाअखेर घरी जायला मिळावे, म्हणून त्यांच्या जाण्या-येण्याचा सर्व खर्च आम्ही करतो.

अशा एनडीएफसीबाबत एक महत्त्वाची गरज पुरवणे आवश्यक असते– ती म्हणजे, त्यांच्या माघारी ते स्टोअर व्यवस्थित चालवण्यासाठी कोणीतरी असावे लागते. या पदावरील पहिले दोघे १९८४ मध्ये रॉन कॉन्की आणि १९८५ मध्ये कॉलिन बटरिक– यांना काही समस्या आली नाही. कारण त्यांच्या पत्नी त्यांचे स्टोअर सांभाळण्याच्या क्षमतेच्या होत्या. एक प्रकारे या पदावर एक वर्ष राहणे म्हणजे किमान वर्षासाठी का होईना, स्टोअर्सच्या होणाऱ्या कटकटींपासून दूर होणे. या पदावरून परतल्यावर त्या-त्या व्यक्तीला आपल्या उद्योगाकडे नव्या दृष्टिकोनातून पाहता येते. कंपनीच्या कारभाराची चांगली माहिती होते व स्पर्धात्मक जीवनात उतरण्यासाठी नवी ऊर्जा मिळते.

डॉमिनोज फ्रँचाइझींमध्ये उद्योगाच्या व्यापाखाली दबून गेल्याची समस्या फारशी येत नाही; पण कुणाचेही लक्ष विचलित होऊ शकते. आम्ही असा आग्रह धरतो की, फ्रँचाइझींनी अन्य कोणत्याही जबाबदाऱ्या घेऊ नयेत– ज्यामुळे त्यांचे स्टोअरवरचे लक्ष व वेळ विभागला जाईल. विशेषत: इतर प्रकारचा उद्योग-व्यवसाय त्यांनी स्वीकारू नये, यासाठी हे लागू पडते.

सकारात्मक गुंतवणूक चांगली असते. आमच्या अनेक फ्रँचाइझींकडे भरपूर

पैसा असतो आणि तो मी त्यांना अधिक पैसा मिळविण्यासाठी गुंतवण्यास उत्तेजन देतो; पण व्यक्तिगत वेळ व ऊर्जेची गुंतवणूक करताना ज्यामुळे डॉमिनोजच्या फ्रँचाइझींच्या कामातले लक्ष विचलित होईल, असे करण्यास मी त्यांना प्रवृत्त करत नाही. माझा त्याला विरोध असतो. माझा हा विचार मी अनेक वेळा ठासून मांडतो; पण त्यावर एकदा फ्रँचाइझींनी प्रश्न विचारले, जेव्हा रॉन कॉन्की हा एनडीएफसी होता. मी मग त्यावर फ्रँचाइझींच्या संचालक मंडळाच्या बैठकीत उत्तर दिले. मी म्हणालो, ''डॉमिनोजमधला एक दुष्परिणाम म्हणजे, कुंपणाच्या दुसऱ्या बाजूचे गवत अधिक हिरवे वाटू लागते. तुम्ही असा विचार करू लागता की, आता तुम्ही काहीही करू शकता. माझ्या जीवनाच्या सुरुवातीच्या काळात मीही तसाच होतो. एकेकाळी मी फ्रोझन पिझ्झाच्या धंद्यात होतो आणि ती मोठी दुर्घटना घडली. मी जर ते विकण्याच्या भानगडीत पडलो नसतो, तर आजवर आमची पाच ते सहा हजार स्टोअर्स झाली असती. मी त्या वर्षीची धंदावाढीची संभाव्य क्षमता गमावून बसलो.

मला हे पाहून आश्चर्य वाटते की, कित्येक रेस्टॉरंटचे मालक त्या व्यवसायातले लक्ष अन्य कोणत्याही व्यवसायात घालून त्याचा फायदा उठवण्याचा प्रयत्न करीत नाहीत. मी हे बऱ्याच वेळा होताना पाहिले आहे. वर्षानुवर्षांच्या प्रयत्नाने व्यवसाय उभारतो व त्याचे एका चांगल्या रेस्टॉरंटमध्ये रूपांतर होते. नंतर ते रेस्टॉरंट मोठे करण्यातून मोठे झाले आहे, त्याचे विश्लेषण करून त्यावर पुढची उभारणी करण्याऐवजी मालक दुसऱ्याच नव्या गोष्टीत लक्ष घालतात. ते एखाद्या आडबाजूच्या धंद्यात दिसतात किंवा दुसरी रेस्टॉरंट उभारायच्या पाठीमागे लागतात. त्यात वेळ, ऊर्जा व लक्ष घातले जाते ते पहिल्या भराभराटीस आलेल्या रेस्टॉरंटमधून. गिलमोरबरोबर मी यातूनच गेलो आणि त्यातून धडा शिकलो की– जी कोंबडी तुम्हाला सोन्याचे अंडे देत आहे, तिच्याकडे दुर्लक्ष करू नका. नेहमी काहीतरी निराळे करायची तळमळ असते. डॉमिनोजच्या फ्रँचाइझींबाबत हेच होते आणि ते विसंगत असते. कारण डॉमिनोजच्या एका स्टोअरमध्ये वाढीची भरपूर क्षमता असते.''

त्या फ्रँचाइझींच्या बैठकीत मी अनेक प्रश्नांची उत्तरे द्यायचा प्रयत्न केला. जसे– आम्ही केवळ दोनच आकारांचे पिझ्झा का विकतो आणि आम्ही स्टोअर्सना एकापेक्षा अधिक प्रकारची शीतपेये ग्राहकांना विकायला का परवानगी देत नाही– वगैरे. या प्रश्नांची उत्तरे महत्त्वाची आहेत. ती डॉमिनोजच्या कार्यपद्धतीच्या तत्त्वज्ञानाशी निगडित आहेत. आम्ही केवळ दोनच आकारांचे पिझ्झा का विकतो याचे स्पष्टीकरण देण्यासाठी मी स्वत:चे काही अनुभव त्यांना सांगितले. मी पाच आकारांचे पिझ्झा विकण्याने कशी सुरुवात केली– ज्यात लहान सहा इंची पिझ्झाचाही समावेश होता आणि आकारांची संख्या कमी केल्यावर विक्रीचे आकडे कसे वाढत गेले. पिझ्झा

स्टोअरमध्ये मी अधिकाधिक पैसा मिळवला तो ईस्ट लान्सिंगमधल्या स्टोअरमधून. त्यात फक्त एकाच आकाराचा पिझ्झा होता– १२ इंची. तिथल्या कार्यपद्धतीला त्यामुळे आलेला साधेपणा छान होता. केवळ एकच शीतपेय का विकायचे याविषयी माझे मत सांगतानाही मी म्हटले की, बरीच स्टोअर्स आहे त्यापेक्षा चांगली कामगिरी करतील, जर त्यांनी कुठलेच शीतपेय विकले नाही तर. मी अन्य कितीही प्रकारची शीतपेये विकायचा प्रयत्न केला, तरी कोकाकोला व पेप्सिकोला यांचाच धंदा ९० टक्के असायचा. इतर ब्रॅंडच्या शीतपेयांनी काहीच फायदा व्हायचा नाही; उलट, गर्दीच्या वेळी गोंधळच उडायचा. मी अनेक वेळा विद्यार्थी वसतिगृहात पिझ्झा व शीतपेयांची डिलिव्हरी द्यायला गेलो आणि तिथे वादविवाद चाललेले बघितले की– कोणत्या शीतपेयाची कुणी ऑर्डर दिली अन् का? ग्राहक नेहमीच योग्य असतो; त्यामुळे अनेक वेळा मला स्टोअरला परत येऊन त्यांच्यासाठी दुसरे शीतपेय घेऊन जावे लागायचे. असे अनुभव वरचेवर येऊन आपल्याला त्रास होण्यापेक्षा तसे न करणेच चांगले, असे मला वाटू लागले.

माझ्या या उत्तरावर मला बरीच उलटी मते, चर्चा ऐकायला मिळत असे; पण माझ्या मते, डॉमिनोजच्या भवितव्याच्या दृष्टीने हा विचार महत्त्वाचा होता आणि म्हणून माझी मते ठोकून-ठोकून त्यांच्या डोक्यात बसतील, हे मी पाहत होतो व त्याप्रमाणे ते वागतील हेही.

"जर तुम्हाला मनापासून एखाद्या दुसऱ्या धंद्यात उतरायची तळमळ असेल, तर तुम्हाला जे आवडते ते तुम्ही जरूर करा," मी म्हणालो. "जर डॉमिनोजपेक्षा तो दुसरा धंदा तुम्हाला आवडत असेल, तर त्यामागे जा. तुमचे डॉमिनोज स्टोअर विका. डॉमिनोजबाबत एक चांगली गोष्ट आहे, ती म्हणजे– तसे स्टोअर घ्यायला कोणीतरी नेहमीच तयार असतो. तुम्हाला कोणी जखडून ठेवलेले नाही. जर तुम्हाला आमची धोरणे पसंत नसतील, तर स्टोअर विकून टाका."

त्यावर तिथे निषेधाचा काही सूर निघाला नाही; फक्त टाचणीचा आवाज येईल एवढी शांतता होती. मग ज्या दुसऱ्या एका विषयाचा फ्रँचाइझींना मोह पडतो, त्यावर बोलायचे मी ठरवले. मी म्हणालो,

"तुम्ही यशस्वी झालेले असता, म्हणून लोक तुमच्याकडे विविध प्रकारच्या उद्योग-व्यवसायाचे प्रस्ताव घेऊन येतात. त्यात मर्यादित भागीदारी व अशाच काही गोष्टी असतात; पण कृपया देवाकरता तरी, असे करू नका. कारण असे करून तुम्ही डॉमिनोजमध्ये तुमचे शेपूट अडकवता आहात आणि तुमच्याकडे फावला वेळ असेल व तुम्हाला तो कोठेतरी कारणी लावायचा असेल, तर तुम्ही पिझ्झा व्यवसायातून बाहेर पडलेले; तुमची तब्येत व तुमचे कुटुंबीय यांची काळजी घेत असलेलेच बरे. आयुष्यात पैसे मिळविण्यासाठी आणखीही कित्येक महत्त्वाच्या

गोष्टी आहेत.

"या जगात डॉमिनोज पिझ्झापेक्षा आणखी कितीतरी महत्त्वाच्या गोष्टी आहेत. आम्हाला फ्रँचाइझी म्हणून हवेत ते हरहुन्नरी लोक. आम्हाला ते एकांगी किंवा भडक विचाराचे नकोत– जे ३-४ वर्षांतच घायकुतीला येतात. आम्हाला आपल्या तब्येतीची काळजी घेणारे, स्वत:ची प्रतिमा चांगले असलेले लोक हवेत. सर्वसाधारणत: अशाच प्रकारचे लोक आमच्यात येतात व टिकतात आणि तशाच लोकांना डॉमिनोजचे आकर्षण वाटते; पण अशीही प्रवृत्ती असते. जसे– आपण वयस्कर होत जातो आणि थोडे यशस्वी की, मग आपला उत्साह व स्वास्थ्य कमी होऊ लागते. आपण बचावात्मक होतो, थोडे नकारात्मकही! काही नवे शिकण्याचा आपला उत्साह मावळतो. एखाद्या लहान मुलात असतो तसा उत्साह आपल्यात राहत नाही. कृपा करून असे स्वत:ला संपवण्यात अडकू नका."

मला वाटले, यानंतर उपस्थितांतून नाराजीचा सूर येईल; पण त्या वेळी सर्वांनी मला उभे राहून वंदना दिली. याचा अर्थ असा की, फ्रँचाइझींचा व माझा डॉमिनोजबद्दलचा दृष्टिकोन समान होता. ते पाहून मला आनंद झाला. माझे भाषण सुरू होण्यापूर्वी काय प्रतिक्रिया असेल याचा मला अंदाज नव्हता, कारण फ्रँचाइझींमध्ये कोणते मतप्रवाह आहेत याची जेवढी मला माहिती असायला हवी तेवढी नाही.

आमच्या यपसिलांटीमधील जुन्या दिवसांप्रमाणेच पुढेही संदेशवहन आणि परस्परसमन्वय चांगला राहावा, अशी माझी तळमळ व इच्छा होती. काम संपल्यावर आम्ही सगळे एकत्र येत असू, आमचे प्रश्न सोडवत असू आणि नाश्ता करता-करता कल्पना एकमेकांत वाटून देत असू. मी नव्या हुशार लोकांबरोबर संवादवहनाची शृंखला चालू ठेवायचा प्रयत्न केला, तो टेलिफोनद्वारे संपर्क साधून– त्याला आम्ही 'फोन इन' म्हणतो; ज्यात आम्ही गप्पा मारतो, ते मला प्रश्न विचारू शकतात. मी एखाद्या दुपारी दोन ते चार ही वेळ त्यासाठी राखून ठेवतो आणि कंपनीला कोणाचेही फोन कॉल्स ज्या क्रमाने ते येतात, त्या क्रमानेच घेतो. या टेलिफोनवरील संभाषणातून मला भरपूर माहिती मिळते, जेवढी मासिक बैठकीतूनही मिळत नाही. अगदीच काही झाले नाही, तर माझ्या ग्राहकांविषयीच्या आस्थेला बळ मिळते व मूलभूत गोष्टींवर लक्ष केंद्रित करता येते.

नव्याने रुजू होणारे फ्रँचाइझी अशा भीतीच्या छायेत वावरत असतात की, जुने स्थिरस्थावर झालेले फ्रँचाइझी सर्व नव्या मोक्याच्या जागा काबीज करतील. या जागा कशा वाटल्या किंवा दिल्या जातात, याविषयी मी जास्त काही सांगू शकत नाही, कारण तो निर्णय ती-ती क्षेत्रे घेतात; पण मला वाटते की, आमच्या दृष्टीने पूर्ण ठिकाणे भरण्याचा काळ बराच दूर आहे. मी नेहमी उदाहरण देतो की, जर जनरल स्टोअर्सचे १०००० डीलर्स असू शकतात, तर मग डॉमिनोजची १००००

स्टोअर्स का असू नयेत?

जेव्हा देशभरातील स्टोअर्सच्या सर्व संभाव्य जागा भरल्या जातील, तेव्हा आम्ही स्टोअर्सची ताकद ती दुसरीकडे हलवून वाढवू. काळाच्या ओघात व्यवसायाच्या जागा बदलायच्या, हे नैसर्गिक प्रवृत्तीला साजेसेच धोरण होय. पाच वर्षांपूर्वी जी अतिमहत्त्वाची जागा होती, ती पाच वर्षांनी अडगळीचीही ठरू शकते. या तत्त्वाचा उपयोग जिथे जिथे आमचे स्टोअर्स आहेत तिथे सावधगिरी बाळगून आम्ही आमच्या फायद्यासाठी करून घेऊ शकतो आणि जेव्हा योग्य वेळ येईल त्या वेळी एखादे क्षेत्र विभागून त्यातले एक स्टोअर त्यापैकी एकाच्या मध्याला हलवून आणि उरलेल्या अर्ध्या क्षेत्राच्या मध्याला नवे स्टोअर उभारून करू शकतो. हे धोरण या क्षेत्रात फार नसले तरी राबवता येते. कारण डॉमिनोजच्या नवीन स्टोअरमधल्या विक्रीमुळे त्या भागात जुन्या आधीच असलेल्या स्टोअर्सची विक्री वाढलेली दिसून येते. ही कल्पना समजावून घेण्यास सोपी असते. 'विभक्त करा व जिंका' हेच त्याचे धोरण. तुमची सेवा ग्राहकांच्या जवळ न्या. पिझ्झाचेच उदाहरण घ्या. एका पिझ्झाचे दोन तुकडे करा. त्यातल्या पेप्पेरोनीचा तुकडा त्यापैकी एका पिझ्झाच्या मध्याला न्या आणि दुसरा तुकडा दुसऱ्या तुकड्याच्या मध्याला– अगदी त्या क्षेत्रासारखे. ही संकल्पना तशीच आहे.

आमचा व्यवसाय जेव्हा सर्व ठिकाणी पूर्ण भरेल, पुढे वाढीला जागा नाही असे वाटेल; त्या वेळी आमच्याशीच स्पर्धा करायला 'पिझ्झा डिस्पॅच'चा आमचा कार्यक्रम चांगला राहील असे वाटते; पण अद्यापही हा कार्यक्रम प्रायोगिक आहे. आमचा विद्यमान व्यवसाय सुधारण्यासाठी आम्ही आजही भरपूर काही करू शकतो. मी नेहमी फ्रँचाइझींना दाखवून देतो की, त्यांच्या कार्यक्षेत्रात अन्य कंपन्यांच्याही पिझ्झाच्या जागा आहेत आणि जो धंदा डॉमिनोजने करायला पाहिजे होता, तोच आम्ही आज करत आहोत. मला कसेही करून इतरांचे ग्राहक आपल्याकडे खेचणे नको आहे किंवा त्यांनी धंदाच करू नये असे म्हणायचे नाही, त्या स्पर्धकांना तसे दाखवायचे नाही. मी बचावात्मक व्यवस्थापनाविषयी बोलतोय– ज्यात आपल्यामध्ये सुधारणा करून धंदा वाढवता येतो. जर डॉमिनोज स्टोअरच्या मालकाने किंवा व्यवस्थापकाने सहा महिने दर दिवशीच्या डिलिव्हरींचा मागोवा ठेवला; तर असे लक्षात येईल की, त्यांचा ७५ ते ८० टक्के धंदा हा त्यांच्या स्टोअरपासून ३/४ मैल अंतरावर असलेल्या ग्राहकांकडून झाला आहे. त्याचा अर्थ तो त्यांच्या संभाव्य ग्राहकांपैकी फक्त ५० टक्के ग्राहकांनाच डिलिव्हरी देतो आहे. खरेतर त्याला ग्राहक इतरत्र पाहायला नकोच, ते कदाचित मिळणारही नाहीत; पण त्या कॉनवेलच्या सुप्रसिद्ध गोष्टीप्रमाणे– एकर्स ऑफ डायमंड्स– आमचा मालक किंवा व्यवस्थापक त्याच्या एका डॉमिनोज स्टोअरच्या खजिन्यावर बसला आहे.

डॉमिनोज ही कंपनी चाकांवर उभी केली आहे. तिचा इतिहास म्हणजे, आजवर चालवलेल्या सर्व गाड्यांचा– डिलिव्हरी व्हॅन्सचा– इतिहास आहे आणि त्या आम्ही गेली २५ वर्षे मोठ्या आवडीने लक्षात ठेवल्या आहेत, पुनःपुन्हा आठवल्या आहेत. पण यांसारख्या आणखी चांगल्या, तशाच काही बाबतींत त्यांच्या दु:खद आठवणीही आहेत. गाड्यांना बऱ्याच प्रकारच्या समस्या येऊ शकतात आणि मला खात्री आहे– त्या सर्वांना मी तोंड दिले आहे, त्या सोडवल्या आहेत. अगदी शून्याच्या खाली तापमान असताना बॅटरी मृतवत् झाल्यात किंवा गाड्यांमध्ये काही तांत्रिक बिघाड झालेत, ते सततच्या वापरामुळे. आमच्या गाड्यांना आम्ही खूप ताबडवतो. त्या जोरात पळवल्या जात नाहीत, पण त्या खराब होतात; त्या छोट्या-छोट्या अंतरासाठी चालवा-थांबा-चालवा पद्धतीमुळे! एकच गाडी अनेक ड्रायव्हर्स निरनिराळ्या पद्धतीने वापरतात; त्यामुळे ते सतत दरवाजे उघडतात, बंद करतात; आपटतात आणि प्रत्येक थांब्यावर गाडीतून बाहेर येतात व पुन्हा आत जातात. खरेतर अशा पद्धतीने वापरली तर शेरमन गाडीही खराब होईल.

मी असा विचार करायचो की, डॉमिनोजच्या गाड्यांचा मोठा ताफा असला तर चांगले होईल. यावर आम्ही बऱ्याच वेळा विचारही केला आहे; पण त्या कधीही नीट चालल्या नाहीत. या गाड्यांनी देखभाल-दुरुस्तीसाठी आमचा भरपूर वेळ घेतला आहे. त्याचा परिणाम पिझ्झा चांगले तयार करण्यावर व घरपोच देण्याच्या आमच्या उद्दिष्टावर झाला आहे. आमच्या गाड्यांची उत्तम देखभाल एकदाच झाली ती माझ्या काकांनी– डॅनने– १९६६ मध्ये केली. मी अनेक मित्रांशी गाड्यांच्या देखभालीसंबंधी १९६८ व १९७० मध्ये पुन्हा करार केला. सुरुवात चांगली करून नंतर त्या गाड्या त्यांच्या गॅरेजमध्ये पडून राहायच्या. मग आम्हाला डिलिव्हरीसाठी गाड्या मिळविण्यासाठी याचना व धावपळ करायला लागायची. मी सर्व प्रकारच्या गाड्यांची चाचणी घेतली– अगदी चेकर गाड्याही; पण आता वस्तुस्थिती अशी आहे की, आमचे बहुतेक ड्रायव्हर्स त्यांच्या गाडीतून पिझ्झा पोहोचवतात आणि आम्ही त्यांच्या देखभालीचा व इंधनाचा खर्च देतो. काही फ्रँचाइझी स्वत:च्या गाड्यांचा ताफा बाळगतात; पण १९८६ पासून आमच्या कंपनीची अशी मागणी आहे की, प्रत्येक स्टोअरने स्वत:ची किमान एक डिलिव्हरी गाडी बाळगली पाहिजे.

मला वाटते की– एक ना एक दिवस हे घडणे शक्य आहे की, डिलिव्हरीसाठी खास डॉमिनोजसाठी बनवलेल्या गाड्या असतील, कदाचित त्या विजेवर चालणाऱ्या असतील. माझा भाऊ जिम तर आम्ही पिझ्झाचा धंदा चालू केला त्या दिवशी पहिल्यांदा बोलला ते या विजेवर चालणाऱ्या गाड्यांसंबंधी. त्याला त्यामध्ये खास आवडले ते म्हणजे त्यात हलणारे भाग फार कमी असतात. सन १९७० च्या दशकातील ऊर्जेच्या संकटाच्या वेळी जिम व टाउनी बीमनने व्हॅन्डेकूक लेकवरील

टाउनीच्या जुन्या खेडेगावात या विजेच्या गाड्यांवर अनेक प्रयोग केले.

टाउनी तसा सर्वसाधारण साधा-सरळ नव्हता. मोठा, गलेलठ्ठ व बाहेरची कामे आवडणारा. टाउनी मिशिगन विद्यापीठात इंजिनिअरिंगचे शिक्षण घेत होता. त्याने मेकॅनिकल, इलेक्ट्रिकल व सिव्हिल अशा विभागांत शिक्षण घेतले; ते त्या सर्वांची ओळख व्हावी म्हणून– इंजिनिअरिंगची चांगली पार्श्वभूमी तयार व्हावी म्हणून. मग तो वॉशिंग्टन डीसीला गेला. तिथे त्याला एका पेंटरच्या कार्यालयात नोकरी मिळाली. शिवाय तो नॅशनल विद्यापीठात रात्रीच्या कॉलेजात जाऊन वकिलीचाही अभ्यास करत होता. तिशीतच तो जॅक्सनला वकिली करण्यासाठी गेला. तो व त्याची पत्नी– ती लेखिका होती– १०० वर्षांपूर्वी एकाने बांधलेले दगडी घरच त्यांनी आपले घर म्हणून पक्के केले. त्यात त्यांच्या मुलीकरता सिनेमागृह होते. तिला अभिनय व नाटकात स्वारस्य होते. एका मुलाकरता कलेचा स्टुडिओ बनवला, तर दुसऱ्या मुलाकरता एक वर्कशॉप. तिसरा मुलगा डंकन हा पेटंटचा वकील झाला आणि त्याने वडिलांबरोबरच भागीदारीत धंदा चालू केला.

टाउनी साठीच्या उत्तरार्धात असताना त्याची व माझी भेट झाली. त्या वेळीही तो बराच सक्रिय होता. डॉमिनोजच्या संचालक मंडळावर आल्यावर त्याने बराच विचार केला आणि आपल्या वर्कशॉपमध्ये त्याने गरम पिझ्झाच्या सुधारित डिलिव्हरी पेट्या बनवल्या. एक दिवस त्याने सर्व संचालक मंडळाला बाहेर आणले आणि त्याने व जिमने बनवलेली विजेवर चालणारी एक मोटार दाखविली, तिच्यावर ते काम करीत होते. अन्य अनेक संशोधक गाड्यांवर प्रयोग करत होते, पण या दुकलीइतके कोणीही यशस्वी झाले नव्हते.

डॉमिनोजकडे १० लहान एअरोकार्स– ट्रायटन ए टू एस– आहेत. ज्या ॲन आर्बरच्या डॉउग ॲमिकने बांधल्या आहेत. ही छोटी वाहने एखाद्या स्टोअर्सच्या उद्‌घाटनाला ग्राहकांचे कुतूहल म्हणून आणली जातात. त्यांचे इंजिन लहान असते, ती पेट्रोलवर चालतात; पण त्यांच्याबाबत विम्याचे बरेच प्रश्न निर्माण होतात; त्यामुळे ती डिलिव्हरीसाठी नियमितपणे वापरली जात नाहीत. मला गाड्या आवडतात, त्यांच्यावर माझे प्रेम असते. माझ्याकडे त्यांच्याविषयीच्या पुस्तकांचे गठ्ठे पडलेत आणि ती मी आवडीने वाचतो. म्हणून मी आमच्या विपणन खात्याच्या आग्रहास्तव एक इंडी रेस कार घेतली. 'डॉमिनोज पिझ्झा हॉट वन' हे आमच्या विपणन खात्याच्या व अनेक फ्रँचाइझींच्या मते, डॉमिनोजचा प्रसार-प्रचार करण्याचे गाडी म्हणून उत्तम साधन आहे. विशेषत: १९८५ मध्ये ड्रायव्हर अल् उन्झेर व आमच्या डॉमिनोज पिझ्झाच्या संघातील शिअर्सन यांनी अनेक समस्यांवर मात करीत त्या वर्षाच्या इंडी कारच्या शर्यतीत वरचा क्रमांक मिळवला. सर्वांत रोमांचकारी शर्यत म्हणजे, जेव्हा आमचा ड्रायव्हर अल् उन्झेर ज्युनिअर हा त्याच्या वडिलांकडून–

अल् उन्झेर सीनिअरकडून हरला. त्यांचे पाच फेरे राहिले होते व ती वर्षातील शेवटची शर्यत होती. त्या बाप-लेकाच्या शर्यतीवरील टिप्पणी वाचून आमचेही डोळे पाण्याने भरून आले.

आमचे विपणन खाते या शर्यतीच्या कार्यक्रमावर पैजा लावते; पण मी त्यात भाग घेत नाही. मला या शर्यतीत भावनिकदृष्ट्या फार गुंतून घ्यायचे नाही. कारण मग माझ्या भावनांचे प्रतिबिंब आमच्या जाहिरातीत पडेल. माझी आवड स्टायलिश गाड्यांची आहे. मला त्यांच्या वेगात व तांत्रिक आधुनिकतेत रस नाही.

१८

'द प्ले इज द थिंग...'

मी ही ओळ नेहमी माझ्याशीच पुन:पुन्हा गुणगुणतो, तेव्हा माझा रोख हातातील कामावर असतो. यांत कुठलाही साहित्यिक भाग नाही. मी फक्त शेक्सपिअरने हॅम्लेटच्या तोंडी घातलेले ते शब्द उचलतो आणि त्यांना माझा अर्थ देतो. मी जेव्हा स्टोअरमध्ये काम करत होतो, तेव्हा माझ्या दृष्टीने गडबडीचा वेळ म्हणजे नाटकाचा खेळ होता आणि तो हाताळणे ही एवढी एकच गोष्ट नजरेसमोर असायची, ते सर्वांत महत्त्वाचे काम असायचे.

आमच्या कोठीघराने स्टोअरला सेवा पुरवताना याच प्रकारची मनोभूमिका वापरावी असे मला वाटायचे; पण १९७८ मध्ये डॉन व्हिलसेकने स्टोअरचा ताबा घेईपर्यंत असे कधी घडले नाही. तोपर्यंत मला वाटायचे, कोठीघर म्हणजे मी तयार केलेली एक बाहुली आहे. तिने स्वत:च्या पायावर उभे राहावे, असे मला वाटायचे; पण तिथे नेहमीच समस्या येत राहिल्या व मी लक्ष घालण्याची मागणी वाढली.

कोठीघराची संकल्पना तशी सोपी होती. पडद्यामागचे काम स्टोअर्समधून बाजूला करावे, त्याचे रूपांतर उत्पादनप्रक्रियेच्या स्वतंत्र यंत्रणेत करावे आणि स्टोअर व्यवस्थापकाला त्याचे मुख्य काम– म्हणजे पिझ्झाची डिलिव्हरी देणे– करण्यावर लक्ष केंद्रित करू द्यावे. अशा व्यवस्थेमुळे आम्हाला मोठ्या प्रमाणावर कच्चा माल कमी किमतीत खरेदी करणे व अन्य घाऊक खरेदी करणे शक्य होणार

होते. त्याचबरोबर कोठीघरात मोजक्या छोट्या गोष्टींवर लक्ष केंद्रित केले– जसे कणीक मळणे, चीजच्या बारीक चकत्या करणे, टॉपिंगचे तुकडे करणे आणि हे सर्व स्टोअर्सना पाठवणे; त्यामुळे दर्जा-नियंत्रण चांगले झाले असते; पण कोठीघरात सिद्धान्त व प्रत्यक्ष कार्यपद्धती यात भरपूर तफावत होती. कोठीघरातील उत्पादनांचा दर्जा व सेवा याविषयी स्टोअर्सच्या तक्रारी १९७८ मध्ये वाढू लागल्या होत्या. आमच्या स्टोअर्सनी कोठीघरातून माल घ्यावा, असे बंधन नव्हते; पण बरेचजण तसा घेतात. कारण हे पडद्यामागचे काम किचकट असते व मुख्य उद्दिष्टापासून दूर नेणारे असते. शिवाय ते जर योग्य प्रकारे केले, तर कोठीघर उत्तम पदार्थ कमी किमतीत देऊ शकते. जर स्टोअर्सनी तेच काम स्वत: करायचे म्हटले तर– त्यांना अर्थातच आमची दर्जाची मानके पाळावी लागतात व ते तितकेसे सोपे नसते.

जेव्हा १९७८ मध्ये मी व्हिलसेकला कामावर घेतले, त्या वेळी आमची सात कोठीघरे कार्यरत होती तर आठव्याची उभारणी चालू होती. मी त्याला सांगितले की, त्याने या व्यवस्थेचा ताबा घ्यायचा आहे आणि आमच्या स्टोअर्सच्या वाढीला आधार देण्यासाठी तिला सबल बनवायचे आहे. मात्र, तसे करण्यापूर्वी त्याने प्रथम तिथली गळती थांबवणे आवश्यक होते. मला कोठीघराच्या हिशेबाचा ताळेबंद मिळाला होता आणि त्यात त्या वर्षातला त्या वेळेपर्यंतचा तोटा तीन लाख डॉलर्सचा होता.

हा तोटा तर भयानकच होता; पण त्यापेक्षाही वाईट म्हणजे, कोठीघर म्हणजे त्या वेळी कंपनीत हास्यास्पद बाब झाली होती. कधीही काही चुकीचे झाले की, लोक विनोद करायचे– हे नक्कीच कोठीघरात झाले असले पाहिजे. ती एक हृदयाला भिडणारी परिस्थिती होती आणि मला सुरुवातीला खात्री नव्हती की, व्हिलसेकच्या स्वभावानुसार असे सगळ्यांकडून विनोदाचा विषय होणे त्याला पटेल का? मांसाच्या विभागातले त्याचे प्रशिक्षण झाले होते. तिथली माणसे कठोर असतात व अपमान सहन करत नाहीत. डॉनला कंपनीच्या संचालक मंडळाच्या बैठकीत त्याच्या स्वभावात आमूलाग्र बदल घडवून आणणारा अनुभव आला. तो म्हणतो तसे त्यामुळे त्याला डॉमिनोजबद्दल भरपूर कळले व आपल्या कामात काय करावे, हेही. मी डॉनला त्या बैठकीला बोलावले होते, ते संचालक मंडळाला त्याची ओळख करून द्यावी या उद्देशाने आणि तिथे टाउनी बीमनसारख्या व्यक्तीला पाहून तो आश्चर्यचकित झाला होता; त्याचप्रमाणे पॉवर व ॲन आर्बरमधला एक महत्त्वाचा बाहुला रॉबर्ट यांना बघूनही. त्या वेळी आपण आपल्या पिझ्झाची किंमत वाढवावी का, यावर चर्चा चालू होती आणि बॉब उलरिच आपला पाइप ओढत शांतपणे ती ऐकत होता. शेवटी त्याने पाइप बाजूला ठेवला व तो म्हणाला, "असे पाहा टॉम, तू मला संचालक मंडळावर येण्यासाठी का आग्रह धरत होतास, ते

आता मला कळले. मला पिझ्झाच्या उद्योगातले काही माहीत नाही, तो तुम्ही कसा तयार करता हे माहीत नाही, त्याची किंमत कशी ठरवता हे माहीत नाही आणि कसा विकता तेही. पिझ्झाविषयी मला एवढेच माहीत आहे की, तो कसा खायचा! त्यामुळे मी या बैठकीत तुला काय देऊ शकतो, तर माझे अज्ञान. मी इथे असे अवघड प्रश्न विचारेन, असे कोणाच्या डोक्यातही येणार नाही.''

डॉन म्हणाला की, हे विधान त्याच्या डोक्यात विजेसारखे चमकून गेले; कारण त्याच्या आधीच्या कंपनीत अज्ञान असणे फार कमीपणाचे समजले जायचे. तुम्हाला काही माहीत नसले, तरी ते माहीत आहे असे तुम्हाला भासवावे लागायचे; नाही तर तुम्हाला तोंड लपवायलाही जागा मिळायची नाही. उलरिचचे विधान होते की, अज्ञानामुळेही तुम्ही सकारात्मक योगदान देऊ शकता. यामुळे डॉनला असा आत्मविश्वास आला की, त्याला आमच्या कार्यपद्धतीची माहिती नव्हती तरी तो त्याच्या कामात ठोस कामगिरी बजावू शकेल. त्याच्या कोठीघरातले व्यवस्थापक आणि आमचे फ्रँचाइझी यांनी त्याच्या प्रामाणिकपणाला दाद दिली आणि त्याला सर्वतोपरी साह्य करण्याचे आश्वासन दिले.

ज्या पद्धतीने त्याने सूत्रे स्वीकारली, ते मला आवडले. आम्ही करत असलेल्या कामाबद्दल तो आम्हाला उलटे प्रश्न विचारायला धजावयाचा नाही. उदाहरणार्थ, कोठीघरात अजूनही व्हीसीएम मशिन्स चीज दळण्यासाठी, कणीक मळण्यासाठी किंवा सॉस मिसळण्यासाठी वापरली जात होती. ती मशिन्स म्हणजे जणू एक पवित्र गायच समजली जायची! कारण त्यांचा शोध मी लावला होता व ती आता या उद्योगात प्रमाणभूत झाली होती; पण ती १५ वर्षांपूर्वीची गोष्ट होती; आता नव्या प्रकारची यंत्रे बाजारात उपलब्ध होती; त्यामुळे त्याच्या डोळ्यांत निराळीच चमक घेऊन तो माझ्याकडे आला.

''टॉम, मला आता कळले की, व्हीसीएम या अक्षरांचा अर्थ काय!'' तो म्हणाला.

''असं का? काय आहे तो अर्थ?'' –मी विचारले.

''त्याचा अर्थ आहे, व्हेरी क्रॅपी मशिन्स.'' –डॉन म्हणाला.

मग त्याने ही यंत्रे कालबाह्य कशी आहेत, ते सविस्तर सांगितले. ओहिओतल्या कोठीघरात आठ तासांच्या तीन पाळ्यांत आठवड्यातून सहा दिवस त्या मशिनवर चीज पिसण्याचे काम चालायचे. तो म्हणाला की, त्याला 'उर्सशेल' नावाचे मशिन माहीत आहे– जे केवळ चीज पिसण्याकरता वापरतात. ओहिओमध्ये आता जे काम आठवडाभर तीन पाळ्यांत चालते, ते या मशिनने अडीच दिवसांत फक्त एका पाळीत होईल.

डॉनच्या मते, या मशिनबद्दलची दुसरी समस्या ही होती की– त्यात जी व्यक्ती

ते मशिन हाताळते आहे, त्याच्याप्रमाणे चीजचे पिसणे विविध प्रकारे होत होते. त्यात सारखेपणा नव्हता. त्याने केलेल्या निरीक्षणाचा अहवाल मला दाखवला. त्यात त्याने कोठीघराचे व्यवस्थापक व स्टोअर्सचे व्यवस्थापक यांना विचारून चीज सर्वांत चांगले पिसण्याचे काम कसे असते याची माहिती काढली होती. त्यांच्या कल्पना विविध होत्या. अगदी मोठ्या तुकड्यापासून ते पिठासारख्या चीजपर्यंत जर ते दळण्याऐवजी पिसले, तर आपल्याला त्यातून एकसारख्या पद्धतीचे चीज मिळेल, हे त्याने दाखवून दिले.

कणीक मळण्यासाठी हे व्हीसीएम मशीन वापरण्यात मोठी अडचण होती. ती म्हणजे, त्यात वेळ निदर्शक– टाइमर– नव्हता. आम्ही त्यात २० पौंड पीठ टाकतो. त्यात पाणी, साखर, मीठ व यीस्ट मिसळतो, झाकण लावतो आणि एका वेगाने काही काळ तर दुसऱ्या वेगाने काही काळ चालवतो. यात वेळेचा फार अपव्यय होतो. आम्हाला असे हवे– ज्यात पाणी मापाने टाकले जाईल, नंतर मशिन अगदी सेकंदाच्या बारीक हिश्श्यापर्यंत चालेल असे उपकरण हवे. आपण भिंतीवरच्या घड्याळाकडे नजर लावून वेळ ठरवतो किंवा अंदाजे वेळ ठरवतो.

डॉन जे बोलत होता त्यावर माझ्याकडून बचावात्मक उत्तर अपेक्षित असेल, तर तो निराश झाला असता. त्याने दाखवलेल्या सकारात्मक बदलामुळे मी उलट खूश झालो. अर्थातच तो सांगत होता, त्याची मला माहिती होती. कारण मी या उद्योगातील अत्याधुनिक सुधारणांबद्दल सतत माहिती घेत राहायचो आणि मी जर कोठीघरातला प्रमुख असतो, तर असेच बदल सुचवले असते. कारण नव्या कल्पनांना मी साथ देतोच; पण व्हिलसेकने जे केले तसे कुणाही व्यवस्थापकाने आतापर्यंत यात लक्ष घालून काही केले नव्हते. त्यांना वाटले असावे, त्यांनी सुचवल्यावर मी बदल केला तर ते कर्मचाऱ्यांना आवडणार नाही. ते आचरणात आणणार नाहीत; मग त्यातून काही बदल होणार नाहीत.

अशा प्रकारचे बदल हा आमच्या यंत्रसामग्रीतील सुधारणांसाठी सातत्याने करायच्या प्रक्रियेचा भाग होता. हॉलंडमधील बर्निअर इक्विपमेंट मॅन्युफॅक्चरर्स हे नेहमी आमच्या गरजा लक्षात घेऊन आमच्यासाठी अधिक सुधारित व शक्तिमान मिक्सर्स, डिव्हायडर्स आणि राउंडर्स बनवतात. त्यांच्या धंद्यातील १० टक्के हिस्सा आमचा असतो; त्यामुळे तेही आमच्याकडे चांगले लक्ष देतात आणि आमच्यासाठी जे केलंय त्याचा त्यांना एवढा अभिमान आहे की– त्यांनी 'डॉमिनोजचे अधिकृत पुरवठादार' अशी जाहिरात आमच्या पिझ्झा डिस्ट्रिब्युशन ऑलिंपिक्समध्ये केली.

जेव्हा तरुण डॉ. व्हिलसेकने आमच्या त्या आजारी पडलेल्या कोठीघर विभागाचे निरीक्षण करण्यास सुरुवात केली; तेव्हा त्याला असे दिसून आले की, तिथे छोट्या-छोट्या गोष्टींतून बरीच गळती होत आहे. उदाहरणार्थ, आमच्या नॉर्थ

कॅरोलिना कोठीघरातील लाँड्रीची बिले ओहिओमधल्या बिलांपेक्षा १० पट अधिक येत होती. जेव्हा व्हिलसेकने त्याचा तपास केला; तेव्हा लक्षात आले की, ओहिओचे कोठीघर चालवणारा वयस्कर धंदेवाईक केली हॅनान हा वाळण्याचे टॉवेल लाँड्रीला पाठवण्यापूर्वी किमान आठ दिवस वापरायचा. ते घाण झाले की, जाण्यापूर्वी तो तिथल्या कर्मचाऱ्यांना ते टॉवेल एका सिंकमध्ये साबणाच्या पाण्यात ठेवायला सांगायचा. रात्रभर ते तिथे त्या पाण्यात ठेवल्यावर सकाळी आल्यावर ते धुऊन उन्हात वाळवण्यासाठी ठेवायचा. मग डॉनने सर्वच कोठीघरांत ही पद्धत अनिवार्य केली आणि आमचे लाँड्रीबिल विक्रीच्या २ टक्क्यांऐवजी ०.५ टक्क्यांपर्यंत खाली आले.

शिवाय काही कोठीघरांतले व्यवस्थापक घाऊक खरेदीचा फायदा घेत नव्हते. एकजण स्थानिक वितरकांकडून चीज ४५ सेंट प्रतिपौंड या दराने आणायचा, जो दर घाऊकपेक्षा जास्त होता. खरे तर ४५ सेंट ही चीजच्या कच्च्या मालाची किंमत चीज उद्योगाने ठरविली होती. राष्ट्रीय पुरवठादारांची किंमत २५ सेंट प्रतिपौंड होती. मग तो त्यांच्याकडून का घेत नव्हता? कारण कामाची आखणी ढिसाळ होती. तो व्यवस्थापक या अटीने घाबरला होता की, कमी किमतीला घ्यायचे असेल तर किमान १५०० पौंड (६७५ किलो) ऑर्डर असणे आवश्यक होते. त्याला माहीत होते की, त्याला दर १० दिवसांसाठी २००० (९०० किलो) पौंड चीज लागते; पण त्याला हे कळले नाही की, त्याने जर ग्राहकांना त्यांच्या नेमक्या गरजा काय ते विचारले असते अन् ग्राहकांची विचारणा झाल्यावर फॉर्म भरून केवळ ऑर्डर दिली नसती, तर त्याला चीजच्या खरेदीवर नियंत्रण ठेवून शिवाय प्रतिपौंड २० सेंट्स खर्च वाचवता आला असता.

डॉनने या सगळ्या गळतीचा एकामागून एक अभ्यास केला आणि त्यावर उपाययोजना केली. केवळ सात महिन्यांत कोठीघर त्यांची बिले भागवण्यात सक्षम झाले. बिले वेळच्या वेळी भागवली जाऊ लागली आणि पुरवठादारांकडून किमतीमध्ये सवलतही मिळू लागली.

त्याचबरोबर आम्ही स्टोअरला जो माल पुरवत होतो, त्याचा दर्जा सुधारण्यातही त्याने बरेच काम केले. एक मोठा बदल त्याने केला– तो म्हणजे, पूर्वी आमचे सॉसचे मिश्रण प्रत्येक कोठीघरात स्वतंत्रपणे व्हायचे; त्याऐवजी त्याने ते टोमॅटो पॅकबंद करायच्या कारखान्यात एकत्रितपणे करणे चालू केले. मी आमच्या सॉसबद्दल जरा भावनिक आहे. तो मी स्वत: तयार केलेल्या फॉर्म्युल्याप्रमाणे तयार केला जातो. त्यावर अनेक प्रयोग झालेत, चुकाही झाल्यात अन् सॉस ही आमची अशी एक वस्तू आहे की, ती डॉमिनोज पिझ्झाला इतरांपेक्षा आगळेवेगळे करते; पण त्यांचे मिश्रण प्रत्येक कोठीघरात स्वतंत्रपणे केल्याने– तेही छोट्या-छोट्या बॅचमध्ये

व तसे मिळाल्याने– त्यात सर्वच वेळी चवीचे सातत्य राहात नसे.

डॉनने सॉस करण्याच्या कामाचे १९७९ मध्ये केंद्रीकरण केले. ते काम आमच्या नमुन्याप्रमाणे एका मध्यवर्ती पॅकिंग प्लँटमध्ये केले जाऊ लागले. आमचा सध्याचा पुरवठादार ट्राय व्हॅली ग्रोवर्सच्या (सॅन फ्रान्सिस्कोजवळ) आधीच्या पुरवठादाराने हे चालू केले. पहिल्याच वर्षी आम्ही ५०००० पेट्या सॉस विकत घेतला. हाच आकडा १९८६ मध्ये २० लाख पेट्यांपर्यंत गेला. यासाठी वापरले गेलेले टोमॅटो २८०० एकरांच्या शेतात खास आमच्यासाठी पिकवले जायचे आणि १९८६ मध्ये आम्ही ८४००० टन टोमॅटो या सॉससाठी विकत घेतले. या मध्यवर्ती व्यवस्थेतून तयार केलेल्या सॉसमध्ये छान सातत्य असते. त्यांचा पॅकिंगचा खर्च नाट्यमयरीत्या कमी-कमी होत जातो; जुन्या पद्धतीपेक्षा– ज्यात आम्ही टोमॅटो सॉसची पेस्ट व मसाल्याची पाकिटे हे स्वतंत्ररीत्या करीत होतो.

कोठीघरे ज्या पद्धतीने सर्वसाधारणपणे एकत्र येताहेत, हे पाहून मी खूश होतो; पण मला याचे आश्चर्य वाटत होते की, त्यांची वाढ मर्यादित का होत आहे? आम्ही पूर्वी बंद ठेवलेली चार कोठीघरे डॉनने चालू केली; त्यामुळे त्यांची संख्या १२ झाली होती; पण त्याचे म्हणणे होते की, नवी कोठीघरे काढायच्या आधी किमान सहा महिने तरी पूर्वतयारी केली पाहिजे, त्याचे सुस्थापित व्यवस्थापन केले पाहिजे. मी त्याला तशी सूचना दिली; पण सहा महिने उलटल्यावरही तो त्याबाबत स्वस्थ होता. मी त्याचे फार भांडवल केले नाही. त्याच्या आश्वासनांवर माझा विश्वास होता की, तो शक्यतो याबाबतचा कार्यक्रम लवकर घेऊन येईल; पण आणखी सहा महिने गेले तरी त्याबाबत काही हालचाल दिसेना आणि नवी कोठीघरेही अस्तित्वात येईनात. त्या वेळी मी त्याला विचारले आम्ही उघडलेल्या इतर नव्या स्टोअर्सनी त्यांची स्वत:ची कोठीघरे उभारणे चालू केले होते आणि मला ते नको होते; पण मला कोणती फर्मानेही काढायची नव्हती. मला नाही वाटत, डॉन माझ्याकडे काम करत होता. त्या काळात मी त्याला एक-दोनपेक्षा जास्त सूचना दिल्याचे आठवत नाही.

माझे व्यवस्थापनाचे तत्त्वज्ञान असे आहे की, अधिकाऱ्यांनी त्यांच्या-त्यांच्या पद्धतीने काम करावे. मी माझे मत सांगतो; पण त्या-त्या कामातील मुख्याधिकाऱ्याने निर्णय घ्यावेत असे मला वाटते. मला वाटते की, चांगले लोक या पद्धतीने उत्तम काम करतात. कारण माझ्याही स्वत:च्या काम करण्याच्या अशा पद्धती होत्या आणि आहेत. उदाहरणार्थ, शाळेत गणिताच्या तासाला सर्व प्रश्नोत्तरांत माझे उत्तर बरोबर यायचे, पण ते कसे आणायचे, त्याबाबतचे नियम मी क्वचितच पाळत असे. डॉमिनोजमध्ये कार्यपद्धतीचे नियम घालून देणे मला आवडत नाही.

माझी ही पद्धत व्हिलसेकबाबत चांगली चालली. जेव्हा त्याची संपूर्ण तयारी

झाली. त्यावेळी त्याने कोठीघराच्या इमारतीचा कार्यक्रम चालू केला अन् मग धडाका लावला. पुढच्या आठ महिन्यांत दरमहा एक याप्रमाणे त्याने कोठीघरे बांधली; त्यामुळे आमची १२ ची २० कोठीघरे झाली. असा होता हा व्हिलसेक.

सन १९८६ मध्ये आमची ३२ कोठीघरे होती; पण १९८० पेक्षा ती बांधणे सर्वच बाबतींत वेगळे होते. अशी अत्याधुनिक सुविधा १९८० मध्ये तीन लाख डॉलर्समध्ये आम्ही उभारू शकायचो, तर १९८६ मध्ये बांधणी खर्चच १३ लाख डॉलर्स झाला. नव्या कोठीघरात अनेक गुंतागुंतीची यंत्रे होती. त्यात एक नवी गोष्ट होती– ती म्हणजे, चार सायलो (धान्यकोठारे). त्याची किंमत एक लाख डॉलर्स होती. ही फारच प्रचंड आकडेवारी होती. कारण दहा वर्षांपूर्वी आम्ही ८००० डॉलर्समध्ये संपूर्ण कोठीघरे उभारायचो. अर्थात, आमची वाढही प्रचंड वेगाने होत होती; त्यामुळे १९८६ मध्ये ही कोठीघरे पहिल्यापेक्षा ३ ते ४ पट मोठी करावी लागत होती. खर्च वाढायचे आणखी एक कारण म्हणजे– आता आम्ही संपूर्ण कोठीघरे पूर्णत: नव्याने बांधत होतो, पूर्वीसारखी जुन्या गोडाउनमधून रूपांतरित करत नव्हतो. याचाच अर्थ, आम्ही स्टोअरमध्ये जे नवे दर्जाविषयक निकष अपेक्षित होतो, त्यांना साजेशी कोठीघरेही उभारली जात होती.

ही नवी कोठीघरे हाताळण्यासाठी, तसेच इतर स्थावर मालमत्तेच्या विकासासाठी मी जॉन मॅकडेव्हिटला 'टीएसएम प्रॉपर्टीज, आयएनसी' हा आमच्या होल्डिंग कंपनीचा आणखी एक विभाग म्हणून विकसित करण्यास सांगितले. टीएसएम प्रॉपर्टीज कोठीघरांकरता जागा ताब्यात घेते, त्यांच्यावर कोठीघरे उभारते आणि ती डॉमिनोजच्या नॅशनल कॉम्मिसरीज डिव्हिनजला भाडेकरारावर देते. त्याचा प्रमुख डॉन व्हिलसेक आहे अन् नाव आहे 'डॉमिनोज पिझ्झा डिस्ट्रिब्युशन, आयएनसी'. काही वेळा इन्शुरन्स कंपनीकडे कोठीघरे गहाण ठेवली जातात. काही वेळा बांधकाम खर्चाला अर्थसाह्य करण्यासाठी आम्ही बॉन्ड्स विक्री करतो. कोठीघरांची मालकी असणे, ही आमच्या दृष्टीने चांगली गुंतवणूक आहे. कारण त्यात इमारत भाड्याने देण्याखेरीज स्वतंत्र व्यवस्थापन लागत नाही. बांधकामासाठी अर्थसाह्य मिळवायला तुमची एकूण संपत्ती आणि त्या क्षेत्रातील पुरेसा अनुभव लागतो; पण शेवटी त्यातूनही पैसे उभे राहतात. कारण उद्या स्टोअर्सची संख्या व स्थानानुसार कोठीघराची जागा बदलायची वेळ आली, तर ती इमारत विकून आम्ही आमचे पैसे वळते करू शकतो. कोठीघराच्या इमारतीची मूलभूत रचना सोपी असते; त्यामुळे अनेक प्रकारच्या उद्योगांसाठी त्यांचा वापर होऊ शकतो. जसे, कमी वजनाची यंत्रसामग्री, उपकरणे, तांत्रिक बाजू वगैरे. आणि ती एखाद्या औद्योगिक वसाहतीतच असतात.

टीएसएम प्रॉपर्टीजकडे डॉमिनोजच्या गोदामांचीही व्यवस्था असते. तसेच ती

आमचे नवे प्रमुख कार्यालय– डॉमिनोज फार्म्स– यांच्या उभारणीचीही जबाबदारी घेते. आमचे मुख्यालय एखाद्या शेतीमधल्या जागेत असावे, या कल्पनेमागे माझे बालपणीचे अनुभव आहेत. अर्थात, ते काही त्या वेळी पूर्णपणे विकसित झालेले स्वप्न नव्हते. जसजशी डॉमिनोजची वाढ होत गेली तसतसे ते विकसित होत गेले. शिवाय, कंपनीच्या भावी गरजा लक्षात घेऊन त्याच्या आखणीत भावी वाढीसाठी योग्य त्या सुविधाही करता आल्या.

आमच्या कार्यालयीन इमारती बांधताना उत्कृष्टतेच्या निकषांवर त्या आधारित होत्या. यपसिलांटीमधील आमची पहिली इमारत तशी नजरेत भरणारी होती, जी पुढे जळून गेली. अगदी आमच्या त्या बराकीतल्या कार्यालयातही अनेक चांगल्या सुविधा होत्या. मी या नव्या कार्यालयाची अनेक रेखाचित्रे काढली. ती जाळीदार कामाची व छप्परबंद फिरण्याच्या जागांची. एखाद्या शहरी इमारतीच्या जाळ्यात अशा इमारती म्हणजे वाळवंटातील विश्रामस्थानच (ओयासिस) वाटले असते.

बोर्डनॉकवरची आमची कार्यालये– ज्यांचा मला फार अभिमान होता– दोन वर्षांतच गर्दीमुळे अपुरी पडू लागली. मग मला ॲन आर्बरमधील एक जुने हूवर मॅन्शन घ्यायची संधी मिळाली. ती एक दिमाखदार किल्लेवजा गढी होती. तिच्या भिंती चुन्याच्या व छप्पर स्लेटच्या फरशीचे होते. मला आठवण झाली ती रीडर्स डायजेस्टच्या न्यू यॉर्कमधील प्लेझंटव्हिले इथल्या मुख्य कार्यालयाची. त्याची कहाणी त्या मासिकाच्या ४० व्या वर्धापनदिन विशेषाकांत आली होती. फेब्रुवारी १९६२ मध्ये रीडर्स डायजेस्टची ती दिमाखदार जॉर्जियन पद्धतीची इमारत वसाहतीच्या काळातील विल्यम्सबर्गची आठवण करून द्यायची. तिच्याभोवती मोठी हिरवळ, बागा, फुलांचे ताटवे होते. त्याची ती भव्यता अन् उठावदारपणा पाहून ग्रामीण अनौपचारिकतेची आठवण यायची. मला वाटले की, त्या हूवर मॅन्शनमध्ये मला असेच काही करता येईल. मात्र, त्याची किंमत २१६००० डॉलर्स होती आणि तेवढे पैसे उभे करायला मला वर्ष लागले. मी ती विकत घेतली अन् तिच्यात काय काय सुधारणा करता येतील याचा विचार करू लागलो न लागलो तोच आमची वाढ झाली. मग तीही अपुरी पडू लागली. माझी त्रेधातिरपिट झाली. पॉवरने आमच्याकरता ॲन आर्बरच्या दक्षिण बाजूस रिसर्च पार्क ड्राइव्हमध्ये एक चांगली इमारत पाहिली आणि ती डॉमिनोजची स्थावर मालमत्तेतील पहिली मोठी गुंतवणूक ठरली. तिची किंमत १०५०००० डॉलर्स होती; त्यामुळे ती मोठीच उडी होती; पण मी असा विचार केला– अशा इमारतीच्या खरेदीने आमच्या भावी वाढीस चांगली गती मिळेल. त्या इमारतीभोवतीची जमीनही भावी वाढीसाठी विकत घेता येणार होती; जरी मी कंपनीतला इतरांपेक्षा मोठा विचार करणारा समजला जायचो, तरी माझा विचारही लहानच ठरला. आम्ही बॉब कॉटमनच्या ग्रुप २४३ कंपनीला

घेतलेल्या किमतीलाच हूवर मॅन्शन विकली आणि १९७९ मध्ये या रिसर्च पार्क ड्राइव्हमधल्या इमारतीत स्थलांतर केले. पहिल्यांदा ती प्रचंड मोठी वाटली– त्या वेळी आम्ही तिचा काही भागच वापरत होता; पण दोन वर्षांतच आम्ही सर्व जागा व्यापली आणि आता आमचे कर्मचारी जणू एकमेकांच्या मांडीवर बसताहेत, असे वाटू लागले!

मी जेव्हा इंडियानातून प्रवास करताना १९६० च्या दशकाच्या सुरुवातीला चार्ली ओ. फिन्लेच्या शेतावर गेलो होतो; त्या वेळेपासूनच आपले मुख्य कार्यालय एखाद्या भल्या मोठ्या शेतात असावे, असे माझ्या डोक्यात पक्के बसले होते. मला वाटते, तसे ते एरवीही आले असतेच, कारण मला शेतांविषयी बरीच उत्सुकता होती. ती कशी पसरलेली असतात वगैरे; पण त्या फिन्लेच्या शेतात माझ्या कल्पना अधिक स्पष्ट झाल्या. मला वाटले, त्याचे शेत खरोखरच सुंदर आहे. ते पाहून मला माझ्या आवडीच्या पुस्तकाची आठवण झाली– लुई ब्रॉमफिल्डचे 'प्लेझंट व्हॅली'. अशाच भावना मला ओहिओतील कोलंबसजवळच्या डार्बी डानफार्मविषयीही आहेत. नंतर मला तिथे जाण्याचा योग आला होता.

डॉमिनोज फार्म्सविषयीची माझी संकल्पना ही माझ्या स्वप्नात होती त्यापेक्षा बरीच निराळी होती. कारण ज्याची कल्पना करावी, असे त्यात काही नव्हते. बहुतेक वेळा मी एखाद्या बाजूवर नजर खिळवतो आणि नंतर त्याचे मानसिक चित्र तयार करतो. स्वत:च्या प्रोत्साहनासाठी. मी शेक्सपिअरच्या त्या ओळी वापरतो, माझ्या मनातले एखाद्या वस्तूचे चित्र नजरेसमोर आणायचा प्रयत्न करतो आणि ते एखादा कलाकार किंवा छायाचित्रकार जसे साकारतो तसे असेलच, असे नाही. उदाहरणार्थ, मी एखाद्या मोटारगाडीचे चित्र– जी आपल्याला हवीशी वाटते. त्याची यादी आपण करतो. उदाहरणार्थ, फेरारी, डेयटोना, द रोडस्टार. जर ती फेरारी लाल रंगात असेल, तर मग तिचे चित्र मी माझ्या कार्यालयीन कक्षात लावतो, ते माझी इच्छा जागृत ठेवण्यासाठी. मी कल्पना करतो की, आता मी ती चालवत आहे. ज्या वेळी मी ते चित्र पाहतो– मी कल्पना करतो, तशी गाडी आपल्याकडे असायलाच हवी. अजूनही तशी गाडी माझ्याकडे नाही; पण मी ती माझ्या गॅरेजमध्ये आहे असे दृष्टीसमोर आणतो. याच पद्धतीप्रमाणे डॉमिनोज फर्म्सची कल्पना अशीच इकडून-तिकडून मिळालेल्या टिपणांतून आली. जणू कोड्यातले चित्र– ज्याचे शेवटी काय होणार याची पुसटशी खूणही नसलेले.

मी १९७३ मध्ये एक दिवस ॲन आर्बरजवळील चेल्सिया या भागातून मोटारीने जात होतो, तेव्हा एका टेकडीच्या पाठीमागे धान्याच्या कोठाराचे एक छप्पर पाहिले. माझी उत्सुकता जागृत झाली. मग मी मोटार तिकडे वळवली आणि मला तिथे टेकडीच्या उतारावर पसरलेली शेते, एक छानसा तलाव व त्या सबंध

जागेभोवती लावलेले पांढऱ्या रंगाचे कुंपण दिसले. मी आमचे मुख्य कार्यालय तिथे असू शकेल, अशी कल्पना मनात आणली. त्या घरात व्यवस्थापकीय विभाग असेल आणि विविध खाती त्या कोठारात व बाजूच्या बैठ्या इमारतीत पसरलेली असतील... आतील सर्व सजावट बदलली जाईल... जास्त आरामदायक व उद्योगाला साजेशी राहील... पण बाहेरचा दृश्यभाग मात्र ते शेतातील घर आहे असे वाटावे, असाच राहील. मला ती एक आगळीवेगळी कल्पना वाटली. मी माझ्या गाडीतून घरून कार्यालयात जात आहे, असे नजरेसमोर आले. आनंदाची गोष्ट म्हणजे, ती मालमत्ता विकाऊ होती आणि मी दोन लाख डॉलर्स देण्याचे त्यांना सूचित केले; पण त्यांना मी खराखुरा खरेदीदार किंवा स्थावर मालमत्तेचे व्यवहार करणारा मध्यस्थ वाटलो नसेन. त्यांनी अशी काही वागणूक दिली की, जणू मी म्हणजे बच्चा आहे अन् तोंडापेक्षा मोठा घास घेतोय. ती जागा मला मिळाली नाही.

फिनले फार्ममध्ये एक जमेची बाजू होती, जी चेल्सिया फार्ममध्ये नव्हती. महत्त्वाच्या राजमार्गावरून ते शेत स्पष्ट दिसायचे. फिनलेच्या हिरव्या रंगाच्या छतावर OAKLANDA'S एक बेसबॉलची बॅट व बॉल पांढऱ्या रंगात रंगवली होती. ते जरा जास्त चमकदार होते; पण सुरेखही दिसत होते. म्हणून मी १९७४ मध्ये एखाद्या राजमार्गावरून स्पष्ट दिसेल अशा शेताच्या शोधात होतो. पुढची काही वर्षे ॲन आर्बर व चेल्सियामधील दिसतील ती सर्व शेते मी पालथी घातली. ग्रासलेकजवळच्या एका शेतावरचे घर छान होते आणि मी त्याच्या मालकाशी ते विकण्याविषयी बोललो; पण त्याच्या मुलांना ते विकायचे नव्हते; त्यामुळे ते बारगळले. ॲन आर्बरजवळचे आणखी एक शेत म्हणजे करिअर अँड आयर्व्हिस चित्रासारखे वाटले. त्यात छान पांढऱ्या इमारती होत्या आणि एक छानसे डबकेही. त्यात काही बदके पोहत होती; पण ते शेत केवळ १५ एकरांचे होते अन् मला थोडी जास्त जागा पाहिजे होती.

नंतर आम्हाला कार्यालयासाठी मोठ्या जागेची गरज भासू लागली; अन् हा शेताचा विषय मागे पडला. नंतर मला एक विस्तीर्ण पसरलेले कार्यालयीन इमारतीचे संकुल पाहायला मिळाले. त्याच्याभोवती भरपूर मोकळी जागा होती. मिशिगन विद्यापीठाच्या उत्तरेकडील परिसरात ग्रीन रोडवर ते होते. त्याला लागूनच महामार्ग जात होता; पण ते संकुल विकाऊ आहे किंवा नाही, याची तिथे काही खूण नव्हती; पण मी विचार केला– खडा टाकावा. धाडस केल्याशिवाय काही हाती लागत नाही. त्या जागेचा मालक एका नफाविरहित कंपनीचा मालक होता आणि त्याचे कार्यालय तिथे होते. मी विचारल्यावर तो मालक थोडा बिथरला. त्याने कच खाल्ली. तो म्हणाला, त्याला विकायची इच्छा आहे; पण त्याला तशी फार प्रसिद्धी करायची नाही. नाही तर लोक समजतील की, तो व त्याची कंपनी अडचणीत आहे.

त्याने हेही सांगितले की, या मालमत्तेचे मूल्यमापन केले आहे, ते ४५ लाख डॉलर्स आहे; त्यामुळे मी हादरलो अन् चार पावले मागेच सरकलो; पण मी विचार केला की, त्याचे ते स्थान छान आहे; सहजासहजी सोडू नये. त्याच्या किमतीचा आकडा ऐकून आमच्या संचालक मंडळातील सर्व सदस्य भयभीत झाले आणि आमचा अधिकाऱ्यांचा संघही. अगदी डॉउग डॉसन म्हणाला की– आपण ते संकुल विकत घेतले, तर लहान तोंडी मोठा घास घेतल्यासारखे होईल. त्याला भीती वाटत होती की, आम्ही ते टीएसएम प्रॉपर्टीज या कंपनीच्या नावे खरेदी केले, डॉमिनोजच्या नाही; तरी त्यामुळे आपली बँकेतील व्यवस्था धोक्यात येईल आणि नवी स्टोअर्स व कोठीघरे बांधण्यासाठी पैसे उभे करता येणार नाहीत.

मग मी माझ्या नोंदवहीवर आकडेमोड करत बसलो आणि अशा निर्णयाप्रत आलो की, आम्ही ती ग्रीन रोडवरची जागा विकत घेऊ शकतो. शिवाय, भावी वाढीचा वेग आणि व्याप पाहता, आपल्याला ती विकत घ्यायलाच हवी; पण आमच्या मंडळींनी घेतलेल्या हरकती ऐकून मी अस्वस्थही होतो. विशेषत: डॉसनचे विरुद्ध मत दखल घेण्याजोगे होते. मग मी त्या मालकाला ३२ लाखांची पहिली बोली दिली. ती त्याने नाकारली. बाकीच्या लोकांनी सुटकेचा नि:श्वास टाकला; पण मी मात्र कमालीचा अस्वस्थ होतो. कसेही करून मला ते इमारत संकुल हवे होते. मला भीती होती की, या गोंधळात ती इमारत हातची जाईल. माझ्या हिशेबाप्रमाणे आम्हाला त्या इमारतीतील फक्त २० टक्के जागा लागणार होती अन् बाकीची आम्ही त्या मालकास भाड्याने देऊ शकलो असतो. म्हणजे, आमच्या वाढीसाठी आम्हाला जागाही मिळत होती आणि अन्य शेती– जी विकत घेण्यासाठी कोणीतरी पैसेही देत होता. आम्ही पुढील तीन वर्षांत ती संपूर्ण इमारत स्वत:च्या मालकीची करून घेऊ शकलो असतो.

मी स्वत:शीच विचार केला, 'मला ही जागा हवी आणि त्यासाठी वाजवी पैसे मोजायला हवेत. मी त्याला ती ४५ लाख डॉलर्स किंमत देईन.' आम्ही आठ लाख डॉलर्स रोख दिले. त्यासाठी आमच्या ओहिओ कोठीघरातून पाच लाख डॉलर्स कर्जाऊ घेतले. त्याबाबत मला माझा जुना दोस्त हॅरॉल्ड मिशिल याचे आभार मानायला हवेत. कारण त्याच्याकडे त्या कोठीघराची ४१ टक्के मालकी होती. मग आर्थर अँडरसनने डॉउग डॉसनच्या मदतीने त्या व्यवहाराचे गणित मांडले, तेव्हा मला ते कळेनाच. त्या मालकाचे नफाविरहित कार्य असल्याने त्याला अनेक करसवलती मिळत होत्या; त्यामुळे आम्हाला सुमारे ४ लाख डॉलर्स कमी द्यावे लागणार होते.

१९८२ मध्ये आम्ही त्या जागेत स्थलांतर केले. मग पुढची वाढ एवढी वेगाने झाली की, आमचा तीन वर्षांचा विस्ताराचा कार्यक्रम एका वर्षावर आला. मग

आम्ही त्याच्या शेजारची जागा खरेदी करण्याच्या खटपटीला लागलो; पण तिथे आमच्या भावी वाढीला पुरेल अशी जागा मिळण्याची शक्यता दिसत नव्हती. माझी ही समस्या मी एका स्थानिक वास्तुशास्त्रज्ञ लॅरी ब्रिंक याच्याकडे बोलून दाखवली. त्याचे प्रशिक्षण फ्रँक लॉइडमध्ये झाले होते. तो म्हणाला, ''टॉम, माझा अंदाज आहे– तू गोल्डन बीकनवर इमारत बांधणार आहेस.''

त्याचे ते उद्‌गार खणखणीतपणे माझ्या कानावर आदळले. ती एक अत्यंत चपखल कल्पना होती. त्या इमारतीसंबंधीची लॉइडने काढलेली चित्रे मी पाहिली होती. त्याने १९५६ मध्ये तिचा आराखडा चार्ल्स गोअर नावाच्या शिकागोतील स्थावर मालमत्ता विकसित करणाऱ्या बांधकाम कंत्राटदारासाठी तयार केला होता, पण ती कधीही बांधली गेली नाही. गोल्डन बीकन हा अपार्टमेंट असलेला एक 'टॉवर' असणार होता आणि राइसने केलेल्या उंच टॉवर इमारतींपैकी ती एक असणार होती. जसे त्यात ओक्लाहोमातील बीटलव्हिल येथील प्राइस टॉवरचे बांधकाम केले होते. मी गोल्डन बीकनकडे आमची स्थावर मालमत्ता म्हणून पाहू लागलो आणि मला मनोमन कळून चुकले की, एक ना एक दिवस तशी ती होणारच. आम्हाला पाहिजे तेवढी जागा त्यातून मिळाली असती. या खटाटोपामध्ये मी माझा आदर्श फ्रँक लॉइड राइट याला आदरांजलीही वाहिली असती. ते संकुल जणू त्या भागातील अलंकारच झाले असते अन् महामार्गावरून ते कित्येक मैलांवरून कोणालाही जाता-येता दिसले असते. मग मी लगेच फ्रँक लॉइड राइट फाउंडेशनच्या टॉलिसिन असोसिएटचा विल्यम वेस्ली पीटर्सशी बोलणी केली आणि त्या टॉवरचे रेखांकन डॉमिनोज स्टोअर्ससाठी कसे चपखल बसेल, याविषयी बघायला सांगितले.

मग त्या गोल्डन बीकन टॉवरची भन्नाट कल्पना आम्ही आपलीशी करायची असे ठरवले, तोवर त्यापेक्षाही चांगली एक कल्पना पुढे आली. डॉउग रीडर नावाच्या सल्लागाराकडून मला कळले की, ग्रीन रोडवरील आमच्या कार्यालयाजवळच महामार्गाच्या दुसऱ्या बाजूला २२४ एकरांची एक जागा उपलब्ध आहे आणि मी विचार केला की, मग तिथे माझ्या कल्पनेतले ते शेत होऊ शकेल. एकाएकी त्या कोड्यातील सर्व चित्रे एकत्र येऊ लागली. मी डोळ्यांसमोर आणली ती लांब, कमी उंचीची फ्रँक लॉइड राइट छापाची कार्यालयीन इमारत. जवळच एका छोट्या तळ्याच्या काठी गोल्डन बीकन पद्धतीचा टॉवर अन् त्याला लागून अन्य खात्यांच्या छोट्या छोट्या इमारती असे संकुल. शेत व प्राणी याविषयीचे राइटचे आपुलकीचे उद्‌गार माझ्या कानांवर येताहेत, असे वाटले. मला त्याची ती कल्पना आवडली होती. शक्यतो गजबजलेल्या भागात उंच इमारत उभारली जाऊ नये. तिथे तिच्या मालकाचा मुख्य उद्देश अधिकाधिक भाडे मिळवणे हाच असतो; त्याऐवजी ती

मोकळेपणाने ग्रामीणसदृश भागात उभी करावी. डॉमिनोज फार्म ही त्याच्या कल्पनेला पूर्ण आदरांजली ठरली असती.

डॉमिनोज फार्मवरील आमची इमारत टप्प्याटप्प्याने तयार झाली आहे. सन १९८५ मध्ये पहिल्या टप्प्यात आम्ही आमचे व्यवस्थापकीय कार्यालय तिथे नेले. आमच्या कंपनीच्या २५ व्या वाढदिवसाच्या निमित्ताने नोव्हेंबर १९८६ मध्ये दुसरा टप्पा पूर्ण झाला.

मधल्या काळात ग्रीन रोडवरच्या त्या इमारतीची पूर्ण ठरलेली किंमत चुकती करण्याच्या माझ्या निर्णयाला यश यायला सुरुवात झाली. तो मालक म्हणाला की, आम्ही दिलेल्या पहिल्या रोख हप्त्याने– ८ लाख डॉलर्सच्या– त्याला त्याची कंपनी वाचवता आली. मग त्याने तिची पुनर्बांधणी केली आणि कंपनीसाठी संपूर्ण इमारत पुन्हा भाड्याने घेण्याइतपत त्याची ऐपत वाढली. आता त्याच स्थावर मालमत्तेची किंमत ९६ लाख डॉलर्स आहे.

आमच्या डॉमिनोज फार्मविषयी एक उत्साहवर्धक बाब म्हणजे, आम्ही तिथे बुकर टी. व्हॉटले धर्तीच्या फार्मवर पिके काढू शकणार होतो. हा प्रकल्प आम्ही कार्यवाहीत आणला, तर आमच्या एकूण मालमत्तेपैकी १०० एकर जागा तो व्यापेल आणि मग अमेरिकेतील छोटी शेती वाचवायची, या डॉ. व्हॉटलेच्या संकल्पनेलाही पाठबळ दिल्यासारखे झाले असते.

वॉल स्ट्रीट जर्नलमध्ये मी डॉ. व्हॉटले आणि त्याच्या 'तुम्ही स्वत: तुमचे वेचा' (पिक युवर ओन) या कल्पनेविषयी १९८३ मध्ये वाचले होते. त्यात शेती करणाऱ्याला २५ एकरांच्या शेतावर वर्षाला एक लाख डॉलर्सचे उत्पन्न सहज मिळवता आले असते. डॉ. व्हॉटलेची प्रशस्ती पत्रे– उपक्रमांची यादी– एवढी मोठी होती की, त्या जर्नलने लिहिले की– त्याच्या कल्पनेला 'शेतीकडे परत चला' ही ध्येयवाद्यांची कल्पना म्हणून अव्हेरणे अवघड होते. त्याने रुटगर्स विद्यापीठातून बागायतीच्या क्षेत्रातील पीएचडी घेतली होती. मग त्याने टस्केजी इन्स्टिट्यूटमध्ये वृक्ष व भूमिशास्त्रात १२ वर्षे अध्यापनाचे काम केले होते. ही इन्स्टिट्यूट बुकर टी वॉशिंग्टनने स्थापन केली होती. डॉ. व्हॉटले यांनी १९८१ मध्ये सेवानिवृत्ती घेण्यापूर्वी गोड बटाट्याच्या पाच जाती विकसित केल्या होत्या व द्राक्षांच्या १४. शेतीविषयीच्या माझ्या स्वत:च्या अभ्यासाने मला हे पटले की, तो अत्यंत योग्य तेच सांगत होता की, आजच्या छोट्या शेतीची अडचण ही आहे की, ती माझ्या शेतीची छोटी आवृत्ती आहे. सोयाबीन, मका, काही जनावरे, बरेच कर्ज आणि मालकाला शहरात नोकरी हे त्यांचे दृश्यरूप आहे; पण मला त्याचे सर्वांत काय भावले असेल, ज्यामुळे मी ठिय्या देऊन त्याच्या कल्पनेचा अभ्यास केला; तो म्हणजे, त्याचे आदर्श छोटे शेत शहराजवळ असावे; त्यामुळे लोक त्याच्या

शेतावर येऊन त्यांना हवे ते घेऊ शकतील. तसे लोक त्याचे सदस्य होतील आणि वर्षाला सदस्यत्वाची काही वर्गणी देतील, त्यांना ताजी फळे व भाजीपाला घेण्याचा अधिकार असेल आणि त्यांची किंमत सुपर मार्केटपेक्षा ४० टक्के स्वस्तच असेल. मी विचार केला– असे एखादे शेत डॉमिनोज फार्ममध्ये का नसावे? त्यामुळे त्या जागेला शेतीचेही थोडे स्वरूप येईल. शिवाय त्या शेतावर काय पिकवता येईल, हे सांगणारे डॉ. व्हॉटले चांगले सल्लागार होतील. त्यातही माझ्या दृष्टीने महत्त्वाचे म्हणजे आमच्या पिझ्झासाठी लागणारी हिरवी मिरची व कांदेही पिकवता येतील.

मी अलाबामामधल्या मॉन्टगोमेरी येथील डॉ. व्हॉटले यांच्या घरी फोन लावला; तेव्हा मला कळले की, ते मिशिगन विद्यापीठात भाषण देण्यासाठी येणार आहेत. मग मी त्या व्याख्यानाला जायची व्यवस्था केली. भाषणानंतर त्यांना भेटलो. त्यांनी त्यांच्या कल्पनेतल्या '२५ एकरांचे शेत' या विषयावर उत्तम भाषण दिले. जे तक्ते आणि चित्रांनी सजवले होते.

या ६८ वर्षांच्या कृष्णवर्णीय माणसाने जणू मला जिंकूनच घेतले होते! सर्व श्रोतावर्ग खुर्चीला खिळून बसला होता. शेतीविषयीची आढावा यादी व शासकीय शेतीखात्याचा खाक्या याविषयी त्यांनी अनेक विनोद केले, गोष्टी सांगितल्या; पण ते करताना त्यांनी कधी स्मितहास्यही केले नाही. शेतीखात्यातील लाल फितीच्या कारभाराविषयी त्यांचे मत चांगले नव्हते. ते म्हणाले, छोट्या शेतकऱ्यांनी मोठ्या शेतकऱ्यांना सोयाबीन, कापूस, शेंगदाणे, चाऱ्याचे गवत यांची लागवड करू द्यावी आणि मांसाहारासाठी लागणारी जनावरे पाळू द्यावीत. छोट्या शेतकऱ्यांनी जास्त किमतीच्या पिकांकडे लक्ष द्यावे.

त्यांची योजना यशस्वी होण्यासाठी छोट्या शेतकऱ्यांनी करावयाच्या पाच गोष्टींची त्यांनी कल्पना मांडली. पहिला मुद्दा– त्यांच्या शेतातील पिकांत समतोल असावा, ज्यामुळे त्यांना वर्षभर काही ना काही उत्पन्न मिळत राहील. त्याच पद्धतीने अलाबामातील सुमारे ५० शेतकरी योजना राबवत आहेत. स्ट्रॉबेरीमुळे एप्रिलच्या मध्यापासून मेच्या मध्यापर्यंत उत्पन्न मिळते. मग शेतकरी ब्लॅकबेरी लावतील, मग ब्ल्यू बेरी, मग कोलार्ड, मस्टर्ड, मटार, गोड बटाटे, मग टर्निप. मात्र, त्यांनी सांगितलेल्या क्रमाने घेतलेल्या पिकामुळे; त्यांचा मुद्दा हा की– वर्षाला प्रतिएकर किमान ३००० डॉलर्सचे उत्पन्न यावे, ही रक्कम माझ्या दृष्टीने मोठी आहे. चौथा– शेतीवर वर्षभर पूर्णवेळचा रोजगार उपलब्ध व्हावा. २५ एकरांच्या शेतीवर नवरा-बायकोचे एक जोडपे व त्यांची तीन लहान मुले– जी शाळा सुटल्यावर काम करू शकतात– पुरेशी असतात. पाचवा व शेवटचा मुद्दा– असे शेत शहरी वस्तीपासून २५ मैलांच्या आत असावे, जिथे 'तुमचे तुम्ही निवडा' ही योजना राबवता येईल. अशा शहराची लोकसंख्या ५०००० असावी आणि शेतावर येण्यासाठी मोटार

आणण्यासारखा रस्ता असावा.

त्या भाषणानंतर डॉ. व्हॉटले माझ्याबरोबर चर्चेला बसले. मी त्यांना माझी डॉमिनोज फार्मची संकल्पना विशद केली आणि त्यावर त्यांच्या व्हॉटले मॉडेलचे शेत असावे, अशी आशाही व्यक्त केली. त्यात त्यांना बरेच स्वारस्य असावे असे दिसले. मग या पहिल्या संभाषणाचे रूपांतर पुढे सतत चालू राहिलेल्या सुसंवादात झाले. त्यांच्या त्या तोंडात बोट घालावे अशा शास्त्रीय दीर्घ ज्ञानाबरोबरच त्यांच्याकडे अशा कल्पनेच्या विस्ताराचीही जाण होती. त्यांना कळले की, आमच्या संभाव्य डॉमिनोज फार्ममध्ये जर डॉ. व्हॉटले योजना संकल्पित होत असेल तर त्यातून भरपूर प्रसिद्धी मिळेल. हे शेत आमच्या गोल्डन बीकन टॉवरच्या छायेत असेल.

एव्हाना १९८५ पर्यंत डॉ. व्हॉटले माझे जिवलग परिचित झाले होते आणि त्यांना आमच्या कार्यालयात प्रेमाने बुकर टी असे टोपणनाव पडले होते. ते ॲन आर्बरला आले व त्यांनी आमच्या त्या जागेतील शेताचा त्यांचा आराखडा दिला. ॲन आर्बरमध्ये त्यांच्या दक्षिणेकडील पिकांपेक्षा निराळ्या पद्धतीच्या पिकांची योजना करणे आवश्यक होते. मग त्यांनी त्या यादीत कॉलिफ्लॉवर, बीन्स वगैरे घेतले; पण मिशिगनमध्ये गोड बटाटे पिकतील, असेही त्यांनी सांगितले. 'तुमचा शेतीमाल तुम्ही निवडा' या योजनेच्या सदस्यांना आम्ही इतर फायदे देऊ शकू. अशा शेतीविषयी त्यांची आणखी एक कल्पना होती ती २० एकर आकाराच्या तळ्याची– ज्यांत अनेक प्रकारचे मासे असतील, ज्याची शिफारस मिशिगनच्या कॉन्झर्व्हेशन खात्याने केलेली असेल. तिथे लोकांना स्वत: मासेमारी करून आपापले मासे नेता येतील. त्यांचे प्रमाण कदाचित अल्प असेल; पण त्यातून ते सहज मजा लुटतील. शिवाय आम्ही लाल पक्षी, हंस, बदके, ससे मोठ्या प्रमाणात पाळू– जे विक्रीकरता असतील, अगदी कापून स्वच्छ केलेले. शिवाय आम्ही मधही विकू शकू– कारण दोन एकर जागा मधमाश्यांसाठी राखून ठेवली जाईल. हे एक महाआकर्षक स्वप्न आहे. प्रत्यक्षात उतरवायला अवघड आहे; पण आज ना उद्या ते प्रत्यक्षात उतरेल, या आशेवर मी आहे.

जरी माझ्या बाबतीतील शेतीवरच्या वास्तवामुळे मला शेतीविषयी आकर्षण निर्माण झाले आणि त्यामुळे बहुधा मी डॉमिनोजचे मुख्य कार्यालय शेतावर करण्याची योजना आखली; तरी फ्रँक लॉइड राइटच्या वास्तुशास्त्राला ग्रामीण भागातील शेतीचे साहचर्य द्यावे, या संकल्पनेनेही मला आकर्षित केले होते अन् त्याचाही प्रभाव माझ्या या विचारांवर नक्कीच होता.

मला वाटते की, डॉमिनोजच्या कार्यपद्धतीत साधेपणा असावा, याबद्दलचा माझा आग्रह व राइटने केलेले शहर-ग्रामीण विभागाचे संलग्नीकरण यात काही सूत्र असावे. त्याच्या कल्पना माझ्या मनाला भारून टाकतात. माझा अनुभव त्याच्यापेक्षा

थोडा निराळा असला तरी मी ते करत आलो किंवा गेलो. त्यावर त्याच्या विचारांचा प्रभाव असावा.

फिनिस फार या राइटच्या चरित्रलेखकाच्या मते, फ्रँक लॉइड राइट सात वर्षांचा असताना १८७६ मध्ये त्याला काही ठोकळे दिले गेले. ते चौकोनी, त्रिकोणी, गोल वगैरे विविध आकारांचे होते आणि त्यातून पुढे त्याने तशाच आकाराचे आपले वास्तुकलेचे नमुने तयार केले. राइट सतत त्या ठोकळ्यांबरोबर खेळत राहिला. त्याने अनेक प्रकारे व आकारांत त्याची रचना केली आणि पुढे तो म्हणाला, ''ते ठोकळे माझ्याबरोबर जन्मभर खेळत राहिले.''

मला वाटते- मी जेव्हा अनाथालयात वाढत होतो, तेव्हा असेच काही झाले असेल. मला माझ्या हाताने जलद काम व तेही उत्तम करण्याची सवय लागली. जसे- कपड्यांना इस्त्री करणे आणि तेही शेकडोंच्या संख्येने. तिथे उत्तम इस्त्री करणारा मी होतो याचा मला अभिमान वाटायचा; त्यामुळे मला पुढे जलद पिझ्झा करणेही जमले, कारण हातांना जलद व उत्तम काम करण्याची सवय लागली होती.

डॉमिनोज पिझ्झाच्या डिलिव्हरीच्या संकल्पनेत मला नवी सेवा उत्कृष्टता, सौंदर्य प्रतीत होते आणि त्याचे उल्लंघन झालेले मला सहन होत नाही. ३० मिनिटांत व त्याहीपेक्षा कमी वेळात पिझ्झा घरपोच देण्याची माझी संकल्पना निर्भेळ आहे व त्याला आणखी सजावट करण्याचे कारण नाही- जशी फ्रँक लॉइडच्या वास्तू आराखड्यास गोथिक आराखडा जोडायची नाही.

आणखी एक पाऊल पुढे जाऊन मी म्हणेन की, माझा विश्वास आहे की- जर डॉमिनोजला पिझ्झाची लढाई जिंकायची असेल, ज्यात आमची एक खासगी कंपनी पिझ्झा हटसारख्या मोठ्या कंपनीशी व छोट्या-छोट्या अनेक पिझ्झा दुकानांशी टक्कर देऊ शकणार असेल; तर ती केवळ आमची बांधिलकी आमच्या मूलभूत कार्यपद्धतीच्या आराखड्याशी व ग्राहकांप्रती उत्तम सेवेसाठीच्या समर्पिततेशी असेल, तरच आम्ही जिंकू.

११

सन १९६० मध्ये मी रस्त्याच्या अशा टोकावर आलो होतो, जिथून पुढे दोन रस्ते फुटत होते. मी पिझ्झा उद्योगाकडे जाणारा रस्ता पकडला, वास्तुविद्येचा नाही. देवदयेने मला चांगली पत्नी मिळाली. तिने माझी फ्रँक लॉइड राइटच्या कलेविषयीची आवड सहन केली; त्यामुळे मी जरी तो रस्ता पकडला नव्हता, तरी त्याचा काही भाग शोधायचा प्रयत्न केला.

मी व मार्गीने १९७३ मध्ये ॲन आर्बरच्या उत्तरेला असलेल्या हॅरॉन नदीच्या दुसऱ्या बाजूला असलेल्या बार्टन हिल्स या प्रतिष्ठित वस्तीत घर विकत घेतले. तिथे राहण्याचे माझे सक्रिय जीवनातले एक स्वप्न पूर्ण झाले. त्या भागातून हिंडताना पूर्वी मला तिथली प्रशस्त घरे, त्यांचे सुंदर बाह्य रंग, बगीचे, झाडे यांचे आकर्षण होते. हे विशिष्ट घर आम्ही विकत घेतले, कारण आम्हाला त्याची रचना फ्रँक राइटच्या तत्त्वांसारखी वाटली. मग मी लॅरी ब्रिंकच्या मदतीने त्यात फ्रँक राइटचा ठसा अधिक कसा आणता येईल, हे पाहायचा प्रयत्न केला.

लॅरी ब्रिंक हा फ्रँक लॉइड राइटच्या हाताखाली तयार झाला आहे आणि माझ्याइतकीच त्यालाही फ्रँकची सर्व माहिती आहे; त्यामुळे आमच्या विचारांच्या तारा जुळतात. त्याच्याबरोबर वास्तुविद्येतील कल्पनांविषयी चर्चा करणे उत्साहवर्धक असते. माझ्या प्रेरणांना मूर्त स्वरूप देण्याचे तांत्रिक ज्ञान त्याच्याकडे आहे आणि फ्रँकच्या एखाद्या खोलीच्या व वास्तूच्या नावावरून त्यातून प्रतीत होणारा अर्थ

आमच्या ध्यानात येतो. राइटना त्यांच्या वास्तुकलांना त्यांच्या मालकांसाठी नावे देण्यास आवडते. कधीकधी ते त्यासाठी टोपणनावाचा उपयोग करतात. जसे, 'फॉलिंग वॉटर'. माझे फ्रँकचे आवडते वास्तुशिल्प म्हणजे 'मॅककार्मिक हाउस'; पण त्याच्या व माझ्या दुर्दैवाने ते कधी बांधले गेले नाही.

सुट्टीची माझी कल्पना म्हणजे राइटच्या वास्तुकलेचा नमुना असलेल्या घरांना भेट देणे. बार्टन हिल्समधील घर घेतल्यानंतर मी व मार्गीने आमची खरी पहिलीच सुट्टी घेतली– जणू आमचा दुसरा मधुचंद्र! आम्ही आमच्या चारही मुलींना आमच्या मोटारहोममध्ये घेतले व मिडवेस्टमधील राइटसंकल्पित घरे पाहण्याचा कार्यक्रम केला. माझा वेळ कल्पनातीत आनंदात गेला, कारण त्याने रचलेल्या खोलीत नुसते उभे राहून निरीक्षण करण्यातला भावनिक आनंद अवर्णनीय होता.

जरी मी व ब्रिंकने त्या बार्टन हिल्समधील घरातील बदलांच्या विविध शक्यतांचा विचार केला, तरी डॉमिनोज तो ॲमस्टारचा दावा जिंकेपर्यंत मी घरात फार बदल केले नाहीत. मार्गीने मला रोख पैसे खर्च करून घरसुधारणा करण्याखेरीज काही करायला स्पष्टपणे मनाई केली होती. वास्तूत अधिक सुधारणा करायला वावच उरला नाही. आम्ही दिवाणखान्यात छान दिव्यांची व्यवस्था केली होती, तसेच स्वयंपाकघरात मेक्सिकन टाइल्स बसवून त्याला कातडी भिंतीचे रूप दिले. दिवाणखान्यातील फायर प्लेसला राइटच्या पद्धतीने सजवले, तर इतर ठिकाणचे लाकडी काम बदलून नव्याने केले. नंतर स्वयंपाकघराच्या पाठीमागचा उघडा पोर्च स्वयंपाकघरातच घेतला. बाजूला खोल्या वाढवल्या आणि शेवटी पसरायला जागा मिळाली नाही, म्हणून मग आम्ही मजले वाढवायचा विचार केला. त्यात चार मजल्यांसाठी उताराचा फायदा घेऊन आम्ही विस्तार केला. या सर्वांचा खर्चच २० लाख डॉलर्स झाला. मग मी बाजूची घरे विकत घेऊन तो मोनाघन कुटुंबाचा परिसर करण्याचा विचार केला, जसा केनेडी कुटुंबीयांचा आहे– जिथे आमच्या मुलीही येऊन राहू शकतील; पण मार्गीचा या कल्पनेला पाठिंबा नव्हता.

मला वाटले, मी कलाक्षेत्रातील उत्तम रचना करतोय; पण स्थानिक नगरपालिकेच्या अधिकाऱ्यांच्या तक्रारी यायला लागल्या आणि त्यांनी मला त्या क्षेत्रातील मान्यताप्राप्त हद्दीबाहेर बांधण्यास परवानगी नाकारली. हे सर्व वैफल्य येण्यासारखे होते. तशा त्या तक्रारी किरकोळ होत्या; पण त्या चुकीच्या वेळी आल्या. मला असे वाटू लागले की, इथे मला माझ्या मर्जीप्रमाणे बांधण्याचे स्वातंत्र्य नाही. माझ्या योजनेबाबत मार्गीच्या थोड्या हरकती होत्या आणि मला वाटतं, त्या योग्यही होत्या. माझ्या योजना त्या ठिकाणच्या चौकटीबाहेर जात होत्या आणि जर त्या आणखी वाढल्या असत्या, तर नंतर ते घर विकणे अवघड गेले असते. अर्थात, मला सुरुवातीपासून ही कल्पना होती की, त्या फेरबदलासाठी मी ओतलेला पैसा परत मिळणे अवघड

आहे; पण ते माझ्या दृष्टीने महत्त्वाचे नव्हते; कारण ते घर म्हणजे माझ्यात काय कलात्मक क्षमता आहे, याचे द्योतक होते; पण तिथल्या समाजाच्या बंधनामुळे मला माझ्या योजनांना मुरड घालावी लागली आणि पुढचे बांधकाम थांबवावे लागले.

ते थांबवण्यास मी नाखूश होतो. मी घराच्या किमतीपेक्षा अधिक पैसे तिथे सुधारणा करण्यात घालवले होते. गॅरेज, डेक, गॅझेबो वगैरेंची भर घातली होती, छप्पर वाढवले होते व दिवाणखान्याच्या सर्व बाजूला मोठ्या काचा बसवल्या होत्या; त्यामुळे बाहेरचे विस्तीर्ण दृश्य दिसायचे. कामगारांनी गॅरेजवर तांब्याचे नवे छप्पर घालायला सुरुवात केली होती, पण मला ते त्यांना काढण्यास सांगावे लागले. मग मी निर्धार केला की, त्यापेक्षा हे अधिक सोपे अन् कमी खर्चाचे होईल की – एक मोकळी जागा विकत घ्यावी आणि त्यावर नवे कोरे आपल्या चित्रातले घर बांधावे; ज्याची प्रेरणा मला त्या बार्टन हिल्समधल्या घरात केलेल्या अनेक सुधारणांमधून मिळाली. माझे ते मॅककार्मिक हाउस!

लॅरी ब्रिंकने मला मॅककॉर्मिक हाउसची अनेक चित्रे व आराखडे पाठवले, त्याने व मी ते एकत्र करायचा प्रयत्न केला. मग ते प्रत्यक्षात उतरवण्यासाठी जॉन मॅकडेव्हिटने डॉमिनोज फार्मजवळची जागा निवडली.

राइटने १९०७ मध्ये सायरस मॅककार्मिकच्या उद्योगातल्या उजळलेल्या नशिबाच्या वारसांकरता हॅरॉल्ड, मॅककॉर्मिक व त्यांची पत्नी एडिथ– जी जॉन डी. रॉकफेलरची मुलगी होती– त्यांच्याकरता हे आराखडे बनवले होते. ते होणार होते शिकागोच्या उत्तरेला ३० मैलांवर मिशिगन लेक फॉरेस्टमध्ये मिशिगन लेकचे विहंगम दृश्य प्रत्यक्षात दिसेल अशा ठिकाणी. फिनिस फारने त्याचे वर्णन 'आश्चर्य घरातले अन् परस्परांना जोडणाऱ्या अनेक घटनांतले' असे केले.' ती परस्परांना फरसबंद आणि बाजूला कमी उंचीच्या भिंती व छप्पर असलेल्या पदपथांनी जोडली होती. मिशिगन लेकमधून त्यांचे दृश्य रात्रीच्या वेळी बहारदार दिसले असते अन् त्या घाटातून व पदपथांवरून त्या लेकचे.

पण ते घर कधी बांधलेच गेले नाही. एडिथ रॉकफेलरला द्विधा मन:स्थितीच्या संसर्गाने पछाडले होते, असे त्याचे वर्णन फेनिस करतो अन् तिने अगदी शेवटच्या क्षणी निर्णय घेतला, राइटचे ते आराखडे पसंत न करण्याचा. त्याऐवजी ती न्यू यॉर्कला गेली आणि तिने चार्ल्स ॲडॅम्स प्लॅट नावाच्या आणखी एका नामवंत तज्ज्ञाकडे घराचे आराखडे बनवण्याचे काम सोपवले. त्यातून निर्माण झाला तिचा व्हिला– जरी तो वास्तुशिल्पाचा एक उत्तम नमुना होता व बगिच्यांमध्ये स्थिरावलेला होता, तरी त्यानंतर तो पाडण्यात आला.

राइटचा विश्वास होता की, मॅककार्मिक घराचा नमुना हा त्याच्या वास्तुशिल्पाच्या कामातील सर्वोत्कृष्ट होता. तो व्यवहार रद्द झाल्याने त्याचे त्यावरचे कमिशन

बुडाले आणि तो आर्थिकदृष्ट्या व मानसिकदृष्ट्या खचला. माझ्या मते, म्हणून त्याने शिकागो व आपले कुटुंब सोडून जाण्याचा निर्णय घेतला. कारण काहीही असले तरी श्रीमती मॅककार्मिकची आठवण राहील की, तिने जगाला एका चांगल्या वास्तुशिल्पापासून वंचित ठेवले आणि फ्रँक लॉइड राइटला एका चांगल्या निर्मितीपासून. राइटची ती रेखाचित्रे अभ्यासताना मला त्या सौंदर्याची जाण नसल्याच्या तिच्या कृतीबद्दल राग येत राहिला. मला वाटते, फ्रँक लॉइड राइटखेरीज मी एकटाच असा असेन की, ज्याने त्या रेखाचित्रांचा सखोल अभ्यास केला होता.

आमच्या घराचे आराखडे निश्चित करताना गुन्नार व मला अनेक वेळा संशय यायचा की, आपण करतोय हे शेवटपर्यंत जाणार ना? तो म्हणाला की, मी त्याचा असा एकमेव ग्राहक आहे की, जो प्रत्येक बाबतीत इतकी मते मांडत राहतो. एखादा ग्राहक भावनिकदृष्ट्या व हौसेने, आवड म्हणून आराखडे निश्चित करण्यात इतका गुंततो, हा त्याला आलेला पहिलाच अनुभव होता. तो हेही म्हणाला की, एखाद्या बाबतीत केले ते योग्य आहे किंवा नाही याबाबतचा निर्णय लवकरात लवकर – शक्यतो तत्क्षणी घेणारा मीच एकुलता एक ग्राहक होतो. त्या घराच्या पूर्णतेच्या समारंभाच्या वेळी त्याने आमचे कर्मचारी व पाहुण्यांसमोर त्याच्या उत्तम शैलीत भाषण दिले.

टॉमबरोबरचे माझे नाते अत्यंत मनोरंजक होते. तो म्हणाला – याची तुलना फक्त मेडिसिस व मायकेल अँजेलो किंवा फ्यूगर्स आणि त्याच्या वास्तुशिल्प तज्ज्ञांशीच होऊ शकेल. त्याच्या या तुलनेला उपस्थितांनी दाद दिली. तोही हरखून गेला व आणखी खुलला.

"मायकेल अँजेलोला एक सोपे गेले की, तो फ्रँक लॉइड राइटपूर्वी होऊन गेला!" आणि खोलीत हशा व टाळ्यांचा गजर झाला. तो शमल्यावर त्याने पुढे चालू केले.

टॉमच्या मनात फ्रँक लॉइड राइटच्या अभूतपूर्व प्रतिभाशैलीचे एक स्पष्ट चित्र होते अन् आम्हाला त्या चित्राबरहुकूम काम करायचे होते. मी जे केले ते त्याच्या अक्षरांप्रमाणे व त्याच्या शब्दसंग्रहाप्रमाणे! तरीही मला वाटते, आमची कहाणी आम्हीच लिहिली. ही कहाणी या जगात पूर्वी कधी घडली नाही. कारण आम्ही फ्रँक लॉइड राइटची कलाकृती घेतली आणि ती आमच्या पद्धतीने स्वैरानुवादित केली. तिला आजच्या अर्थव्यवस्थेत व कार्यपद्धतीत बसवण्यात आले आहे.

गुन्नारबरोबर त्या इमारतीच्या मूलभूत आराखड्याबाबत काम करणे ही एक मजाच असायची. माझ्या दृष्टीने त्यामध्ये रोमांचकारक भाग व माझ्या आयुष्यातील एक मनोरंजक अनुभव होता– तो म्हणजे, माझ्या स्वत:च्या कार्यालयाचा आराखडा नक्की करणे. आम्ही आपसात कबूल केले होते की, फक्त माझ्या कार्यालयाच्या

अंतर्गत सजावटीच्या आराखड्यात मी स्वत: जरा अधिक लक्ष देईन. मी त्याकडे एकदाच मिळणारी संधी म्हणून पाहत होतो. जर मी आराखड्यात गफलत केली, तर ती माझी समस्या होती; इतर कोणाचाही त्यात सुतराम संबंध नसेल. गुन्नारबरोबर काम करणे, येणाऱ्या समस्या सहजतेने हाताळून दूर करायचे त्याचे कौशल्य पाहणे तेही एका सर्वोत्कृष्ट वास्तुशास्त्रज्ञाचे ज्ञान वापरून - हे पाहणे म्हणजे सुखद अनुभव होता. आमच्या संयुक्त प्रयत्नांतून उभे राहिले ते एकमेवाद्वितीय आणि बहुधा जगातले सर्वोत्कृष्ट कार्यालय.

माझे कार्यालय त्या इमारतीच्या उत्तरेकडील बाजूस सर्वांत वरच्या दोन मजल्यांवर पसरले आहे. मी गुन्नारला त्यासाठी मागेल ते सामान व वस्तू खरेदी करण्यासाठी जणू कोरा चेक आणि पूर्ण मोकळीक दिली होती. आम्हा दोघांनाही जागेबाबत तडजोड करावी लागली. मला लाकडी छत पाहिजे होते. तो म्हणाला, तिथे आधीच भरपूर लाकूड वापरले आहे. मग त्याने रॉ सिल्कचे छत घातले. त्याला अनेक आरसे हवे होते. मलाही आरसे आवडतात; पण मला लाकडाचा अधिक वापर हवा होता. जमिनीवर चामड्याच्या टाइल्स बसवणे ही त्याची कल्पना मला पण आवडली. आमच्यापैकी कुणीही तशा टाइल्स त्यापूर्वी पाहिल्या नव्हत्या; त्यामुळे तो एक धाडसी निर्णय होता. कदाचित तो अपयशी ठरला असता. मला हे नक्की माहीत होते की, त्यावर पाय घसरण्याची शक्यता जास्त होती. तिथल्या काही भागावर गालिचे अंथरले होते, ते कोणत्या प्रकारचे असावेत यावर आमची वादावादी झाली. मला पाहिजे होते त्या प्रकारचे आता बनवले जात नव्हते; त्यामुळे आम्हाला ते खास विणून घ्यावे लागले. रंग कुठले वापरावेत, याविषयी तर गुन्नार जणू वाहवतच गेला होता. त्याला नारिंगी व जांभळा रंग हवा होता, ज्याचा मला तिटकारा होता; पण शेवटी मी माघार घेतली आणि त्याला पाहिजे ते रंग वापरू दिले, ते त्या दोन मजल्यांना उघड्या जिन्याच्या मार्गावर जी पुस्तकांची कपाटे होती, त्यांच्यामागे लावण्यासाठी. म्हणजे मी तिथे पुस्तके ओळीने लावली असती आणि रंग कुणालाच दिसले नसते.

गुन्नारबरोबर काम करताना मी एक शिकलो – ते म्हणजे, तो एक उत्तम श्रोता आहे. पद्धत काही का असेना, तो जणू माझ्या मेंदूत शिरला होता आणि त्याने माझ्या दृष्टीसमोर असलेले आराखडे प्रत्यक्षात उतरवले होते. त्याने माझ्याकडे असलेले प्रसिद्ध वास्तुशिल्पाचे नमुने असे काही एकत्रित गुंफले की, मी त्याच्यावर फिदाच झालो. त्याने माझ्या कल्पनांना झळाळी दिली व त्या प्रत्यक्षात उतरवल्या. उदाहरणार्थ, मी माझ्या कार्यालयात राइट पद्धतीचा बोर्ड आणि बॅटन भिंती असाव्यात, असे मनात योजले होते. त्याऐवजी त्याने लाकडी पॅनेलिंग करून त्यावर पिनेलच्या पट्ट्या लावल्या होत्या. मला त्या पितळी पट्ट्या विचित्र वाटत

होत्या; पण त्या तशा असाव्यात, असा जणू त्याचा ठाम निश्चय होता. मी हे शिकलो की– एकदा त्याला एखादी गोष्ट पटली की, ती बरोबर आहे आणि त्याने तिचे ठाम समर्थन केले की, त्याच्या निर्णयामुळे मी खूश होत असे. बहुधा दुसऱ्या कोणत्याही वास्तुशास्त्रज्ञाबाबत मी असे करणार नाही.

या ऑफिसमधल्या कलाकुसरीच्या, सजावटीच्या कामात मी इतका गुरफटत गेलो की, मला यासाठी खर्च किती येणार याचा काहीही अंदाजच आला नाही. माझा अंदाज ३ लाख डॉलर्सचा होता. मला फार खर्चिक काही करायचे नव्हते. मला ते फक्त सुंदर दिसणारे हवे होते; पण मी वाहवत गेलो अन् ती मोठीच चूक झाली. एका क्षणी मी गुन्नारला विचारले, ''या भिंतीवर कोणती चित्रे लावायचा तुझा विचार आहे?'' त्याने माझ्याकडे थंड नजरेने पाहिले व म्हणाला, ''आपल्याला या भिंतीवर काही लावायला नको. ही खोली हाच सर्वोत्कृष्ट कलेचा एक नमुना आहे.'' आणि तेही खरेच होते; पण हा सर्वोत्कृष्ट कलेचा नमुना – जेव्हा सर्व खर्चाचा हिशेब झाला तेव्हा – २० लाख डॉलर्सला पडला.''

जरी हे २० लाख डॉलर्स टीएसएम प्रॉपर्टीजला दिले होते, डॉमिनोजला नाही; तरी मला वाटले की, हे कार्यालय इतके भव्य झाले आहे की, ते केवळ माझ्या वैयक्तिक किंवा व्यवस्थापकीय कामासाठी वापरणे योग्य होणार नाही. काही झाले तरी जोपर्यंत कला पाहिली जात नाही, तिचे कौतुक होत नाही; तोपर्यंत तिची किंमत शून्य असते. म्हणून मी ठरवले की, माझे कार्यालय समाजाच्या उपयोगासाठी द्यायचे– विविध प्रकारच्या बैठकांसाठी अथवा धर्मादाय कार्यक्रमांसाठी. मी माझ्या पाहुण्यांचे स्वागतही तिथे करतो व काही अन्य बैठकाही; पण माझे मुख्य कामाचे कार्यालय आहे– एकही खिडकी नसलेली १० × १५ फुटाची जागा. तिथे मी पूर्णत: एकांतात चिंतन करू शकतो आणि तिथे पूर्ण भिंतीवर माझ्या कामाच्या फायलींनी भरलेली शेल्फस् आहेत.

जरी फक्त बिरकर्ट्स इमारत पूर्ण झाली होती आणि गोल्डन बीकन अद्याप यायचे होते, तरी हा डॉमिनोज फार्म हमरस्त्यातून पाहिला तर भव्य वाटतो. त्या रस्त्याने रोज सुमारे ७० हजार मोटारगाड्या जातात; त्यामुळे आमचे कर्मचारी किंवा आमच्याकडे येणारे अभ्यागत सोडले, तर रोज सुमारे १,४०,००० लोकांना हा सर्व भाग पाहण्याचे सुख मिळते. त्याची लांबी ३/४ मैल आहे आणि संपूर्ण तयार झाली की, त्याची लांबी ६/१० मैल होईल. त्यात जगातील सर्वांत मोठे तांब्याचे छप्पर असणाऱ्या इमारतींची रांग असेल.

डॉमिनोज फार्म प्रकल्पाचा एक महत्त्वाचा भाग म्हणजे, जॉन मॅकडेव्हिटने आमच्यासाठी तयार केलेला स्थावर मालमत्तेचा करार. त्यासाठी मला ५०० ठिकाणी माझ्या सह्या कराव्या लागल्या. त्याचे दस्तऐवज अनेक ब्रीफकेसमधून

यायचे. त्यांची थप्पी लावली, तर ती ३-३।। फूट व्हायची! हा जमीनखरेदीचा व्यवहार करताना आलेल्या समस्या पाहता, हे सर्व व्यवस्थित पार पडले, हा चमत्कारच म्हटला पाहिजे. अधिकाऱ्यांनी सांगितले की, मिशिगन राज्याच्या इतिहासातील हे सर्वांत किचकट काम होते. आमची कार्यालये तिथे नेण्याआधी एक वर्षापर्यंत ती जागा आमच्या नावावर झालेली नव्हती. जॉनचे आभारच मानले पाहिजेत की, आम्ही ती ताब्यात घेतली त्या वेळी तिथे मक्याखेरीज काही पिकत नव्हते आणि आता आम्ही ती घेऊन त्याचे कार्यालयात रूपांतर केल्यावर तिथला भाड्याचा दर २४ डॉलर्स प्रति स्क्वेअरफूट झाला होता. जेव्हा गोल्डन बीकन टॉवर बांधला जाईल, तेव्हा तो आमच्या कार्यालयाच्या पश्चिमेला आम्ही तयार करत असलेल्या मोठ्या तलावाच्या दुसऱ्या टोकाला असेल. त्या टॉवरमध्ये जगातले उत्तम कॉन्फरन्स सेंटर तयार होईल. शिवाय तिथे मिशिगन विद्यापीठाच्या हॉस्पिटलचा स्पोर्ट्स मेडिसिन विभाग स्थापन केला जाईल. अन्य जागा इतरांना कार्यालयांसाठी भाड्याने दिली जाईल. या राज्यातील ती सर्वांत महागडी भाड्याची जागा असली तरी तिला आता प्रचंड प्रमाणात मागणी आहे. त्यावरून एकच दिसते की, अनेक भाडेकरूंना इमारतीचा खर्च व वास्तुशिल्पातील प्रेरणादायी काम याविषयी ओढा आहे. आमची वेळही चांगली आहे. कारण ॲन आर्बर आता दरवर्षी चढत्या प्रमाणात रोजगार व आर्थिक वाढीचे महत्त्वाचे केंद्र म्हणून उदयास येत आहे. पुढच्या १० वर्षांत तांत्रिक विकासात ते देशातील वेगाने वाढणाऱ्या १० महानगरांतील एक असेल. सन १९८४ च्या जनगणनेत ॲन आर्बर हे उत्पन्नाचा आकडा आणि लोकसंख्यावाढीत देशातील ३१ व्या क्रमांकाचे शहर बनले अन् १९९४ मध्ये ते १५व्या स्थानावर येईल. 'मेगाट्रेंड्स'चा लेखक जॉन नाइसबिट असे भाकित करतो– ॲन आर्बर हे उद्योगधंद्यांच्या पोषक वाढीसाठी योग्य असे मिडवेस्टमधले क्रमांक एकचे शहर असेल.

पण वास्तुशिल्पाविषयीच्या माझ्या कल्पना – मग त्या माझ्या नव्या घराबाबत असोत किंवा डॉमिनोज फार्मविषयी असोत – जर डॉमिनोजचा पिझ्झा उद्योग नीट चालला नाही, तर त्यांना काही अर्थ असणार नाही. तो उद्योग म्हणजे सोन्याचे अंडे देणारी आमची कोंबडी आहे. म्हणून माझी याविषयीची चाचणी काय आहे? या सर्वांचा डॉमिनोज पिझ्झा, आयएनसीला काय फायदा आहे? पिझ्झा उद्योगाच्या फायद्यासाठी त्यात काही सूत्र आले पाहिजे, अन्यथा या सर्व गुंतवणुकीचा काही उपयोग होणार नाही. आदर्श म्हणून पाहिले तर मला यात सर्वंकष वाढीचा अंश दिसतो. सिनर्जिझम ही संज्ञा मी ऑडिशन करत शिकलो. त्याच्या प्रशिक्षण पुस्तकात त्याची व्याख्या ते अशी करतात– दोन विभिन्न संस्थांमधील (किंवा कंपन्यांतील) सहकार्याने केलेली कृती, ज्यात संयुक्तरीत्या केलेल्या प्रयत्नांचा

परिणाम हा दोन्हींनी स्वतंत्ररीत्या केलेल्या प्रयत्नांच्या परिणामापेक्षा अधिक असतो. मी हे सोप्या भाषेत असे मांडतो की – असे केल्याने २+२ = ५ होतात!

माझ्या दृष्टीने या सिनर्जिझम्‌चे उत्तम उदाहरण म्हणजे डॉमिनोज आणि डेट्रॉइट टायगर्स यांच्यात असलेले संबंध. ज्या दिवशी मी तो डेट्रॉइट टायगर्सचा संघ विकत घेतला, तो माझ्या आयुष्यातला महान दिवस म्हटला पाहिजे. माझ्या मनात अजिबात संशय नव्हता की, तो संघ घेतल्याने डॉमिनोज पिझ्झाची विक्री वाढेल किंवा नाही; ती वाढेल, हे माझ्या दृष्टीने निश्‍चित होते आणि तसेच झाले. शिवाय त्यामुळे उद्योगविश्‍वात माझी प्रतिष्ठा वाढली आणि सामाजिक जीवनात माझ्याकरता अनेक दरवाजे उघडले गेले.

माझ्या आयुष्यातील अनेक स्वप्नांपैकी डेट्रॉइट टायगर्सची मालकी मिळवायचे स्वप्न पुरे होईल असे मला कधी वाटले नव्हते. त्याचा मालक जॉन फेट्झर याने पुन:पुन्हा ठामपणे सांगितले होते की – त्या संघाची विक्री करायची त्याची काहीही योजना नाही, त्याला त्यात स्वारस्य नाही. त्यांनी तो संघ १९५६ मध्ये १२ जणांच्या भागीदारीद्वारे ५५ लाख डॉलर्सला खरेदी केला होता. पुढे त्याने ती भागीदारी पूर्णत: आपल्या नावावर केली आणि तो बेसबॉलच्या विश्‍वातला एक महान संघमालक झाला. जरी फेट्झरचे वय वाढत होते (त्याचा जन्म १९०० चा) आणि हे स्पष्ट होते की, वयोमानामुळे त्याला आज ना उद्या तो संघ विकणे भाग पडेल –तोही नजीकच्या भविष्यकाळात. त्या वेळी हेही स्पष्ट होते की, तो संघ विकत घेण्यासाठी मग स्पर्धाही तीव्र होईल; त्यामुळे माझ्या स्वप्नपूर्तीत व आशा पूर्ण होण्यात अनेक 'पण-परंतु' आडवे येणार होते.

मी जेव्हा १९८० मध्ये रे क्रॉकला भेटायला गेलो, तेव्हा एक ना एक दिवस डेट्रॉइट टायगर्स विकत घेण्याची माझी इच्छा त्यांना बोलून दाखवली होती. माझा अंदाज होता की, त्याचा सॅन डिॲगो पॅड्रेस संघ त्या वेळी चांगली कामगिरी करत नव्हता आणि त्यातील खेळाडू डेव्ह विनफिल्डमध्ये जाण्याची शक्यता होती. त्याने माझ्याकडे 'मी चक्रम तर नाही ना?' अशा नजरेने पाहिले अन् जणू तो ओरडलाच, "तुला ते का करायचे आहे? माझ्या जीवनात शिरलेला बेसबॉल हा एक अत्यंत वेडा करून सोडणारा उद्योग आहे. तुम्हाला त्यात काही मिळत नाही. हॅम्बर्गर्सच्या धंद्यापेक्षाही तो जास्त वैफल्यपूर्ण आहे." मी माझे 'टायगर्स'वरील आयुष्यभराचे प्रेम त्यांना सांगितले, त्यांच्या खेळाचे रेडिओवर हॅरी हेलमनने केलेले धावते वर्णन मला लहानपणी कसे आवडायचे ते सांगितले. आम्हा अनाथालयातील मुलांना वर्षातून एकदा टायगर्सचा खेळ पाहायला घेऊन जायचे. माझ्या दृष्टीने वर्षातला तो महान दिवस असायचा आणि आम्ही त्याची वाट पाहत राहायचो. हे सर्व सांगितले.

मी म्हणालो, "टायगर्स ही माझ्या दृष्टीने केवळ गुंतवणुकीची बाब नाही. त्यात

काही तर्कशास्त्र नाही. मला नेहमी कराविशी वाटणारी ती बाब आहे. मला वृत्तपत्रातले फोटो पाहिलेले आठवतात – ज्यांत वॉल्टर ब्रिग्ज तिथल्या खास कक्षात एखाद्या राजासारखा बसून सामना पाहताना दिसायचा. कॅप्टन म्हणायचा, हा टायगर्सचा मालक आहे आणि मी विचार करायचो – मला हे पाहिजे की, एक ना एक दिवस वृत्तपत्रे माझ्याविषयी असंच छापतील, लोक असंच बोलतील.''

रे क्रॉक यांनी माझ्याकडे अशा नजरेने पाहिले की, 'मी चक्रम आहे' यात त्यांना काही संदेह उरला नाही– नव्हे, त्यांची तशी ठाम समजूतच झाली. माझी मुलगी सुसी ही माझ्यासारखीच टायगर्स संघाची चाहती आहे आणि १९८२ मध्ये शाळेत मिळालेल्या भरपूर गुणांचे बक्षीस म्हणून मी तिला फ्लोरिडातील लेकलँड येथे होणारे त्या संघाचे प्रशिक्षण शिबिर दाखवण्यास घेऊन गेलो. आम्ही त्या स्टेडियमजवळील टायगर टाउन कार्यालयापर्यंत चालत गेलो आणि मी त्या संघाचा अध्यक्ष जिम कॅम्पबेल याला ओळखले. तो तिथल्या रेस्टॉरंटमध्ये कॉफीपान करत बसला होता. मी त्याला माझी ओळख करून दिली आणि मी या संघाचा मोठा चाहता आहे, हेही सांगितले. मी डॉमिनोज पिझ्झाचाही उल्लेख केला.

तो म्हणाला, ''अरे वा! तुम्ही ते तर नाही, ज्यांनी ओहिओतील कोलंबसमध्ये बो स्केम्बेक्लेरला पिझ्झा स्टोअरकरता जागा दिली?'' तो वर्षापूर्वी घडलेल्या एका घटनेबद्दल बोलत होता. त्या वेळी बोने डॉमिनोजच्या संचालक मंडळात येण्याचे मान्य केले होते. 'टेक्सास ए अँड एम' बो याला त्यांच्या फुटबॉल संघाचा प्रशिक्षक म्हणून आणण्याच्या खटपटीत होते. त्याने मिशिगन विद्यापीठ सोडावे यासाठी त्यांनी मोठी मोहीम हाती घेतली होती. कित्येक आठवडे अॅन आर्बर आणि डेट्रॉइटमध्ये 'बो' हा सर्वत्र चर्चेचा विषय झाला होता. 'बो जाईल का?' या प्रश्नावर प्रत्येक वृत्तपत्रात आणि टीव्हीमधील क्रीडाविषयक वार्तापत्रात त्याविषयी ताजी बातमी दिली जायची.

जसा निर्णयाचा दिवस आला तसे असे स्पष्ट दिसू लागले की, बो जाणारच. मला मनापासून वाईट वाटले. कसेही करून त्याला अॅन आर्बरमध्ये ठेवायचे ही आपली जबाबदारी आहे, असे मला वाटले. बोने एकदा सहज म्हटले होते की, त्याला एखाद्या डॉमिनोज स्टोअरचा मालक व्हायची इच्छा आहे. कोलंबसमध्ये त्याच्या मिशिगन फुटबॉल संघाचा क्रमांक एकचा प्रतिस्पर्धी ओहिओ स्टेटमध्ये आमच्या कंपनीच्या मालकीची दोन स्टोअर्स आहेत आणि क्षणार्धात मी त्यातले एक बो याला देण्याचे ठरवले. नंतर घडले तसे –त्याने आधीच मनोमन मिशिगनमध्ये राहण्याचा निश्चय केला होता आणि तोही मी त्याच्या घरी त्याला या निर्णयाची बातमी घेऊन जायच्या आधी. तरीही मी ते स्टोअर त्याला दिले.

बोने त्याचा निर्णय जाहीर करण्यासाठी मोठी पत्रकार परिषद घेतली आणि

त्याने तिथे राहण्याचे एक कारण सांगितले. ते म्हणजे, मी त्याला डॉमिनोज पिझ्झाचे ओहिओमधला एक स्टोअर देणार आहे; त्यामुळे त्यानिमित्ताने आमचीही मोठी जाहिरात झाली. जेव्हा जिम कॅम्पबेलच्या प्रश्नाला होकारार्थी उत्तर दिले, तेव्हा त्याचा चेहरा खुलला व तो मनमोकळेपणाने हसला. त्याने सांगितले की, तो बो याचा चांगला मित्र आहे. मग त्याने मला व सुसीला त्या टायगर टाउनची खास खासगी सहल घडवून आणण्याची तयारी दर्शवली. अर्थातच, आम्ही ती संधी साधली. आमचा वेळ मजेत गेला. दि. १४ मार्च १९८२ ची ती सहज झालेली भेट म्हणजे टायगर्स विकत घेण्याच्या माझ्या वाटाघाटीचा प्रारंभ म्हटला पाहिजे, जरी त्या वेळी मला व जिम कॅम्पबेलला तसे जाणवले नाही. मी त्याला म्हटले की, मला हा संघ विकत घेण्यात स्वारस्य आहे. त्याने सांगितले की, तशी आणखीही बऱ्याचजणांची इच्छा आहे; पण त्याला हेही माहीत होते की, फेट्झर यांना संघ विकण्यात स्वारस्य नाही; त्यामुळे तो विषय त्या वेळी तिथेच थांबला.

पुढच्या मार्चमध्ये मी परत लेकलँडला माझ्या कुटुंबासह गेलो, ते तिथल्या छान सूर्यप्रकाशात आराम करायला आणि माझ्या दोन आवडत्या छंदात वेळ घालवायला. टायगर्सना पाहणे व फ्रँक लॉइड राइटच्या इमारती पाहणे, फ्लोरिडा सदर्न विद्यापीठ परिसरातील राइटच्या इमारती मला फारशा आवडत नाहीत; पण तरीही मी त्या पाहतो. मी जिम कॅम्पबेलला फोन केला आणि त्याच्याकडून भेटीची वेळ मागून घेतली. मला त्याच्याशी चर्चा करायची होती; माझ्या व्यक्तिगत व आर्थिक परिस्थितीची माहिती त्याला द्यायची होती. मला फेट्झरला हे कळवायचे होते की, मी या खरेदी व्यवहाराबाबत गंभीरपणे विचार करतोय अन् तशी खरेदी करण्याची माझी क्षमता आहे. कॅम्पबेल तसा स्नेहपूर्ण होता. त्याने ती माहिती पुढे पाठवण्याचे मान्य केले. तो म्हणाला की, फेट्झरबरोबर माझी ओळख होण्यासाठी बैठक आयोजित करण्याचा तो प्रयत्न करील; पण त्याने 'क्लब विक्रीसाठी नाही' या विधानाचा पुनरुच्चारही केला.

बऱ्याच काळापर्यंत मला हे माहीत नव्हते – अगदी टायगर्स विकत घेतल्यानंतरही नाही – की, माझी व सुसीची त्याच्याबरोबर भेट झाली. त्यानिमित्त कॅम्पबेलने ॲन आर्बरमध्ये बो याला फोन करून सांगितले होते की, त्याने माझ्या बाबतीत त्याच्याशी सविस्तर बोलावे त्याची माहिती चांगली असावी. कारण कॅम्पबेल मला म्हणाला, मी जेव्हा फेट्झरशी बोललो, तेव्हा मी त्यांना सांगितले की– त्याने भविष्यात कधी क्लब विकायचा विचार केला तर त्याला पाहिजे तशी योग्य व्यक्ती मी शोधेन– अशी व्यक्ती की – जी त्याने घालून दिलेल्या परंपरा जतन करील.

मी १९८३ मध्ये टायगर टाउनला तिसरी भेट दिली आणि त्यानंतर दोन आठवड्यांनी ३१ मार्चला मी विमानाने परत लेकलँडला गेलो. ते कॅम्पबेलने

फेट्झरबरोबर माझी बैठक ठरवली होती, त्यासाठी. हे स्पष्टच होते की, ती एक महत्त्वाची बैठक ठरणार होती. त्यासाठी मी माझ्या नोंदवहीत अनेक आकडेवारी व माहिती लिहीत राहिलो, तयारी करत राहिलो. याबाबतचा माझ्यावरील वाढता तणाव त्या नोंदीत दिसून येत होता. पहिले काम म्हणजे, त्या विक्रीची कल्पना फेट्झर यांच्या गळी उतरवणे... फार जास्त बोलू नकोस... ऐकून घे... वाद घालू नकोस... मी घाबरेन... म्हणून प्रार्थना कर... नम्र राहा... लक्षात ठेव, त्याच्यावर कोणत्याही गोष्टीचा दबाव येता कामा नये.

ही माझ्या दृष्टीने मोठीच भावनिक बाब होती. त्यांचे काही कुटुंब नव्हते. त्याच्या जागी तुम्ही आहात, असे समजा. ते २५ हून अधिक वर्षे या क्लबचे मालक आहेत. क्लब म्हणजे त्यांच्या जीवनाचा एक भाग आहे; त्यामुळे त्यांना भरपूर मान्यता आणि प्रसारमाध्यमे व जनतेचा आदर मिळाला आहे. मी त्याच्या या वाट्याचा रखवालदार/रक्षक आहे. माझ्याविषयी त्यांच्या मनात असू शकतील अशी नकारात्मक मतेही मी लिहिली. कदाचित ते धुडकावतील, जसे काही मी त्यांचे मूल हिसकावून घ्यायचा प्रयत्न करतोय. ते मला कदाचित फारच कच्चा समजतील, ते समजतील मी लहान मुलासारखा वागतोय आणि तितका तल्लख नाही. मी एका कागदावर अशा नकारात्मक बाबी लिहिल्या. त्या लिहून झाल्यावर शेवटी मी असे ठरवले की – मी जास्तीतजास्त काय करू शकतो? तर मी जसा आहे तसा त्यांना सामोरा जाऊन त्यांना पटवायचा प्रयत्न करीन की, मी प्रामाणिक व मनमोकळा आहे. ते क्षणात निर्णय घेतील, हे संभवत नाही. फेट्झर हे साधकबाधक विचार करणारे गृहस्थ आहेत.

हिल्टन हॉटेलमधील त्या बैठकीसाठी मी व कॅम्पबेल मोटारीने गेलो; तेव्हा त्यांनी मला सावध केले की, तो क्लब विकण्याबाबत कोणी प्रसिद्धी देण्याचा किंवा मिळवण्याचा प्रयत्न केला, तर त्याच्याशी फेट्झरला काही देणे-घेणे नाही. ही बैठक अत्यंत गोपनीय आहे. जर यातील कोणतीही गोष्ट प्रसिद्धीमाध्यमांपर्यंत पोहोचली, तर हा क्लब विकत घ्यायची तुमची योजना बारगळलीच, असे समजा.

मी इतका घाबरलो होतो की, कॅम्पबेल मला आणि फेट्झर यांना चर्चेसाठी एकत्र ठेवून बाहेर गेला; त्यानंतर आमचे काय बोलणे झाले, ते आता मला आठवत नाही! मी त्यांना सांगितले की, मी नेहमीच टायगर्सची मालकी मिळविण्याचे स्वप्न कसे पाहिले. मी हेही म्हणालो की, ज्या पद्धतीने त्यांनी टायगर्सचे व्यवस्थापन पाहिले आहे, यशस्वी करून दाखवले आहे; त्यासाठी मी तुमची प्रशंसा करतो. त्यांची त्या संघाशी जी भावनिक संलग्नता आहे, त्याबद्दल त्यांनी भरपूर सांगितले आणि त्यांच्या उत्तराधिकाऱ्याबाबत गोंधळाची परिस्थिती निर्माण करून संघाला अडचणीत आणायचे नाही– जे बोस्टन रेड सॉक्सबाबत टॉम यॉकीने केले. त्याला

वाटले की, त्याने क्लब सुरक्षित हाती सोपविला आहे; पण त्याच्या मृत्यूनंतर त्याची बायको व त्याने नेमलेले उत्तराधिकारी यांच्यातील वादावादी पार कोर्टाची पायरी चढण्यापर्यंत गेली.

फेट्झर यांनी असे सुचवले की, त्या दिवशी मी जिम कॅम्पबेलच्या सहायकाबरोबर बेसबॉल सामना पाहायला जावे. त्याला जिमबरोबर चर्चा करायची आहे. नंतर फेट्झरनी त्यांच्या गाडीतून मला विमानतळावर सोडताना सांगितले की, जेव्हा त्यांना हा संघ विकायची वेळ येईल, त्या वेळी ते तो मलाच विकतील. मी फारच भारावून गेलो. माझा माझ्या कानांवर विश्वासच बसेना. नंतर मी कॅम्पबेलशी फोनवर अनेक वेळा बोललो, तरी फेट्झर यांच्याकडून संघविक्रीसंबंधी काही संकेत मिळत नव्हते. मला वाटले की, आपले स्वप्न हवेत विरणार.

त्यानंतर पाच महिन्यांनी – ऑगस्ट महिन्यात २५ तारखेला डेट्रॉइटमधल्या वेस्टिन हॉटेलमध्ये मी बैठक आयोजित करावी, असा निरोप कॅम्पबेलने मला फोनवरून दिला. त्या दिवशी टायगर्स संघ शिकागोला सामना खेळणार होता, ‘‘अरे देवा! तो तर माझ्या लग्नाचा वाढदिवस आहे.’’ मी म्हणालो. मी संभ्रमात पडलो. मार्गीने व मी आमचा वाढदिवस साजरा करणे कधी चुकवले नव्हते. मी खूप विचार केला व ती बैठक ठरवली. हा करार किती महत्त्वाचा होता, ते मार्गीलाही माहीत होते.

बोई कुन्ह यांनी ३ ऑगस्टला बेसबॉल कमिशनर म्हणून राजीनामा देण्याची घोषणा केली होती आणि फेट्झर म्हणाले तसे – त्यामुळे त्या क्लबच्या फ्रँचाइझीची मालकी हस्तांतरित करावी या त्यांच्या विचारांनी जोर धरला होता. मात्र, त्यांनी पुन:पुन्हा स्पष्ट केले की, ते फक्त विचार करत आहेत. त्यांना हे जाणून घ्यायचे होते की, त्यांनी विभाजन करायचे ठरवले तर मी काय बोली लावेन.

ती बैठक संपताना मी अशा विचारात होतो की, विक्रीच्या सर्वसाधारण शर्ती उभयतांना पसंत आहेत; पण नंतर दोन्ही बाजूंच्या वकिलांनी अटी व तरतुदी घालायला सुरुवात केली. त्याने एवढा गोंधळ उडवून दिला की, त्याची सुरुवात कोणी केली, हेच कळेना. कोणीही समाधानी नव्हते. असे वाटायला लागले की, हा करार आता बारगळणार. मी जरा दु:खी झालो; पण नंतर विचार केला – खरोखरच हा करारही तितकाच महत्त्वाचा असावा.

मग मला फेट्झर यांचा फोन आला. ‘‘असे पाहा – या वकिलांना मध्ये न घेता तू व मी बसून या कराराबाबत चर्चा केली, तरी पण माझा निर्णय ताबडतोब होईल.’’

‘‘तुम्हाला तसे कधी करायला आवडेल?’’ मी विचारले.

‘‘आजच केलं, तर कसं?’’ ते म्हणाले.

आम्ही कालामाझू बॅटल क्रीकमधील त्यांच्या घरी भेटायचे ठरवले. त्यांनी माझा करसल्लागार बर्ट कार्लस्टनला बरोबर आणण्याची परवानगी मला दिली. कारण मला आमच्या या व्यवहारातील कराबाबतच्या परिणामांची अचूक माहिती असणे महत्त्वाचे होते. मात्र, आम्ही दोघांनी अगदी खेळीमेळीत तो करार केला– प्रत्येक ओळीवर विचार करत अन् आम्हाला समजेल अशा भाषेत सर्व मांडून. आमचे संपल्यावर फेट्झर म्हणाले की, आता ते त्यांच्या वकिलांना तो मसुदा दाखवतील आणि त्याला अंतिम दस्तऐवज करायला सांगतील.

त्यानंतर आठवडाभरात त्यांच्याकडून काहीच प्रतिसाद आला नाही आणि उलटणाऱ्या प्रत्येक तासाबरोबर माझी बेचैनी वाढत होती. मी येरझारा घालायचो. तशात एकदा मार्गी म्हणाली, ''तुला टायगर्स विकत घ्यायचे काही नडलेले नाही.'' त्यावर मीच वाघाचा अवतार धारण केला; पण मग जिम कॅम्पबेलचा फोन आला. तो म्हणाला, ''छान! बेटा, तू मिळवलंस. तो म्हणाला, ''तू टायगर्स विकत घेतलेस! मला कधीही वाटले नव्हते की, दुसरे कोणी असे काही करू शकेल.''

जिमने व्यवस्थेचे वेळापत्रक सांगायला सुरुवात केली. आम्ही फेट्झरना भेटायचे होते. मग ८ ऑक्टोबरला विमानाने शिकागोला जाऊन ते माझी ओळख अमेरिकन लीगचे अध्यक्ष एडवर्ड बेन्नेट विल्यम्स – जे बाल्टिमोर फ्रँचाइझींचे मालकही होते व लीगच्या आर्थिक समितीचे सदस्य होते – यांच्याशी करून देणार होते. नंतर १० ऑक्टोबरला वार्ताहर परिषदेत या कराराची औपचारिक घोषणा करायची होती. ही सर्व योजना जिम सांगत होता तेव्हा आश्चर्यजनक सत्य उघड झाले. मी ते करून दाखवले... मी टायगर्स विकत घेतले!

दुसऱ्या दिवशी पहाटे मी जॉगिंगला गेलो, तेव्हा मी तणावाने जणू आजारीच पडलो होतो आणि मी तिथल्या झुडुपामध्ये एकामागून एक ओकाऱ्या करत होतो. नंतर सर्व ठरल्याप्रमाणे झाले. शिकागोच्या त्या बैठकीत व्हॉइट सॉक्सचे अध्यक्ष जेरी राइनसॉर्फ यांच्याशी माझी ओळख करून देण्यात आली. ते म्हणाले, ''जर तुमचे आणि फेट्झरचे छान जमत असेल, तर मलाही तुमच्याबद्दल काही समस्या नाही.''

तोपर्यंत या विक्री कराराबाबत वृत्तपत्रांत एकही शब्द छापून आला नव्हता. एका दृष्टीने मला आनंद झाला. कारण त्यामुळे फेट्झर खूश झाले असणार. आमच्या सर्व बैठका अत्यंत गोपनीय होत्या. आम्ही जेव्हा फेट्झरना भेटायला गेलो, तेव्हा आमच्या विमानाचे बोधचिन्ह (लोगो) झाकून ठेवण्यात आले होते आणि आम्ही एकमेकांना फोन करायचो, त्यावेळी गुप्त टोपणनाव वापरायचो; पण जसजसे आम्ही तो करार करण्याप्रत आलो अन् दोन्ही बाजूचे वकील व बँकेतले

अधिकारी त्यात गुंतत गेले तसतसे दोन्ही बाजूंच्या मिळून किमान १०० जणांना काहीतरी शिजतंय याचा वास आला असणार; तरीही हे आश्चर्यजनक होते की, या माहितीचा अजिबात गवगवा झाला नाही. मला एकदा अगदी चमकून टाकणारा फोन आला. तो होता फेट्झरच्या गावातील वृत्तपत्राचा स्तंभलेखक– त्याचे नाव कालामाझू गॅझेट – व माझा मित्र जॅक मॉस याचा. मार्शलमध्ये फेट्झरबरोबर माझी बैठक झाल्याबरोबर थोड्याच वेळात त्याने मला फोन केला अन् म्हणाला की, त्याला माझ्याशी बोलायचे आहे.

"कशाविषयी?" मी विचारले.

"तुमच्या क्रीडाक्षेत्राविषयीच्या सर्वसाधारण स्वारस्याविषयी." जॅक म्हणाला.

त्याने पूर्वी अनेक वेळा वृत्तपत्रांतून टायगर्स विकत घेण्याच्या माझ्या स्वारस्याविषयी लिहिले होते. मला असे कळले की, बहुधा त्याला कराराचा सुगावा लागला असावा. मला काळजी होती की, त्याने या ताज्या घडामोडींविषयी काही लिहिले, तर कदाचित फेट्झर हा सर्व करारच कचऱ्याच्या पेटीत टाकून देतील आणि मी जर त्याच्याशी फोनवर बोलायचे नाकारले, तर तो एरवीही काहीतरी लिहील; म्हणून मग मी माझ्या कार्यालयात त्याच्याशी बोलण्याविषयी कबूल केल्यावर तो आला. अपेक्षेप्रमाणे त्याने टायगर्स विकत घेण्याचा विषय काढलाच. मी त्याला म्हटले, ते अजूनही माझे स्वप्न आहे आणि अगदी संदिग्ध भाषेत त्याला सांगितले की, ते मला परवडेल की नाही याची मला अजूनही शंका आहे. डॉमिनोज एवढ्या वेगाने वाढते आहे की, मला टायगर्सविषयी फार विचार करायला वेळच नाही. जेव्हा तो जायला निघाला तेव्हा – "मी तुझा मित्र बो याला भेटायला जाणार आहे" असे म्हणाला. अरे बापरे! मी विचार केला. तो बोलताना असे काही भासवेल की, जणू मी त्याला सर्व काही सांगितले आहे अन् बोसुद्धा तसाच विचार करील. कराराच्या माहितीला पुष्टी देईल म्हणून, मग मी बो याला फोन केला आणि विचारले, "आता यावर काय करायचे?" बो म्हणाला, "ऐक, जॅक चांगला माणूस आहे. मी जॅकला ओळखतो. मी सांगेन की, हे गोपनीय आहे; मीही ते गुपित स्वत:जवळच ठेवले." मग बोने त्याला सांगितले व जॅक मॉसने ती बातमी प्रसिद्ध केली नाही. अर्थात, आमच्या वार्ताहर परिषदेविषयी मी त्यालाच प्रथम सांगितले व निमंत्रण दिले. मी एवढेच म्हणालो, "जॅक, मला वाटते, तू तिथे असणे तुझ्या भल्याचे आहे." इतर वृत्तपत्रांनी आमच्या या घटनेकडे फारसे लक्ष दिले नाही; त्यामुळे मॉसला त्याचा फायदा उठवता आला.

मी माझ्या कार्यकारी अधिकाऱ्यांना औपचारिक घोषणेच्या एक दिवस आधी एकत्र बोलावले आणि त्यांना या घटनेची सविस्तर माहिती दिली. त्यांना थोडीफार माहिती पूर्वी होतीच आणि डॉउग डॉसनला सर्वच माहीत होते. कारण त्यानेच सर्व

आर्थिक व्यवहार हाताळले होते. त्यात त्याला नॅशनल बँक ऑफ डेट्रॉइटचे ज्येष्ठ उपाध्यक्ष रिचर्ड एच. क्युमिंग्ज व व्हर्न एस्कोटक – माझा आवडता बँकर – ज्याची सर्व व्यवहार करताना मदत झाली होती. त्या वेळी अनेक मोठमोठे आकडे त्यात ऐकायला मिळाले. आम्ही प्रत्यक्ष किंमत लगेच सांगू शकलो नाही; पण डॉमिनोजला दरवर्षी प्रसिद्धी व जाहिरातीच्या रूपाने ५० लाख डॉलर्स इतक्या किमतीचे फायदे होणार होते. ज्या पद्धतीने १९८४ मध्ये टायगर्स खेळले, ते पाहता, मी अंदाज केलेले आकडे चुकीचे नव्हते.

सन १९८४ च्या त्या मोसमात जन्मभर लक्षात राहतील अशा अनेक आठवणी होत्या. मी माझे डोळे मिटूनही कोण कसे खेळले, ते सांगू शकतो. त्यात जॅक मॉरिसने काही बॉल हिट केले नाहीत, कर्क गिब्सनने काही बहारदार खेळी केली आणि चेट लेमनने काही अप्रतिम झेल घेतले. माझ्या डोक्यावर शॅम्पेन ओतली गेली आणि गिब्सनने पाच गॅलनची बर्फ घातलेली गारेगार पाण्याची बादली माझ्या डोक्यावर रिकामी केली... हे सर्व आम्ही जागतिक साखळी सामने जिंकून अजिंक्य झालो, त्या वेळी घडले. हे सर्व विसरण्यापलीकडचे आहे; पण या सर्वांत कल्पनेबाहेरचा क्षण त्या सर्व मोसमात होता, तो अधिकृत कार्यक्रम नव्हता. आम्ही नेहमी पहिल्या क्रमांकावर होतो; पण टोरांटो आमच्या अगदी पाठीमागेच होते. १७ सप्टेंबरला आम्हाला जिंकणे आवश्यक होते अन् टोरांटोला हरवणे. तसे झाले असते तर पदक आम्हाला मिळाले असते. आम्ही ब्र्युवर्सना ७-३ ने हरवले होते व टोरांटोला बोस्टन हरवत होते. आम्ही परत निश्चित जिंकणार, असे वाटत होते. माझ्या अंगावर शहारे येत होते. आमचा व्यवस्थापक स्पार्की अँडरसनने क्लब हाउसमध्ये शॅम्पेनच्या ४॥ पेट्या बर्फात घालून ठेवल्या होत्या आणि आम्ही असे धरून चाललो होतो की, आता फक्त बाटल्याच उघडायच्या! आम्ही लॉकर रूममध्ये गेलो अन् रेडिओला कान लावून बसलो. टोरांटोने चांगला खेळ असता, तर आमचे हाल झाले असते.

पण माझा सर्व ताणतणाव दूर झाला आणि पुढच्याच रात्री आमच्या संघाने ते पदक मिळवले. मी एक खात्री करून घेतली की, पहिल्या वर्षी संघाच्या सर्व कार्यक्रमांत फेट्झर भाग घेतील आणि त्यांनी मला चुकीची गोष्ट करण्यापासून दूर ठेवले. मात्र, माझ्या काही वक्तव्याने मी त्या मोसमातील इतर संघांच्या मालकांचा रोष ओढवून घेतला. जेव्हा मी असे विधान केले की, खेळाडूंना संघाचे आर्थिक व्यवहार नीट कळून न देणे मूर्खपणाचे होईल. डॉमिनोजमध्ये माझे नेहमीच हे धोरण राहिले आहे की, कंपनीचे आर्थिक व्यवहार पारदर्शक असावेत; त्यामुळे कंपनी आर्थिकदृष्ट्या कशी आहे याची माहिती त्यांना होते. मी असा विचार केला की, बेसबॉलमध्येही तेच धोरण ठेवावे आणि मला हे ऐकून आश्चर्य वाटले की, जिम

कॅम्पेबल आर्थिक व्यवहाराची माहिती अगदी स्पार्कीलाही देत नव्हता. तुमच्या व्यवस्थापकाला आर्थिक व्यवहारांची माहिती नसणे, हे जरा विचित्र वाटत होते. म्हणून मी तोंड उघडले. मग इतर मालक कान देऊन माझे बोलणे ऐकू लागले. खरेतर मी हे सर्व वैयक्तिक पातळीवर बोलत नव्हतो. मी एक धडा शिकलो– 'बेसबॉलच्या काही परंपरा जितक्या खेळाडूंमध्ये आहेत, तितक्याच व तशाच त्या संघमालकांच्याही काही आहेत.'

मी बेसबॉल हा छंद म्हणू शकत नाही. माझे त्या खेळातील स्वारस्य त्याही पलीकडचे आहे; पण मी त्याचा एक संघ चालवणे, यासाठी त्यात स्वत:ला अधिक गुंतवून घेत नाही. ते काम मी धंदेवाईक लोकांवर सोपवतो. यात मी इतर मालकांच्या मताशी सहमत नसतो. रे क्रॉक त्याचे वैफल्य व निराशा जाहीररीत्या दाखवायचा. तो पॅड्रेसच्या व्यवस्थापनात हस्तक्षेप करायचा व त्याला कमी लेखायचा. मला तसे करायचे नव्हते. मला फक्त एवढीच माहिती मिळणे अपेक्षित होते की, संघात काय चालले आहे? म्हणजे, वेळ आली तर मी अध्यक्षाला पदभ्रष्ट करू शकलो असतो. मालक म्हणून माझे तेवढेच काम होते.

टायगर्स संघाचे स्वामित्व हा एक खास हक्क असतो. मला प्रशिक्षण शिबिरात जाऊन प्रशिक्षक व खेळाडूंबरोबर खांद्याला खांदा लावून भाग घ्यायला आवडते. त्यानंतर क्लब हाउसमधील कर्मचाऱ्यांबरोबर खेळणे मला आवडते. तुम्हाला यातला थरार कसा कळणार की, हा एक कमालीचा टायगर संघाचा चाहता अल् कालिनेबरोबर सराव करतोय अन् त्याच्या बॉलिंगवर बॅटिंगचा सराव करतोय! मला नोव्हेंबरमध्ये फ्लोरिडात सराव सामने पाहायला जायलाही आवडते. त्या मनमोकळ्या वातावरणात पुढच्या मोसमाच्या व्यूहरचनेबाबत जिम कॅम्पबेल व आमचा सरव्यवस्थापक बिल लाजोईबरोबर विचारविनिमय करायला येत; त्यामुळे नवे उदयोन्मुख खेळाडू कोण येताहेत, हे पाहता येते आणि आमच्या निवड समिती सदस्यांकडून त्यांच्या क्षमतेची माहिती करून घेता येते.

आनंदाचा असाच दुसरा एक भाग म्हणजे, संघाचा मालक झाल्याने सामन्यांच्या वेळी माझ्या मोनाघन कुटंबीयांबरोबर खास कक्षात बसून सामन्याचा आनंद लुटता येतो; जसा मी जून १९८५ मध्ये लुटला. हे जणू आम्हा कुटुंबीयांचे पुनर्मीलनच होते. त्या वेळी आम्ही ४२ जण होतो. नंतर आम्ही आमच्या टायग्रेस याटवर गेलो, डेट्रॉइट नदीत फेरफटका मारला, मग ग्रोस इसेलवर संध्याकाळचे भोजन घेतले; त्या वेळी माझी आई तेथे उपस्थित होती. तिच्याबरोबर जिम होता व आमचे अन्य नातेवाईकही – ज्यांना मला एरवी सहजासहजी भेटता येत नाही, अगदी इच्छा असली तरी. जसे– माझी आत्या ॲगी, पेग काकू आणि डॅन काका – माझी चुलत बहीण मॉरिन वगैरे. मॉरिन व तिचा पती बिल डॉब्स हे कालामाझूमध्ये राहतात. तो

नेत्रतज्ज्ञ आहे आणि आम्हाला जुन्या आठवणींच्या पुन:प्रत्ययाचा भरपूर आनंद लुटता आला. मी जेव्हा कधीकधी पिझ्झा स्टोअर्सच्या पाहणीला जायचो; तेव्हा अचानक त्यांच्या घरी अवतरत असे, ते आठवले. मी त्या वेळी अगदी भुतासारखा मध्यरात्रीनंतर कधीतरी त्यांच्या घरी जायचो अन् दुसऱ्या दिवशी ते सकाळी उठायच्या आत माझ्या पुढच्या दौऱ्यासाठी सटकायचो. माझे काका डॅन यांनी, मी लहान असताना केलेल्या काही वेड्यासारख्या गोष्टींची आठवण करून दिली. जसे – मॅकग्रेग्रर बेसबॉल हातमोजा घ्यायला २५ डॉलर वाचवण्यासाठी मी वेड्यासारखी कामे करायचो आणि घेतला की, मी तो हातमोजा घालून बॉल म्हणून उशीशी खेळायचो. मी विल्यमचा हातमोजाही घेऊ शकलो असतो. तो कमी किमतीचा होता व तितकाच चांगला – कदाचित अधिकच! ते खरे आहे, हे मी मान्य करायचो; पण मला सर्वोत्तम असेल तोच हवा असायचा. काका डॅन त्या टायग्रेस याटवरचे लाकूड व पितळेचे काम पाहून म्हणाला, ''छान टॉम, तुझ्यात काही बदल झालेला नाही आणि मला आशा आहे की, पुढेही होणार नाही.''

२०

पिझ्झाविश्वात सर्वत्र ऐकू गेलेला आवाज होता तो ८ ऑक्टोबर १९८५ रोजी पिझ्झा हटचा अध्यक्ष आर्थर जी. गुंथर यांनी उडवलेल्या गोळीचा. त्याने 'यूएसए टुडे'च्या एका मुलाखतीत सांगितले होते की, १९८६ मध्ये त्यांची कंपनी १३०० नवे स्टोअर्स उघडेल आणि त्यांतली १००० फक्त घरपोच डिलिव्हरी देणारी असतील. त्याचा रोख अर्थातच डॉमिनोजकडे होता आणि तो जणू देशातील इतर सर्व पिझ्झा साखळींच्या वतीनेच बोलत होता. ते सर्व फक्त घरपोच सेवेसंदर्भातच बोलत होते आणि टाळणे अवघड असलेल्या पिझ्झा वॉरच्या बाबतीत बोलत होते– ज्याची वेळ आली होती.

दुसऱ्या दिवशी मी गुंथरचे ते विधान लास वेगासमध्ये आमच्या फ्रँचाइझींच्या संचालक मंडळापुढे बोलताना वाचून दाखवले. त्याने विधान केले होते की – 'डॉमिनोज' हा सध्या आमचा सर्वांत धोक्याचा स्पर्धक आहे. त्यावर माझी प्रतिक्रिया होती, ''छान! मला तशी आशा आहे,'' मग त्यावर तिथे मोठा हशा पिकला. मी म्हणालो, ''आम्हाला हेच हवे आहे. आम्हाला प्रसिद्धीच्या प्रकाशझोतात यायचे आहे आणि आम्ही आता तसेच आहोत; त्यामुळे आम्हाला मोठे लक्ष्य केले जात आहे. प्रत्येकजण जणू आमच्यावरच नेम धरतोय!''

''मी अनेक वर्षे सांगत आलेले तुम्ही ऐकताय की, आमच्याकडे मोठी संकल्पना आहे– ती म्हणजे, 'डॉमिनोज' ही देशातील सर्वांत मोठी पिझ्झा साखळी

करण्याची क्षमता आमच्यात आहे अन् कदाचित जगातील मोठी रेस्टॉरंट साखळीही. आता तुम्ही व्यावसायिक नियतकालिकांत वाचतच असाल की, पिझ्झा व्यवसायात आता घरपोच डिलिव्हरीची लाट येत आहे आणि ही केवळ पिझ्झापुरतीच मर्यादित राहणार नाही, तर फास्टफूडच्या इतर प्रकारांतही येणार आहे. प्रत्यक्षात हॅम्बर्गर व चिकनच्या साखळीमध्येही हे प्रयोग चालू झाले आहेत. सर्वत्र याची चर्चा आहे; त्यामुळे तुम्हा डॉमिनोजच्या फ्रँचाइझींना याचा अभिमान वाटायला हवा, कारण याची सुरुवात तुम्हीच केली आहे. देशातील प्रत्येकजण तुमच्या स्पर्धेत येणे हे थोडे भीतीदायक वाटेल किंवा कदाचित उत्साहवर्धकही! मी नेहमी ते उत्साहवर्धक समजतो. तुम्हा सर्वांना माहीत आहेच– मी याचीच अपेक्षा करत होतो. आमच्याकडे ही परिस्थिती हाताळण्यासाठी संघटना व माणसे आहेत.

या पिझ्झा वॉरला तोंड देण्यासाठी आमचे एक धोरण होते – ते म्हणजे, बाजारपेठेत जाऊन आमच्या उत्पादनांची कसून चाचणी घेणे. त्याचे परिणाम आम्हाला ऐकायला योग्य वाटतील असे असतात; पण आमचे उत्पादन व सेवा सुधारण्यासाठी त्यांचा उपयोग होतो आणि आमचे ९० टक्के ग्राहक ते उत्तम आहेत, असे समजतात. कदाचित सर्वोत्तम आहेत, असेही उदाहरणार्थ, १९८४ मध्ये आम्हाला कळले की, आमचे काही ग्राहक समजतात तसे आमचे पिझ्झाचे बेस आमच्या स्पर्धकांइतके जाडीला जास्त नसतात. मग त्यावर आम्ही आमच्या प्रयोगशाळेत काम केले अन् अशी व्यवस्था केली की, आमच्या पिझ्झात आम्ही १५ टक्के भाग जास्त देऊ लागलो.

या कणकेतील वाढत्या आकड्याचा आमच्या कोठीघरावर परिणाम झाला. मग कणीक करण्याच्या प्रक्रियेत सुधारणा करावी लागली. कर्मचाऱ्यांना पुन्हा प्रशिक्षण द्यावे लागले. जास्त वजनाचे कणकेचे गोळे पेलणारी यंत्रे आणावी लागली, पहिल्यांच्या जागी. याचा परिणाम म्हणजे, वाढता खर्च नियंत्रणाबाहेर जाऊ लागला आणि त्याने डॉन व्हिलसेकला समस्या निर्माण झाल्या. सन १९८५ मध्ये त्याचा भरपूर वेळ त्या सोडवण्यात गेला.

तरीही डॉनने अंदाजपत्रकावर नियंत्रण आणून अधिक सावध व जुन्या विचारचा न राहता डॉमिनोजच्या राष्ट्रीय कोठीघरांची पुनर्रचना केली, त्यांचे विकेंद्रीकरण केले आणि सबंध कंपनीत 'चला आपण क्रांतिकारी बनू' हे बोधवाक्य घेऊन अनेक बैठका घेतल्या. मी जेव्हा या उपक्रमाबद्दल विचारले, तेव्हा डॉन म्हणाला, ''लोकांना हे कळत नाही की, नवनव्या कल्पना आणण्याचे किती स्वातंत्र्य त्यांना आहे. मला सर्व कंपनीभर अनेक सुधारणावादी हवेत. हा उपक्रम चांगले काम करतोय, असे दिसते. कोठीघरात कंपन्यांचा स्फोट होतोय – जणू ४ जुलैच्या फटाक्यांच्या आतषबाजीसारखा! त्यांतल्या काही मनाला पटतात, पण प्रत्यक्षात

आणायला अवघड असतात. उदाहरणार्थ, पिझ्झा डिलिव्हरीच्या गाडीत असलेला सेंटचा फवारा वर उडत राहावा अन् डिलिव्हरी व्हॅन जेव्हा एखाद्या ठिकाणी घरपोच पिझ्झा देण्यासाठी जात असतील, तेव्हा तिथे तो वास दरवळत राहावा. मात्र, काही कल्पना योग्य व चांगल्या असतात. उदाहरणार्थ, एका कर्मचाऱ्याने सुचवले की, आपण कोठीघराच्या ड्रायव्हर्सना– जे आपल्या स्टोअर्सना विशेष खाद्यपदार्थ व इतर वस्तू पोहोचवतात– डॉमिनोजची स्मृतिचिन्हे तिथल्या कर्मचाऱ्यांना विकण्यावर कमिशन द्यावे. कारण कोठीघरातील एक खाते विविध वस्तू – जसे जॅकेट्स, टोप्या, जॉगिंगचे बूट, पट्टे वगैरे डॉमिनोजचे चिन्ह असलेल्या वस्तू – ज्यावर कंपनीचे बोधचिन्ह असते, अशा वितरित करत असतात. शिवाय त्यांच्याकडे डॉमिनोजची बोधचिन्हे असलेल्या अन्य अनेक वस्तू असतात– जसे सिगारेटच्या राखेचे ट्रे, इंडी रेसच्या गाडीचे छोटे मॉडेल वगैरे. या सूचनेमुळे विक्री वाढत गेली, तर विक्रेत्यांची संख्या नऊवरून ५०९ वर!

अशा ऊर्जेसाठी आम्हाला 'पिझ्झा वॉर' हवे असतात. स्पर्धेमुळे आम्ही अधिक सावध होतो. नवी उत्तरे शोधत राहतो. तसेच संतुष्ट राहण्यापासून स्वत:ला दूर ठेवतो जणू आम्हाला सर्व कळते अशी भावना रुजण्यापासूनही. अर्थात, २५ वर्षांच्या आमच्या पिझ्झा वितरणाच्या अनुभवातून आमच्या समस्या काय आहेत, हेही बऱ्यापैकी कळले आहे. म्हणून मग घरपोच डिलिव्हरी आम्हाला सोपी वाटते. असेही असेल की – आम्ही आमच्या स्पर्धकांना अशी कल्पना करून दिली आहे की, हे सर्व सोपे आहे. असे असेल, तर त्यांना प्रत्यक्ष अनुभवानंतर मोठाच धक्का बसेल.

आमचा अनुभव आम्हाला अधिक फायदा देतो; पण तो आमच्या स्पर्धकांनाही देतो. आम्हाला माहीत आहे की, आमची प्रत्येक चाल ते काळजीपूर्वक पाहत असतात. पूर्वी त्यापैकी काहींना आम्ही आमच्या कचरापेटीतही काही शोधताना पाहिले होते आणि आम्ही आमच्या कार्यपद्धतीत आणलेली कोणतीही सुधारणा आमचे स्पर्धक त्यांच्याकडेही करण्याचा प्रयत्न करतात, हेही आम्ही अनुभवले आहे. उदाहरणार्थ, जेव्हा १९६० च्या दशकात आम्ही 'फेटिस व्हिल ओव्हन्स'चा उपयोग करू लागलो, तेव्हा डेट्रॉइटमधल्या आमच्या एका स्पर्धकाने त्याच्या सर्व स्टोअर्समध्येही तशाच भट्ट्या बसवल्या.

आमच्या उद्योगातील किचन टेक्नॉलॉजी (पाकगृहातील तंत्रज्ञान) यातील नवनवे प्रयोग करण्याचा दबाव नेहमीच असतो. डॉमिनोजच्या संशोधन व विकासकार्यात ओव्हन्स किंवा भट्ट्या यावर जास्त भर दिला जातो. आज आमच्याकडे असलेल्या भट्ट्या जास्त जलद व कार्यक्षम आहेत– त्याही जुन्या भट्ट्यांपेक्षा; तरी आम्ही इन्फ्रारेड (तांबड्या रंगाखालील अदृश्य किरण) किंवा कन्व्हेक्शन वायू प्रमाण

(वायूचे जास्त तापमानाकडून कमी तापमानाकडे वहन) या तत्त्वाचा उपयोग करून आजूबाजूच्या हवेवर न जाता प्रत्यक्ष पदार्थावर उष्णता कशी जाईल हे तत्त्व भट्ट्यांमध्ये वापरत होतो. या पद्धतीने जुन्या पद्धतीपेक्षा पिझ्झा फार जलद भाजला जात नाही (फार तर १-२ मिनिटे वाचायची); पण गर्दीच्या वेळी त्याचा फायदा मिळायचा. गर्दीच्या वेळी परंपरागत भट्ट्यांमधील भाजण्याचा कालावधी वाढतो; कारण भट्टीच्या दाराची सतत उघडझाप केल्याने बरीच उष्णता बाहेर पडत राहते आणि वाया जाते. मग तो काळ ७ मिनिटांपासून १५-२० मिनिटांपर्यंतही वाढू शकतो. ही वाया गेलेली उष्णता तितक्याच वेगाने पुन्हा भट्टीत तयार होत नाही. या इन्फ्रारेड कन्व्हेक्शनच्या नव्या पद्धतीत उष्णता वाया जात नाही. यात मुख्य फायदा म्हणजे, भट्टीत कच्चा पिझ्झा ठेवण्याचे काम एकाच ठिकाणी होते; त्यामुळे ओव्हनवर काम करणाऱ्या कर्मचाऱ्याला एका भट्टीकडून दुसऱ्या भट्टीकडे अशी सतत धावाधाव करावी लागत नाही; पण या धावता पट्टा किंवा कन्व्हेक्शन पद्धतीत पिझ्झा जास्त भाजला जाईल किंवा अगदी कच्चा राहील याची भीती नसते. डॉमिनोजच्या व्यवस्थापकांनी या कामाच्या काही पद्धती बसवल्या आहेत; त्यामुळे भाजण्याची क्रिया एकसंध होते. उदाहरणार्थ, तुम्ही या मशिनमध्ये एकाच वेळी दोन पिझ्झे टाकताहात; त्यातल्या एकात टॉपिंगही आहे व एकात नुसतेच चीज आहे– तर, हे दोन पिझ्झा कन्व्हेयर बेल्टच्या भट्टीत कसे ठेवता, यावरही बाहेर येणारा पिझ्झा कसा होईल हे बरेच अवलंबून असते. ठेवण्यामध्ये कसब लागते. नुसता चीजचा पिझ्झा आधी ठेवला जातो आणि टॉपिंगच्या पिझ्झ्याला आत उष्णता जास्त मिळेल म्हणून तो उजवीकडच्या बाजूने ठेवला जातो.

या पिझ्झा लढाईमुळे आम्हाला अनेक नव्या क्षेत्रांत संशोधन व विकास हाती घ्यावा लागला. त्यात पिझ्झा बनवण्याचा वेग हाही भाग आला. स्टोअरमध्ये सर्वांत महत्त्वाचा भाग असतो – तो म्हणजे, फोनची घंटा वाजून ऑर्डर नोंदवली गेली आणि तो पिझ्झा भट्टीत गेला, यासाठी लागणारा वेळ. ऑर्डर एक असो किंवा अनेक– हे सर्वांना लागू पडते. मला वाटते की, पिझ्झा तयार करण्याचा वेळ व त्यासाठीच्या कर्मचाऱ्यांच्या हालचाली याचा अभ्यास केला पाहिजे. त्यातून दर्जा कमी न होता वेळ कसा वाचवता येईल यावर संशोधन केले पाहिजे. आमचे चाचणी पाकगृह (टेस्ट किचन) आमच्या पदार्थांतील सुधारणांसाठी सातत्याने प्रयोग करत असते. उदाहरणार्थ, आम्हाला हिरवी मिरची, मिरी (ग्रीन पेपर्स) हाताळायची चांगली पद्धत हवी असते. त्यांच्या चकत्या करणे हे फार मंद गतीचे काम असते. आमच्या एका कोठीघरातील कर्मचाऱ्याने याबाबत क्षेत्रीय स्पर्धेत भाग घेताना १९८५ च्या डॉमिनोज पिझ्झा डिस्ट्रिब्युशन ऑलिम्पिक्समध्ये घरी तयार केलेले एक साधन वापरले. त्याला त्याने नाव दिले – पेप्पर कोरर. त्याद्वारे एका

फटक्यात आतला गर कसा बाहेर येतो, त्याचे प्रात्यक्षिक दाखवले; पण अद्याप ते साधन परिपूर्ण झालेले नाही. आमच्या पाकगृहात आणखी एक महत्त्वाचे आव्हान असते – ते म्हणजे, पिझ्झाची कणीक मळताना त्यात येणारे बुडबुडे कमी कसे करायचे याचे. डिक म्युल्लरने याकरता प्लॅस्टिकचे एक लाटणे वापरले. त्यावर फार टोकदार नसलेले दाते होते. त्याला तो डघ डॉकर म्हणायचा. ते बऱ्यापैकी उपयोगी पडते; पण माझा त्याला दोन कारणांसाठी विरोध आहे. पहिला म्हणजे – हा काही परिपूर्ण तोडगा नाही. त्याने बुडबुडे पूर्णत: थांबत नाहीत. फक्त त्याचा आकार व ते होण्याची शक्यता कमी होते. ही समस्या पूर्णत: घालविण्यासाठी अधिक संशोधन व्हावे, असे मला वाटते. दुसरे म्हणजे – यामुळे पिझ्झा तयार करण्याच्या प्रक्रियेत आणखी एक प्रक्रिया वापरावी लागली ती म्हणजे वेळ वाढला. आम्हाला हे टप्पे किंवा पायऱ्या कमी करायच्यात, वाढवायच्या नाहीत.

आम्ही वापरत असलेली यंत्रे-उपकरणे व संशोधनात काय-काय सुधारणा करता येऊ शकतात, यावर मी एक पुस्तक लिहू शकेन. त्यातील एक-दोन प्रकरणे तर भट्ट्यांवर असू शकतील. आमच्या धावत्या पट्ट्याच्या – कन्व्हेयर बेल्ट– भट्ट्या चांगल्या आहेत; पण ज्या पद्धतीने त्यामध्ये हवेचे अभिसरण होते, त्यावर भरपूर संशोधन होऊ शकेल. शिवाय पिझ्झा करताना त्यात तयार होणारे बुडबुडे कमी करण्यासाठी किंवा पूर्ण घालवण्यासाठी खूप काही करायला हवे. पिझ्झा भाजताना त्यात बुडबुडा किंवा बुडबुडे तयार होतात, ते आणि कणीक मळताना निर्माण होणारे बुडबुडे यांत फरक असतो. पिझ्झा भाजताना तयार होणाऱ्या बुडबुड्यांमुळे त्याच्या आसपासचा सर्व भाग वितळतो, मग तो काळा पडतो. पिझ्झा भाजणाऱ्याला जेव्हा असा बुडबुडा तयार होताना दिसत असेल, त्याच वेळी त्याला तो काटा व सुरीने लगेच फोडता आला पाहिजे; पण आमच्या काही भट्ट्यांच्या रचनेत तसे करता येत नाही.

आमच्या डिलिव्हरी मोटारगाड्यांमधील पिझ्झा ठेवण्याच्या गरम पेट्यांतही सुधारणा व्हायला हवी. मी विचार केला की – कारच्या सिगारेट लायटरच्या प्लगमध्ये जिचा प्लगही ठेवता येईल व त्याद्वारे गरम करता येईल अशी पेटी असू शकेल का? आम्ही तशी बनवली; पण ड्रायव्हर ती वापरेनात, कारण त्यामुळे कारची बॅटरी फार लवकर उतरायची. आमचे ड्रायव्हर्स हवेपासून संरक्षित पेट्या (इन्शुलेटेड) वापरतात; त्यामुळे पिझ्झा गरम राहतो, मग गरम पेट्यांची आवश्यकता भासत नाही – विशेषत: थंड हवामानात; पण यामध्येही संशोधन व्हायला हवे.

आणखी एक पुस्तक मी लिहू शकतो, खरेतर लिहायलाच हवे – ते स्टोअरच्या व्यवस्थापकांच्या प्रशिक्षणाविषयी. जेव्हा तुम्हाला एखादा चांगला व्यवस्थापक स्टोअरमध्ये भराभरा काम करताना दिसतो, तेव्हा हे स्पष्ट होते की,

त्याने त्याच्या हाताखालच्या कर्मचाऱ्यांना उत्तम प्रशिक्षित केले आहे. अगदीच काही नाही तर – त्यांना स्टोअरमध्ये थेट येणाऱ्या ग्राहकांना कसे हाताळावे, पिझ्झा कसा कापावा, पेटीत कसा भरावा, पिझ्झ्याला लागणारे पदार्थ कसे जमवावेत, पुरेशा घड्या घालून तयार केलेल्या पिझ्झ्याच्या पेट्या कशा तयार ठेवाव्यात यांचे त्याला चांगले ज्ञान आहे. ही सर्व वैशिष्ट्ये त्यांना तासा-दीड तासात शिकवता येतात आणि ते प्रत्यक्ष कामावर रुजू होतात तेव्हा त्यांना त्याचे प्रशिक्षण द्यायला हवे. पिझ्झा कसा तयार करावा, भट्टी कशी हाताळावी – हे शिकवायला थोडा जास्त वेळ लागतो; पण चांगला व्यवस्थापक चांगला प्रशिक्षकही होऊ शकतो अन् तो आपले ज्ञान इतरांपर्यंत पोहोचवण्याची संधी कधी दवडत नाही.

जेव्हा स्टोअर पूर्ण क्षमतेने काम करते, तेव्हा त्यात कमीतकमी कर्मचारी असतात. बाकीचे सर्व पिझ्झा पोहोचवण्यासाठी गेलेले असतात. चांगल्या व्यवस्थापकाचे मोजमाप म्हणजे तीन कर्मचारी स्टोअरमध्ये व पाचजण बाहेर डिलिव्हरीसाठी. अत्युत्तम व्यवस्थापक म्हणजे फक्त एकच माणूस आत व सात डिलिव्हरीसाठी बाहेर. ते जेव्हा स्टोअरमध्ये असतात, तेव्हा ते तिथल्या एका माणसाला कामात मदत करतात. हे तेव्हाच घडते, जेव्हा ड्रायव्हर्सना इतर कामांचेही चांगले प्रशिक्षण दिले जाते. ते डिलिव्हरी देऊन परत आले की, फोनवरून ऑर्डर घेणे किंवा अन्य कामासाठी तो हाताळणे अथवा पिझ्झा तयार करणे ही कामे करू शकतात. प्रत्येकजण स्टोअरमध्ये दोन तरी कामे करतो आणि व्यवस्थापक या सर्वांवर नजर ठेवतो. तो लवचिक असतो आणि स्टोअरमधील एकाच कामात स्वत:ला अडकवून घेत नाही. गर्दीच्या वेळी सर्व कामांत एक लय येते अन् उत्तम व्यवस्थापकाला या लयीबरोबर कसे काम करत राहावे याची चांगली जाण असते; त्यामुळे तो अशा वेळी स्टोअरमध्ये सातत्याने पुरेसे कर्मचारी कसे राहतील, हे पाहू शकतो. असे उत्कृष्ट व्यवस्थापक सहजासहजी मिळत नाहीत; त्यांना तयार करावे लागते; पण आमच्याकडे आता तसे अनेक आहेत. या पिझ्झा लढाईत त्यांना आमच्यासाठी त्यांची कौशल्ये दाखवायची उत्तम संधी मिळेल.

आमची स्पर्धा अधिकाधिक आंतरराष्ट्रीय होईल, मला उत्साहवर्धक शक्यता वाटते. डॉमिनोजच्या संकल्पनेतून तयार झालेल्या पिझ्झाच्या लोकप्रियतेला काही मर्यादा असतील, असे वाटत नाही. जेव्हा आम्ही जर्मनीत पिझ्झा स्टोअर उघडायची आमची योजना जाहीर केली – डिक म्युल्लर हा तिथला आमचा पहिला फ्रँचाइझी होता – तेव्हा लोक म्हणाले, पण जर्मन लोक पिझ्झा खात नाहीत! तेव्हा ठीक आहे, खात नसतीलही; पण आता ते भरपूर खातातही. अशाच प्रतिक्रिया जपान, हाँगकाँग, इंग्लंड, ऑस्ट्रेलियातूनही आल्या आणि आता तिथेही डॉमिनोज पिझ्झा स्थिरावत आहे.

१९८० मध्ये ॲमस्टारचा तो दावा जिंकल्यानंतर जगातील सर्वांत मोठी व उत्तम पिझ्झा साखळी व्हावी, ही आमची मोहीम राबवायला आम्ही सुरुवात केली. नंतर तिला दरवर्षी गती येत गेली. ही गती आमच्या यंत्रणेतील सर्व डॉमिनॉइड्सकडून येते. आमच्या १९८३ च्या वार्षिक अहवालासाठी जेव्हा मी अध्यक्षीय पत्र लिहिले तेव्हा मी आमच्या १९८४ च्या उद्दिष्टांची यादी देऊन त्याचा समारोप केला. त्यात म्हटले होते – आम्ही ही महत्त्वाकांक्षी उद्दिष्टे गाठूच आणि पुढच्या वर्षी तुम्हाला अधिक चांगल्या बातम्या देऊ. तोपर्यंत डॉमिनोज पिझ्झामधल्या तुम्हा सर्व महान लोकांचे मी आभार मानतो – अशी उत्साहवर्धक कंपनी तयार केल्याबद्दल. मग मी थोडा विचार केला आणि कंपनी हा शब्द खोडून तिथे फॅमिली (कुटुंब) हा शब्द घातला.

मला खरंच वाटतं की, डॉमिनोज हे कुटुंब आहे. माझा असाही विश्वास आहे की– जर आमच्याकडे सक्षम, सक्रिय, उत्साही लोक नसते; तर आम्ही ही सर्व प्रगती करूच शकलो नसतो. आमच्या वाढीला बऱ्याच गोष्टी हातभार लावतात; पण आमच्या यशाचे गुपित यात आहे की, आमच्या ग्राहकांना समाधानी ठेवण्यासाठी धडपड करायची इच्छा आमच्या लोकांमध्ये आहे. मी जेव्हा डॉमिनोजमधल्या माझ्या कार्यालयातून बाहेर पाहतो; तेव्हा मला जाणवते की, आमचा आजवरचा हा सर्व प्रवास आम्ही केला, त्यात अनेक लोकांची वर्षानुवर्षांची उपस्थिती मला दिसून येते – ज्यांनी आम्हाला पुढे आगेकूच करायला मदत केली.

यापैकी काही व्यक्ती – जसे टाउनी बीमन हे डॉमिनोज फार्मचे पूर्ण झालेले स्वप्न पाहायला पृथ्वीवर राहिले नाहीत. टाउनी १९८३ मध्ये हृदयविकाराच्या झटक्याने वारला. मला आठवत राहिले ते त्याचे मनोबल अन् विशाल व स्वच्छ ॲमस्टारच्या दाव्याच्या वेळच्या तशा काळ्याकुट्ट भविष्याच्या कालखंडात चाचपडताना तो ज्या पद्धतीने एखाद्या पर्वतासारखा आमच्या पाठीशी अचल उभा राहिला, ते दिवस. बॉब उलरिचही १९८३ मध्ये वारला; त्याचे शहाणपणही त्याच्या बरोबर गेले. जिम गिलमोरही वारला. मला त्याच्याबद्दल वाईट वाटले, जरी त्याने मला बराच त्रास दिला. तो एक अविस्मरणीय असामी होता. त्याच्या परीने व त्याच्याच पद्धतीने त्याने डॉमिनोजच्या प्रगतीला एक प्रकारे हातभार लावला.

डॉमिनोजच्या प्रगतीला हातभार लावणारे आणखी काही पुढे गेले. त्यातले काही माझ्याविषयी कठोर भावना ठेवून गेले, त्याबद्दल मला वाईट वाटते. उदाहरणार्थ, मला एक दिवस चक ग्रे आणि रूस ह्यूजेस यांच्याबरोबर बसावेसे वाटते आणि मी त्यांच्याविषयी जे कठोर बोललो, त्याबद्दल त्यांची मनापासून माफी मागावी असे वाटते. त्यांनीही आमच्या यशाला हातभार लावला. मला वाटते, त्यांच्यापर्यंत हे पोहोचवावे की, मला त्यांच्याबद्दल आदरच वाटतो.

डॉमिनोजमधील माझ्या पूर्वीच्या सर्व आठवणी आनंदाच्या आहेत आणि त्या पुन्हा उजळणे आनंदाचे वाटते. लॅरी स्पर्लिंगने अगदी वाजवी मोबदल्यात यपसिलांटीमध्ये मला मदत केली अन् कंपनीच्या विश्वासात मोलाची भर घातली. त्याने आता डॉमिनोजची प्रमुख सल्लागार असलेली 'पीअर स्पर्लिंग इगन अँड मस्कोव्हिट्स' ही कंपनी धरली आहे. आमची आता पूर्वीसारखी वरचेवर गाठभेट होत नाही; पण हे ऐकून बरे वाटते की, तो आता पुन्हा आमची कामे बघू लागला.

स्पर्लिंगबाबतची माझी खास आवडती आठवण म्हणजे, त्याच्याविरुद्ध बास्केटबॉल खेळणे. तसे आम्ही मेन्स लीगमध्ये आठवड्यातून एकदा तिथल्या शाळेच्या जिमखान्यात खेळायचो. त्याचा एक सिद्धान्त होता की– माणसाचे खरे व्यक्तिमत्त्व समजावून घ्यायचे असेल, तर त्याच्याबरोबर एकदा तरी बास्केटबॉल किंवा पत्ते खेळले पाहिजेत. आम्ही पत्ते फारसे खेळलो नाही; पण बास्केटबॉलच्या मैदानावर वरचेवर लढलो. स्पर्लिंग लहानखुरा पण जलद होता. त्याला वाटायचे, तो मला बनवेल आणि माझ्यावर मात करील. त्या वेळी मी बराच जाडजूड होतो, आता आहे त्यापेक्षा; पण मी त्याच्यावर नेहमीच मात करायचो. एकदा त्याला अडवताना त्याच्या चेहऱ्यावर एक फटका बसला आणि मग मी त्याला त्यातून सावरायला गेलो– त्या वेळी तो म्हणाला, ''मोनाघन, तुझ्याबाबतची समस्या ही आहे की, तुला तुझा कधी पराभव झाला, ते कळत नाही.''

मला ते आवडले. त्यातून मला एक गोष्ट आठवली ती नोत्रदामच्या प्रशिक्षणाची. त्याचे नाव न्यूट रॉकने. तो माझा व्यक्तिगत आदर्श होता. रॉकने अनेक समस्यांत किंवा विक्रेत्यांच्या बैठकीत भाषण करायचा, असे त्याचा चरित्रलेखक फ्रान्सिस वॅलेस लिहितो. तो नेहमी सांगायचा ते १९७९ मध्ये त्याने जिम थोरपे या बलदंडाविरुद्ध खेळलेल्या एका सामन्याबद्दल. रॉकनेने स्वत:ला डासासारखे एखाद्याच्या पाठीमागे लागून त्याला डिवचावे तसे थोरपेला डिवचले. वॅलेस लिहितो, 'शेवटी तो रंगतदार इंडियन धावत आला– जणू एखाद्या भल्या मोठ्या ट्रकने एखाद्या सायकलला उडवावे तसा. परत जाताना त्याने जिमला पळवलेच. लोक जिमला पळताना पाहण्यासाठी पैसे मोजतात.'

व्यवसायातील स्पर्धेत दुर्दैवाने तसे खिलाडूपणाचे वर्तन नसते. बहुतेक वेळा थेट स्पर्धक असलेल्यांबाबतची मनोवृत्ती रे क्रॉक वर्णन करतात तशी असते. 'हे म्हणजे उंदराने उंदराला खावे, कुत्र्याने कुत्र्याला खावे... मी त्यांना ठार मारेन– त्यांनी मला ठार मारण्यापूर्वी, मी त्यांना ठार मारेन.' जरी मी क्रॉक यांचा चाहता असलो, तरी त्यांचे हे मत मला पटत नाही.

माझा विश्वास आहे की, प्रत्येकाला या बाजारपेठेत टिकून राहण्याचा हक्क आहे. किंमत, उत्पादन किंवा सेवा याबाबत त्यांनी त्यांचा हिस्सा ठरवावा अन् त्याचे

न्यायाधीश ग्राहक असावेत.

पिझ्झा वॉरमध्ये डॉमिनोजला सहजासहजी विजय मिळेल, असे भाकित मी करत नाही; कारण आमच्या स्पर्धकांचा संयुक्त प्रभाव दखल घेण्यासारखा आहे; पण या धंद्यात आम्ही जेवढे राबतो किंवा दर्जावर जेवढा भर देतो, तेवढे देण्याची अन्य सर्वांचीच तयारी नसते.

जलद सेवा देण्याची हमी डॉमिनोज जेवढी देते, तेवढी देण्याची इतर सर्वांचीच तयारी नसते. माझा जुना मित्र आणि जोरदार प्रतिस्पर्धी ओहिओमधल्या बाउलिंग ग्रीनचा जेरी लिस याचा विश्वास आहे की, आम्ही ३० मिनिटांत घरपोच सेवा या मुद्द्यावर फारच भर देतो. तो म्हणतो, "आमच्याही बहुतेक घरपोच सेवा तेवढ्याच वेळेच्या असतात; पण आम्ही तसा दावा करत नाही. आमचे बोधवाक्य आहे– आमची घरपोच सेवा सर्वांत जलद आहे, मग तिला किती का वेळ लागेना!" मला वाटते की, तो जेव्हा माझे बचावाचे व्यवस्थापन याबाबतचे विचार वाचेल, तेव्हा त्याचा सूर बदललेला असेल.

स्पर्धेला तोंड द्यायच्या आमच्या क्षमतेचे आणखी एक महत्त्वाचे क्षेत्र आहे – ते म्हणजे, डॉमिनोजचे पुरवठादार आम्हाला देत असलेल्या आधाराचे. आमच्याकडे पुरवठादारांचा एक छान गट आहे आणि आमचे संबंध परस्पर फायद्याचे व्हावेत यासाठी आम्ही कठोर परिश्रम घेतो. पुरवठादारांच्या महत्त्वाबद्दल मी बराच संवेदनशील आहे, कारण त्यांनी मला वर्षानुवर्षे मदत केली आहे. मी या उद्योगाबाबत त्यांच्याकडून बरेच काही शिकलो आहे. शिवाय आमचे बहुतेक पुरवठादार डॉमिनोजचे महत्त्वाचे धनकोही होते.

उद्योग करणे म्हणजे मजा असते, हे तेव्हा पटते; जेव्हा तुम्ही एल्डन हूफ, बार्नी बार्नेस, हॉवर्ड मिलर, आर्म लिओन, फ्रँक फाटा आणि जेरी गार्बर यांसारख्यांबरोबर व्यवहार करता. आणखी एक महान पुरवठादार म्हणजे इरा नेव्हिन्स– बेकर्स प्राइड ओव्हन कंपनीचा अध्यक्ष. पिझ्झा उद्योगात घाऊक व्यवहारात पाठीमागून वार करण्याचे प्रयत्न बरेच होतात; पण नेव्हिन्स हा अपवादासारखा नेहमीच माझ्या पाठीशी उभा राहिला. लोकांबरोबर चांगले राहावे, या माझ्या विश्वासाला त्याने बळकटी आणली.

बे कोरुगेटेडच्या वॉरेन रूथरबरोबरही माझे कामाबाबत उत्तम संबंध होते. त्याने डॉमिनोजकरता त्याच्या कंपनीची सर्व क्षमता पणाला लावली आणि धनको म्हणूनही काम करून त्याने अनेक अडचणींच्या प्रसंगी मला मदत करून त्यातून बाहेर काढले.

मग होता ॲन्डी स्मिथ– यपसिलांटीमधला इलेक्ट्रिकल कंत्राटदार. तो सोन्यासारखे हृदय असलेला एक वृद्ध माणूस होता. तो एकदा माझ्या त्या बराकीतल्या

कार्यालयात जणू सोटा घेऊनच आला. कारण काय, तर मी त्याला त्याचे बिल घेऊन जा, असा आग्रह धरला. त्याने मला जणू धारेवरच धरले; पण परत जाताना तो म्हणाला, "तुझ्याकडे येण्याचा हा रस्ता फारच बिकट आहे, तू तो नीट केला पाहिजेस. मी माझा एक ट्रॅक्टर पाठवतो." आणि तसेच झाले. एक दिवस त्याने त्याचा ट्रॅक्टर पाठवला. तो खडबडीत रस्ता ठाकठीक केला अन् त्याबद्दल एक पैही घेतली नाही.

मला नेहमी आश्चर्य वाटते – हे त्या काळचे काही लोक आमचे नवे मुख्य कार्यालय पाहून काय म्हणतील! माझी खूप इच्छा आहे – एकदा त्यांना इथे आणून या सर्व जागेवर फेरफटका मारून आणावा. टाउनी बीमन माझे नवे कार्यालय पाहून, त्यातील अत्याधुनिक इलेक्ट्रॉनिक्स यंत्रणा– माझ्या टेबलावरून वापरता येते अन् त्यात प्रकाश, तापमान, संदेशबदलाची साधने, टी.व्ही. वगैरे सर्व नियंत्रित करता येते– हे बघून खूश होईल. तरीही, त्याचा इंजिनिअरिंगकडील कल लक्षात घेतला तर टाउनीला आमच्या सेवाविभागात जास्त स्वारस्य वाटेल.

आमच्या दोन इमारती १/३ मैल लांबीच्या एका छप्परबंद रस्त्याने जोडल्या आहेत. आमच्या इमारतीच्या अगदी दक्षिणेकडच्या टोकाला– माझ्या कार्यालयाच्या विरुद्ध बाजूला– कोठीघर व ट्रकमध्ये सामान भरण्याची जागा आहे. ती लँडस्केपिंग करून झाकली आहे. जरी उरलेल्या इमारतीचे व त्यांचे छप्पर एकच असले, तरी उत्तरेकडच्या बाजूकडून ते स्वतंत्र केले आहे. त्यामधून एक रस्ता जातो – जो आपल्याला तलावाकडे नेतो अन् तिथून गोल्डन बीकनच्या प्रवेशद्वाराकडे.

आमच्या मुख्य कार्यालयाच्या खालच्या पातळीवरील माझ्या कार्यालयाच्या बरोबर खालच्या बाजूस – मला ज्याचा खास अभिमान आहे, असे काही आहे. ते म्हणजे डॉमिनोजचे अत्याधुनिक, कार्यरत स्टोअर. आम्ही ती इमारत ९ डिसेंबर १९८५ रोजी पूर्ण करून कंपनीला समर्पित केली; तेव्हाची माझ्या दृष्टीने अत्यंत संस्मरणीय गोष्ट म्हणजे, त्या इमारतीतील त्या पहिल्या पिझ्झा स्टोअरमधला पहिला पिझ्झा मी तयार केला. तिथे इतरांची गर्दी नव्हती. मात्र, आमचे अधिकारी व कर्मचारी यांची मोठी गर्दी उत्सुकतेने ते पाहत होती. मग मी त्यांना थोडे कौशल्य दाखवले ते कणकेचा गोळा हवेत उडवून पिझ्झा करण्याचे आणि तो पाठीमागे पकडण्याचे. मग मी मिशिगनचे गव्हर्नर जेम्स ब्लँकार्ड व अन्य प्रतिष्ठितांना पिझ्झाचा बेस कसा करायचा ते शिकवले. नंतर त्यांनी स्वत:च पिझ्झा केला. हे स्टोअर खास करून प्रशिक्षणासाठी वापरले जाते; पण मला पिझ्झाचा तो खास दरवळ आमच्या कार्यालयात हुंगताना हरखून जायला होत असे. मी परत एकदा डॉमिनोजच्या सान्निध्यात आहे, हे पाहून समाधान मिळत होते.

'हॅव फन इन द वर्क यू डू' – तुम्ही करत असलेल्या कामात रंगत आणा –

हे माझे तत्त्व मला स्टोअरमध्ये काम करतानापेक्षा मुख्याधिकारी म्हणून काम करताना आचरणात आणणे अधिक अवघड वाटते; पण आमच्या लोकांना प्रोत्साहित करण्यासाठी बक्षीस योजना तयार करण्यात मला आनंद वाटतो. आमच्याकडे विक्रीच्या अनेक स्पर्धा होतात आणि डॉमिनोजमध्ये अशी एक प्रथा आहे की, मी वापरत असलेले कपडे किंवा वस्तू बक्षीस म्हणून विजेत्यांना देणे. त्यात मी माझा टाय, घड्याळ वगैरे काढून विजेत्यांना तत्क्षणी समारंभपूर्वक देतो. त्यात एक मजा असते. माझे ७० डॉलरचे हर्मिस नेकटाय व २०० डॉलरची ड्यूपॉन्ट अशा प्रकारे मी किती वाटले आणि तेही वर्षानुवर्षे – याचा हिशेब ठेवणे अवघडच होते. मी १९७७ मध्ये घड्याळ देणे चालू केले. प्रथम आमचे डॉमिनोज बोधचिन्ह असलेले बुलोव्हा घड्याळ दिले. एका फ्रँचाइझीने विचारले की, तुमच्याकडून घड्याळ मिळवण्यासाठी मी काय करायला हवे? मी म्हणालो, आठवड्याला २०००० डॉलर्सची विक्री करून दाखव. त्याने ती करून दाखवली. मग मी त्याला तसे घड्याळ दिले आणि नंतर पुढे अनेक वर्षे मी सिकोची व त्यानंतर ८०० डॉलर्स किमतीची रोलेक्सची अनेक घड्याळे दिली.

मी अनेक वर्षे ज्याची इच्छा करत होतो, असे पूर्ण सोन्याचे स्विस पॅटेक फिलिप्पी मनगटी घड्याळ १९७९ मध्ये घेतले. त्याची किंमत १२००० डॉलर्सच्या घरात होती. मग आम्ही एक नवी स्पर्धा योजली. आता आमचे दोन महाविभाग (डिव्हिजन्स) या स्पर्धेत असतात. एक असते आमचे साउथ कॅरोलिनातील मायर्टेल बीच येथील स्टोअर. तिथे दरवर्षी विद्यार्थी सुट्टीत गर्दी करतात. १९८५ मध्ये त्यांनी एका आठवड्यातील एकूण विक्रीचा उच्चांक गाठला. तो होता ८०,८३७ डॉलर्सचा. आमचा दुसरा विभाग उर्वरित देशातील असतो आणि १९८५ मधला तिथला उच्चांक आठवड्याला ४८०४७ डॉलर्सचा होता. मायर्टेल बीच येथील फ्रँचाइझी ख्रिस स्ट्रॉंग व त्याचा व्यवस्थापक लॉयल स्मिथ या दोघांनी माझ्याकडील घड्याळे जिंकली आहेत. त्यांनी स्वत:चाच उच्चांक मोडला, तर त्यांना त्यांच्या पत्नीसाठी प्लॅटिनम– हिरेजडित पॅटेक फिलिप्पी घड्याळे दिली जातील. त्या १९८५ च्या उच्चांकाच्या काळात त्या स्टोअरने दर तासाला सरासरी ७५ पिझ्झा घरपोच केले आणि त्यातही उच्चांक होता १८० पिझ्झा प्रतितासाचा. कॅलिफोर्नियातील स्टोअरने १९८६ मध्ये अशक्यप्राय वाटणारा पूर्वीचा मायर्टेल बीचचा उच्चांक मोडून आठवड्याला ८३००० डॉलर्सची विक्री केली.

आमच्या इतर बक्षिसांमध्ये आमच्या टायग्रेस या याटवरील बैठका आणि मिशिगनच्या अप्पर पेनिनशुला भागातील ड्रमंड आयलंडवरील शिकार व मासेमारीसाठी असलेल्या आमच्या विश्रामगृहाची सफर असते.

मी मनात आणले, तर या विक्री बैठकांसाठी तसेच इतर खात्यांच्या कार्यक्रमांना

उपस्थित राहून माझा सर्व वेळ घालवू शकेन आणि कदाचित भविष्यात मी तसे करीनही. मात्र, मग मार्गीला आमच्या हिशेब खात्यातील नोकरी सोडावी लागेल, म्हणजे ती माझ्याबरोबर प्रवासाला येऊ शकेल; पण तिने ते नेहमीचे पगाराचे चेक स्वत: द्यायचे काम थांबवलेले पाहायला मला आवडणार नाही. ती आमच्या सर्व कार्यालयांतील सर्व अधिकारी व कर्मचाऱ्यांच्या पगाराचे चेक त्यांच्या टेबलावर नेऊन देते. व्यक्तिगत संपर्क ठेवायचा हा चांगला मार्ग आहे.

मी डॉमिनोजची पुढची पाच वर्षांची वाटचाल नजरेसमोर आणतो तेव्हा आमचे १०००० स्टोअर्स असतील. आमचे व्यवस्थापन असे विकसित झालेले असेल की, कोणीतरी अध्यक्ष (प्रेसिडेंट) म्हणून जबाबदारी स्वीकारायला तयार झाला असेल. मी त्या वेळी संचालक मंडळाचा अध्यक्ष (चेअरमन) असेन आणि माझा पूर्ण वेळ स्टोअरना भेट देण्यासाठी आणि कंपनी किंवा फ्रँचाइझींबरोबरच्या बैठकीत घालवेन.

तेव्हा गोल्डन बीकन पूर्ण झालेले असेल. मार्गी व मी आमच्या लेकसाइडमधल्या नव्या घरात पाऊल टाकलेले असेल. तिथे राहणे म्हणजे सुखाचा अखंड स्रोत असेल. डॉमिनोजकडे स्वत:चे मोठे विमान असेल आणि त्यावर मी व मार्गी प्रवासासाठी घरासारखी व्यवस्था ठेवू. मीही बऱ्यापैकी ५४ वर्षांचा तरुण असेन आणि मला आणखी भरपूर गोष्टी करायच्या असतील. आता मी थांबलेला बरे, नाही तर माझी ही स्वप्नांची यादी आणखी लांबत जाईल. सध्या तरी मला पाच वर्षांच्या नंतरचा विचार करायचा नाही; त्याऐवजी मला नजीकच्या भविष्यकाळाकडे व पिझ्झाच्या 'त्या' लढाईकडे लक्ष द्यायला हवे.

२१

मी लहान असताना एका जुन्या म्हणीमुळे नेहमी नाराज व्हायचो– 'एक वेळ उंट सुईच्या भोकातून जाऊ शकेल; पण श्रीमंत माणसाला स्वर्गात प्रवेश मिळणे कठीण.' मी आमच्या अनाथालयातील भिक्षुणींना त्याचा अर्थ समजावून सांगायला सांगितला. त्या म्हणाल्या, "श्रीमंत माणसे मनाने गरीब असतात. माणसाने संपत्तीबद्दल विनयशील राहिले पाहिजे व पैशाचा सदुपयोग केला पाहिजे. नैतिकदृष्ट्या चुकीचे काही करू नये." मला वाटलं, ही मार्गदर्शक तत्त्वे चांगली दिसतात.

मी माझ्या पैशाने जे करतो, त्यामुळे माझ्यावर टीका व्हायची शक्यता आहे. मी म्हणजे काही सालोमन नाही आणि मी सर्वच पैसा हुशारीने वापरतो असे नाही; पण मी चुकीचे काही करायचे नेहमीच टाळतो. मला टीका केल्यावर काही वाटत नाही; फक्त मला कोणी 'कंजूष' म्हणून शिक्का मारलेला आवडत नाही. त्याने मी दुखावतो. कारण मला लोकांना काहीतरी द्यायला मनापासून आवडते. मला नाही वाटत की, मी कधी कंजूष होतो; उलट कित्येक वेळा माझ्यावर टीका व्हायची ती माझ्या सढळ हाताने खर्च करायच्या सवयीमुळे, उधळ्या स्वभावामुळे!

ज्या वर्षी मी 'टायगर्स'ला विकत घेतले, त्या वर्षी मी फेट्झरना १२०० डॉलरचा काश्मिरी लोकरीचा स्वेटर वाढदिवसाची भेट म्हणून दिला – २५ मार्चला. ती भेट अनेकांना मिजासखोरीची वाटली. दि. २५ मार्च हा माझाही वाढदिवस! त्या दिवशी त्याच वर्षी मी मलाही त्याच कंपनीचा स्वेटर आणला. मला ती खरेदी भडक

वाटली नाही, वाटत नाही. त्याच्या बचावासाठी मी एक खासगी विनोद सांगितला. मी बो स्केम्बेक्लेर आणि जॉर्ज ग्रिफिथ यांच्याबरोबरच्या लढाईत जणू माझ्या बरगड्यांची हाडे मोडून घेतली; तेव्हा मी माझा एक जुना आवडता, खांद्यावर एक भोक असलेला स्वेटर घालून आमच्या घराजवळच्या वस्तीत पार्टीला गेलो होतो.

मला जुन्या-पुराण्या गोष्टी, वस्तू, जुने कपडे वगैरे आवडते. मी जॉगिंगचे कपडे घेऊन, ते कपडे माझ्या एका कर्मचाऱ्याने दिलेल्या पिशवीत घालून जिमखान्यावर जायचो. कालांतराने वापरून-वापरून ती पिशवी खराब झाली, तिच्या झिपची चेन तुटली. मग आम्ही १९८४ मध्ये ऑलस्टार गेमसाठी सॅन फ्रान्सिस्कोला गेलो. तिथे मी ती बॅग वापरत असलेली पाहून जिम कॅम्पबेल मला म्हणाला, "टॉम, निदान देवासाठी का होईना, तुला नवी पिशवी घ्यायला हवी. तू आता लक्षाधीश आहेस आणि तसाच दिसला पाहिजेस." त्या दिवशी मी बाहेर जाऊन नवी पिशवी घेऊन आलो; अर्थात मी एक काळजी घेतली की, ती इतकी मोठी होती की, माझी ती जुनी आवडती बॅगही त्यात बसेल.

माझा नेहमी उत्तमातले उत्तम घेण्याचा आग्रह असतो. अशा वेळी माझी ही जुन्या-पुराण्या वस्तूंची आवड काही लोकांना विक्षिप्तपणाची वाटेल; पण तसे नाही. माझ्या मते वयाबरोबर चांगल्या वस्तू अधिक चांगल्या होतात आणि त्यांच्याशी जुळलेले भावनिक मूल्य कोणी विकत घेऊ शकत नाही. उदाहरणार्थ, माझा आवडता कोट आहे तो ख्रिसमस १९६८ मधला. तो महागडा व्हिकुला नाही, तर कार्ड्युओरॉयचा करड्या रंगाचा, कोपऱ्यावर कातडी लावलेला, खरबरीत. त्या वर्षीच्या कार्यालयीन ख्रिसमस पार्टीत आमच्या कर्मचाऱ्यांनी मला आश्चर्यचकित केले. त्यांनी माझा जुना कोट हिसकावून घेतला– जो मी पिझ्झाचा व्यवसाय चालू केला तेव्हापासून वापरत होतो– त्यावर त्यांनी पेट्रोल ओतले व तो पेटवून दिला. मी त्या कोटाइतकाच आतून जळत होतो. मला वाटले, मी अनुभवलेला हा सर्वांत वाईट विनोद आहे. हे खरं होतं की, तो कोट अगदी जुना, गबाळा दिसत होता; पण माझ्याकडे तेवढा एकच होता. माझ्या रागाचा भडका उडायच्या आतच त्या टोळीने त्यांची नवी ख्रिसमस भेटवस्तू मला दाखवली. तो नवा सुंदर कार्ड्युओरॉयचा कोट. आता तो न घालण्याइतपत जुना झालाय व माझ्यासारख्याने घालण्यायोग्य राहिलेला नाही; पण त्या फाटलेल्या-विटलेल्या कोटात माझ्या अनेक लहान-मोठ्या आठवणी दडून राहिलेल्या आहेत. त्यामध्ये कित्येक वेळा पिझ्झा डिलिव्हरी करताना त्या कोटावर सांडलेल्या सॉसचे डाग आहेत– त्याच्याही आहेत.

आता मी पिझ्झा घरपोच द्यायला जाऊ शकत नाही. माझ्याकडे ड्रायव्हिंग लायसेन्सही नाही. मी त्याचे नूतनीकरण करून घेतले नाही. कारण आता माझा सुरक्षारक्षक गाडीने मला सर्वत्र नेतो. तो ड्रायव्हिंग करतो. सुरक्षेची गरज भासणे हे

कष्टदायक आहे; पण अन्य अनेक नकारात्मक गोष्टींप्रमाणे त्यातही काही सकारात्मक बाजू आहे – ती म्हणजे, आमचे डॉमिनोजचे सुरक्षारक्षक अनेक प्रकारची कामे करतात. सुरक्षारक्षकांचे पथक थॉमस आर. मिनिकने संघटित केले. तो आमच्या खास सेवा विभागाचा उपाध्यक्ष होता. आम्ही दोघे सेंट थॉमसमध्ये वर्गमित्र होतो. तेव्हा आम्हा दोघांनाही खेळ व शारीरिक तंदुरुस्तीचे व्यायाम यात स्वारस्य होते. त्याने मग बार्टन हिलजवळ घर विकत घेतले. कित्येक वेळा आम्ही पहाटे जॉगिंगला एकत्र जायचो. तोही पूर्वी मरिनमध्ये होता आणि ॲन आर्बरच्या पोलीस खात्यात त्याने उत्तम कामगिरी केली. तो वॉशटेनॉ काउंटीचा शेरिफही झाला. आम्ही दोघे कित्येक वेळा डॉमिनोजच्या सुरक्षाविषयक गरजांविषयी बोलायचो, ते पहाटेच्या त्या जॉगिंगच्या वेळी आणि मग आम्हा दोघांनाही हे पटले की, त्याने आमच्या कंपनीत त्या दृष्टीने कामाला यावे. त्याने १९८४ मध्ये शेरिफपदाचा राजीनामा दिला आणि आमच्या सुरक्षा पथकाची सुरुवात केली. माझ्या मते, आता ते देशातले सर्वोत्तम सुरक्षा पथक आहे.

इतर कामांबरोबरच थॉमसने आणखी एक जबाबदारी घेतली – ती म्हणजे, मी जमवत असलेल्या अनेक महागड्या मोटारगाड्यांची देखभाल व ने-आण याची. मला मोटारगाड्यांचे खास आकर्षण आहे– विशेषत: त्यातल्या उत्तमोत्तम आखणीविषयी व उत्पादनातील कार्यकुशलतेविषयी; त्यामुळे मला त्यांची आवड असणे ओघानेच आले; पण माझ्याबरोबर अनेक वर्षे काम केलेल्या अनेकांनाही याचे आश्चर्य वाटले, जेव्हा मी ड्यूसेनबर्ग ड्युएलकॉल फाएटनसाठी १० लाख डॉलर्स मोजले. बहुधा मला त्यांनी वेड्यात काढले असावे.

असो. मी जरी कार्यालयात त्याविषयी काही बोललो नाही, तरीही मला उत्तमोत्तम गाड्यांची हौस आहे. मी अनेक वर्षे 'हेनिंग्ज'चा वर्गणीदार आहे, जे मोटारगाड्यांच्या शौकिनांचे जणू बायबल आहे! मी अशा गाड्यांचा संग्रह करायची दीर्घकालीन योजना केली आहे. मला या गाड्या आमच्या मुख्य कार्यालयात प्रदर्शनासारख्या ठेवायच्यात आणि त्या संचलनात किंवा उत्पादनांच्या प्रसारासाठी वापरायच्या आहेत.

ड्यूसेनबर्गची मालकी असावी, हे माझे दीर्घकालीन स्वप्न होते; कारण सर्वोत्कृष्ट गाड्यांची जादू तिच्यात आहे. ती जगातील सर्वोत्कृष्ट गाडी आहे आणि ती मला रोल्स रॉइस, पॅकॉर्ड, लिंकन किंवा कॅडिलॅकपेक्षाही सर्वोत्कृष्ट दर्जाची वाटते. मिनिॲपोलिसचे रिचर्ड जी. गोल्ड यांच्याकडून खरेदी केलेली ड्यूसेनबर्ग अनेक तज्ज्ञांच्या मते सर्वोत्तम गाडी आहे. क्लासिक क्लब अमेरिकेच्या १९७४ च्या स्पर्धेत तिला ट्रिपल क्राउन मिळाला. तिच्या सोफ्याचे काम ले ग्रांद्रेने केले होते आणि ती एक अशी दुर्मीळ ड्यूसेनबर्ग गाडी आहे की, जिला मूळचे सुपरचार्ज्ड इंजिन आहे आणि ड्युएल कार्ब्युरेटरही. ३२० हॉर्सपॉवरचे इंजिन आहे. ती गाडी

ताशी ९५ मैल वेगाने दुसऱ्या गिअरमध्ये, तर ताशी १३० मैल वेगाने सर्वांत वरच्या गिअरमध्ये धावू शकते. ती गाडी १९३४ मध्ये एच. आर. हैंझ कुटुंबातील जॉन एल. गिव्हनकरता बांधण्यात आली होती.

मी डूझी घेतल्यानंतर २४ सप्टेंबर १९८५ रोजी माझ्या कानांवर कुणकुण आली– पुढच्या वर्षी नेवाडातील रेनो येथे 'हाराह'च्या ताफ्यातील बुगाटी रॉयल गाडीचा लिलाव होणार आहे. म्हणून मी तिथे जाऊन चाचपणी केली. तिथे १९२९ मॉडेलची काळ्या रंगाची मर्फी बॉडी मॉडेलची आणखी एक कन्व्हर्टिबल ड्यूसेनबर्ग लिलावात विकली जात होती. लिलाव छान झाला आणि मी जिंकला. मला माहीत आहे की, स्पर्धा असली की माझे हात शिवशिवतात आणि मी त्यात स्वत:ला झोकून देतो; पण त्यात वाहवत जाऊ नये म्हणून आपण जास्तीतजास्त किती आकड्यांपर्यंत बोली लावायची, तो आकडा मी कागदावर लिहून ठेवतो अन् तो कागद नेहमी हातात बाळगतो. लिलाव चालू झाला व त्याचे आयोजन करणारा सर्वांना किमती वाढवण्यासाठी उद्युक्त करू लागला. जसजशा किमती वाढत जातील तसतशी मी त्या कागदावरील आकड्यावर नजर लावून ठेवली. त्या मर्फी बॉडी रोडस्टरकरता माझा 'तो' आकडा होता १० लाख डॉलर्सचा.

जेव्हा किंमत ५ लाख डॉलर्सवर गेली तसतसे बोली लावणारे एकेकजण माघार घेत राहिले, मग माझ्याविरुद्ध एकचजण राहिला. त्याने ९,७५,००० डॉलर्सची बोली लावली. मी पण अंदाज केला की जाहीर न केलेली राखीव किंमत १० लाख डॉलर्स असावी आणि माझ्याही दृष्टीने ही अंतिम मर्यादा होती. म्हणून मी २५००० डॉलर्स जादा बोलून टाकले आणि लिलाव थांबला. मी अशी दुसरी डूझी १० लाख डॉलर्सला घेतली. विशेष म्हणजे, माझ्या या खरेदीला वृत्तपत्रांतून भरपूर प्रसिद्धी मिळाली. मला सांगण्यात आले की, गाड्यांच्या लिलावातील ती आजपर्यंतची सर्वांत मोठी बोली होती.

मला लिलावात मजा वाटते; त्यामुळे अंगातील रक्त सळसळते, म्हणून मी लिलावात जाणे चालू केले. मोटारगाड्यांविषयीही. ते तेव्हा थांबले, जेव्हा मार्गीची डोकेदुखी वाढली. माझ्या पत्नीचे मोटारगाड्यांतले स्वारस्य कमी लेखणे अवघड आहे. एका अर्थी ते चांगले आहे. कारण वर्षानुवर्षे ती आमच्या गॅरेजमधली जुनी-पुराणी असेल ती आणि हाताला येईल ती डिलिव्हरी गाडी वापरत आली आहे; पण माझ्या एकाएकी उफाळलेल्या दिखाऊ गाड्यांबाबतच्या उत्साहाकडे ती खिलाडू वृत्तीने पाहते. काही वेळा तीही माझ्याबरोबर लिलावात येते. १९८५ च्या पानगळीच्या दिवसांत पेनसिल्व्हानियामधील लँकेस्टर येथील 'अर्ल क्लार्क्स डच वंडरलँड ऑक्शन'ला आम्ही गेलो, ती आमची सहल संस्मरणीय झाली. मला एक छानशी छोटेखानी ५५ मॉडेलची थंडरबर्ड गाडी घ्यायची होती; पण तिला त्या गाडीचा रंग

आवडला नाही. मी १,२७,५०० डॉलर एवढ्या रकमेच्या गाड्या तिथे घेतल्या. त्यात दुर्मीळ १९२० ची सेंटर डोअर मॉडेल टी फोर्ड आणि १९४२ मॉडेलची ब्यूक रोडमास्टर कन्व्हर्टिबल या गाड्या होत्या. कारण मी लहान असताना त्या माझ्या आवडत्या होत्या; पण ही जवळजवळ त्याच वेळची होती आणि तिची सुबक रचना मला आवडायची.

मला काळजी वाटते, माझे काही फ्रँचाइझी म्हणतील की, मी अशा गाड्यांवर पैसा उधळतोय; पण गोष्ट तशी नाही. मी आखणी करून या गाड्यांमध्ये काळजीपूर्वक गुंतवणूक करायची, या हेतूने केलेले ते काम असते. मी चांगल्या दर्जाच्या गाड्या चांगल्या किमतीला घेतो आणि ही अलीकडच्या काळातील एक चांगली गुंतवणूक आहे, असे दिसून आले आहे.

या जुन्या चांगल्या गाड्यांना भरपूर प्रसिद्धीमूल्य आहे. आम्ही त्यांना कंपनीचे प्रतिनिधित्व करण्यासाठी संचलन किंवा अन्य सार्वजनिक कार्यक्रमांत पाठवतो– तेही देशभर. आम्ही जेव्हा डॉमिनोजचा रौप्यमहोत्सव साजरा केला व डॉमिनोज फार्म्स या नव्या जागेत प्रवेश केला, तेव्हा आमच्या कार्यालयापासून निघालेल्या मिरवणुकीत आमच्या त्या दुर्मीळ नऊ गाड्या होत्या. त्या मिरवणुकीच्या अग्रभागी दुसऱ्या महायुद्धातील जीपचे पूर्वीचे मॉडेल– मूळची जीप होती. मग आमची मोठी ड्युएल ड्यूसेनबर्ग फाएटॉन होती. त्याचे सारथ्य गव्हर्नर ब्लँकार्डकडे होते आणि त्यांच्या शेजारी मी व मार्गी बसलो होतो. आमच्या मागे, ब्यूक कन्व्हर्टिबल आणि सेंटर मॉडेल टी – जगातील फक्त तीनपैकी एक– याच्याबरोबर इसोटा फ्रास्चिनी होती. १९३८ लिंकन के कन्व्हर्टिबल– जगातील फक्त सातपैकी एक, १९३७ मॉडेलची कॅडिलॅक बस– जी योसेमाईट पार्कमध्ये सफारीसाठी वापरली जायची. मॉडेल टी बसमध्ये एका बस चासीजवर होती आणि त्यात रेड गार्टर बँड वाजवत डॉमिनोज फार्मपर्यंत आला होता. आमच्या कोठीघरातले निळा गणवेश परिधान केलेले कर्मचारी त्यामागे बिगुल वाजवत चालत होते. आम्ही त्या फार्ममध्ये प्रवेश केल्यावर काळ्या गणवेशातील आमच्या सुरक्षारक्षकांपैकी दोन घोडेस्वार काळ्या रंगाच्या घोड्यांवर बसून आमच्या पुढे त्या मिरवणुकीच्या अग्रभागी आले. मग आमचे कमी उंचीचे घोडे– त्यांना आम्ही पिझ्झा पोनी म्हणतो– ते म्हणजे फॅलाबेला, जगातील सर्वांत कमी उंची असलेल्या घोड्यांची जात– एक वॅगन ओढत होते. वर आमचे लाल, पांढरे, निळे हेलिकॉप्टर घिरट्या घालत होते. तो एक अवर्णनीय सोहळा होता.

मला आशा होती की, तो मिरवणुकीचा सोहळा अन् त्याव्यतिरिक्त आम्हाला मिळालेली प्रसिद्धी यामुळे त्या दुर्मीळ गाड्यांचे महत्त्व सर्वांना पटले असेल. नंतर मला त्यांपैकी अनेक गाड्यांसाठी मोठ्या रकमा देऊन खरेदीकरता मागण्या आल्या;

पण मी त्या फेटाळून लावल्या. कारण डॉमिनोजच्या प्रतिमेसाठी त्या गाड्याच महत्त्वाच्या होत्या. जी कंपनी चाकांवर उभी राहिली आहे आणि जी दर्जा व सेवा यांच्यावर भर देते.

आमच्या डॉमिनोजच्या कायमच्या संग्रहालयात आणखी दोन गाड्या आहेत ज्या मी खरेदी केलेल्या नाहीत, किमान त्यांच्या सध्याच्या अवस्थेत तरी. खरेतर त्या पाहून मी अचंबित झालो. आम्ही जेव्हा डॉमिनोज फार्म्समध्ये प्रवेश केला, त्या वेळी त्या मला आमच्या कर्मचाऱ्यांनी भेट दिल्या होत्या; त्यामध्ये पहिले आश्चर्य होते ते म्हणजे १९५९ मॉडेलची फोक्सवॅगन बीटल– जशी आमची पहिली डिलिव्हरी गाडी होती आणि जी मी माझ्या भावाला त्याच्या निम्म्या भागीदारीबद्दल रकमेची परतफेड म्हणून दिली होती. ती आमच्या डॉमिनोज पिझ्झा डिस्ट्रिब्युशनमधल्या कर्मचाऱ्यांनी भेट दिली. दुसरी गाडी होती ती फ्लीटवूड कॅडिलॅक टालिस्मान. मी १९४६ मध्ये तशी घेतली, त्या वेळी फार अभिमान वाटायचा. ती एक मर्यादित आवृत्तीची गाडी होती. तशा फक्त ८०० गाड्या तयार करण्यात आल्या होत्या आणि तिची अंतर्गत सजावट माझ्याकडे असलेल्या सर्व गाड्यांमध्ये उत्कृष्ट होती. खरेदी केल्यानंतरच्या १० वर्षांत ती आमच्या अनेक अधिकाऱ्यांना वापरण्यासाठी दिली होती अन् आता रिकंडिशनिंग करून मला परत भेट देण्यात आली होती. माझा माझ्या डोळ्यांवर विश्वासच बसेना. कारण शेवटी मी तिला पाहिली होती, तेव्हा ती इतक्या खराब अवस्थेत होती की; ती भंगारात घालायच्याच योग्यतेची झाली होती.

डॉमिनोजच्या दृष्टीने या जुन्या गाड्या कंपनीला जी प्रसिद्धी मिळवून देतात, हे फार मोठे कार्य होते. ते उत्साहवर्धक असते; पण जेव्हा वृत्तपत्रांतून असे सूचित केले जाते की, मी उधळ्या आहे; त्या वेळी राग येतो. माझ्याकडे किती पैसा आहे हे सुचवण्यासाठी. वृत्तपत्रांतील लेखांपासून मी दबून असतो. ज्या लोकांकडे पहिल्यापासून भरपूर पैसा आहे, जे गर्भश्रीमंत आहेत, त्यांना प्रसिद्धीची आवड नसते. ते ती टाळतात. उलट, नवश्रीमंतांना आपल्या श्रीमंतीचे प्रदर्शन करावेसे वाटते. ते प्रसिद्धीच्या पाठीमागे असतात. मी या दोघांमध्ये कोठेतरी येतो. माझ्याकडची संपत्ती नव्याने आली आहे, असे लोकांना वाटते; पण मला तसे वाटत नाही. माझी भावना तशी नसते, ज्यांच्याकडे वारसाहक्काने संपत्ती येते. कारण मला नेहमी आत्मविश्वास होता की मी दशलक्षाधीश, कोट्यधीश होणार आहे. त्याबद्दल मला किंचितही संशय नव्हता. प्रश्न होता तो – फक्त 'ते कधी?'

राष्ट्रीय मासिकांतून माझ्या व्यक्तिगत संपत्तीविषयी अंदाज बांधणे चालू झाल्यापासून माझ्यावर टीका होत आहे की, मी लोकहितैषी–परोपकारी नाही; पण सत्य हे आहे की, मी हा परोपकाराचा विषय गांभीर्याने घेतो. मला किरकोळ कामासाठी किंवा

दिखाऊपणासाठी ते करायला आवडत नाही. मला माझे योगदान अर्थपूर्ण मार्गाने व्हावे, असे वाटते.

युजिन पॉवर, आमच्या संचालक मंडळातील एक ज्येष्ठ व माझा समुपदेशक. हा देशातील एक महान लोकहितैषी माणूस आहे आणि मी त्याचे दान देण्याचे तत्त्वज्ञान अभ्यासले आहे. दान देण्याने दीर्घ काळ समाधान कसे मिळवावे, हे दाखवून देणारे ते जिवंत उदाहरण आहे. युजिन पॉवरने काही सूचना केल्या आहेत. त्यात बेघरांसाठी व अंतिम घटका मोजणाऱ्या रुग्णांसाठी काही योजना आहेत. डॉमिनोजच्या दृष्टीने हे एक चांगल्या प्रकारचे काम असेल आणि या संकल्पनेत मी सॅम फाइनच्या मदतीने काम करत आहे.

सॅम हा डॉमिनोजमधला आमचा पूर्वीचा संबंधित. तो आता कंपनीत परत आला आहे. त्याने १९८५ मध्ये व्हाइस प्रेसिडेंट मार्केटिंग ही जबाबदारी स्वीकारली. त्यानेच डॉमिनोजचे पहिले बोधचिन्ह– लोगो– विकसित केले. त्यानेच आमची प्रसिद्धीची पहिली मोहीम आखली. मग तो जाहिरात व प्रसिद्धीच्या व्यवसायासाठी वॉशिंग्टन डी.सी.ला गेला. मी त्याच्याशी सतत संपर्क ठेवला आणि त्याला परत आणण्याचे प्रयत्न चालू ठेवले; पण त्याला नोकरी देणे आम्हाला परवडण्यासारखे नव्हते. मग बॉब कॉटमनने राजीनामा दिला, त्याच दिवशी आता ही महत्त्वाची जबाबदारी कोणाला द्यावी, या काळजीत मी होतो. त्याच वेळी फोन आला. कुणाचा असावा? सॅम फाइनचा! तो म्हणाला की, तो ॲन आर्बरला परत यायच्या विचारात आहे अन् नोकरीच्या शोधात आहे. आम्हाला पिझ्झा बनवायला जेवढा वेळ लागतो त्यापेक्षाही कमी वेळात आम्ही करारादाखल हातमिळवणी केली.

सॅमच्या एका गोष्टीचे मूल्य मला फार वाटते. ते म्हणजे, धर्मादाय सामाजिक कामासाठी मोठे कार्यक्रम कसे आखावेत आणि ते कार्यवाहीत कसे आणावेत याबाबतची त्याची कणव व जाण. हॉस्पिटलमध्ये मुले असणाऱ्या पालकांच्या राहण्याच्या व्यवस्थेसाठी मॅकडोनल्डने जशी रोनाल्ड मॅकडोनल्ड हाउसेसची योजना आखली आहे, त्या धर्तीवर ज्येष्ठ नागरिकांसाठी डॉमिनोज फार्मने काही करावे हे पाहणे मला आवडेल. ही कल्पना कधी अन् कसा आकार घेईल, मला सांगता येत नाही; पण मला माहीत आहे की, आम्ही एक महान योजना घेऊन येऊ.

सर्वांत समाधानकारक धर्मादाय कार्य ज्यात मी सहभागी होतो आणि जे मला आवडले, ते होते होंडुरासमधील कॅथॉलिक मिशनला आधार देण्याचे. १९८४ मध्ये फादर एनरिक सिल्व्हेस्ट्रेशी झालेल्या बैठकीतून त्याची सुरुवात झाली. ते पॅशनिस्ट प्रिस्ट आहेत आणि ॲन आर्बरला वर्ड ऑफ गॉड सर्व्हंट मिनिस्ट्रीमध्ये इंग्लिश शिकण्यासाठी आले होते. ते स्पेनमधील टॉल्डो गावातून होंडुरासला १९७१ मध्ये कसे गेले आणि तिथे त्यांनी सॅम पेड्रोसुला शहरापासून ७० मैल

दक्षिणेला असलेल्या एल मॉचिटो या खाणी असलेल्या गावी चर्च उभारण्याचे काम कसे केले, ते त्यांनी मला सांगितले.

हे स्पष्टच होते की, ते तिथे जाण्यापूर्वी ते गाव अत्यंत खराब स्थितीत असले पाहिजे. त्याच्या मुख्य रस्त्यावर ओळीने अन् असंख्य दारूचे अड्डे व कुंटणखाने होते. त्या भागात हे अगदी सर्वसामान्य होते की, तिथले पालक आपल्या मुलांना ते १४ वर्षांचे झाले की दारू व वेश्या यांची ओळख करून द्यायचे; पण १० वर्षांत फादरने त्या गावाचे स्वरूप आमूलाग्र बदलले. बहुतेक दारूअड्डे बंद झाले व वेश्यांनी ते गाव सोडले. त्या ख्रिश्चन झाल्या. झिंक व कॉपरच्या खाणीत काम करणारे कामगार सहकुटुंब चर्चमध्ये जाऊ लागले. त्या गावाचे ते पालटलेले रूप पाहून हिस्पॅनिक मिशनचे अधिकारी म्हणायचे की, हे 'दुर्मीळ आश्चर्य' आहे!

पण फादर एनरिकच्या दृष्टीने ती केवळ सुरुवात होती. त्याच्या मनात त्या वस्तीच्या भल्यासाठीच्या अनेक योजना होत्या. त्यात शेजारच्या पर्वतात पाण्यावर चालणारे विजेचे जनित्र बसवून सॅन जुआन डी लॉस अँडेस गावात वीज आणायची होती. जी ऊर्जा व उत्साहाने ते त्या प्रकल्पाविषयी बोलत होते, ते पाहून मला त्यांना 'फादर फायरक्रॅकर' का म्हणतात, ते कळून चुकले.

फादर एनरिकची होंडुरासमधली कामगिरी पाहण्यासाठी मी दिलेल्या अनेक भेटींपैकी पहिली १९८५ मधील होती. तिथे गेल्यावर मला कळले की, त्या भागात प्रवासाला पहिल्यांदाच जाणाऱ्या कोणाही प्रवाशाला वाटते – मध्य अमेरिकेतील पाच देश होंडुरास, ग्वाटेमाला, एल साल्वाडोर, निकारागुवा व कोस्टारिका हे जणू भौगोलिकदृष्ट्या यूएसएच्या मागच्या परसातले आहेत. ॲन आर्बरहून निघालेले आमचे कंपनीचे विमान लॉस एंजलिसला जायला जेवढा वेळ लागतो, त्यापेक्षाही कमी वेळात मी तिथे पोहोचलो.

त्या पहिल्या भेटीतच माझ्यावर ठसा उमटला तो होंडुरासमधील मानवी दुःखाचे कोरड्या आकडेवारीत केलेले वर्णन आणि कमालीचे दारिद्र्य म्हणजे काय असते याचा. इतक्या सुंदर व नैसर्गिक संसाधनांनी श्रीमंत असलेल्या देशातील या प्रचंड गरजांनी डोके गरगरायला लागले. मी निश्चय केला की– इथली परिस्थिती बदलण्यासाठी फादर एनरिक जी प्रचंड मेहनत घेत आहेत, त्यासाठी त्यांना मदत करीन.

माझी पहिली कृती होती की, तिथल्या जुन्या खेचरांच्या जागी त्यांना एक फोरव्हील ड्राइव्हचा ट्रक देणे. फादरना आनंद झाला. कारण त्यामुळे त्यांना त्या भागातील सर्व खेड्यांना केवळ एका दिवसात भेट तर देता येणारच होती; पण एरवी ज्या प्रवासाला ३-४ दिवस लागले असते– कारण तो डोंगरदऱ्यांचा प्रदेश होता. शिवाय त्यामुळे त्या खेडुतांना लागणाऱ्या दैनंदिन गरजेच्या व आणीबाणीच्या प्रसंगीच्या वस्तू वेळेवर पोहोचवता आल्या असत्या. ते वीजनिर्मिती केंद्र उभारण्यासाठी

मदत म्हणून मी त्यांना रोख रक्कमही दिली.

१९८६ च्या फेब्रुवारीत मी परत होंडुरासला गेलो. या वेळी माझ्याबरोबर डॉ. जोसेफ कोसनिक, डेट्रॉइटमधल्या इनर-सिटी हॉस्पिटलमधील तातडीच्या वैद्यकीय मदतीचे तज्ज्ञ व डॉ. वॉल्टर (वॅली) नीमान– जे माझे दंतवैद्य होते– त्यांनाही घेऊन गेलो. त्या दोघांनी फादर एनरिकसमवेत त्या भागात वैद्यकीय व दातासंबंधीच्या गरजा काय आहेत याची पाहणी केली.

एल मोचिटोमध्ये वैद्यकीय केंद्र होते; पण फारच थोड्या लोकांना तिथल्या औषधोपचाराचा खर्च परवडायचा. दूषित पाण्यामुळे आणि सांडपाण्याचा निचरा न झाल्याने होणारे जुलाबाचे आजार तिथे मोठ्या प्रमाणावर होते. त्यातून अनेक मृत्यू व्हायचे. कारण जुलाब व्हायला लागले की, लोक पाणी पिणे थांबवायचे व त्यामुळे डी-हायड्रेशन व्हायचे.

डॉ. नीमानना तिथे त्या वेळी दातांवरील उपचार करणे जमले नाही, कारण त्यांनी पुरेशी साधने आणली नव्हती. पुढच्या भेटीत त्यांनी ती मोठ्या प्रमाणावर नेली; पण त्यांनी मुलांना दातांचे ब्रश दिले व त्यांनी दात कसे घासावेत त्याचे शिक्षणही. मुलांना त्या भेटी आवडल्या आणि परत जाताना आनंदाने ते ब्रश वापरताना पाहून डॉक्टरांना समाधान वाटले.

त्या वीजनिर्मिती केंद्राच्या निर्मितीत काय प्रगती झाली, हे पाहण्यास मी उत्सुक होतो; पण तत्पूर्वी आम्हाला फादरनी तिथे उभ्या केलेल्या पत्र्याच्या छपराच्या छोट्याशा चर्चमध्ये प्रार्थनेला जायचे होते. त्या गावची लोकसंख्या सुमारे २००० असावी. त्या प्रार्थनेमुळे माझ्यावर काय भावनिक प्रभाव पडणार आहे याची मला पुसटशीही पूर्वकल्पना करता आली नाही, त्याला मी तयारही नव्हतो.

चर्चचा आतला भाग मी कधी कल्पनेतही पाहिला नव्हता, एवढा निराळा होता. त्याचे छप्पर वाऱ्याने गदागदा हलत होते. लाकडी भिंती रंगीत कागदांनी सजवल्या होत्या. खिडक्यांना काचा नव्हत्या. तिथली प्रार्थनेची मुख्य जागा म्हणजे सफेद चादरीने झाकलेले एक लाकडी टेबल होते. पाठीमागची काँक्रिटची भिंत पांढऱ्या प्लॅस्टिकच्या कापडाने झाकली होती आणि त्यावरून रंगीत कापड खाली सोडले होते. ते सर्व दृश्य जादूसारखे वाटत होते.

चर्चची इमारत जरी जुनी होती, तरी त्या खेड्यातले ते सर्वांत उठून दिसणारे बांधकाम होते आणि त्यातून त्या गरीब लोकांची श्रद्धा प्रतीत होत होती. कारण त्या चर्चचे काम त्या गावकऱ्यांनी प्रेमाने केले होते.

तिथली प्रार्थना व सेवा यांनी माझ्यावर जो प्रचंड परिणाम झाला, तो तिथल्या काटक मुलांनी– ज्यांनी तिथली प्रार्थनेसाठीची ओबडधोबड बाके भरून गेली होती. ती शनिवारची दुपार होती; त्यामुळे बहुतेक नागरिक शेतात कामाला गेले होते.

आमच्या गटातील दोघांनी फादरना प्रार्थनेत मदत केली. ते दोघे म्हणजे फादर रॉबर्ट लुन्सफोर्ड– ॲन आर्बरमधील सेंट थॉमस चर्चचे आणि फादर पॅट्रिक इगन– डॉमिनोज फार्म्सचे धर्मगुरू. उत्तर अमेरिकेतील त्या दोघांच्या उपस्थितीने मुले जणू जागेवर खिळून बसली होती. मीही अनाथालय सोडल्यानंतर एखाद्या मुलांच्या गटाबरोबरचे आपले साहचर्य त्या मुलांना पाहून प्रथमच अनुभवत होतो. प्रार्थनेनंतर त्या गावातील काही प्रमुखांनी आम्हाला त्या वीजनिर्मिती केंद्राकडे नेले. तिथले जनित्र (जनरेटर) प्लॅस्टिक कापडाने झाकून ठेवले होते. कारण ते ज्याच्यावर बसवायचे तो कॉंक्रिटचा पाया अद्याप तयार झालेला नव्हता. डोंगरपठारावर असलेल्या पाण्याच्या साठ्यापासून त्या जनित्रात पाणी सोडण्यासाठी टाकायच्या पाण्याच्या पाइपच्या लायनीत काही अडथळे आले होते; पण खेडुतांना चिंता होती ती त्या केंद्राखाली जमा होणाऱ्या पाण्यामुळे तयार होणाऱ्या तळ्याची. त्यांना वाटायचे, त्यात ती वीज पूर्ण भरून राहील.

त्या गावप्रमुखाने खेडुतांची ही भीती फादर एनरिकना सांगितली, तेव्हा त्यांनी हसून खांदे उडवले. अशा अंधश्रद्धा प्रचारात असतात, हे त्यांना माहीत होते. मला मात्र तिळमात्र शंका नव्हती की, फादर त्यांना हे पटवून देतील की, त्या पाण्यात वीज नसेल; त्यामुळे त्यांची मुले किंवा गुरेढोरे यांना त्यापासून काही भीती नाही. मात्र, फादरचे प्रयत्न होते की, त्या पाण्यात मत्स्यशेती करावी, त्या खेडुतांना मासेमारी शिकवावी. त्यांच्या खाण्यात त्या माशांचा समावेश असावा; त्यामुळे त्यांचे आरोग्य सुधारावे. या सर्व गोष्टी जमून यायला काही काळ जायला हवा होता.

होंडुरासमधल्या माझ्या अनुभवामुळे माझ्यात स्पॅनिश भाषा शिकण्याची आवड निर्माण झाली. मला ते पाठ आवडू लागले. विशेषत: अनौपचारिक वर्ग – जे फादर एनरिकच्या त्या चर्चच्या सदस्यांनी घेतले. ते माझ्याभोवती जमा झाले आणि त्यांनी मला अनेक शब्द शिकवून माझा स्पॅनिश शब्दसंग्रह वाढवण्यास मदत केली अन् शब्दोच्चार सुधारण्यासही!

माझी ही होंडुरासमधील कामातील गुंतवणूक पुढे काय आकार घेईल, हे मला माहीत नाही. एका गोष्टीचा मी प्रयत्न करतोय – तो म्हणजे, होंडुरासमध्ये भांडवल गुंतवणुकीचा. एल मोचिटोमध्ये शिवण उद्योग आणण्याचा. जॉन मॅकडेव्हिट व मी काही शिवणयंत्रे घेऊन गेलो आणि तिथल्या स्थानिक रहिवाशांपैकी काहींना ती कशी वापरायची ते शिकवले. सुरुवात म्हणून डॉमिनोजच्या कर्मचाऱ्यांचे एप्रन करण्यासारखे साधे-सोपे काम आम्ही त्यांना दिले; पण आम्हाला आशा आहे की, जसे त्यांचे यंत्रकौशल्य वाढत जाईल तसे अधिक गुंतागुतींचे कपडे डॉमिनोज व इतर कंपन्यांकरता तिथून बनवून आणता येतील.

जर आम्ही शिवणकाम हा स्थानिकांनी चालवलेला उद्योग म्हणून प्रस्थापित

करू शकलो, तर त्याचा परिणाम एल मोचिटोचे उदाहरण घेऊन इतर वस्तीतील गावकरीही असेच काही भांडवली उद्योग चालू करू शकतील. हे कितपत यशस्वी होईल हे येणारा काळच ठरवेल; कारण यात आमच्या बरोबरीने अन्य घटकही सम्मिलित असतील; याखेरीज होंडुरास व सर्वसाधारण मध्य अमेरिकेत असलेली राजकीय परिस्थितीही त्याला जबाबदार असेल.

दुसरी एक कल्पना मला राबवायची आहे ती – एल मोचिटोमध्ये बेसबॉलचा खेळ आणण्याची. मला वाटते की, होंडुरासमधील मुले त्यात चांगली तयार होतील. काय होतेय हे पाहण्यासाठी त्या चर्चमध्ये मी एक बॉल मुलांच्या दिशेने फेकला. एकाने तो पकडला व परत माझ्याकडे अशा सफाईने परत फेकला की, जणू त्याला त्याचे आधीच प्रशिक्षण मिळाले होते! मग इतर मुले त्याला येऊन मिळाली आणि मग असे वाटले; जणू त्यांच्यात निसर्गतःच चेंडू फेकाफेकीची कला होती. त्या चर्चजवळ त्या खेळासाठी मैदान करावे, असे मला वाटत होते. तसेच आमच्याकडच्या दुय्यम दर्जाच्या संघातील काही खेळाडूंना तो खेळ इथल्या मुलांना शिकवण्यासाठी पाठवावे, असेही वाटत होते. तो शिवणाचा उद्योग नीट स्थिरावला, तर त्यातून त्या मुलांचे खेळाचे गणवेश तयार होऊ शकतील व आसपासच्या गावांदरम्यान या खेळाचे सामनेही भरवता येतील.

माझी अशी एक भावना आहे की, मला होंडुरासमधल्या कामाने एक नवा जीवनोद्देश सापडेल – जो कदाचित डॉमिनोजची निर्मिती किंवा टायगर्सची खरेदी, अन्य काही – यापेक्षाही विशेष असेल. मला आशा आहे की, मी काहीही करून इथे काही बदल घडवून आणेन – ज्यातून हा जगात मुक्त व्यापाराचा बलवान घटक बनणार की देव न मानणाऱ्या कम्युनिझमच्या मार्गाने जाणार, हे ठरेल.

फादर एनरिक यांची ऊर्जा आणि उद्दिष्टांविषयीचा त्यांचा विश्वास मला प्रेरणा देतात. त्यांचे काम पाहून मला १५व्या शतकात आयर्लंडमध्ये एका धर्मगुरूंनी केलेल्या बदलांविषयी जे वाचले, त्याची आठवण होते; त्यामुळे त्यांनी जणू सर्व युरोप ख्रिश्चन केला. फादर बायबलचे अध्ययन करणारे छोटे-छोटे गट तयार करताहेत, ते मग बाहेर जाऊन इतरांना त्याची माहिती देताहेत.

मी उत्तम जागी असलेला ख्रिश्चन असावे असे मला स्वतःला वाटते आणि सर्व जग तसे व्हावे असेही; पण उद्योजक म्हणून तसे करत गेलो, तर लोक दूर जातील, ही भीतीही मला आहे. लोकांना शिकवून घेणे आवडत नाही आणि धर्माचा विषय चर्च किंवा काही धार्मिक समारंभ सोडून आणला; तर लोक गंभीर होतात, चिडतात. धर्माच्या बाबतीत विरोध असणे आणि त्याबाबत इतरांनी काही करणे त्यांना आवडत नाही.

मी जेव्हा धार्मिक शाळेत होतो, तेव्हा मी स्वतःशी ठरवले की – मी जेव्हा

धर्मगुरू होईन, तेव्हा प्रवचन देण्याचा नवा मार्ग शोधीन. त्याची सांगड अशा लोकांशी घालेन की, जे वेगळे आहेत. अनेक धर्मगुरू अत्यंत कोरडे व नीरस प्रवचन देतात. ते लोकांच्या डोक्यावरून जाते. ते लोकांच्या दैनंदिन जीवनाशी निगडित भाषेत संदेश देत नाहीत – जसे येशूने केले. मी विचार केला, 'यासाठी काही निराळा मार्ग असलाच पाहिजे!' आणि मला वाटते, तो शोधायला मी सुरुवात केली आहे. मी अध्यात्माचे महत्त्व ठसवायचा प्रयत्न करतो. जेव्हा मी व्याख्यान देतो किंवा वृत्तपत्रांना मुलाखत – मी ते सौम्य शब्दांत सांगतो. कारण मला लोकांना माझ्यापासून दूर पळवायचे नसते. मला फक्त बी पेरायचे आहे.

मी चांगले शब्द सोदाहरणातून पसरवण्याचा प्रयत्न करतो. मी ही गोष्ट लपवत नाही की, मी रोज प्रार्थनेला जातो. मला वाटते, हा विचारच काहींना हे पटवून देईल की, ही काही वाईट कल्पना नाही. मला माहीत आहे – मला प्रेरणा मिळाली ती त्या व्यक्तीला त्यामुळे मी बरेच मानतो. मिआमी डॉल्फिन्सचा प्रशिक्षक डॉन शुला याविषयी मी वाचले की, तो रोज प्रार्थनेला जातो. शिकागोचा मेयर डॅली याच्याकडूनही प्रेरणा घेतली, जरी मी त्याला फारसे मानत नाही. मी त्याचा संबंध घाणेरडे राजकारण व लाचखोरीशी लावतो; पण मी जेव्हा वाचले की – तो रोज प्रार्थनेला जातो, त्या वेळी माझे त्याच्याबद्दलचे मत बदलले. मी निराळ्या दृष्टिकोनातून त्याच्याकडे पाहू लागलो. मी स्वतःलाच म्हटले, 'हा माणूस तितकासा वाईट नसावा.' कारण तुम्ही प्रार्थनेला गेला नाहीत अन् सबंध समाजाचे पाप आपल्या शिरावर घेतलेत, असे होणे शक्य नाही.

हे शेवटचे प्रकरण संपवताना माझा मुद्दा हा आहे की – या जीवनात असे काहीतरी आहे की, जे डॉमिनोजपेक्षा अधिक मोठे, अधिक महत्त्वाचे आहे. माझी श्रद्धा आहे, ते शोधण्यास देव मला मदत करील आणि तो मला माझ्या अंतिम उद्दिष्टाकडे जाण्याचा मार्ग दाखवेल, जे आहे स्वर्गात जाणे व जाताना अधिकाधिक लोकांना बरोबर नेणे.

◆

माझा असा विश्वास आहे की, देवाने माझ्या जीवनातील ते 'काहीतरी' शोधण्यास मला आता मदत केली आहे व ते 'काहीतरी' म्हणजे ॲव्ह मारिआ युनिव्हर्सिटी

– टॉम मोनाघन
ऑगस्ट, २००३